Diamond
Dictionary of Environmental Science

डायमंड
पर्यावरणशास्त्र शब्दकोश

इंग्रजी–मराठी

संकलन
प्राचार्या शैलजा सांगळे
प्रा. जॉन्सन बोर्जेस

डायमंड पब्लिकेशन्स

डायमंड पर्यावरणशास्त्र शब्दकोश

प्राचार्या शैलजा सांगळे, प्रा. जॉन्सन बोर्जेस

Diamond Paryavaranshastra Shabdhakosh
Prin. Shailaja Sangle, Prof. Johnson Borges

प्रथम आवृत्ती : २०११

ISBN 978-81-8483-396-6

© डायमंड पब्लिकेशन्स

अक्षरजुळणी
अक्षरवेल, पुणे

मुखपृष्ठ
शाम भालेकर

प्रकाशक
डायमंड पब्लिकेशन्स
१२५५ सदाशिव पेठ, लेले संकुल
पहिला मजला, निंबाळकर तालमीसमोर
पुणे ४११ ०३०. ☎ ०२० – २४४५२३८७
diamondpublications@vsnl.net
www.diamondbookspune.com

प्रमुख वितरक
डायमंड बुक डेपो
६६१ नारायण पेठ, अप्पा बळवंत चौक
पुणे ४११ ०३०. ☎ ०२० – २४४८०६७७

लेखक परिचय

प्राचार्या सौ. शैलजा अरविंद सांगळे एम.ए. (भूगोल)

- १४ वर्षे मुंबईत गोरेगाव येथील जशभाई मगनभाई पटेल, महाविद्यालयात प्राचार्यपदाची जबाबदारी स्वीकारली.
- डॉ. डी. वाय. पाटील कला, वाणिज्य व विज्ञान महाविद्यालयात प्राचार्य पद सांभाळले.
- भूगोल आणि पर्यावरण विषयावर अनेक पुस्तके प्रकाशित.
- नियतकालिके व वर्तमानपत्रातून अडिचशेहून अधिक लेख प्रकाशित.
- 'उत्तम शिक्षक' 'द्रोणाचार्य पुरस्कार', 'विद्याशिक्षण रत्न', 'लोककल्याण समाजरत्न' इ. पुरस्काराने सन्मानित.

प्रा. जॉन्सन बोर्जेस

हे इंजिनिअरिंग शाखेचे पदवीधर (B.E. Electrical) असून डायमंडच्या संपादक मंडळाचे एक सदस्य आहेत. श्री. जॉन्सन यांचा संबंध जरी तंत्रशास्त्र या शाखेशी असला तरीही त्यांचा इतर विषयांवरील लेखनाचा आवाका व्यापक असा आहे. डायमंड सामाजिक ज्ञानकोशाच्या प्रमुख संपादकांपैकी एक असलेल्या जॉन्सन यांनी आपल्या वैशिष्ट्यपूर्ण अशा लेखनशैलीने डायमंड संपादक मंडळामध्ये एक विशेष असे स्थान निर्माण केले आहे. अद्ययावत माहितीने परिपूर्ण लेखन ही त्यांच्या लेखनाची उल्लेखनीय अशी बाब आहे.

त्यांनी संपादित केलेली भूगोल आणि पर्यावरणशास्त्राची पुस्तके :

- डायमंड भूगोल - पर्यावरणशास्त्रकोश
- वस्तुनिष्ठ भूगोल
- डायमंड क्विझ सीरिज : भूगोल

मनोगत

मानवी संस्कृतीच्या उगमापासून मानवाला पर्यावरणाबाबत रुची आहे. पर्यावरणाचे संवर्धन करण्यासंबंधीचे उल्लेख आपल्या प्राचीन वाङ्मयात आढळतात.

आपण प्रत्येकजण आपल्या पर्यावरणात सतत काहीतरी कृती करत असतो व त्या कृतीचा पर्यावरणावर परिणामही होत असतो. ज्याप्रमाणे आपण टाकलेल्या दगडाचा स्पर्श जलाशयाला होताच पृष्ठभागावर तरंग उठू लागतात व एकदा सुरू झालेली ही प्रक्रिया आपण थांबवू शकत नाही त्याचप्रमाणे आपण केलेल्या कृतीचा पर्यावरणावर परिणाम होत असतो व एकदा सुरू झालेली ही प्रक्रिया आपण थांबवू शकत नाही.

पर्यावरण शास्त्राच्या महत्तेबद्दल कोणाचेही दुमत असण्याचे कारण नाही, कारण एकात्मिक टिकाऊ पद्धतीने विकास करणे ही मानवाच्या उज्ज्वल भविष्याची गुरुकिल्ली आहे. आजच्या अतिशय बिकट परिस्थितीत पर्यावरणविषयीची मानवाची जाण वाढवून एकात्मिक टिकाऊ विकास प्रक्रियेचा अवलंब करण्याची आज नितांत गरज आहे. जगातील निसर्गनिर्मित जैविक-अजैविक आणि मानवनिर्मित विविध बाबींचा अभ्यास पर्यावरणशास्त्रात समाविष्ट होतो. गेल्या काही दशकांत झालेल्या वसुंधरा परिषदांनी आपल्याला हेच दाखवून दिले आहे की, पर्यावरणाचा विविधांगी दर्जा आज अतिशय वेगाने ढासळत चालला आहे.

आज संपूर्ण जगभरात पर्यावरण शिक्षण आणि जनजागृतीचे एकविसाव्या शतकातील बदलत्या शिक्षणप्रणालीत आणि मानवी जीवनात एक महत्त्वाचे स्थान निर्माण झाले आहे. पर्यावरणाच्या आजच्या सुस्थितीवरच चिरंतन विकास आणि मानवी पिढ्यांचे अस्तित्व टिकून राहणार आहे.

संतुलित विकास साधण्यासाठी पर्यावरण संरक्षणाचा विचार समाजात रुजला पाहिजे. याबाबत समाजात जागरूकता आणि जाणीव निर्माण झाली पाहिजे. याच उद्देशाने विद्यापीठ अनुदान आयोगाने सर्व विद्यापीठांच्या अभ्यासक्रमात 'पर्यावरण अभ्यास' हा विषय सर्व विद्याशाखांमध्ये नव्याने समाविष्ट करून तो अनिवार्य करण्याचा गौरवास्पद निर्णय घेतला आहे.

वरील सर्व बाबींचा विचार करूनच या शब्दकोशामध्ये पर्यावरणासंबंधित सर्व संज्ञांचा समावेश करण्यात आला आहे. सर्व स्तरावरील विद्यार्थी, शिक्षक व पर्यावरण प्रेमींसाठी तसेच विविध स्पर्धा परीक्षांच्या तयारीसाठी हे पुस्तक उपयोगी ठरेल असा आमचा विश्वास आहे. अनेकांच्या सहकार्याने तयार झालेली ही शब्दकृती आपल्या हातात देताना आनंद होत आहे आणि यासाठी आम्ही डायमंड पब्लिकेशन्सचा कर्मचारी वर्ग व अक्षरवेलचा कर्मचारी वर्ग यांचे आभारी आहोत.

वैदिक काळात देव आणि दानवाच्या समुद्र मंथनात भगवान शंकरांनी आपल्या गळ्यात विष साठवले आणि ते नीलकंठ झाले. आज आपणच निर्माण केलेले विष (पर्यावरणाची हानी) पचवून टाकण्यासाठी आपणा सर्वांना नीलकंठ होण्याची नितांत गरज आहे आणि यासाठीचा मंत्र आहे, 'पर्यावरण रक्षण व संवर्धन'.

हा शब्दकोश निश्चितच यासाठी प्रेरणा ठरेल असा आमचा विश्वास आहे.

- प्रा. शैलजा अ. सांगळे
- प्रा. जॉन्सन बोर्जेस

Abiotic Factors - अजैविक घटक

अजैविक व जैविक घटकांनी युक्त असे पर्यावरणातील नैसर्गिक अधिवास असतात. कोणत्याही अधिवासात (Habitat) सजीवांच्या आपापसात तसेच त्यांच्या सभोवतालच्या पर्यावरणातील अजैविक घटकांशी सतत पारंपरिक क्रिया-प्रक्रिया होत असतात. या संपूर्ण प्रक्रियेत ऊर्जेची गरज सूर्याकडून भागविली जाते व पोषकद्रव्यांची देवाणघेवाण होत राहते.

पर्यावरणातील भौतिक व रासायनिक घटकांचा समावेश अजैविक घटकांत होतो. जल, वायू, मृदा, खनिजे, सूर्यप्रकाश, उष्णता इत्यादी भौतिक घटक असून कार्बन, हायड्रोजन, ऑक्सिजन, धातू, अधातू, संयुगे, मिश्रणे, कार्बनी व अकार्बनी पदार्थ रासायनिक आहेत. याशिवाय आम्ल व आम्लारी-सारखी रासायनिक अभिकारके निसर्गात अनेक मूलकांचे चक्र निर्माण करतात.

प्रत्येक सजीवावर या घटकांचा स्वतंत्ररीत्या आणि एकत्रित परिणाम होत असतो. प्रत्येक सजीवांसाठी या घटकांशी आंतरक्रियेची एक मर्यादा असते. अशा घटकांच्या प्रभावामुळे सजीवांच्या कार्यक्षमतेवर परिणाम होतो म्हणून या घटकांना नियंत्रक घटक असेही म्हटले जाते.

हवामान, मृदा आणि प्राकृतिक अडथळे हे अजैविक घटकांवर परिणाम करणारे तीन घटक आहेत. हवामानाच्या भिन्नतेमुळे जगात निरनिराळी जीवसंहती (Biomes) वाढलेली आहेत. पाणी या घटकामुळे वने, गवताळ प्रदेश व वाळवंटे अशी भिन्न प्रकारची जीवसंहती तयार झाली आहे. पृथ्वीवरील निरनिराळ्या जीवसंहतीत निरनिराळ्या मृदा आढळतात. प्राकृतिक रचनेच्या परिणामांमुळे एका परिसंस्थेतून दुसऱ्या परिसंस्थेत सजीवांचा प्रसार होऊ शकत नाही. तसेच दोन परिसंस्थांच्या दरम्यान महासागर, वाळवंट असल्यास सजीवांचा प्रसार व स्थलांतर होऊ शकत नाही.

Acid Rain - आम्ल पर्जन्य

हवेतील सल्फर डाय ऑक्साइड, नायट्रोजन ऑक्साइड व कार्बन डाय ऑक्साइड या प्रदूषकांचा पावसाचे पाणी व हवेतील ऑक्सिजन यांच्याशी संयोग होतो व कार्बोनिक आम्ल, गंधकाम्ल व नत्राम्ल यासारख्या आम्लांची निर्मिती होते व आम्लयुक्त

पाऊस पडतो. याला 'आम्ल पर्जन्य' असे म्हणतात.

आम्ल पर्जन्यातील अभिक्रिया खालीलप्रमाणे -

1) $2SO_{2(g)} + O_{2(g)} \rightarrow 2SO_{3(g)}$ सल्फर ट्रायऑक्साइड
    $SO_{3(g)} + H_2O_{(l)} \rightarrow H_2SO_{4(aq)}$ सल्फ्युरिक आम्ल

2) $2NO + O_2 \rightarrow 2NO_2$ (नायट्रोजन डाय ऑक्साईड)
    $2NO_2 + H_2O \rightarrow HNO_3 + HNO_2$ (नायट्रिक ॲसिड + नायट्रस ॲसिड)

3) $CO_2 + H_2O \rightarrow H_2CO_3$ (कार्बोनिक ॲसिड)

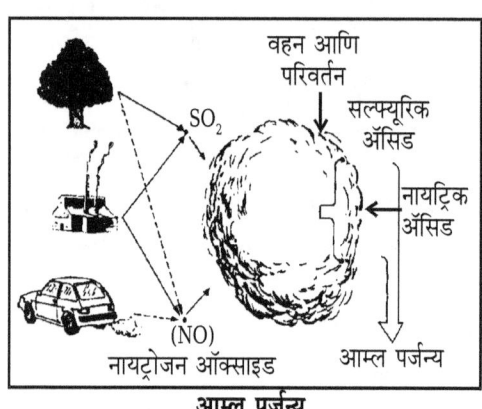

आम्ल पर्जन्य

आम्ल पर्जन्यामुळे वनस्पती व प्राणी यांचा विनाश होतो. जलाशयातील मासे व सूक्ष्म जीवजंतू नष्ट होतात. मृदा व शेती यांची हानी होते. जलाशय सजीव सृष्टीच्या दृष्टीने निरुपयोगी बनतात. मृदा आम्लयुक्त व नापीक बनतात. जलाशयातील आम्लयुक्त पाण्यामुळे पचनसंस्थेचे विकार उत्पन्न होतात. आम्ल पर्जन्यामुळे जुन्या इमारती, पुतळे व शिल्पे यांचीही हानी होते.

ज्या प्रदेशातील औद्योगिक क्षेत्रातून आम्ल पर्जन्यास जबाबदार प्रदूषके हवेत मिसळतात, तेथून दूरदूरच्या प्रदेशांतही आम्ल पर्जन्य पडतो. पश्चिम युरोप व उत्तर अमेरिकेत आम्ल पर्जन्याचे प्रमाण सर्वात जास्त आहे. उत्तर अमेरिकेत संस्थानात प्रतिवर्षी २.५ कोटी मे. टन सल्फर डाय ऑक्साइड (SO_2) हा वायू हवेत सोडला जातो. त्यामुळे कॅनडात आम्ल पर्जन्य पडतो, असा कॅनडाचा दावा आहे.

Adaptation - अनुकूलन

कोणत्याही प्रकारच्या सामाजिक व्यवस्थेतील (कुटुंब, व्यापारी पेढी, राष्ट्र इत्यादी) पर्यावरणाचे जतन कसे करावयाचे किंवा पर्यावरणाला प्रतिसाद कसा द्यावयाचा यासंबंधी मार्ग म्हणजे अनुकूलन होय. अनुकूलन म्हणजे सामाजिक व्यवस्थेतील पर्यावरणाशी समायोजन साधणे होय. टॉलकॉट पार्सन्सच्या विचारानुसार सामाजिक व्यवस्थेची जी चार कार्यिक पूर्वावश्यक तत्त्वे आहेत त्यातील एक पूर्वावश्यक तत्त्व म्हणजे अनुकूलन होय. या चार पूर्वावश्यक तत्त्वांच्याशिवाय सामाजिक व्यवस्था

टिकू शकणार नाही. टॉलकॉट पार्सन्स पुढे असा विवाद करतो की औद्योगिक समाजात अनुकूलनाची अत्यंत आवश्यकता असते. म्हणूनच अनुकूलनाचे एक अंग म्हणून औद्योगिक समाजात विशेष स्वरूपाच्या अर्थव्यवस्थेचा विकास झाला. अनुकूलन म्हणजे परिस्थितीशी किंवा पर्यावरणाशी समायोजन साधून इतर कर्त्यांच्या वर्तनाला अनुकूल असे वर्तन करणे होय.

Agrinet Proposal 2002 - कृषी - ॲग्रीनेट प्रपोजल २००२

डिसेंबर २००१ मध्ये डॉ. एम. एस. स्वामीनाथन यांच्या अध्यक्षतेखाली शेतीविषयी येणाऱ्या २५ वर्षांचे नियोजन करण्यासाठी उच्चस्तरीय समिती स्थापन केली होती. या समितीने डिसेंबर २००२ मध्ये आपला अहवाल सादर केला. या आहवालाच्या प्रेरणेतूनच महाराष्ट्राच्या शेती समृद्धीसाठी महाराष्ट्र शासनाच्या, कृषी विभागाने भारत सरकारच्या मदतीने 'महाराष्ट्र ॲग्रीनेट' स्थापन करण्याचा निर्णय घेतला. महाराष्ट्राची शेतीही उत्पादकता, गुणवत्ता, लाभान्वयता आणि शाश्वतता या चार मुख्य आधारावर अवलंबून आहे. या चार आधारांमध्ये क्रांतिकारक बदल घडवून आणण्यासाठी महाराष्ट्र ॲग्रीसनेट महत्त्वाची भूमिका बजाविणार आहे.

संकल्पना :

महाराष्ट्र ॲग्रीनेट ही एक नवीन संकल्पना असून यात महाराष्ट्राच्या शेतीच्या विकासासाठी सर्व सहभागी संस्थांच्या सर्वोत्कृष्ट तज्ज्ञ, संसाधने आणि सोयीचा प्रभावी वापर केला जाणार आहे. याचा उद्देश ग्रामीण पारंपरिक शेतकरी आणि ग्रामस्थांना शेतीच्या विकासाच्या आणि प्रगतीच्या मार्गावर चालविण्यासाठी स्वयंपूर्ण आणि स्वावलंबी बनविणे हा आहे. जागतिकीकरण आणि स्थानिकीकरण करणाऱ्या आव्हानांना पेलण्यासाठी विकासकेंद्री संकल्पना म्हणून याकडे पाहता येईल. याची ध्येय आणि उद्दिष्टे जर प्रत्यक्षात उतरावयाची असतील तर शेतीसंबंधी माहितीतंत्रज्ञानाचा वापर करण्याची क्षमता निर्माण केली पाहिजे.

उपक्रम :

महाराष्ट्र ॲग्रीसनेट अंतर्गत खालील उपक्रम राबविले जाणार आहेत.

(१) आकडेवारीचे संगणकीकरण.

(२) सॉफ्टवेअर आणि सीडीचा विकास.

(३) माती सर्वेक्षणाच्या नकाशांचे संगणकीकरण.

(४) विद्यापीठाचा संगणकीय महाजाळाची संशोधन आकडेवारी.

(५) ॲग्रो-सायबर कॅफेची स्थापना.

(६) शेती मार्गदर्शिका.

(७) शेतीसंबंधी सॉफ्टवेअर ग्रंथालय.

(८) भविष्यातील अंदाजबांधणीसाठी उपग्रह छायाचित्रांचे विश्लेषण.
(९) शेतीविषयक माहिती केंद्र.
(१०) शेतकऱ्यांना संगणकीय शिक्षण.

उद्दिष्टे :

(१) महाराष्ट्राच्या शेती समृद्धीसाठी. शेतकरी संघटन, स्वयंसेवी आणि सार्वजनिक क्षेत्रातील महाअॅग्रीसगेट संस्था, सेवा पुरवठादार, योजनाकार आणि संशोधक यांचे वास्तविक जाळे निर्माण करणे.
(२) संगणकीय पायाभूत सुविधा आणि प्रक्रियेच्या माध्यमातून कृषी विभागाच्या सक्षमीकरणातून ई-गव्हर्नन्स आणि सेवा पुरवठा यंत्रणा मजबूत बनविणे.
(३) शेतीचा सर्व समावेश विकासासाठी शेतकऱ्यांना ज्ञानावर आधारित शेतीचा विकास आणि संबंधित सेवांविषयी शिक्षण आणि प्रशिक्षण देणे.
(४) स्वावलंबी आणि शाश्वत विकासासाठी शेतकरी आणि ग्रामस्थांबरोबरच त्यासंबंधी घटकांचे ज्ञानावर आधारित जाळे आणि वेळेवर आवश्यक साहित्य पुरवठा करणारे जाळे निर्माण करणे.

संस्थात्मक पातळीवर ई-गव्हर्नन्सच्या माध्यमातून इंटरनेटवरून याचा वापर शक्य होणार आहे. सामाजिक जागृतता ग्रामीण भागापर्यंत माहिती तंत्रज्ञान अत्याधुनिक साधनांच्या प्रभावी वापराची क्षमता, निर्मिती, माहिती आणि ज्ञानाच्या सातत्याने होणाऱ्या वहनाचे व्यवस्थापन आणि संघटनात्मक पातळीवर बचतगटांचा प्रभावी वापर यातूनच या संकल्पनेचे यश दृष्टिक्षेपात येणार आहे.

महा अॅग्रीसनेटच्या अंमलबजावणीसाठी राष्ट्रीय-आंतरराष्ट्रीय पातळीवरील संसाधनसंस्था, शासकीय विभाग आणि राज्यातील कृषी विद्यापीठे, मुक्त विद्यापीठे, अशासकीय संस्था, खासगी क्षेत्रातील संस्था, शास्त्रज्ञ, तज्ज्ञ व्यापारी सेवा पुरवठादार आणि शेतकरी यांच्या महाजाळ्यातून शाश्वत शेती आणि ग्रामीण विकासातून महाराष्ट्राच्या शेती समृद्धीचे ध्येय गाठता येणार आहे.

Agricultural Tourism - कृषिपर्यटन

कृषिपर्यटन ही संकल्पना मूळची पाश्चात्त्य देशांमधली. ब्राझील, ऑस्ट्रेलिया, न्यूझीलंड यांसारख्या देशांमध्ये रुजलेल्या 'ब्रेड अॅण्ड ब्रेकफास्ट' या धर्तीवर ती आधारलेली आहे. एखाद्या शेतकऱ्याच्या शेतात पर्यटक ठराविक दाम मोजून जातात. थोडक्यात तिथे त्या शेतकऱ्याचे पाहुणे होऊन राहतात, शेतातच पर्यटकांच्या राहण्याची व्यवस्था केलेली असते. त्यांच्या सकाळच्या न्याहरीचीही व्यवस्था केलेली असते. हवं ते अन्न शिजवायला पर्यटकांना मुभा दिली जाते. 'या आणि मनसोक्त रहा आणि आवडेल ते खा प्या' या धर्तीवरचं हे पर्यटन स्थळ असतं.

निसर्गावर जो प्रेम करतो त्याला कृषिपर्यटन हा अनोखा आविष्कार वाटतो. युरोप आणि अमेरिकन देशांमध्येही कृषिपर्यटनाकडे ओघ वाढत आहे. निसर्गाचा खराखुरा आनंद कृत्रिम स्थळांपेक्षा शेती आणि ग्रामीण जीवनाशी समरस होण्यातच आहे. हे सत्य त्यांना पटलं आहे. गेल्या काही वर्षातील जगभरातील पर्यटकांचा कल शाश्वत व वास्तववादी पर्यटनाकडे झुकत आहे. कृषिपर्यटन या व्याख्येत तंतोतंत बसतं. जगभरात सध्या तापमानवाढीवर चर्चा सुरू आहे. या चर्चेच्या मुळाशी गेलो तर निसर्गाची झालेली हेळसांड हे मुख्य कारण आहे. कृषिपर्यटनाचा मूलाधारच पर्यावरणाचे रक्षण, धरतीचं संरक्षण हाच आहे. ग्रामीण जीवनात होणाऱ्या प्रत्येक घडामोडी आपली संस्कृती अधोरेखित करीत असतात. सण, रिवाज, यात्रा, जत्रा, मेळे यातून संस्कृती व्यक्त होत असते. शहरी लोकांनी फुरसतीचे चार क्षण शेतावर जाऊन घालविले व शेतकऱ्यांचे प्रश्न शहरी लोकांनी समजावून घेतले तर वास्तव त्यांच्या ध्यानी येईल आणि कृषिपर्यटनाला एक नवी दिशा मिळेल.

Agro Forestry - कृषिवनीकरण

शेतीमध्ये पिकांबरोबरच झाडे आणि झुडपे वाढवणे याला 'कृषी वनीकरण' असे म्हणतात. निकृष्ट प्रतीच्या जमिनीवर लागवड करण्यासाठी कृषी वनीकरण हा उत्तम पर्याय आहे. बहुविध प्रकारची झाडे क्रमाने किंवा एकाच वेळी पिकांच्या बरोबर लावली जातात. यामुळे जमिनीची धूप कमी होते व पोत सुधारतो.

Alopathy - ॲलोपॅथि

आयुर्वेद, युनानी, होमिओपॅथि यांच्या अभ्यासांतूनच आधुनिक औषधींची 'ॲलोपॅथि' ही आधुनिक आरोग्य पद्धती निर्माण झाली. विशिष्ट अशा ज्या औषधाच्या योगाने "रोग्याच्या अंगांत अशी प्रतिकारशक्ती येते की त्या रोग्याचा रोग हटू लागतो." ते औषध म्हणजे ॲलोपॅथिक होय. गेल्या शतकांत अनेक रोगांवर - 'ॲंटिबॅक्टरीयल' व 'ॲंटिबॉयॉटिक' अशा औषधांनी कार्य केले व रोग, त्यांची निदाने व औषधे यांच्यांत क्रांती झाली. त्यांतून 'स्पेशलायझेशन' चे जणू पेव फुटले! स्कॅनिंग, क्ष-किरण, रेडिऑलॉजी अशी अनेक साधनेंही निर्माण झाली.

त्यामुळे आता 'रोग बरी करणारी' (Curative) व रोगप्रतिबंधक (Preventive) अशी दोन मोठी आरोग्याची दालने निर्माण झाली आहेत. विशिष्ट बॅक्टोरियल लसीकरणामुळे कॉलरासारख्या साथी व ॲंटिव्हायरल लसीकरणामुळे देवी, पोलिओसारखे रोगही आता नगण्य होऊ लागले आहेत.

क्ष-किरणतंत्रामुळे क्षयरोग, स्क्रिनिंगमुळे अपघाती शरीरांची देखभाल करणे मानवी आवाक्यात आले; हृद्रोग ठीक करता येऊ लागले. रेडिऑलॉजीने कॅन्सरवर अटकाव घालण्याचा प्रयत्न चालू आहे.

Application of Biotechnology - **जैवतंत्रज्ञानाचे उपयोग**

१) कृषिक्षेत्र : जैवतंत्रज्ञान सद्य:स्थितीत कृषिउत्पन्नवाढीत अतिशय मोलाची भूमिका बजावत आहे.

कृषिक्षेत्रात जैवतंत्रज्ञानाचा होत असलेला फायदा पुढीलप्रमाणे सांगता येईल.

(१) विविध पिकांचा जनुकीय आराखडा तयार करण्याची मोहीम लखनौ, कोलकाता, दिल्ली, मदुराई इ. विविध संस्था आणि विद्यापीठांमध्ये चालू आहे. 'लायसिन' हे महत्त्वाचे प्रथिन तयार होण्यासाठीचे उपयुक्त जनुक शोधण्यात शास्त्रज्ञांना यश आले आहे.

(२) 'ऊती संवर्धन' हे जैवतंत्रज्ञानाचा उत्तुंग आविष्कार आहे. याच्या माध्यमातून जगातील दुर्मिळ अथवा नष्टप्राय होत असलेल्या वनस्पती किंवा प्राणी यांचे संवर्धन आणि जोपासना तसेच अतिशय मोठ्या प्रमाणावर प्रजनन हे शक्य आहे. त्याचबरोबर सध्या केळी, अननस यांचे ऊती संवर्धनाच्या माध्यमातून उत्पादन करण्याचे प्रयत्न चालू आहेत. ऊती संवर्धनाचा महत्त्वाचा फायदा म्हणजे आपल्याला हवी असलेली जात अतिशय मोठ्या प्रमाणावर लागवड करता येते. या पद्धतीमुळे प्रचलित पद्धतीच्या दुप्पट इतके भरघोस प्रजनन करता येऊ शकते. पुण्याची राष्ट्रीय रासायनिक प्रयोगशाळा (N.C.L.) तसेच दिल्लीची 'टाटा एनर्जी रिसर्च इन्स्टिट्यूट' या संशोधन संस्था ऊती संवर्धनात महत्त्वाची कामगिरी बजावत आहेत. केंद्रशासनाने १९१९ मध्ये ऊतीसंवर्धनात प्रोत्साहन देण्यासाठी विशेष योजना जाहीर केली आहे.

(३) पिकाचे उत्पादन वाढावे यासाठी संकर करण्यात येते. संकर करणे, कलम करणे, ग्राफ्टिंग, बडिंग हे सर्व कृषिजैवतंत्रज्ञानाचेच आविष्कार आहेत. परंतु विविध पिकांचा जनुकीय आराखडा तयार झाल्यास ती एक नवी क्रांतीच असू शकेल. उदा. पनामा ही केळीची जात उत्तम प्रकारची केळी देते. परंतु ती रोगास बळी पडते. बसराई ही जात रोगप्रतिकारक आहे. तेव्हा बसराईमधील रोगप्रतिकारासाठी असलेला जनुक पनामा जातीवर आरोपण केल्यास ती जात रोगप्रतिकारक बनेल. अशा प्रकारे भरघोस उत्पन्न देणारी पिके वेगवेगळ्या प्रकारच्या हवामानात कमी पाण्यावर घेता येऊ शकतील.

(४) मद्यनिर्मितीमध्ये देखील जैवतंत्रज्ञानाचा उपयोग होतो. महाराष्ट्रामध्ये द्राक्ष पिकाची लागवड मोठ्या प्रमाणावर होते, त्यापासून वाईन निर्मितीस मोठ्या प्रमाणावर नाव आहे. नुकतेच सांगली जिल्ह्यातील 'पलूस' येथे महाराष्ट्र शासनाने वाईन पार्क निर्मिण्याचे योजिले आहे. या दृष्टिकोनातून शेतकऱ्यांनी वाईन उपयुक्त द्राक्षे लागवडीवर भर दिला पाहिजे.

(५) रासायनिक खतांचा अतिवापर केल्यामुळे जमिनी खारवट, नापीक होण्याची

भीती असते. या उलट, जैवखते (Biofertilisers) वापरल्यास उत्पन्न भरघोस मिळू शकते आणि जमिनीसही धोका नसतो. अँझोला अॅझोटोबॅक्टेरिया, नील-हरित शैवाल, रायसोनियम अशी विविध जैवखते आज उपलब्ध आहेत.

(६) वर नमूद केल्याप्रमाणे जनुकीय आराखडा जनावरांचा देखील उपलब्ध झाल्यास उत्तम जातीच्या जनावरांचे पशुसंवर्धन होऊ शकेल. जैवतंत्रज्ञानातील प्रचलित संकर या पद्धतीचा वापर करून महात्मा फुले कृषी विद्यापीठ (राहुरी) यांनी फुले त्रिवेणी ही, हॉलस्टीन (भरपूर दूध देणारी) + जर्सी (उष्णता मानणारी जात) + गीर (रोगप्रतिकारक) यापासून निर्मिलेली जात उल्लेखनीय आहे.

(७) मत्स्यसंवर्धनामध्ये देखील जैवतंत्रज्ञानाचाच वापर करून उत्तम प्रतीच्या माशाचे भरघोस उत्पादन घेता येईल. सध्या भातशेतीत जिताडा, कोळंबी संवर्धन हा याचाच आविष्कार आहे.

उत्तम प्रकारच्या पिकांचे पशूंचे तसेच्या तसे गुण पुढच्या पिढीत उतरणे अवघड असते. प्रचलित कोणत्याही पद्धती वापरून तसे करणे शक्य झालेले नाही. मात्र जैवतंत्रज्ञानाचा आधुनिक आविष्कार म्हणजे क्लोनिंग या तंत्राद्वारे हे शक्य होणार आहे.

(८) जैवतंत्रज्ञानाचा वापर करून कमी पाण्यावर येणारी, रोगप्रतिकार अशी तागाची जात निर्माण करण्याविषयीचे संशोधन चालू आहे.

२) आरोग्य : इन्सुलिन हे पूर्वी डुकराच्या स्वादुपिंडापासून बनविले जात होते. आता मात्र जैवतंत्रज्ञानाचा वापर करूनच हे मोठ्या प्रमाणावर उत्पादिले जात आहेत आणि यामुळे मधुमेह रोगांना दिलासा मिळाला आहे. त्याचप्रमाणे कुष्ठरोग, पोलिओ, एड्स, इ. दुर्धर रोगांवरील लसींचे अशा प्रकारचे तंत्र वापरून उत्पादन करण्याचे प्रयत्न चालू आहे.

फेब्रुवारी २००१ रोजी 'मानवी जनुक आराखडा' तयार करण्यात शास्त्रज्ञांना यश आले असल्याने जाहीर केले. या आराखड्यावरून डाऊन सिंड्रोम, रक्तपिती (Hemophelia), colourblindness अशा विविध आनुवांशिक रोगांवर उपाय योजता येतील. डी. एन. ए., फिंगरप्रिंटिंग तंत्रामुळे विविध प्रकारच्या गुन्ह्यांना तसेच पालकत्व यांची माहिती घेता येऊ शकते. गुन्हेगारांचा शोधही घेता येऊ शकतो.

३) पर्यावरण : सध्या समुद्रावर पसरलेल्या तेलाचा तवंग नष्ट करण्यासाठी विशिष्ट प्रकारच्या जीवाणूंचा वापर करण्यात येत आहे. औद्योगिक सांडपाणी, शहरातील मैला शुद्धीकरण केंद्रे यामध्ये देखील जीवाणू प्रक्रियेचा वापर होत आहे.

मोठ्या प्रमाणावर होणारी जंगलतोड, दुर्मिळ वनस्पतींचा नाश या समस्यांवर ऊती संवर्धनाच्या माध्यमातून उत्तर मिळाले आहे. ऊती संवर्धनाच्या साहाय्याने मोठ्या प्रमाणावर प्रजनन करून जंगलाची, चाऱ्याची लागवड करता येईल. तसेच नष्ट झालेल्या जनावरांच्या किंवा नष्टप्राय होण्याच्या मार्गावर असलेल्या जनावरांच्या

जाती जपता येऊ शकतील. अशा प्रकारे जैव विविधतेची जपणूक जैवतंत्रज्ञानाच्या माध्यमातून करता येईल. यातून जैवमाहिती (Bioinformation) ही नवीन शाखा उपलब्ध झाली आहे.

४) *औद्योगिक क्षेत्र :* बंगळूरच्या विठ्ठल मल्ल्यांच्या शास्त्रीय संशोधन संस्थेने यीस्टच्या साहाय्याने मळीपासून मद्यनिर्मिती करण्यामध्ये मोलाचे संशोधन केले आहे. मळीपासून वीजनिर्मिती करण्याचा प्रकल्प महाराष्ट्रात मनमाड येथे प्रायोगिक तत्त्वावर सुरू आहे. सध्या इथेनॉल मिश्रित तसेच जैवपदार्थांपासून डिझेल निर्मिती करण्यात यश आले आहे.

Aquatic - जलचर

पाण्यात राहणाऱ्या प्राण्यांना 'जलचर प्राणी' म्हणतात. हे प्राणी गोड्या किंवा खाऱ्या पाण्यात आढळतात. अनेक प्रकारचे पृष्ठवंशीय प्राणीही पाण्यात राहतात. उदा. कासव, खेकडे

Artificial Rain - कृत्रिम पाऊस

पर्जन्य कमी होण्याचे प्रमुख कारण म्हणजे प्रचंड प्रमाणात झालेली वृक्षतोड कारण समुद्रावरून येणारे ढग जेव्हा जमिनीवरून जात असतात तेव्हा ते ढग बरसण्यासाठी ज्या अनुकूल वातावरणाची निर्मिती व्हावी लागते ती मुख्यत्वेकरून झाडांमुळेच होते; पण त्यांचेच प्रमाण कमी झाल्याने आलेले ढग हे न बरसताच पुढे निघून जातात. ही समस्या वाढत चालल्यामुळे मानवाने संशोधन करून त्यावर उपाय शोधून काढला आणि कृत्रिमरीत्या ढग बरसण्याजोगे वातावरण निर्माण करण्याचे तंत्र मानवाने शोधले व त्याचे जागतिक पातळीवर अनेक प्रयोगसुद्धा झाले.

पर्जन्ययोग्य ढगांमध्ये काही विशिष्ट प्रकारच्या रसायनांची फवारणी करून पाऊस पडण्याची नैसर्गिक प्रक्रिया जलद गतीने घडवून आणणे म्हणजेच कृत्रिम पाऊस पाडणे होय. कृत्रिम पाऊस पाडण्यासाठी पर्जन्ययोग्य ढग आकाशात असणे आवश्यक आहे. त्या ढगांचे प्रामुख्याने दोन प्रकार पडतात - १) उष्ण ढग २) शीत ढग, उष्ण ढगांचे तापमान हे जवळपास शून्य अंश सेल्सिअस किंवा त्यापेक्षा जास्त असते. तर शीत ढगांचे तापमान हे शून्य अंश सेल्सिअसपेक्षा कमी असते. शीत ढग हे चांगला पाऊस पाडण्यासाठी उष्ण ढगांपेक्षा अधिक उत्तम असतात. उष्ण ढगांमुळेही कृत्रिम पाऊस पाडता येतो. पण पावसाचे प्रमाण कमी असते. शीत ढग जमिनीपासून सर्वसाधारणपणे ८ ते ९ किलोमीटर उंचीवर असतात, तर त्यांच्या खालोखाल उष्ण ढग असतात.

रडारच्या साहाय्याने अशा पर्जन्ययोग्य ढगांचा शोध घेतला जातो. त्यानंतर

विमानाच्या साहाय्याने रसायन फवारले जाते. साधारण फवारणीनंतर अर्ध्या तासाने नैसर्गिक प्रक्रिया घडून पाऊस पडायला लागतो. म्हणजेच जे ढग पर्जन्ययोग्य आहेत; पण नजीकच्या काळात बरसणार नाहीत, अशा ढगांना पावसाच्यारूपाने तत्काल पडायला भाग पाडणे म्हणजेच कृत्रिम पाऊस पाडणे होय. कृत्रिम पाऊस हा सरासरीच्या १५ ते २४% एवढा पडतो.

रसायनांची फवारणी ही पूर्णत: ढगांच्या प्रकारावर अवलंबून आहे. उष्ण ढगांसाठी 'सोडिअम क्लोराईड' फवारले जाते, तर शीत प्रकारच्या ढगांसाठी 'सोडियम आयोडाईड' फवारले जाते.

Atomic Energy - अणुऊर्जा

रासायनिक दृष्ट्या द्रव्याचे वर्गीकरण मिश्रण (Mixture), संयुग (Compound) आणि मूल्यद्रव्ये (Elements) असे करता येते. आजमितीस ११६ मूल्यद्रव्ये ज्ञात आहेत.

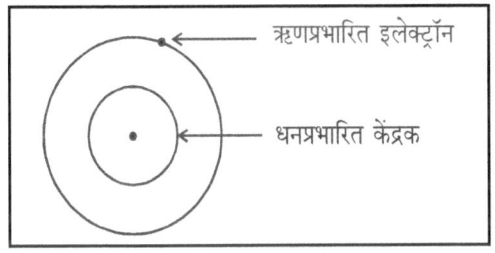

रासायनिक मूलद्रव्यांचा मूलभूत घटक म्हणजे अणू (Atom) होय. ग्रीक शब्द ॲटम (Atom) याचा अर्थ 'अविभाज्य' असा आहे. आधुनिक संशोधनाने अणूला रचना असते, तसेच त्याचे विभाजन होते असे सिद्ध झाले असले, तरी रासायनिक विक्रियांमध्ये (Chemical Reactions) भाग घेणारे अणू अविभाज्य राहतात. आधुनिक अण्वीय उपपत्तीचे जनक इंग्लिश रसायनशास्त्रज्ञ जॉन डाल्टन [John Dalton (1766 - 1844)] यांनीही १८०८ मध्ये सर्व पदार्थ नित्य, सूक्ष्म व अविभाज्य अशा अणूंचे बनलेले आहेत अशी कल्पना मांडली.

वरील आकृतीत दाखवल्याप्रमाणे अणूची संरचना ही अणुकेंद्रबाह्य इलेक्ट्रॉन आणि अणुकेंद्रीय प्रोटॉन व न्यूट्रॉन या स्वरूपाची असते.

प्रत्येक अणूत धन प्रभार (Positive Charge) असलेला एक गाभा (Nucleus) असतो. या अणुकेंद्रामध्ये प्रोटॉन (Proton) व न्यूट्रॉन (Neutron) हे केंद्रीय आकर्षण क्षेत्रामुळे एकत्र राहतात. यामध्ये प्रोटॉन हा धन प्रभारी (Positively Charged) असतो तर न्यूट्रॉन हा उदासीन (Neutral) असतो.

अणुकेंद्राच्याभोवती इलेक्ट्रॉन (Electron) हा एका विशिष्ट कक्षेत फिरत असतो.

अणुकेंद्रातील प्रोटॉन व न्यूट्रॉन पूर्णपणे अलग करण्यासाठी लागणाऱ्या ऊर्जेस 'अणूकेंद्रीय बंधनऊर्जा' असे म्हणतात. जेव्हा एखाद्या भारीअणूचे भंजन (Fission) होते, तेव्हा दोन खंडाच्या प्रत्येकी बंधन ऊर्जेची बेरीज ही मूळ अणूच्या बंधनऊर्जेपेक्षा अधिक असते. भंजनात या दोहोंमधल्या फरकाइतकी ऊर्जा मुक्त होते.

भंजनामुळे (Fission) नवीन अणू तयार होताना अणुकेंद्रीय बंधन ऊर्जेमध्ये फरक झाला तर वस्तुमानाचे ऊर्जेत रूपांतर होऊन ती बाहेर पडते किंवा शोषली जाते. अणुकेंद्रीय विक्रियांमध्ये (Nuclear Reactions) अशा तऱ्हेने ऊर्जा उत्सर्जित होते तिलाच अणुऊर्जा (Atomic Energy) असे म्हणतात.

युरेनियमसारख्या मोठ्या वस्तुमानाच्या अणुकेंद्राच्या भंजनामुळे (फुटण्यामुळे) किंवा ड्युटेरियम वा ट्रिटियम यांसारख्या लहान वस्तुमानाच्या (Atomic Mass) अणुकेंद्रांच्या संघटनामुळे अणुऊर्जा उत्पन्न होते.

अणुऊर्जेचे शांततामय उपयोग पुढीलप्रमाणे :-

(१) मोठ्या प्रमाणावर व माफक दरात वीजनिर्मितीसाठी (२) अणुभट्ट्यांच्या साहाय्याने विविध किरणोत्सर्गी समस्थानिके (Radio Isotopes) निर्माण करणे.

अणू ऊर्जेची निर्मिती ही केंद्रकीय विखंडन (Nuclear Fission) आणि केंद्रकीय संमेलन (Nuclear Fusion) या दोन प्रकारांनी केली जाऊ शकते.

Autotrophs - स्वयंपोषी

हिरव्या वनस्पती पर्यावरणातील साध्या असेंद्रिय पदार्थापासून (Chlorophyll) सूर्यप्रकाशाच्या साहाय्याने सेंद्रिय पदार्थ म्हणजे अन्न तयार करतात. म्हणून हिरव्या वनस्पतींना उत्पादक असे म्हणतात. वनस्पती स्वत: तयार केलेल्या अन्नाचा वापर करतात. म्हणून त्यांना 'स्वयंपोषी' असे म्हणतात.

Ayurved - आयुर्वेद

आयुर्वेद व सिद्ध या दोन वैद्यकीय पद्धती भारतामध्ये उदयाला आल्या. ख्रिस्तपूर्व ५००० साली वैदिक काळात यांचा उगम सापडतो. मुख्यत: अथर्ववेदातूनच आयुर्वेदाचे वैद्यकीय ज्ञान प्रसार पावले. आत्रेय, चरक व सुश्रुत हे या शास्त्राचे अध्वर्यु होत. ख्रिस्तपूर्व ८०० मध्ये आत्रेयांनी तक्षशिला येथे वैद्यकीय प्राध्यापक म्हणून कामही केले व सामान्यत: आयुर्वेदाच्या वैद्यकीय पद्धतीचे उपचारही केले. यानंतर काहीच वर्षांत सुश्रुतांनी शल्यविद्येवर 'चरक संहिता' लिहिली. मोडलेली हाडे ठीक बसवणे, आवश्यकतेनुसार अवयव कापणे, गाठी कापणे, हार्निया ठीक करणे, इ. शल्यविद्या या काळात होत असत. विशेषत: मोतीबिंदू (Cataract) शस्त्रक्रिया व प्लॅस्टिक शस्त्रक्रिया (Rhinoplasty) केल्या जात. या शल्यक्रियांशिवाय शरीरशास्त्र,

आरोग्यशास्त्र (Hygiene), रक्त व मूत्रादी स्रावांचे अभ्यास (Pathology), औषधे, नेत्रविद्या, शुश्रूषा इ. सर्व विषयांवर चरक ऋषींनी इ.स. २०० मध्ये 'चरक संहिता' लिहिली. अशा रीतीने आयुर्वेद भारतात वाढत गेला.

सिद्ध ही वैद्यकीय पद्धत दक्षिण भारतात त्या नावाने माहीत असली तरी आयुर्वेदावरच आधारित आहे. आजही या विद्येला सर्वमान्यता आहे.

'त्रिदोष' ही अस्वास्थ्याची कारणे आयुर्वेदात सांगितली आहेत. वात, पित्त व कफ यांचा असमतोलच अस्वास्थ्याला कारण असतो असे आयुर्वेदात म्हटले आहे.

चरक संहितेत ५०० औषधींचा उल्लेख आहे. अनेक आयुर्वेदिक औषधींचा उपयोग व त्यांचे गुणधर्म आता सिद्ध झाले आहेत. सध्या तर आयुर्वेदिक औषधांची जगभर ख्याती होत आहे.

मोगल व परकीय आक्रमणांमुळेच आयुर्वेद मागे पडला पण राजाश्रयातच तो आधी वाढला होता (अशोक, कनिष्क इ.)

हा ऋग्वेदाचा उपवेद मानला जातो. आयुर्वेदाची आठ अंगे मानली जातात. त्यात 'कार्य-चिकित्सा' (म्हणजे ज्वर इ. चिकित्सा), बालचिकित्सा, ग्रहचिकित्सा, ऊर्ध्वांगचिकित्सा म्हणजे मुख, नेत्र, नासिका, मस्तक, कान इ. रोगांची चिकित्सा, शल्यचिकित्सा म्हणजे बाहेरील पदार्थ व शरीरातले इ. ची चिकित्सा, जराचिकित्सा म्हणजे वृद्धत्वाचे आजार, वृषचिकित्सा (बल सामर्थ्य येण्याबद्दल), दंष्ट्राचिकित्सा म्हणजे विषबाधा इ. अशी आठ अंगे मानली जातात.

सुश्रुत, चरक, वाग्भट यांनी लिहिलेले ग्रंथ प्रसिद्ध आहेत.

वैद्यकशास्त्राच्या इतिहासानुसार आयुर्वेद ही वैद्यकाची सर्वात पहिली परंपरा होय. मानवी संस्कृतीच्या विकासाबरोबरच आरोग्यव्यवस्थेच्या दृष्टिकोनातून आयुर्वेदाची निर्मिती आणि वाढ झाली.

या शास्त्राच्या उपयोगाचे स्पष्ट उदाहरण म्हणून च्यवनऋषी अथवा ययाती यांचा उल्लेख होतो. या दोघांचेही वार्धक्य आयुर्वेदाने दूर होऊन त्यांना तारुण्यप्राप्ती झाली होती. आयुर्वेद हे इतर वैद्यकशास्त्रानुसार नुसतेच आजार बरे करणारे शास्त्र नव्हे. आयुर्वेदाची व्याख्या 'आयुष्याचा वेद' अशीच आहे. मानवी आयुष्य आरोग्यपूर्ण ठेवण्यासाठी पाळावयाचे आहार-विहार विषयक नियम यांचा ऊहापोह या शास्त्रामध्ये केला आहे. अरब देशामध्ये आयुर्वेद हा पाया धरून 'युनानी' या मुस्लिम वैद्यकशास्त्राची निर्मिती झाली.

थोडक्यात, आयुर्वेद हे संपूर्ण जीवनाची उकल करून संगोपन करणारे, रोगांना मुळातूनच नष्ट करणारे व या चराचरातील सर्व वस्तूंशी संबंध दाखविणारे शास्त्र आहे. तसेच त्याचा संबंध नुसता जडाशी नसून चैतन्याशीही आहे. म्हणूनच आयुर्वेद सर्वांगपूर्ण आणि शरीर, मन व आत्मा यांना प्रसन्नता देणारे शास्त्र आहे.

निरोगी व्यक्तीचे आरोग्यरक्षण हा आयुर्वेदाचा पहिला आणि सर्वात महत्त्वाचा सिद्धांत आहे.

Bacteriological and Chemical Warfare - जीवाणू साधनांचे आणि रासायनिक शस्त्रांचे युद्ध

आधुनिक काळातील भयावह मानले गेलेले युद्ध म्हणजे जीवाणू साधनांचे आणि रासायनिक शस्त्रांचे युद्ध. यास C.B.R. असेही म्हणतात. सी म्हणजे केमिकल (रसायन), बी म्हणजे बॅक्टेरिया - (जीवाणूयुक्त) आणि आर म्हणजे रेडिऑलॉजिकल - (किरणोत्सर्जक). या तिन्हींचा वापर जेव्हा युद्धात केला जातो तेव्हा त्या युद्धास सीबीआर युद्ध म्हटले जाते. या भयावह आणि संहारक शस्त्राद्वारे शत्रुपक्षांची जीवितहानी व साधनसंपत्तीची हानी केली जाते. या युद्धाचे दुष्परिणाम मानवावर दीर्घकाळपर्यंत होऊ शकतात. म्हणून या प्रकारच्या युद्धास अमानवी म्हटले गेले असून अशी संहारक शस्त्रास्त्रे वापरू नयेत म्हणून संयुक्त राष्ट्र संघटनेने त्यांच्यावर बंदी आणली असली तरी व्हिएतनाम, इराक-इराण संघर्ष यांमध्ये ती वापरली गेली, ही वस्तुस्थिती आहे.

Balanced Diet - संतुलित आहार अगर चौरस आहार

उत्तम आरोग्य राखण्यासाठी आपल्याला प्रथिने, कर्बोदके, स्निग्ध, जीवनसत्त्वे, क्षार इत्यादींची जरुरी असते. सर्वच अन्नपदार्थांमध्ये ही पोषकद्रव्ये थोड्या-अधिक प्रमाणात असतातच, पण कोणताही एक अन्नपदार्थ आपल्याला ही सर्व पोषकद्रव्ये योग्य त्या प्रमाणात पुरवू शकत नाही.

ज्या आहारातून आपल्याला उत्तम आरोग्य राखण्यासाठी ऊर्जासमृद्ध पदार्थ (कर्बोदके, स्निग्ध), शरीराच्या जडण-घडणीसाठी आवश्यक पदार्थ (प्रथिने, क्षार) अणि जीवनसत्त्वे शरीराला आवश्यक त्या प्रमाणात मिळतात, तो आहार म्हणजे संतुलित आहार होय.

वय, लिंग, शारीरिक श्रम, गर्भारपण, स्तनदा माता अशा व्यक्तींच्या संतुलित आहाराच्या गरजेमध्ये फरक पडतो. शरीराची वाढ आणि निगा यांसाठी मोठ्या प्रमाणावर ऊर्जेची जरुरी असते. पेशींमध्ये ग्लुकोजसारख्या साध्या पदार्थाचे ऑक्सिडेशन (Oxidation) होते. या ऑक्सिडेशनद्वारेच ऊर्जा मुक्त होते आणि ॲडेनोसीन ट्रायफॉस्फेटच्या (ATP) स्वरूपात ती ऊर्जा साठविली जाते. पेशींमध्ये चालणाऱ्या सर्व संश्लेषणासाठी एटीपीचे रेणू ऊर्जा पुरवितात. अशा प्रकारे शरीराच्या वाढीसाठी आवश्यक ते द्रव्य आणि प्रामुख्याने ऊर्जा या दोन्हींचा पुरवठा अन्न करीत असते. कॅलरी हे उष्णता मोजण्याचे एकक आहे. एक ग्रॅम पाण्याचे तापमान १° सें. ने वाढविण्यासाठी द्यावी लागणारी उष्णता म्हणजे १ कॅलरी उष्मा होय. खालील

तक्त्यामध्ये संतुलित आहाराच्या माध्यमाने निरनिराळ्या लोकांच्या ऊर्जेच्या गरजा दर्शविल्या आहेत.

लोक	तपशील	आवश्यक कॅलरीज प्रतिदिन
पुरुष	संथ पद्धतीने काम करणारे	२३००
	अतिश्रम करणारे	३२००
स्त्रिया	संथ पद्धतीने काम करणाऱ्या	२०००
	श्रमाची कामे करणाऱ्या	२५००
	गर्भवती	२५००
	स्तनदा	३०००
बालके	१२ महिन्यांपर्यंतची	१०० (दर कि.ग्रॅ. शरीर वजनासाठी)
	१ ते १० वर्ष वयोगटातील	१०००-२०००
मुले	वयोगट ११-१८ वर्ष	२०००-२५००
मुली	वयोगट ११-१८ वर्षे	१५००-२०००

याशिवाय संतुलित आहारामध्ये पचनक्रिया, रक्ताभिसरण, उत्सर्जन या शारीरिक क्रिया सुरळीत करण्यासाठी, शरीराचे तापमान कायम राखण्यासाठी आणि शरीरातील विद्युत अपघटनी क्षारांचे (Na, K) प्रमाण संतुलित राखण्यासाठी भरपूर पाण्याची (१ ते २ लिटर प्रतिदिन) आवश्यकता असते. भरपूर पाणी पिण्यामुळे मूत्रपिंडे उत्तम राहतात.

Bio Energy - जैविक ऊर्जा

जेव्हा आपण लाकडाचा ओंडका जाळून ऊर्जा प्राप्त करतो तेव्हा आपण जैविक ऊर्जेचा वापर करीत असतो. जंगलातील वनस्पतींची वाढ होण्यासाठी सौर ऊर्जेची आवश्यकता आहे. त्यामुळे जैविक ऊर्जा हे सौर ऊर्जेचे एक रूप आहे. लाकूड हे जैविक ऊर्जेचे सर्वाधिक उपलब्ध संसाधन आहे. जैविक ऊर्जा संसाधनांत शेतीमधून निर्माण होणारे टाकाऊ पदार्थ, उसाची चिपाडे तसेच शेतीतील दुय्यम पिकांपासून निर्माण होणारा कचरा यांचा समावेश होतो.

जैविक ऊर्जेचा वापर तीन प्रकारे करता येतो. जैविक वस्तुमान जाळून त्या द्वारे उष्णता व विद्युतनिर्मिती केली जाऊ शकते. मिथेनसारख्या वायूंचा इंधन म्हणून वापर केला जाऊ शकतो. त्याचप्रमाणे हा वायू द्रवीरूप करून त्याचा इंधन म्हणून वापर करता येतो. द्रव इंधनात दोन प्रकारच्या मद्यार्कांचा समावेश होतो. या पदार्थात इथेनॉल व मिथेनॉल ही मद्यार्के समाविष्ट आहेत. या इंधनांना जैविक इंधन असे संबोधण्यात येते. जैविक वस्तुमानाचे रूपांतर द्रव इंधनात करता येणे शक्य असल्यामुळे

या जैविक इंधनाचा वापर वाहतुकीच्या साधनात करता येणे शक्य आहे. गाड्या, ट्रक, बसेस, विमाने व रेल्वेसाठी अतिरिक्त इंधनाची गरज जैविक इंधनाद्वारे भागविली जाऊ शकते. वाहनात डिझेलऐवजी 'बायोडिझेल'चा वापर करता येणे शक्य आहे. बायोडिझेलची निर्मिती वनस्पतितेलांपासून केली जाते. अमेरिकेत बायोडिझेलची निर्मिती सोयाबिन तेलापासून करण्यात येत आहे. शास्त्रज्ञांद्वारे शैवाल गटातील वनस्पतींचा विकास करण्याचा प्रयत्न होत आहे. या विशिष्ट वनस्पतींद्वारे 'बायोडिझेल'ची निर्मिती केली जाऊ शकते. वनस्पती, गवत, कागद तसेच शेतीतील कचऱ्याद्वारे अल्कोहोल किंवा मद्यार्कांची निर्मिती करण्याचे प्रयत्न सुरू आहेत.

Biochemical Oxygen Demand (BOD) - प्राणवायूची जैवरासायनिक मागणी

प्रदूषित पाण्यातील सेंद्रिय द्रव्यांचे रासायनिक पदार्थांचा वापर करून विघटन करण्यासाठी आवश्यक असलेल्या प्राणवायूच्या प्रमाणाला प्राणवायूची जैवरासायनिक मागणी असे म्हणतात. पाण्यात विरघळलेल्या प्राणवायूच्या प्रमाणाला विद्राव्य प्राणवायू (Dissolved Oxygen) असे असते. पाण्याचे तापमान जास्त असल्यास त्यातील विद्राव्य प्राणवायूचे प्रमाण घटते.

नागरी सांडपाणी, औद्योगिक सांडपाणी व प्रदूषित पाण्याचे प्रदूषण मोजण्याचे 'BOD' हे एक परिमाण आहे. ते पीपीएम (Parts per million) या एककात मोजतात. पाण्याचा BOD १ पीपीएम असल्यास ते पाणी शुद्ध असते, जर हे ५ पीपीएम किंवा अधिक असेल तर ते पाणी प्रदूषित असते. नागरी सांडपाण्याचे BOD मूल्य १०० ते ४०० पीपीएम एवढे असते. औद्योगिक सांडपाण्याचे BOD मूल्य १० हजार पीपीएम इतकेही असू शकते.

Biochemistry - जीवरसायनशास्त्र

रसायनशास्त्राची ही एक शाखा असून या शाखेत जीवजातींच्या संरचनेचा आणि त्यांच्यात होत जाणाऱ्या विविध प्रकारच्या बदलांचा अभ्यास केला जातो. जैविक (Organic) व शारीरिक (Physical) रसायनशास्त्रांचा समावेश होतो. बरेच लोक जीवरसायनशास्त्र हे शरीरक्रियात्मक शास्त्र व जैविक रसायनशास्त्र यांचे एक अंग अगर यांचा एक भाग आहे असे मानतात. जीवरसायनशास्त्राचा अभ्यास करणारे जीवरसायनवादी शास्त्रज्ञ जैविक रेणूंच्या (Molecules) गुणधर्मांचा अभ्यास करतात. त्यात प्रथिने (Proteins), कर्बोदके (Carbohydrates), मेद (lipid) हायड्रेट आणि न्यूक्लिक आम्ल (Neuclic Acid), चयापचयाचे (Metabolism) रासायनिक नियमन इत्यादी सगळ्यांचा सविस्तर अभ्यास केला जातो. खाद्यउत्पादन, कृषिसंशोधन इ. मध्ये या शाखेचा अभ्यास केला जात आहे.

Biodiesel - जैवडिझेल

जैवडिझेल (बायोडिझेल) हा नवीकरण योग्य (Renewable) ऊर्जास्रोत आहे. सोयाबीन, मका, जेट्राफा (वनएरंड), करंजा व नागपंचा या वनस्पतींच्या बियांपासून मिळविलेल्या तेलाचा बायोडिझेल निर्मितीसाठी उपयोग होतो. याचा वापर डिझेल इंजिनासाठी पर्यायी इंधन म्हणून केला जातो. हे इंधन बिनविषारी असून जैविकदृष्ट्या विघटनक्षम (Biodegradable) असते. यामध्ये सल्फर व गंध असणाऱ्या वायूचा अभाव असल्याने ते एक स्वच्छ इंधन आहे. यात १०% अंगभूत ऑक्सिजन असल्याने त्याचे पूर्ण ज्वलन होते.

भारतामध्ये १३.८ दशलक्ष मेट्रिक टन एवढ्या मोठ्या प्रमाणात बायोडिझेलची बाजारपेठ असून, त्याची अंदाजे किंमत ४५००० अब्ज रुपये एवढी आहे. भारत सरकारने नोव्होड बोर्ड द्वारा बायोडिझेलशी संबंधित व्यवसायाकरिता ६.५० लाख रुपयांपर्यंत प्रोत्साहनपर अनुदान जाहीर केले आहे. बायोडिझेल विक्रीची हमी उत्पादकांना मिळाली आहे. बायोडिझेलसाठी लागणाऱ्या जेट्राफा लागवडीसाठी पडीक जमीन वापरता येते. झाडे लावणे, शेंगा काढणे, बिया विकणे, तेल घाणीद्वारे तेल काढणे, या सर्व किंवा यांपैकी एकाद्वारे अल्प भांडवलातदेखील हा व्यवसाय करता येतो. कॉटेज इंडस्ट्रीजच्या स्वरूपात ५ लाख रुपये भांडवलापासून पुढे बायोडिझेल निर्मितीदेखील करता येते. भारतामध्ये जर टाकाऊ जमिनीत जेट्राफाची लागवड केली तर त्यापासून प्रति हेक्टरी १.५ टन बिया मिळतील. अशा पद्धतीने तयार करण्यात आलेल्या बायोडिझेलमुळे आपली डिझेलची एकदशांश गरज भागविता येईल, असा अंदाज व्यक्त करण्यात आला आहे.

Biodiversity - जैवविविधता

सजीवांमधील आकार, प्रकार, जीवनप्रक्रिया यामधील भिन्नतेस जैवविविधता म्हणतात. वनस्पती व प्राण्यांतील विविधता त्यांच्या गुणधर्मातील, शारीरिक आकारमान, रचना, ठेवण, हालचाल, अन्नपाणी घेण्याच्या पद्धती, अधिवास, कार्यक्षेत्र, प्रजननपद्धती, संगोपन, संततीचे नियमन, अधिक्षेत्र, पर्यावरणात राहण्याची अनुकूलता, शरीरात त्याप्रमाणे केलेले बदल, विशिष्ट अधिवासातच त्यांची झालेली जैवसंख्या- वाढ या सर्व बाबतीत कोणताही एक सजीव किंवा त्याची प्रजाती ही दुसऱ्या प्रजातीपेक्षा भिन्न असते. त्यांच्यात अनेक बाबतीत विविधता असल्यामुळे सजीवातील या विविधतेस जैवविविधता असे म्हणतात. सजीवातील विविधता सजीवाच्या शरीरांतर्गत असलेल्या पेशीतील गुणसूत्रे व गुणबिंदू यावर अवलंबून असते.

प्राण्यांच्या प्रत्येक वर्गात विविध प्रकारच्या प्रजाती, पोटजाती, उपजाती आहेत. अशाच प्रकारच्या जाती, प्रजाती वनस्पतींमध्येही आहेत. वनस्पतींमधील जैवविविधता

प्राण्यांप्रमाणे विपुल आहे. जैवविविधतेचे महत्त्व जागतिक पातळीवर तसेच प्रादेशिक व स्थानिक पातळीवरही असते.

हरितवनस्पती प्रकाशसंश्लेषणातून हवेतील कार्बन-डाय-ऑक्साईड वायूचे प्रमाण कमी करतात तसेच त्या ऑक्सिजन चक्र, नायट्रोजन चक्र, कार्बनचक्र व जलचक्र चालविण्यास निसर्गास मदत करतात. वनस्पती मृदेची धूप रोखतात. मानवजातीला जंगल व वनस्पती यांच्या जैवविविधतेचे विपुल फायदे असून ते उपकारक आहेत.

आवश्यक मानवी गरजांचा पुरवठा करणे व मानवी उपजीविकेसाठी पालकत्वाची भूमिका पार पाडणे ही कामे जैवविविधता करते. जागतिक लोकसंख्यावाढीचा जैवविविधतेवर विपरीत परिणाम होत आहे. याचबरोबर जंगलतोड, वाढते औद्योगिकीकरण, धरणांची उभारणी, खाणकाम, कीटकनाशके व रोगनाशकांचा वापर, अणुचाचण्या, स्फोट, स्थलांतरित शेती इत्यादींचा सुद्धा जैवविविधतेवर विपरीत परिणाम होत आहे.

Bidiversity Maps - जैवविविधतेचे नकाशे

जैवविविधता समृद्ध प्रदेशांचे नकाशे तयार करणारे भारत हे पहिले राष्ट्र आहे. हा प्रकल्प १९९७ ते २००२ या काळात जैवतंत्रज्ञान विभाग व अवकाश विभागामार्फत संयुक्तपणे राबवला गेला. यामध्ये राष्ट्रीय सुदूर संवेदन तंत्रज्ञान यंत्रणेमार्फत उपग्रहांद्वारे जैवविविधतेच्या दृष्टीने महत्त्वाच्या स्थळांचे hot spots चे आरेखन करण्यात आले, तर जैवतंत्रज्ञान विभागामार्फत मोठ्या प्रमाणावर क्षेत्रीय नमुने (Field Level sampling) गोळा करण्याचे काम करण्यात आले.

प्रकल्पात Botanical survey of India, Geological survey of India, Central Institute of Medicinal and Aromatic Plants व Indian Institute of Science इ. पंधरा संस्थांनी सहभाग घेतला.

या कार्यक्रमात ४ घटकांचा समावेश मुख्यत्वेकरून होता - १) जैवविविधतेचे सर्वेक्षण करणे. २) महत्त्वाच्या प्रजातींच्या जनुकांचे जतन करणे. ३) महत्त्वाच्या प्रजातींचे DNA Finger Printing. ४) धोक्यात असलेल्या प्रजातींचे ऊती संवर्धनाद्वारे संरक्षण.

Biodiversity (Economical Importance) - जैवविविधतेचे आर्थिक महत्त्व

जैवविविधतेचे आर्थिक उपयोग खालीलप्रमाणे आहेत.

(१) अन्न : अंदाजे ८०,००० खाद्य वनस्पती मानवाच्या वापरता, या ना त्या स्वरूपात, ऐतिहासिक काळापासून आल्या आहेत. त्यातील किमान ३,००० प्रकारच्या वनस्पती सातत्याने वापरात आहेत. सुमारे १५० जातींची मोठ्या प्रमाणात लागवड केली जाते. त्यांपैकी १० ते २० प्रजाती उष्मांक ग्रहण करण्याच्या जागतिक प्रमाणापैकी ८० टक्के ते ९० टक्के उष्मांक पुरवितात.

(२) औषधी द्रव्ये व सौंदर्यप्रसाधने : जैवविविधतेमुळे मानवाला, पाळीव प्राण्यांना व वनस्पतींना आरोग्याची सुरक्षितता प्राप्त होते. (जैविक जंतुनाशके, जैविक खते) पश्चिम घाटात साधारण २,००० प्रजातींच्या वनस्पती औषधांसाठी वापरल्या जातात. संपूर्ण देशात अंदाजे ८,००० प्रजातींच्या वनस्पती व शेकडो प्रजातींचे प्राणी स्थानिक जमातींकडून औषधी म्हणून वापरात आहेत. ॲलोपॅथिक (रासायनिक) औषधांमधील बरीच औषधे वनस्पतिजन्य आहेत. विकसित देशांत उपचारात सांगितल्या गेलेल्या औषधांपैकी जवळजवळ २५ टक्के औषधे वनस्पतींवर आधारित आहेत. त्यामध्ये २१ सर्वमान्य, अनिवार्य औषधांचा समावेश आहे, उदा. ॲस्पिरिन व क्विनाइन.

गेल्या अनेक शतकांपासून आयुर्वेदिक औषधे व औषधी वनस्पती प्राथमिक प्रक्रिया करून भारतातून निर्यात केली जातात. गेल्या काही वर्षांत त्यांचा व्यापार बराच वाढला आहे. वैद्यकीय पर्यटन हे एक नव्याने भरभराटीस येत असलेले आर्थिक क्षेत्र आहे. यामध्ये स्थानिक आयुर्वेदिक, पौर्वात्य औषधप्रणाली व उपचारपद्धती पुरविण्यात येतात.

(३) तंतू : कापूस, ज्यूट, अंबाडी, वेत व नारळाच्या झाडापासून बनविलेला काथ्या, बांबू व गवताच्या विविध प्रकारांपासून नैसर्गिक तंतू मिळतात. यांचा वापर स्थानिक अर्थ व्यवहारात तसेच उद्योगधंद्यांतही होतो. दोर, दोरखंड, कापड, वेष्टने बनविण्यासाठी पोती, गोणपाट व जाजमे बनविण्यासाठी तंतूंचा उपयोग केला जातो. अलीकडच्या काळात मृदेवर, जमिनीवर आच्छादन घालण्यासाठी, रस्ते, कालवे, धरणे व बांध बांधताना तंतूंपासून बनविलेल्या जाळ्यांचा वापर केला जातो. डोंगर-उतारावर होणारी मृदेची धूप व दरडी कोसळण्यास प्रतिबंधात्मक उपाय म्हणून या जाळ्यांचा उपयोग केला जातो.

(४) जैविक इंधने : भारताच्या ग्रामीण भागातील बहुतांशी लोक इंधनासाठी सरपणावर (जळाऊ लाकडावर) अवलंबून आहेत. बायोगॅस, बायोडिझेल व इथेनॉल इंधने आता आर्थिक-दृष्ट्या महत्त्वाची म्हणून गणली जाऊ लागली आहेत. ही सर्व इंधने जैविक स्रोतांपासून प्राप्त होतात. जेट्रोफा व करंज या जातींतील इंधनांचे नैसर्गिकरीत्या जास्त उत्पादन देऊ शकणाऱ्या प्रजाती शोधण्यासाठी शास्त्रज्ञ संशोधन करीत आहेत.

(५) बांधकाम साहित्य : स्थानिक परिसंस्थांमधून बांबू, गवत, टिकाऊ वनस्पती, नारळाच्या झावळ्या व लाकूड हे बांधकाम साहित्य उपलब्ध होते. अनेक देशांमध्ये मोठ्या प्रमाणावर बांबू व लाकडाच्या प्रजाती उत्पादित केल्या जातात. जगातील लाकूड उत्पादनापैकी बरेच लाकूड वनांमध्ये मिळते.

(६) *पर्यटन :* निसर्गावर आधारित पर्यटन दिवसेंदिवस जगभर वाढत चालले आहे. या महत्त्वाच्या व्यवसायात जगभरात लाखो लोक गुंतलेले आहेत. दाट लोकवस्तीजवळ असलेल्या नैसर्गिक परिसराचे कार्य कोणते आहे. याची स्पष्ट कल्पना मुंबईजवळील संजय गांधी राष्ट्रीय उद्यानावरून येते. दरवर्षी सुमारे १२ लाख एवढ्या प्रचंड संख्येने पर्यटक येथे येतात. निसर्गावर आधारित पर्यटन हे एक आर्थिक क्षेत्र म्हणून विकसित होत आहे.

(७) उद्योगधंद्याच्या दृष्टिकोनातूनही जैवविविधतेचे मोठे महत्त्व आहे.

जैवविविधतेवर आधारित उद्योग

कच्चा माल	**पक्का माल**
रिठा	साबण
मोह	मदिरा
करंज	तेल
धूप	सुगंधी द्रव्ये
आवळा	लोणची, औषधे
डाळिंब	जॅम
कडूनिंब	औषधे, टूथपेस्ट
हळद	सौंदर्य प्रसाधने
गवती चहा	सुवासिक द्रव्ये
मसाले (लवंग, वेलदोडा, जिरे इ.)	मसाले, अन्न टिकविणारे पदार्थ, अन्न पदार्थ

Biodiversity (Ecological Value) - जैवविविधतेचे परिस्थितिकीय मूल्य

(१) *प्रजातींचे परस्परावलंबित्व :* अधिवासात स्वत:साठी योग्य जागा मिळविण्यासाठी व स्वत:ची वैशिष्ट्यपूर्ण भूमिका पार पाडण्यासाठी प्रजाती विकसित होतात. अनेक प्रजाती अस्तित्वासाठी अन्नजाळे, अन्नसाखळी अशा गुंतागुंतीच्या स्वरूपात परस्परांवर अवलंबून असतात.याशिवाय बीजप्रसार करणे, परागकण करणे यांसारख्या इतर कामांत प्रजातींना विशिष्ट भूमिका पार पाडावी लागते. सजीव, त्यांचे सुसंवादी सहजीवन, भक्ष्य-भक्षक संबंध, अन्नसाखळ्या व अन्नजाळे हे जैवविविधतेचे

घटक आहेत. हे घटक जैवविविधता टिकून राहण्यासाठी (संधारण) व विकसित होण्यासाठी (संवर्धन) महत्त्वाचे आहेत.

(२) जैवविविधता - नैसर्गिक चक्राचा एक भाग : जैवविविधतेमुळे आवश्यक असे परिसंस्थेचे लाभ मिळतात. या पद्धती अशा आहेत की ज्यामुळे जैवविविधता पृथ्वीवर मानवी अस्तित्वासाठी आधारभूत अशी परिस्थिती निर्माण करतात. यामध्ये जलचक्र, भू-रासायनिक चक्र व हवामानाचे नियंत्रण यांचा समावेश होतो. उदा. सूक्ष्मजीव हे कार्बन, हायड्रोजन, ऑक्सिजन व नत्रे इत्यादींनी बनलेल्या गुंतागुंतीच्या सेंद्रिय पदार्थांचे रूपांतर साध्या सेंद्रिय घटकांमध्ये करतात. अशा प्रकारे जैवविविधतेचा मृदा तयार होण्यावर, मृदेतील क्षारता कमी होण्यावर परिणाम होतो. मृत सजीवांचे विघटन होण्यावर तसेच खनिजांमध्ये परिवर्तन घडवून आणण्यावर व पोषणमूल्यांच्या चक्रावर प्रभाव पडतो. वनस्पतींचे आच्छादन हवा शुद्ध करण्याचे काम करते. वनस्पती या वातावरणातील कार्बन-डाय-ऑक्साईडचे अधिशोषण करून हवा शुद्ध करतात. जीवावरणामुळे वातावरणातील वायूंचे संतुलन राखले जाते, त्यामुळे हवामानात स्थिरता रहाते.

(३) माती व पाणी संधारणासाठी जैवविविधता : वने व गवताळ प्रदेशांमुळे झरे व नद्या निरंतर प्रवाहित राहतात. त्यामुळे भूजल वाढते व मृदेची धूप कमी होते. वनस्पतींच्या आच्छादनामुळे पावसाचे पाणी जमिनीत झिरपते. मुळांमुळे मृदा धरून ठेवली जाते. त्यामुळे मृदेची धूप होण्यास प्रतिबंध होतो.

परिसंस्थेचे असंतुलन झाल्यामुळे वर उल्लेखिलेल्या नैसर्गिक प्रक्रियांवर परिणाम होऊ शकतो. उदा. मृदेच्या उत्पादनक्षमतेत घट होणे, तसेच मृदेची पाणी धरून ठेवण्याची व जलभरणाची क्षमता कमी होणे या स्वरूपात हे परिणाम दिसून येऊ शकतात. तसेच, प्रदूषके शोषून घेण्याची किंवा ती विखरून टाकण्याची क्षमता कमी झाल्याने पर्यावरणात प्रदूषके साचत जातात. काही प्रजातींच्या संख्येत घट झाल्यामुळे इतर काही प्रजातींच्या संख्येत वाढ होते. उदा. कीटकपक्षी वटवाघळे किंवा इतर कीटकभक्षी प्रजातींच्या संख्येत घट झाल्याने कीटकांची संख्या वाढते.

Biodiversity (Global) - जैवविविधता (जागतिक)

स्थानिक, राष्ट्रीय व जागतिक स्तरावर सुमारे १.८ दशलक्ष सजीव प्रजाती शास्त्रज्ञांद्वारे नोंदविण्यात आल्या आहेत. पण शास्त्रज्ञांच्या अंदाजानुसार प्रजातींची संख्या १.५ ते २० अब्ज असण्याची शक्यता वर्तविण्यात येत आहे. याचाच अर्थ असा होतो की पृथ्वीवरील बहुतांश सजीव प्रजाती आजपर्यंत शोधून काढण्यात आलेल्या नाहीत.

जगातील जैवविविधतेच्या दृष्टिकोनातून संपन्न देश 'दक्षिणेकडील' म्हणजेच

प्रगतिशील देश आहेत. पण असे असले तरी या जैवविविधतेचा वापर करू शकण्याचे तंत्र मात्र उत्तरेकडील म्हणजेच प्रगत देशांत उपलब्ध आहे. पण या देशात जैवविविधतेचे वैविध्य फारच अल्प प्रमाणात आढळून येते, जगातील विकसनशील देशांतील जैवविविधतेचे शतकानुशतके शोषण केल्यानंतर अलीकडे प्रगत देश जैवविविधता हे एक 'जागतिक संसाधन' असून जैवविविधतेचे रक्षण करण्याची भाषा करीत आहेत, पण जर जगातील जैवविविधता जगातील सर्व राष्ट्रांसाठी एक सामाजिक संसाधन मानले तर याच धर्तीवर खनिज तेल, युरेनियम तसेच बौद्धिक व तांत्रिक कौशल्यांचाही त्यात समावेश केला जाण्यात कसलीही अडचण भासू नये. भारतातील संपन्न जैवविविधतेच्या संदर्भात अशा कुठल्याही प्रकारचा समझोता करण्याआधी जागतिक स्तरावर जैवविविधतेचा समान वापर करण्यासंबंधी क्रांतिकारी परिवर्तन करण्याची गरज आहे.

भारतापेक्षा जैवविविधतेच्या दृष्टिकोनातून अधिक संपन्न असलेले देश दक्षिण अमेरिकेत आहेत. यात ब्राझिलसारख्या देशांचा समावेश होतो. त्याचप्रमाणे जैवविविधतेच्या दृष्टीने समृद्ध देश दक्षिण-पूर्व आशियात आहेत. यात मलेशिया, इंडोनेशिया या देशांचा अंतर्भाव आहे. या देशांत आढळणाऱ्या सजीव प्रजाती भारतीय उपखंडात आढळणाऱ्या जैवविविधतेपेक्षा भिन्न आहेत. त्यासाठी आपल्या देशातील जैवविविधता एक प्रमुख आर्थिक संसाधन म्हणून जतन करण्याची गरज आहे. जगातील काही संपन्न जैवविविधता असलेल्या देशांनी जैवविविधतेचा उपयोग करून घेण्यासाठी जीवतंत्रज्ञान व जनुकीय अभियांत्रिकी तंत्राचा वापर करण्यास सुरुवात केली आहे. भारताकडेही या प्रकारचे तांत्रिक कौशल्य उपलब्ध आहे.

सर्व जगभर जैवविविधतेच्या दृष्टिकोनातून संपन्न प्रदेशांचे महत्त्व वाढत आहे. अनेक आंतरराष्ट्रीय करार या संदर्भात अंमलात आणण्यात येत आहेत. यामध्ये जीवविविधतेच्या दृष्टिकोनातून संपन्न प्रदेशांचे रक्षण करण्यासाठी जागतिक वारसा परिषद यासारख्या परिषदांचे आयोजन करण्यात येत आहे. या परिषदेत संमत करण्यात आलेल्या मसुद्यावर भारताने स्वाक्षरी केली आहे. या कराराअंतर्गत आपल्या देशातील अनेक नैसर्गिक भूभागांचा संरक्षित प्रदेश म्हणून अंतर्भाव करण्यात आला आहे.

जागतिक प्रजाती विविधता :

जैवविविधता गट	एकूण ज्ञात प्रजाती
जीवाणू व शैवाल	४,७६०
कवक	४६,९८३
शैवाल	२६,९००
भूजलचर वनस्पती (ब्रायोफाइट्स)	१७,०००
सूचीपर्णी वृक्ष	७५०
सपुष्प वनस्पती	२,५०,०००
एकपेशीय सजीव	३०,८००
स्पंजवर्गीय प्राणी	५,०००
प्रवाळ व जेलीफिश	९,०००
गांडूळ व कृमी	२४,०००
कीटक	७,५१,०००
कवचधारी सजीव	३८,०००
इतर कीटकवर्गीय व अपृष्ठवंशीय प्राणी	१,३२,४६१
शिंपले	५०,०००
स्टार फिश	६,१००
मत्स्यप्रजाती	१९,०५६
भूजलचर प्राणी	४,१८४
सरपटणारे प्राणी	६,३००
पक्षी	९,१९८
सस्तन प्राणी	४,१७०
एकूण प्रजाती	१४,३२,६६२

Biodiversity (India) - भारताची जैवविविधता

भारतीय उपखंडातील भौगोलिक जडणघडणीमुळे बहुविध जैवविविधता अस्तित्वात येण्यासाठी योग्य वातावरण तयार झाले. फार प्राचीन काळी ७० दशलक्ष वर्षांपूर्वी पृथ्वीवरील त्याकाळी अस्तित्वात असलेला महाप्रचंड भूभाग दोन भागांत विभाजित होऊन त्याचे उत्तर व दक्षिण खंड असे भाग निर्माण झाले. भारतीय भूप्रदेश यातील

दक्षिण खंडातील गोंडवणा भूप्रदेशात आफ्रिका, ऑस्ट्रेलिया व अंटार्क्टिका या प्रदेशांसोबत अस्तित्वात आला. कालांतराने पृथ्वीवरील भूभागांच्या हालचालींद्वारे भारतीय उपखंड विषुववृत्तीय प्रदेशाच्यावर सरकत जाऊन उत्तरेकडील युरेशिया भूप्रदेशाला जाऊन मिळाला. फार प्राचीन काळी या खंडादरम्यान अस्तित्वात असलेला टेथीस महासागर शुष्क झाल्यामुळे युरोप तसेच अतिपूर्वेकडील प्रदेशात उत्क्रांत झालेले प्राणी-वनस्पती भारतीय उपखंडात स्थलांतरित झाले. या काळी हिमालय पर्वताची निर्मिती झाली नव्हती. याच कालखंडात आफ्रिकेतील सवाना माळरानांवर विकसित इथिओपियन प्रदेशातील प्राणी-वनस्पतीही भारतीय भूखंडात स्थलांतरित झाल्या. अशा तऱ्हेने भारतीय उपखंडाच्या वैविध्यपूर्ण भौगोलिक स्थानामुळे तीन प्रमुख जैवविविधतासंपन्न प्रदेशातील स्थानिकांचे स्थलांतर व उत्क्रांती भारतीय भूप्रदेशात झाल्यामुळे भारत हा एक संपन्न बहुविध जैवविविधता असलेला प्रदेश बनला. जगातील प्राणी-वनस्पतींच्या वैविध्याच्या दृष्टीने समृद्ध देशांच्या यादीत भारताचे स्थान पहिल्या १० ते १५ देशांत गणले जाते. भारतात आढळणाऱ्या कित्येक वनस्पती, प्राणी-प्रजाती जगात इतरत्र कुठेही आढळून येत नाहीत. भारतात ३५० सस्तन प्राणी आढळून येतात. या प्राणीजैवविविधतेच्या दृष्टिकोनातून जागतिक क्रमवारीत भारताचा क्रमांक आठवा लागतो. तसेच भारतात पक्ष्यांच्या १२०० प्रजाती (जगात आठवे स्थान), सरपटणाऱ्या प्राण्यांच्या ४५३ प्रजाती (जगात पाचवे स्थान) व सुमारे ४५,००० वनस्पतिप्रजाती आढळून येतात (जगात पंधरावे स्थान), वनस्पती प्रजातींच्या वैविध्यात नेच्याच्या १०२२ प्रजाती, ऑर्किड्सच्या १०८२ प्रजातींचा अंतर्भाव आहे, भारतात कीटकांच्या ५०,००० हून अधिक प्रजाती आढळून येतात. त्यात फुलपाखरे व पतंगांच्या १३,००० प्रजातींचा अंतर्भाव आहे. याव्यतिरिक्त सूक्ष्मजीव प्रजातींची संख्या अमर्याद असण्याचा अंदाज व्यक्त करण्यात येतो.

भारतात आढळणाऱ्या वनस्पतिप्रजातींपैकी १८ टक्के वनस्पतिप्रजाती प्रदेशनिष्ठ असून जगात इतरत्र कुठेही आढळून येत नाहीत. वनस्पती प्रजातीत सपुष्प वनस्पती सर्वाधिक प्रमाणात प्रदेशनिष्ठ आहेत. यापैकी एकतृतीयांश वनस्पती जगात इतरत्र कुठेही आढळून येत नाहीत. प्राणि- प्रजातीतील भूजलचर प्राण्यांत ६२ टक्के भारतीय उपखंडात आढळणाऱ्या वैशिष्ट्यपूर्ण प्रजाती आहेत तर सरपटणाऱ्या प्राण्यातील सरड्यांच्या १५३ प्रजाती आढळून येतात व यापैकी ५० टक्के प्रजाती याच प्रदेशातील आहेत. मोठ्या प्रमाणावर प्रदेशातील प्रजातींचे प्रमाण कीटक, समुद्री जंतू, गोम, मेफ्लाईज व गोड्या पाण्यातील स्पंजासारख्या प्राण्यात आढळून येते. भारतातील जैवविविधता संक्षिप्तपणे खालील तक्त्यात दर्शविली आहे.

	भारताचा जगात क्रमांक	प्रजातींची संख्या
सस्तन प्राणी	८	३५०
पक्षी	८	१२००
सरपटणारे प्राणी	५	४५३
भूजलचर प्राणी	१५	१८२
सपुष्प वनस्पती	१५.२०	१४,५००

भारताचे एकूण दहा जैवभौगोलिक विभाग करण्यात आले असून ते खालीलप्रमाणे आहेत –

(१) हिमालयाच्या पलीकडील भाग
(२) हिमालयीन
(३) भारतीय वाळवंट
(४) कमी पर्जन्यांचे प्रदेश
(५) पश्चिम घाट
(६) दख्खनचे पठार
(७) गंगेचे मैदान
(८) ईशान्य भारत
(९) भारतीय बेटे
(१०) किनारी प्रदेश व भारतीय बेटे

Biodiversity (Origin and Evalution) - जैवविविधतेचा उद्‌गम आणि उत्क्रांती

पृथ्वीवरील जीवन साडेतीन अब्ज वर्षांपूर्वी अस्तित्वात आले. पृथ्वीवरील जीवन हे सेंद्रिय अभिक्रियांच्या स्वरूपात पृथ्वीवरील तत्कालीन सागरात विकसित झाले असावे असे मानण्यात येते. याचबरोबर पृथ्वीवरील जीवन दलदली प्रदेशांत विकसित झाले असावे किंवा पृथ्वीवरील जीवन परग्रहावरील प्रगत जीवसृष्टीद्वारे पृथ्वीवर रोपित करण्यात आले असण्याची शक्यताही व्यक्त केली जाते. एकवार पृथ्वीवर जीवन अस्तित्वात आल्यावर त्यात वैविध्य निर्माण होत गेले. एकपेशीय सजीवांपासून बहुपेशीय सजीवांची तसेच प्राणि-वनस्पतींची निर्मिती झाली. उत्क्रांती प्रक्रियेद्वारे सजीवांत सभोवतालच्या परिस्थितीशी जुळवून घेणारे गुणधर्म विकसित होत गेले. पृथ्वीवरील अजैविक घटकांच्या प्रचंड रेट्यामुळे प्राणि-वनस्पती विविध प्रदेशांत विभाजित झाले. या अजैविक घटकांत हवामान, वातावरणातील बदल, हिमयुगांचा परिणाम पृथ्वीवरील भूखंडाची हालचाल याद्वारे भौगोलिक अडथळे निर्माण झाले. त्यामुळे पृथ्वीवर अस्तित्वात असलेल्या प्राणि-वनस्पती प्रजाती विविध

समुदायात गठित होऊन त्या प्राणि-वनस्पती प्रजातीत लाखो वर्षांत घडून आलेल्या परिस्थितीनुरूप बदलामुळे, विविध नवीन प्राणि-वनस्पती प्रजाती अस्तित्वात आल्या.

विविध प्राणी वनस्पती प्रजातींचे पृथ्वीतलावरील अस्तित्व काही दशलक्ष वर्षांपेक्षा अधिक असल्याचे आढळून आले आहे. या प्रजातींची धीम्यागतीने बदलणाऱ्या परिस्थितीशी जुळवून घेण्याची क्षमता, त्याचबरोबर नवीन विकसित होणाऱ्या प्रजातींबरोबरची संलग्नता यामुळे या प्रजाती, नवीन प्रजातींसह एकत्रितपणे विकसित होऊ लागल्या. विभिन्न प्रजातींच्या जीवनपद्धतीमुळे एक समुदाय विकसित होतो. त्याद्वारे भिन्न प्रजाती एकत्र येऊन त्या प्रजातीत अनुबंध निर्माण होतात. त्याचबरोबर पुनरुत्पादन, अन्नग्रहण करण्याच्या पद्धती व स्थलांतर या प्रक्रियेद्वारे विभिन्न प्रजातीत संलग्नता निर्माण होते. पृथ्वीवरील भौगोलिक बदलांमुळे काही प्रजाती नष्ट पावतात. या प्रजातींचे परिसंस्थेतील स्थान अस्तित्वात असलेल्या प्रजाती ग्रहण करतात. त्या प्रजातीत काही नवीन गुणधर्म अंतर्भूत होतात व एका नवीन प्रकारच्या प्रजातीची निर्मिती होते. पृथ्वीच्या इतिहासात अनेकवेळा मोठ्या प्रमाणावर प्राणि-वनस्पति प्रजातींचा नाश झाला आहे. तसेच अनेकवेळा नवीन प्रजातींचा उद्‌गम झाला आहे. या प्रक्रियेद्वारे मोठ्या प्रमाणावर पृथ्वीवरील सजीव प्रजातींचा ऱ्हास झाला, त्याचबरोबर नव्या जोमाने त्यात नवीन प्रजातींची भर पडत गेली. ह्या प्रक्रियेला लक्षावधी वर्षांचा कालावधी लागला. कारण उत्क्रांति प्रक्रिया ही अतिशय धीम्या गतीने होणारी प्रक्रिया असते. पृथ्वीतलावर सुमारे २० लाख वर्षांपूर्वी जेव्हा मानवप्रजातीचा विकास झाला त्यावेळी पृथ्वीवर प्राणि-वनस्पतींचे वैविध्य अमर्याद होते.

Biodiversity (Value) - जैवविविधतेचे मूल्य

जैवविविधतेद्वारे विविध पर्यावरणसुविधांची उपलब्धता केली जाते. या सुविधा प्रजाती आणि परिसंस्थेद्वारे उपलब्ध होतात. या सुविधांपैकी प्राणवायुनिर्मिती, कार्बन-डाय-ऑक्साईड वायूचे शोषण, जलचक्राचे नियंत्रण व मृद्‌संधारण या काही प्रमुख पर्यावरणीय सुविधा आहेत. जैवविविधतेच्या ऱ्हासामुळे वैश्विक स्तरावर वातावरणात बदल घडून येतात. प्रामुख्याने वनांद्वारे कार्बन-डाय-ऑक्साईड वायूंचे प्राणवायू व कर्बयुक्त पदार्थात रूपांतर केले जाते.

परिसंस्थेतील पर्यावरणीय प्रक्रिया टिकवून ठेवण्यासाठी जैवविविधतेचे अस्तित्व आवश्यक असते. अन्नघटकांची निर्मिती व भू-जीव-रासायनिक चक्रांद्वारे अन्नघटकांचे परिवलन, जमिनीची जडणघडण, हवा-पाण्याचे शुद्धीकरण व परिवलन, वैश्विक स्तरावर जीवनावश्यक अभिक्रिया (वनस्पतींद्वारे कार्बन-डाय-ऑक्साईड वायू शोषून प्राणवायू वातावरणात सोडण्याची प्रक्रिया), पृथ्वीवरील परिसंस्थांतील जलसाठ्यांचे नियंत्रण, पाणलोट क्षेत्रातील जमिनीचे संरक्षण, परिसंस्थांतील नद्या-निर्झर यांतील

पाण्याचे योग्य व्यवस्थापन, जमिनीची धूप रोखण्यासाठी व प्रदेशातील पूरपरिस्थितीवर कायमस्वरूपी नियंत्रण राखण्यासाठी जैवविविधतेचे योग्य मात्रेतील अस्तित्व आवश्यक असते.

पृथ्वीतलावरील नैसर्गिक संसाधनांतील अन्न, वस्त्र, निवारा, ऊर्जा, औषधे यांसारखी संसाधने प्रत्यक्ष वा अप्रत्यक्षरीत्या जैवविविधतेशी निगडित असतात. वन परिसंस्थांवर अवलंबून असणाऱ्या आदिवासी जमातींसाठी जैवविविधतेचे अस्तित्व अत्यंत महत्त्वाचे असते, कारण त्यांच्या दैनंदिन गरजेच्या वस्तूंसाठी आदिवासी लोक नैसर्गिक संसाधनांवर अवलंबून असतात. त्याचप्रमाणे कोळी समाजातील लोक परिसंस्थेतील नद्या किंवा समुद्रातून मासळी पकडून आपला उदरनिर्वाह करतात. इतर समुदायांपैकी शेतकरी लोक जैवविविधतेचा वापर त्यांच्या जमिनीत विविध पिके घेण्यासाठी करतात. शहरातील लोक परिसंस्थांतील नैसर्गिक संसाधनांचा सर्वाधिक प्रमाणात वापर करतात. या संसाधनांच्या वापरामुळे अप्रत्यक्षपणे नैसर्गिक परिसंस्थांवर प्रचंड ताण पडतो.

मानवजातीच्या भल्यासाठी जैवविविधतेचे रक्षण करणे हे अत्यंत गरजेचे आहे, हे आता स्पष्ट झाले आहे. मानवी संस्कृतीच्या विकासात नैसर्गिक परिसंस्थांत तसेच शेतीत आढळणारी जैवविविधता अत्यंत महत्त्वपूर्ण भूमिका निभावत असते. मानवी जीवनाचा स्तर उंचावण्यासाठी सर्व स्तरांवर जैवविविधतेचे रक्षण अत्यंत जरुरीचे आहे.

Biodiversity of Western Ghat - पश्चिम घाटाची जैवविविधता

पश्चिम घाट म्हणजे भारताच्या पश्चिमेला अरबी समुद्रकिनाऱ्यालगत दक्षिणोत्तर पसरलेली पर्वतरांग. या पर्वतरांगेची लांबी आहे १५०० कि.मी. आणि रुंदी आहे सरासरी ५० कि.मी. विशेष म्हणजे, जगातल्या अठरा 'संवेदनशील' भूप्रदेशांमध्ये पश्चिमघाटाचा समावेश होतो. दुर्मिळ वनस्पती व प्राण्यांचे माहेरघर म्हणून हा भूप्रदेश जगभर ओळखला जातो. इथल्या जंगलांची समृद्धी काही औरच आहे. इथे सपुष्प वनस्पतींच्या सुमारे ४५०० प्रजाती आढळून आल्या आहेत. इथे सापडणाऱ्या अपुष्प वनस्पतींच्या जाती-जमाती तर असंख्य आहेत. अपुष्प वनस्पतींच्या सुमारे १७२० प्रजाती एन्डेमिक असून, त्या फक्त इथल्या जंगलातच सापडतात. पश्चिम घाटाच्या जंगलात वृक्षांच्या ४९० प्रजाती आहेत त्यापैकी ३० प्रजाती एन्डेमिक व संवेदनशील आहेत. इथे आर्किड्सच्या २४५ प्रजाती सापडतात. त्यांतीलही ११२ प्रजाती एन्डेमिक मानल्या गेल्या आहेत. पश्चिम घाट परिसरात रानरेड्यांच्या ७२, सिरोपजियाच्या ४६ आणि कारवीच्या १८ प्रजाती आढळतात. पश्चिम घाटातले प्राण्यांचं जगही संपन्न आहे. पृष्ठवंशीय प्राण्यांच्या अशा ३१५ प्रजाती इथे आढळतात

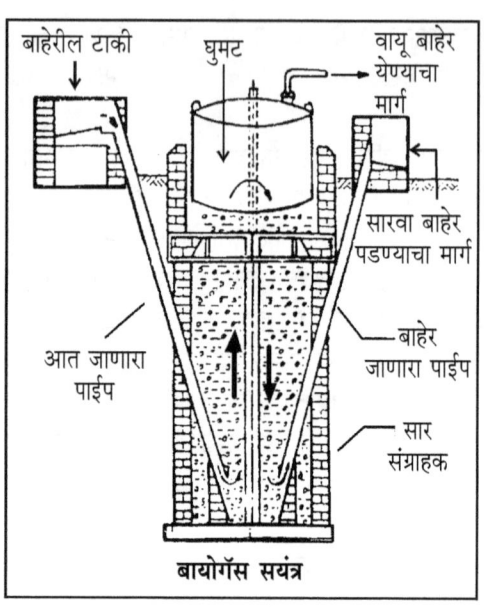

बाहेरील टाकी
घुमट
वायू बाहेर येण्याचा मार्ग
सारवा बाहेर पडण्याचा मार्ग
आत जाणारा पाईप
बाहेर जाणारा पाईप
सार संग्राहक

बायोगॅस सयंत्र

ज्या एन्डेमिक आहेत. हे प्राणी इतर कुठे सापडत नाहीत. इथल्या जंगलांमध्ये सस्तन प्राण्यांच्या ६३, पक्ष्यांच्या अंदाजे ५०० तर सरपटणाऱ्या प्राण्यांच्या १०० पेक्षा जास्त प्रजाती वास्तव्य करतात. तसेच इथे कीटकांच्या लाखो प्रजाती सापडतात. या साऱ्या समृद्धीमुळे पश्चिम घाट 'महाजैवविविधतेचं केंद्र' मानला जातो.

Biogas - जैववायू

प्राणिजन्य व वनस्पतिजन्य टाकाऊ पदार्थांचे ऑक्सिडेशन करणारे सूक्ष्मजीव पाण्याच्या सान्निध्यात सहज विघटन घडवून आणतात व वायूचे मिश्रण तयार होते. या वायुमिश्रणास 'जैववायू' म्हणतात.

जैववायूंमध्ये मिथेन, कार्बन-डाय-ऑक्साइड, हायड्रोजन, हायड्रोजन सल्फाइड यांचे मिश्रण असते. जैववायू हे एक स्वच्छ दहन इंधन (Combustion Fuel) असून त्याचा वापर स्वयंपाकासाठी, पाणी व हवा तापविण्यासाठी आणि रस्ते व घरे प्रकाशित करण्यासाठी करतात. जैववायूचा वापर कृषियंत्रापासून यांत्रिक शक्ती मिळविण्यासाठी, पंपाच्या साहाय्याने पाणी उपसण्यासाठी व वीजनिर्मितीसाठी केला जातो.

भारतासारख्या कृषिप्रधान आणि समृद्ध पशुधन असलेल्या देशाच्या संदर्भात जैववायू निर्मितीचे विशेष महत्त्व आहे. जैववायू सयंत्राचे सारसंग्राहक (Digestor) व घुमट (Dome) हे दोन भाग असतात. घुमट धातूचा बनवलेला असून तो जैववायूवर तरंगतो. घुमट स्थिर किंवा तरंगणारे या प्रकारचे असतात. सारसंग्रहकाचा आकार

विहिरीसारखा असून तो जमिनीखाली बांधलेला असतो. सारसंग्राहकात पाण्यात कालविलेला शेणाचा राळा (Slurry) टाकतात. त्याच्या तळाशी दोन नळ्या जोडलेल्या असतात. त्यांतील एका नळीतून भरणा (शेणाचा राळा) सोडला जातो. दुसऱ्या नळीतून किण्वन प्रक्रियेमधून तयार होणारा सारवा (Sludge) काढता येतो. प्राण्यांच्या शेणात असणारे नत्र, स्फुरद व पोटॅशचे प्रमाण सारव्यात टिकून राहिल्याने त्याचा उत्तम खत म्हणून वापर केला जातो. सारसंग्राहकात राळ्यातील जैव वस्तुमानाचे, ऑक्सिडेशन करणारे अतिसूक्ष्म जीव पाण्याच्या सान्निध्यात सहज विघटन करतात. ही प्रक्रिया काही दिवस चालते व मिथेन, कार्बन-डाय-ऑक्साइड, हायड्रोजन व हायड्रोजन सल्फाइड वायूंचे मिश्रण तयार होते. हे वायूचे मिश्रण झडप असलेल्या वायुवाहक नळीमार्फत बाहेर काढून इंधन म्हणून वापरतात. जैववायूत मिथेनचे प्रमाण ८०% असल्याने ते एक उत्तम इंधन असून ते धूर न करता जळते. कारखान्यात व घरांमध्ये जैववायूचा इंधन म्हणून वापर करतात.

Biogeography - जैविकभूगोलशास्त्र

ज्ञानाच्या विविध शाखांमधील जैविकभूगोलशास्त्र ही शाखा महत्त्वाची भूमिका बजावीत आहे. आजच्या मानव-पर्यावरण संबंधामध्ये जैविकभूगोलशास्त्राचे महत्त्व वैशिष्ट्यपूर्ण मानले जाते. वैज्ञानिक पातळीवर जैविकभूगोलशास्त्राचे कार्य विविधांगी आहे. जैविकभूगोलशास्त्राच्या समस्यांचे विश्लेषण करून त्यांची समाजाला तोंड ओळख करून देणे हे जैविकभूगोलशास्त्राचे आद्य कार्य समजले जाते. आधुनिक जगात पर्यावरणाबाबत असंख्य समस्या निर्माण झाल्यामुळे मानवाला पर्यावरण आणि परिसंस्था यांचा सखोल अभ्यास करणे गरजेचे झाले आहे. अशा काही मूलभूत समस्या विचारात घेऊन त्या सोडविण्यासाठी जैविकभूगोलशास्त्राचे योगदान महत्त्वाचे मानले जाते. जैविकभूगोलशास्त्राची खालील पाच कार्ये महत्त्वाची आहेत.

(१) वनस्पती व प्राणी एकमेकाला व त्यांच्या पर्यावरणाला कसा प्रतिसाद देतात यांचे संशोधन आणि विश्लेषण करण्याचे कार्य जैविकभूगोलशास्त्र करते.

(२) वर्तमानकाळातील वनस्पतींच्या अभ्यासावरून नवीन खनिजांचे स्थान शोधण्याचे जैविकभूगोलशास्त्राचे कार्यही महत्त्वाचे आहे.

(३) पृथ्वीवरील नैसर्गिक पर्यावरणातील विविध जीव उत्पादनांचा अभ्यास करून भूमी उपयोगितेच्या बाबतचे जैविकभूगोलशास्त्राचे कार्य वैशिष्ट्यपूर्ण आहे.

(४) आजही सजीवांच्या वितरणाबाबत गुंतागुंतीच्या व मनाचा गोंधळ उडविणाऱ्या समस्यांची सोडवणूक करण्याचे कार्यही जैविकभूगोलशास्त्र करते.

(५) निसर्गाला समजून घेऊन त्याच्याशी समायोजन करण्याचे उल्लेखनीय कार्य जैविकभूगोलशास्त्राला करावे लागत आहे.

जीवशास्त्र व भूगोलशास्त्र यांच्या संबंधातून ही शाखा निर्माण झाली. यात पृथ्वीवरील विविध प्राणी व वनस्पती यांच्या प्रकारांचा व वितरणाचा अभ्यास केला जातो. उदा. उद्भिज भूगोल (Plant Geography) व प्राणी भूगोल (Animal Geography) ह्या याच्या शाखा असून, त्यात अनुक्रमे वनस्पती व प्राणी यांचा अभ्यास केला जातो.

Biogeography (Scope) - जैविक भूगोलशास्त्राची व्याप्ती

जैविक भूगोलशास्त्राच्या अभ्यासाच्या व्याप्तीचे स्वरूप गतिमान (Dynamic) आहे, असे मानले जाते. तसेच ते सर्वसमावेशकही आहे. भूगोलशास्त्राच्या अभ्यासकांचे लक्ष दोन मूलभूत गुणविशेषांच्या अभिक्षेत्रीय (Spatial) विचलनांवर केंद्रित होते. पहिले मूलभूत तत्त्व सेंद्रिय अथवा सजीव सृष्टीचा व असेंद्रिय अथवा निर्जीव सृष्टीचा असलेला घनिष्ठ संबंध होय. जीवावरणाची वैशिष्ट्ये ही प्राथमिकरीत्या मृदावरण व वातावरण यांच्यातील सतत चालू असलेल्या अन्योन्य क्रियांचा परिणाम होय. दुसरे तत्त्व मानव आणि जीवावरण यांतील अन्योन्य संबंध होय. एका बाजूने जीवावरण हे मानव व प्राकृतिक पर्यावरण या दोहोंना जोडणारी कडी आहे. आधुनिक विज्ञानाने व तंत्रज्ञानाने कितीही प्रगती केली तरी तो आजही आपल्या अन्नासाठी संपूर्णपणे जीवावरणावर अवलंबून आहे. इतर कोणत्याही सजीवांपेक्षा जीवावरणातील सजीव साधनसंपत्तीचा उपयोग व वापर करण्याची मानवाची क्षमता आहे. त्यामुळे मानव जीवावरणाचा केवळ एक अविभाज्य घटकच आहे असे नाही, तर तो परिस्थितिकीदृष्ट्या जीवावरणात सर्वश्रेष्ठ प्राणी मानला जातो. अशा प्रकारे जैविकभूगोलशास्त्राच्या अभ्यासाची व्याप्ती अनेकपदरी अशी पहावयास मिळते.

Biological Hazards - जैविक आपत्ती

जैविक क्षमतेमुळे पर्यावरणातील सजीवात सावकाश किंवा जलद घडून येणारा विनाशकारी किंवा अकार्यक्षमता निर्माण करणारा बदल, म्हणजेच जैविक आपत्ती होय.

कॉलरा, टायफॉईड, चिकन गुनिया, मलेरिया, प्लेग, टी.बी., एड्स इत्यादी रोग व त्या रोगाची/संसर्गजन्य रोगांची लाट येऊन मनुष्यहानी, प्राणहानी व वनस्पतींची हानी होणे इत्यादी जैविक आपत्तींची उदाहरणे होत.

Biological Therapy - जैव चिकित्सा

मनोरुग्णांवर उपचार करण्यासाठी ज्या निरनिराळ्या चिकित्सा पद्धतींचा वापर केला जातो त्यापैकी एक पद्धती म्हणजे जैव पद्धती होय. ही पद्धती तुलनात्मकदृष्ट्या अलीकडची आहे. या उपचार पद्धतीत रुग्णावर इलाज केला जातो म्हणूनच या

पद्धतीला शारीरिक उपचार पद्धती (Physical Treatment) असेही म्हणतात. या उपचारात कोणत्याही औषधी शाखेचा संबंध येतो. जैव चिकित्सा पद्धतीलाच औषधी किंवा कायिक (Medical or Somatic) चिकित्सा पद्धती असेही म्हणतात. यातील नेहमी वापरण्यात येणाऱ्या तीन मुख्य पद्धती म्हणजे (१) रासायनिक पद्धती (Chemo Therapy) किंवा औषधोपचार पद्धती (Drug Therapy), (२) विद्युत पद्धती (Electro Therapy) किंवा विद्युत आघात पद्धती (Electric shock therapy) आणि (३) मेंदूलहरी पद्धती (Brain Wave Therapy) किंवा मानसशल्य चिकित्सा (Psycho-Surgery)

Biological Warfare - जैविक युद्ध

यालाच जंतू युद्ध (Germ Warfare) असे म्हणतात. माणूस, प्राणी व वनस्पती यांना हानी पोहोचावी म्हणून जीवजंतूंचा, विषारी जैविक पदार्थांचा वापर करणे व अशा जीवजंतूंपासून व पदार्थांपासून अपाय होऊ नये म्हणून सुरक्षा उपाय करणे, म्हणजे जैविक युद्ध होय. रोगराई निर्माण होण्यासाठी विषारी जंतूंचा अगर जीवाणूंचा वापर लष्करी कारवाईत केला जातो. जैविक शस्त्रांचा वापर सामान्यपणे सैन्य आघाडीवर असताना किंवा मोर्चा बांधणीच्या वेळी केला जातो. तोफा, हातबाँब, हवाई छत्र्या, फुगे इ. साधनांच्या साहाय्याने तलाव, छावण्या, खंदक, मोर्चे, कारखाने इत्यादी ठिकाणी विषारी जंतू प्रवेश करतील अशी व्यवस्था केली जाते. जैविक शस्त्रांमुळे मानवी हानी हळूहळू मोठ्या प्रमाणावर होऊ शकते. जंतूंचे निरनिराळे प्रकार पडतात व त्या प्रकारानुसार रोगांची निर्मिती होते.

बेसिलस एन्थ्रेसिस या जंतूंमुळे एन्थ्रॅक्स (Anthrax) नावाचा रोग होतो. बोट्यूलिनल विषामुळे अशक्तपणा, डोकेदुखी, थकवा येणे, श्वासोच्छ्वासात अडथळे येणे इत्यादी प्रकार उद्भवतात. हे विष प्राणघातक असते. बर्नेटी, टुलारोसेस, पायरीकुलेरिया इत्यादी रोगजंतूंचा वापर शत्रुप्रदेशात केला जातो. यामुळे शत्रूला हानी पोहोचते. विषारी जंतूंचा वापर युद्धामध्ये प्राचीन काळापासून करण्यात आलेला आहे. लढणाऱ्या सैन्याकडून शत्रुसैनिकांना इजा पोहोचेल अशा विषाणूंचा वापर केला जात असे. यासाठी सडलेल्या अगर रोगाने मृत झालेल्या प्रेतांचाही उपयोग करण्यात येत असे. पहिल्या महायुद्धात वापरलेल्या विषारी जीवजंतूंचे भयंकर परिणाम पाहून १९२५ मध्ये युद्धात अशा जंतूंचा वापर करू नये असा करार जिनिव्हा येथे झाला. असे असूनही दुसऱ्या महायुद्धात जपानने चीनवर विषारी जीवाणूंचा वापर केला. शीतयुद्धाच्या काळात सोव्हिएत युनियन व अमेरिकाप्रणीत दोस्त राष्ट्रांनी विषारी जीवजंतूंचे साठे मोठ्या प्रमाणात करून ठेवले. १९७२ मध्ये जैविक शस्त्रांची निर्मिती, साठा, उपयोग करू नये व अस्तित्वात असलेली जैविक शस्त्रे नष्ट करावीत असा करार

केला. तरीसुद्धा १९९० पर्यंत सोव्हिएत युनियनने गुप्तरीत्या अशी शस्त्रे निर्माण केली. १९७२ च्या करारात आंतरराष्ट्रीय समितीकडून निरीक्षण व अहवाल याबाबतीत काहीच तरतूद नव्हती. आज अशा शस्त्रापासून बचाव करण्यासाठी सुरक्षाउपाय योजण्यात आलेले दिसतात. या सुरक्षाउपायात घुसखोरी थांबविणे, अन्नधान्याचे साठे असतील तेथे कडक पहारा ठेवणे, साथीच्या आजाराचा शोध घेऊन त्यावर इलाज करणे, रोगजंतूंचा संशय असलेले पाणी प्रयोगशाळेत तपासून घेणे, औषधांचा साठा ठेवणे, युद्धभूमीवर नियंत्रण व तपासणीपद्धती अनुसरणे, संरक्षक वस्त्रे व मुखवटे धारण करणे, शुद्धीकरण करणारी औषधी बाळगणे इत्यादींचा समावेश होतो.

Biology - जीवशास्त्र

मानव, पशू, प्राणी व वनस्पती यांच्याविषयी माहिती मिळविणे व ती संकलित करणे यासंबंधीच्या शास्त्रास 'जीवशास्त्र' म्हणतात. सर्व सजीवांमध्ये जीवतत्त्व एकच असते. हा जीवशास्त्राचा गृहीत सिद्धान्त आहे. जीवशास्त्राच्या दोन प्रमुख शाखा मानल्या जातात – (१) प्राणिशास्त्र, (२) वनस्पतिशास्त्र. या दोन्ही शाखांचा स्वतंत्र अभ्यास करता येतो. हे दोन्ही विषय विज्ञान या विद्याशाखेत (Faculty) येतात.

Biological Pest Control - जीवशास्त्रीय कीड नियंत्रण

काही ठराविक जातींच्या किडींवर नियंत्रण ठेवण्यासाठी जीवशास्त्रीय कीड नियंत्रण पद्धत वापरली जाते. या पद्धतीत एक विशिष्ट सजीव वापरला जातो. हा सजीव म्हणजे एखादा भक्षक, परजीवी अथवा रोग असू शकतो जो त्रासदायक किडींवर आक्रमण करतो. उदा. लेडी बर्ड बीटल जातीचे किडे हे मावा, वाळवी वा अन्य कीटकांना फस्त करतात. उपद्रवी किडींच्या नैसर्गिक शत्रूंना या पद्धतीत प्रोत्साहित केले व जोपासले जाते.

उदाहरणार्थ,

- भातशेतीत अनेकदा बांबू रोवले जातात. या बांबूंवर बसून व सभोवताली नजर ठेवून पक्षी शेतातील कीटक पकडतात व फस्त करतात.

- पिकांच्या पद्धती बदलून शेतकरी उपयोगी कीटकांच्या वाढीस प्रोत्साहन देतात. पिकांवरील किडींवर नियंत्रण ठेवण्यास पुढील जैविक कीडनाशके मदत करतात.

(१) ट्रायकोगामा हा कीटक भुंगे व इतर किड्यांवर गुजराण करतो. न्यूक्लिअर पॉलिहायड्रोसिस व्हायरस (NPV) हा विषाणू बोंडअळी (बॉल वर्म) व अळ्यांना प्रतिबंध करतो.

(२) कडूनिंबामध्ये 'अझॅडिरॅक्टीन' रसायन असते. ते उपद्रवी कीटकांच्या पचनसंस्थेवर परिणाम करते. नीमतेल पानगुंडाळी (लीफ फोल्डर), हेलिऑथिस,

मावा व बोंडअळी यांसारख्या किड्यांस दूर सारते. ते पर्यावरणीय दृष्ट्या सुरक्षित व अनेक किडींविरुद्ध प्रभावी आहे. कडूनिंबाद्वारे २०० प्रजातींचे कीटक नियंत्रित झाल्याचे ज्ञात आहे.

पिकांवरील काही सामान्य किडींवर नियंत्रण ठेवण्यासाठी पुढील जैविक कीडनाशकांचा वापर केला जातो.

पीक	रोग/कीड	जैविक कीडनाशके
कापूस	बोंड अळी, पांढरी माशी, तुडतुडे	एन. पी.वी., ट्रायकोगामा नीम - १५००, पी.पी.एम.
तांदूळ	खोडअळी, पानगुंडाळी, हॉपर	ट्रायकोगामा नीम - १५००, पी.पी.एम.
हरभरा	बोंडअळी	एन. पी. वी.
मूग	मर	ट्रायकोगामा, सुडोमोनास
ऊस	भुंगा	ट्रायकोगामा
सोयाबिन	अळ्या	एन. पी. वी., ट्रायकोगामा
लिंबू	पांढरी माशी	नीम - १५००, पी. पी. एम.,
वांगे	फ्रूट बोअरर	ट्रायकोगामा.

Biome - जीवसंहति (जीवोम)

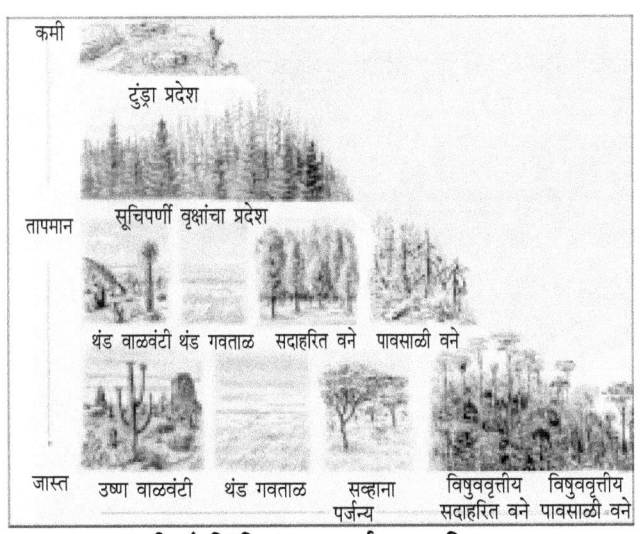

जीवसंहति वितरणावर पर्जन्याचा परिणाम

एक प्रकारच्या परिस्थितिकीय आवरणात असणारे जैवसमूह परस्परांवर अवलंबून असतात. जवळपास सारखे हवामान असणाऱ्या प्रदेशात त्या प्रदेशाशी सुसंगत वनस्पती व प्राणीजीवन विकसित होते; अशा एकसंघ व्यापक प्रदेशाला व तेथील प्रादेशिक वनस्पती-प्राणी समूहाला जीवसंहती (जीवोम) म्हणतात. सागरी जीवसंहतीचे उदाहरण घेतले तर यात वनस्पती प्लवक, विविध जल वनस्पती, कीटक, विविध प्रकारचे मासे व सरपटणारे प्राणी यांचा समावेश होतो. विषुववृत्तीय जीवसंहती, सहारा जीवसंहती, सागरी जीवसंहती अशा अनेक जीवसंहतीची उदाहरणे देता येतील.

Biosphere Reserve - आरक्षित वन्यजीव मंडल

'बायोस्फिअर रिझर्व्ह' ची मूळ कल्पना १९७३-७४ मध्ये 'युनेस्को'ने मांडली. पर्यावरण- संरक्षण व संवर्धनाच्या अभयारण्यासारख्या पारंपरिक योजनात वन्य जीव व आजूबाजूच्या माणसांच्या वस्त्या यात निश्चित अशी सीमारेषा असते. मात्र 'बायोस्फिअर रिझर्व्ह' मध्ये मानवी वस्त्या व नैसर्गिक संपदा यांचा अतूट संबंध असतो. त्यानुसार 'वन्य जीव मंडळ' आरक्षणाची संरचना तयार केलेली असते. जंगलांचे भाग आरक्षित केलेले असतात. पहिला गाभा विभाग, दाट वनस्पती व समृद्ध प्राणि-जीवन हे या विभागाचे वैशिष्ट्य असते. वृक्षतोड करणे, शिकार करणे या सर्व गोष्टींवर या विभागात पूर्णपणे निर्बंध असतात. दुसरा विभाग संक्रमणविभाग असतो. या विभागात बांधकामांना बंदी असते तसेच या विभागात काही वनस्पती,

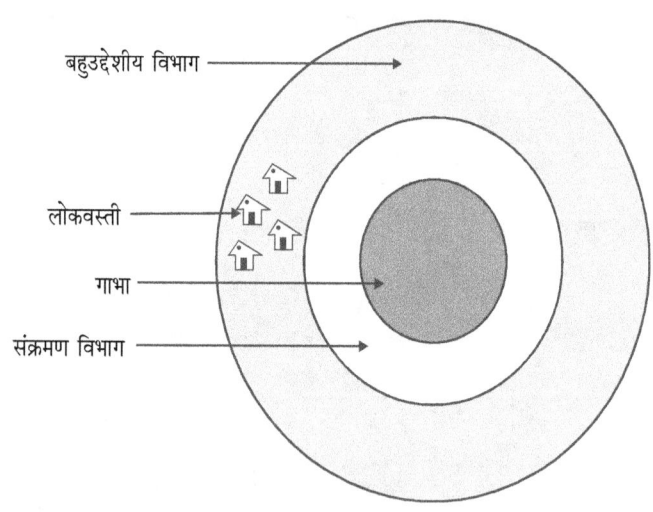

आरक्षित वन्यजीव मंडल

झाडे ही माणसाच्या वापरासाठी मुद्दाम वाढवली जातात. काही प्राणी या भागात अन्नाच्या शोधात येतात.

तिसऱ्या विभागाला बहुउद्देशीय विभाग म्हटले जाते. पर्यटन, अभ्यासकेंद्र, वन्यजीवनावर आधारित उद्योगधंदे यांस येथे प्रोत्साहन दिले जाते.

तमिळनाडूतील निलगिरी पर्वत, सह्याद्रीतील 'चांदोळी राष्ट्रीय उद्यान' तसेच 'कोयना वन्यजीव अभयारण्य' आणि 'राधानगरी वन्यजीव अभयारण्य' ही प्राथमिक नामांकनाची आरक्षित जीवमंडळे (बायोस्फिअर रिझर्व्ह) भारतात आहेत.

भारतातील आरक्षित वन्यजीव मंडळ व त्यांचे क्षेत्रफळ (चौरस किमी) खालीलप्रमाणे-

१) मन्नारचे आखात (तमिळनाडू) १०५००
२) सुंदरबन (गंगा आणि ब्रह्मपुत्रेचा त्रिभूज प्रदेश, पश्चिम बंगाल) ९६३०
३) नंदादेवी (चामोली, पीत्तोरगड, अलमोडा-उत्तरांचल) ५८६०
४) निलगीरी (विनाद, नागरहोळ, बांदीपूर, मुडूमलाई, निलांमबूर, सायलंट व्हॅली, सिरुवानी टेकड्या-तमिळनाडू, केरळ, कर्नाटक) ५५२०
५) देहांग देबांग (सियांग आणि देबांग खोरे - अरुणाचल प्रदेश) ५५२०
६) पंचमढी (बेतूल, होशांगाबाद, छिंदवाडा - मध्य प्रदेश) ४९२६
७) सिमलीपाल (मयूरभंज - ओरिसा) ४३७४
८) अचनकमर-अमरकंटक (अन्नुपूर, दिंडोरी, बिलासपूर - मध्यप्रदेश, छत्तीसगड) ३८३५
९) मानस (कोखाझार, बाँनगाईगाव, बारपेटा, नालबारी, कामरूप, दारंग - आसाम) २८३७
१०) कांचनगंगा (सक्कीम) २६२०
११) अगस्थ्यामलाई (नेय्यार, पेप्पारा, सेंदूरूनी - केरळ) १८२८
१२) ग्रेट निकोबार (अंदमान आणि निकोबार) ८८५
१३) नोकरेक (गारो टेकड्या - मेघालय) ८२०
१४) दिब्रू - सायकोव्हा (दिब्रूगड, तिनसुखिया - आसाम) ७६५
१५) ज्ञानभारती (कच्छ, राजकोट, सुंदरनगर - गुजरात) १२४५४

यापैकी निलगिरी, सुंदरबन व मन्नारचे आखात यांना Unesco ने मान्यता दिली आहे.

Bioreactors - जैवसंयंत्रके

हे अत्यंत प्राचीन काळापासून मानवाला ज्ञात असणारे व वापरले जाणारे तंत्रज्ञान आहे. या प्रकारात विशिष्ट प्रकारची धारणपात्रे / भांडी म्हणजेच Containers वापरून वाईन, बिअर यासारख्या पदार्थांची निर्मिती केली जाते. या संयंत्रकांमध्ये पारणपात्रात किण्वन (Termination) सारख्या प्रक्रिया घडवल्या जातात.

जैवसंयंत्रकाचे काही उपयोग पुढीलप्रमाणे आहेत.

(अ) जीवाणूंचा वापर करून कपडे स्वच्छ करण्यासाठी वापरल्या जाणाऱ्या डिटर्जंट्स म्हणजेच अपमार्जकांच्या मदतीने प्लॅस्टिकसारख्या पदार्थांचे नैसर्गिक विघटन घडवून आणता येते.

(ब) जैवसंयंत्रकाच्या वापरातून इन्सुलिन सारख्या जटिल रसायनाची निर्मिती करता येते.

(क) जैवसंयंत्रकांमध्ये जरी जीवाणूंचा वापर केला जात असला तरी जीवाणूंच्या अशा प्रकारच्या वापरास मर्यादा पडतात, कारण जीवाणू मोठ्या प्रमाणावर उत्पादन करू शकत नाहीत. तसेच गुंतागुंतीची, जटिल प्रथिने तयार करण्याची क्षमता त्यांच्यामध्ये नसते. या समस्येवर मात करण्यासाठी शास्त्रज्ञांनी अलीकडेच सस्तनी प्राण्यांच्या पेशींची जैवसंयंत्रकात वाढ करून प्रतिद्रव्ये आणि इतर प्रथिने मिळवली आहेत.

Biosphere - जिवावरण

वातावरण, जलावरण आणि मृदावरण या प्रमाणेच जिवावरण हा सुद्धा पर्यावरणाचा एक महत्त्वाचा घटक आहे. साधारणपणे सजीव वस्तूच्या जगाला जिवावरण असे म्हणतात. जिवावरणामध्ये वनस्पती, प्राणी, सूक्ष्म जिवजंतू आणि मानव यांचा समावेश केला जातो.

ऑक्सफर्ड शब्दकोशानुसार, ''पृथ्वीवरील सजीव वस्तूंची संपूर्णता म्हणजे जिवावरण होय.''

जिवावरणामध्ये सजीवांच्या अस्तित्वाला उल्लेखनीय स्थान आहे. जीवावरणाच्या घटनेमध्ये वनस्पती, प्राणी, मानव व सूक्ष्म जीव हे चार घटक महत्त्वाचे आहेत. जीवावरण हे पृथ्वीचे वैशिष्ट्यपूर्ण असे आवरण मानले जाते. यामध्ये विविधता पहावयास मिळते.

Biotechnology - जैवतंत्रज्ञान

जैवतंत्रज्ञान यामध्ये 'जैव' आणि 'तंत्रज्ञान' हे दोन शब्द आहेत. जैव तंत्रज्ञान म्हणजे सजीवांमधील कोणत्याही प्रक्रियेचा उपयोग करून विकसित केलेले शास्त्र

होय. हे सजीव जीवाणू असू शकतात. प्रगत प्राण्यांच्या शरीरातील ऊती, पेशी अथवा रेणूंचा वापरही यासाठी केला जातो. दुधाचे दह्यात रूपांतर ही जैवतंत्रज्ञानाचीच क्रिया आहे. दुधात असणाऱ्या आणि बाहेरून दुधात मिसळलेल्या जीवाणूंमध्ये घडणाऱ्या जैविक प्रकियेमुळे दुधाचे दह्यात रूपांतर होते. काही जीवाणू जैविक टाकाऊ पदार्थांचे अपघटन करून त्यांचे खतामध्ये रूपांतर करतात.

रेण्वीय जीवशास्त्रात (Molecular Biology) झालेल्या प्रगतीमुळे जैवतंत्रज्ञानाच्या विकासाला चालना मिळाली आहे. वॅटसन व क्रिक या दोन शास्त्रज्ञांनी डी. एन. ए. (Deoxyribosnucleric Acid म्हणजेच डीऑक्सिसरिबोन्यूक्लेरिक आम्ल) रेणूचे रहस्य उकलले. जनुकांचे रासायनिक गुणधर्म व संरचना कळल्यामुळे जीवशास्त्रात आमूलाग्र क्रांती झाली आहे. जनुक त्यांच्यात साठविलेली माहिती दुसऱ्याला कशी देतात व त्याचे प्रथिनात कसे रूपांतर होते, हे समजण्याने या विषयातील संशोधनाची दिशाच बदलली आहे.

जैवतंत्रज्ञानाच्या साहाय्याने जीवाणूंच्या जनुकीय गुणधर्मात बदल घडवून आणला जातो. त्यामुळे ते जीवाणू इन्स्यूलिन तयार करू शकतात. अशा प्रकारचे इन्स्यूलिन स्वस्त दरात उपलब्ध होऊ शकते. जैवतंत्रज्ञानामुळे शेतीमध्येही क्रांती झाली आहे. जैवतंत्रज्ञानाचा उपयोग करून पिकांचे अधिक उत्पादन, त्याचप्रमाणे प्राण्यांपासून अधिक मांस आणि दूध मिळवता येते. यासाठी जैवतंत्रज्ञानाच्या साहाय्याने प्राणी अथवा वनस्पती यांचे गुणधर्म बदलले जातात. रोगांचा प्रतिकार करणाऱ्या, कमी पाण्यावर वाढणाऱ्या आणि सुपीक नसणाऱ्या जमिनीत वाढणाऱ्या नवीन वनस्पतींची निर्मिती, पीक मिळविण्यासाठी करण्यात येत आहे. या शाखेला 'जनुकीय अभियांत्रिकी' (Genetic Engineering) असे म्हणतात.

खाद्यतेलापेक्षा उच्च मूल्य असलेले हायड्रोकार्बन मिळवून पेट्रोलियम पदार्थांऐवजी वापरता येणाऱ्या वनस्पती तयार करणे, तसेच नैसर्गिकरीत्या जैविक विघटन करणारे प्लास्टिक वनस्पतींपासून मिळविणे व असे अनेक प्रयत्न जैवतंत्रज्ञानाद्वारे चालू आहेत.

समुद्रातून तेल आणणाऱ्या टँकरमधून बऱ्याच वेळा समुद्रात मोठ्या प्रमाणावर तेल सांडते. त्यामुळे समुद्रातील जीवसृष्टीवर विपरीत परिणाम होतो. तैलजन्य पदार्थ पचविणारे जीवाणू, ज्यांची संख्या भरभर वाढते, त्यांचा उपयोग करून अत्यंत स्वस्त दरात व पर्यावरणाला बाधा न होऊ देता समुद्राची स्वच्छता करणे आता शक्य झाले आहे. भारतात जन्मलेले परंतु आता अमेरिकन नागरिक असलेले वैज्ञानिक आनंद मोहन चक्रवर्ती यांनी अशा जीवाणूंचा उपयोग प्रथमच सुचविला. त्यांच्याकडे या शोधाचे स्वामित्व हक्क (Patents) आहेत.

जैव तंत्रज्ञानाद्वारे भाज्यांमध्ये बदल घडवून त्यांना परिपक्व होण्यास लागणारा वेळ वाढविता येतो. त्यामुळे ग्राहकांपर्यंत पोहोचताना भाज्या ताज्या राहतात. मधुमेह व पंडुरोग यांसारख्या जनुकीय रोगांवर प्रतिबंध करण्यास रेण्वीय पातळीवर रोग निर्माण करणारे जनुक दुरुस्त करणे आता शक्य आहे.

Biotic Community - जैविक समाज

एखाद्या क्षेत्रातील विविध जीवनसमूहांना 'जैविक समाज' असे म्हणतात. एखाद्या विशिष्ठ क्षेत्रात जीवनसमूहांचे अस्तित्व त्या क्षेत्राला व्यापून टाकते. जीवनसमूहांच्या सामुदायिक अस्तित्वालाच 'जैविक समाज' असे म्हणतात. एकाच जैविक समाजात अनेक जीवनसमूह एकत्रितपणे राहतात, असे जीवसमूह जैविक समाजाचे घटक म्हणून ओळखले जातात. या जीवसमाजातील जीवसमूहांचा एकमेकांशी व परिसरांशी सुसंवाद निर्माण झालेला असतो. जीवसमाजात सुसंवादाचे साहचर्य आणि सहजीवांची निर्मिती होते. जीवसमूहातल्या गुणवैशिष्ट्यांमुळे प्रत्येक जीवसमाजाचे पर्यावरणव्यवस्थेत स्वतंत्र अस्तित्व निर्माण होते. जैविक समाजातील घटकजीवात अन्न, संरक्षण व गरजांच्या दृष्टीने प्रणाली किंवा संरचना तयार होते. अशा प्रकारे जैविक समाज एक परिपूर्ण स्वायत्त घटक म्हणून कार्य करतो.

जैविक समाज ही संज्ञा सर्वप्रथम फॉर्बज या जीवशास्त्रज्ञाने इ.स. १८४४ मध्ये मांडली. त्यानंतर जीवशास्त्रज्ञ मोबिअस यांनी इ.स. १८७७ मध्ये त्यात सुधारणा करून जैविक समाज ही परिपूर्ण संज्ञा मांडली. मॅकनोटन व कोल्फ यांनी १९७३ साली जैविक समाजाची व्याख्या खालीलप्रमाणे स्पष्ट केली. "जैविक समाज म्हणजे क्षेत्र व काळ यांच्या संदर्भात समान परिस्थितीत कार्य करणाऱ्या जीवसंख्यांचे समूह होत." उदा. जंगलात वनस्पती, प्राणी, पक्षी, कीटक, जीवाणू या सजीवांचे अनेक जीवसमूह आढळतात. असे विविध जीवसमूह जैविक समाजाचे घटक असतात.

जीवसमाज ही जीवशास्त्रीय संकल्पना असून ती भौगोलिक घटनांनी अनुबंधित झालेली वैशिष्ट्यपूर्ण परिस्थितिक रचना असते. सजीवातील जीवसमूहांच्या परिस्थितिकी गरजा व कार्य भिन्न भिन्न असल्यामुळे एकाच क्षेत्रात अनेक सजीवांच्या जाती किंवा जीवसमाज एकत्र अस्तित्वात राहू शकतात. अशा प्रकारे जैविक समाजाचे स्वरूप असते. एकाच भौगोलिक क्षेत्रांत अनेक जैविक समाज अस्तित्वात असतात कारण त्यांच्या परिस्थितिकीय गरजा (Ecological Needs) व कार्ये भिन्न असतात. एकाच प्रकारच्या परिस्थितिकीय गरजा व कार्ये असलेले दोन किंवा जास्त जैविक समाज एकत्र नांदणे अशक्य असते. त्यांच्यामध्ये संघर्षाची स्थिती निर्माण होते. अनेक जैविक समाजांच्या एखाद्या प्रदेशातील साहचर्याला जैवसमूह (Biota) असे म्हणतात.

Biotic Conservation of Soil - मृदेचे जैविक संधारण

वनस्पती, प्राणी व सूक्ष्मजीव या जैविक घटकांमुळे मृदांच्या विकासाला मदत होते. वनस्पतींची मुळे मृदेचे कण धरून ठेवतात. तसेच मृदेत बिळे करून राहणारे प्राणी मृदांना ठिसूळ बनवतात. याहीपेक्षा महत्त्वाचे म्हणजे वनस्पतींची पाने व मृत प्राण्यांच्या अवशेषांमुळे मृदांमध्ये सेंद्रिय घटकांचे (Humus) प्रमाण वाढते. त्यामुळे मृदांची पाणी धरून ठेवण्याची क्षमता वाढते. त्या सुपीक व उत्पादनक्षम बनतात. भारतातील दाट वनांच्या विशेषत: पानझडी वनांच्या प्रदेशात मृदांमध्ये सेंद्रिय घटकांचे प्रमाण जास्त असते; अशा मृदेला 'पॉडझॉल मृदा' असे म्हणतात.

Biotic Factors - जैविक घटक

पर्यावरणातील वनस्पती, प्राणी व सूक्ष्मजीव हे प्रमुख जैविक घटक आहेत. पर्यावरणातील अजैविक घटकांतील आंतरक्रियेतूनच पर्यावरणात एकपेशीय सूक्ष्मजीवाची निर्मिती झाली. एकपेशीयुक्त सजीवापासून अनेक पेशीयुक्त सजीव या सर्वांचा जैविक घटकांत समावेश होतो.

काही प्राणी, वनस्पती महाकाय असतात तर काही सूक्ष्मकाय, नॅनोकाय असतात.

जैविक घटकांचे, परिसंस्था रचनेतील स्थान, अस्तित्व आणि कार्य यानुसार तीन प्रकार आहेत.

	वनस्पती	प्राणी	सूक्ष्मजीव
सजीव (Biotic)	↓	↓	↓
	उत्पादक (Producer)	भक्षक (Consumer)	विघटक (Decomposer)

Biotransfromation - जैवरूपांतरण

जैवरूपांतरण ही प्रक्रिया देखील जैवसंयंत्रकात घडवली जाते. यामध्ये जिवंत पेशींचा वापर न करता रासायनिक पदार्थांची निर्मिती केली जाते, जे औद्योगिक उत्पादनासाठी तसेच औषध निर्माण क्षेत्रासाठी उपयुक्त आहेत.

उदा. - 'क' जीवनसत्त्व, मोठ्या प्रमाणावर उत्पादन करण्यात येणाऱ्या खाद्य पदार्थांमध्ये गोडवा उत्पन्न करण्यासाठी वापरात येणारे (Corn Syrup - मक्यापासून निर्माण केले जाणारे मधुर रसायन.)

Bioturbation - जैविकक्षोभज बदल

पुरातत्त्वीय निक्षेप (Deposits) व गाळ ह्यांच्या रूप (Form), गुण (Nature) आणि मांडणी (Arrangement) ह्यांच्यामध्ये, जमिनीतील जैविक क्रियांमुळे (Activities)

झालेले बदल ह्या क्रियांत पुढील गोष्टींचा अंतर्भाव होतो; झाडे, झुडपे व वृक्ष ह्यांच्या मुळांची हालचाल; गांडुळांपासून बिळ पाडणाऱ्या मोठ्या सस्तन प्राण्यांपर्यंत अनेक प्राणी व किडे ह्यांचे कार्य; बुरशी व सूक्ष्म जीवांचे कार्य आणि जैविक द्रव्यांचा ऱ्हास होऊन ती गाळाच्या थराचाच एक भाग बनणे.

Botanical Gardens - वनस्पतिशास्त्रीय उद्याने

आधुनिक युगातील वनस्पतिशास्त्राच्या (Botany) अभ्यासाचे एक प्रमुख अंग म्हणजेच वनस्पति-शास्त्रीय उद्याने होय. जनतेत वनस्पतीबाबत आवड निर्माण करून त्यांची शास्त्रीय माहिती उपलब्ध करून देणे, हा या उद्यानांचा मुख्य उद्देश होय. शास्त्रीय उद्यानांत विभिन्न वर्गांतील वनस्पती विशिष्ट वर्गीकरणपद्धतीनुसार लावण्यात येतात. त्यांची शास्त्रीय माहिती संकलित करून त्यांचे नमुने परिरक्षित व शुष्क स्थितीत ठेवण्यात येतात. या शिवाय जगातल्या निरनिराळ्या भागातून वनस्पती आणून त्यांची लागवड करणे, निरनिराळ्या वनस्पतींची ओळख करून देणे, वैज्ञानिकांना संशोधनाकरिता वनस्पती व बी पुरविणे, नवीन वनस्पतींचे प्रवेशन करणे, व्यावहारिक उपयोगाच्या किंवा औषधी वनस्पतींची शास्त्रीय माहिती संकलित करून त्यांची लागवड करणे, वनस्पतिप्रजननाचे प्रयोग करून नवीन वाण निर्माण करणे, वनस्पतींच्या निरनिराळ्या शाखांमध्ये संशोधन करणे, ही कार्ये वनस्पतिशास्त्रीय उद्यानात केली जातात. याबरोबरच वेगवेगळ्या ॠतूत कोणती झाडे लावली पाहिजे तसेच बाग कोणत्या झाडामुळे व कोणत्या रचनेमुळे सुंदर दिसू शकेल ही माहितीसुद्धा या उद्यानांद्वारे जनतेला देण्यात येते. आधुनिक वनस्पतिशास्त्रीय उद्यानात प्रयोगशाळा, संग्रहालय, सभागृह, कर्मशाळा, प्रकाशने व ग्रंथालये इ. गोष्टींचीही सोय करण्यात येते. अशा उद्यानांत विज्ञान, इतिहास, कला व संस्कृती यांचा उत्कृष्ट मिलाफ झालेला आढळून येतो.

आशिया खंडातील सर्वात मोठे वनस्पतिशास्त्रीय उद्यान (Indian Botanical Garden) हे कोलकात्यात आहे. भारतातील इतर वनस्पतिशास्त्रीय उद्याने खालीलप्रमाणे :-

(१) नॅशनल बोटॅनिकल गार्डन-लखनौ (उत्तर प्रदेश), (२) बोटॅनिकल गार्डन-उटकमंड (तमिळनाडू), (३) लॉइड बोटॅनिकल गार्डन-दार्जिलिंग (पश्चिम बंगाल), (४) उष्ण कटिबंधीय वनस्पति-शास्त्रीय उद्यान व संशोधन संस्था-पच-पलोड (केरळ)

Botany - वनस्पतिशास्त्र

जीवशास्त्राच्या दोन शाखा आहेत. त्या म्हणजे प्राणिशास्त्र व वनस्पतिशास्त्र. प्राणी व वनस्पती सजीव असतात. वनस्पतिशास्त्रात बी, रोप, पाने, फुले, फळे यांची वाढ यांचा अभ्यास असतो. तसेच त्या वाढीसाठी लागणारी मृदा, पोषक द्रव्ये यांचाही अभ्यास असतो. वनस्पतींची अन्न तयार करण्याची प्रक्रिया, मूळ, खोड,

फांद्या इत्यादी भाग, संकरित वनस्पतींची वाढ या सर्व घटकांचा अभ्यास प्राथमिक व माध्यमिक शाळांच्या अभ्यासक्रमात घातलेला असतो. महाविद्यालयातील विज्ञानविभागात किंवा विज्ञान महाविद्यालयात जीवशास्त्र ही शाखा असते व त्यातील वनस्पतिशास्त्र ही उपशाखा असते. सृष्टिज्ञानाची ही एक मोठी शाखा आहे. वनस्पतिशास्त्राची ओळख लहानपणापासून होत असते; पण वृक्षनिरक्षरता ही शिक्षित, सुसंस्कृत वर्गात आढळते. परिसराची वृक्षांची पुरेशी ओळखही नसते. त्यासाठी शहरात वृक्षपरिचयाचे कार्यक्रम घडवून आणले जातात. मूळ भारतीय वंशाचे वृक्ष, परदेशातून स्थिरावलेले, फुलझाडे, दुर्मिळ वृक्ष इ. माहिती दिली जाते. समाजात याबद्दलचे कुतूहल वाढत आहे.

BT Brinjal - बीटी वांगी

बीटी वांगे हे जनुकीयदृष्ट्या सुधारित केलेले भाजी पीक आहे. मातीत आढळणाऱ्या बॅसिलस थिरुनजेन्सीस या जिवाणूतून 'क्राय-१ एसी' हा जनुक बाजूला काढण्यात आला आणि तो वांग्यात घालण्यात आला. या जनुकामुळे वांग्यातील फ्रूट अँड शूट बोअरर (लिव्हूसिनॉट्स अर्बोनॉलिस्ट) चा नाश होतो.

बीटी वांग्यातील जनुक 'क्राय-१ एसी' हे जनुक मातीतील बॅसिलस थिरुनजेन्सीस या जिवाणूतून मिळविले जाते.

भारतात बीटी वांग्याची निर्मिती 'महाराष्ट्र हायब्रिड सीड्स' (MAHYCO) ने मॉन्सँटो होर्डिंग प्रा. लि. या कंपनीच्या साहाय्याने केली आहे. महिकोचे मुख्यालय जालना येथे आहे. महिकोमध्ये अमेरिकेच्या मॉन्सँटो कंपनीची भागीदारी २६ टक्के आहे. महिकोने बीटी वांग्यावरील संशोधन २००० मध्ये पूर्ण केले आणि त्याच्या शेतावर चाचण्या २००५ मध्ये घेतल्या.

सध्या भारतात ५६ जीएम (Genetically Modified) पिकावर संशोधन सुरू आहे, त्यातील ४१ पिके ही खाद्यपिके आहेत.

ऑक्टोबर २००८ मध्ये भारताच्या 'जेनेटिक इंजिनिअरिंग अॅप्रूव्हल कमिटीने' बीटी वांग्याच्या वाणिज्यिक लागवडीला तीन महिन्यांच्या अभ्यासानंतर परवानगी दिली होती.

सर्वोच्च न्यायालयाने हैदराबादच्या 'सेंटर फॉर सेल्युलर मॉलिक्युलर बायोलॉजी' या संस्थेची जीइएससी समितीच्या निर्णयाचे निरीक्षक म्हणून नेमणूक केली आहे. या संस्थेचे शास्त्रज्ञ पी. एम. भार्गव यांच्या मते, जीएम पिकाचा मानवी शरीरावर अनिष्ट परिणाम होतो. त्यामुळे कर्करोग, अॅलर्जी, जन्मावेळचे व्यंग आणि अपंगत्व (Congenital Diseases) येऊ शकते. ज्या वेळी अशी पिके शेळ्या आणि सशाला दिली त्या वेळी त्यांच्या रक्तातील रक्त गोठण्याचा कालावधी वाढला. साखरेचे प्रमाण

वाढले, यकृत आणि मूत्रपिंडावर अनिष्ट परिणाम झाला.

बीटी वांग्याचे समर्थन -

(१) भारतात वांग्याच्या भाजीचा वापर मोठ्या प्रमाणात केला जात असल्याने त्याची उत्पादकता व उत्पादन वाढल्यास शेतकऱ्यांना फायदा होईल.

(२) सध्या देशात दरवर्षी ५० लाख टन बीटी कापसाच्या सरकीच्या तेलाचा वापर केला जातो व त्याचा भारतीय जनतेवर आत्तापर्यंत कोणताही वाईट परिणाम झालेला नाही.

(३) बीटी वांग्यावर 'फ्रूट अँड शूट बोअरर' या कीटकाचा प्रादुर्भाव झाल्याचे त्याचे उत्पादन मोठ्या प्रमाणात कमी होते. बीटी वांग्याची जात वापरल्यास या कीटकापासून वांग्याच्या पिकाला मुक्ती मिळेल तसेच कीटकनाशकावरचा खर्च कमी होईल.

बीटी वांग्यास विरोध - २७ जानेवारी २०१० रोजी ग्रीन पीस, नवदान्या (वंदन शिवा यांची एनजीओ), सेंटर ऑफ सोशल मेडिसिन अँड कम्युनिटी हेल्थ, स्कूल ऑफ सोशल सायन्सेस - जवाहरलाल नेहरू विद्यापीठ, नवी दिल्ली, हजार्ड्स सेंटर नवी दिल्ली, या संघटनांनी भारतात बीटी वांग्यांची लागवड करण्यास खालील मुद्यावरून विरोध केला. -

(१) बीटी वांग्याच्या लागवडींबाबत काम करणारे शास्त्रज्ञ, कृषितज्ज्ञ आणि पर्यावरण तज्ज्ञ यांच्यात मतभेद आहेत. जोपर्यंत त्यांच्यात एकमत होत नाही तोपर्यंत बीटी वांग्याच्या लागवडीला परवानगी देऊ नये.

(२) पर्यावरणतज्ज्ञांच्या मते, जीएम पिकांची चाचणी ज्यावेळी उंदरावर घेण्यात आली त्यावेळी त्याचा उंदराच्या मूत्रपिंड व फुप्फुसावर वाईट परिणाम आढळून आला. आंध्रप्रदेशामध्ये बीटी कापसाच्या शेतात चरण्यास गेलेल्या उंटांचा मृत्यू झाला होता.

फ्रेंच शास्त्रज्ञ गिरीस एलाक सरेलिनी यांच्या मते, भारतात महिकोने विकसित केलेल्या बीटी वांग्याचे परीक्षण योग्य प्रकारे झालेले नाही. या वांग्यामुळे निर्माण होणाऱ्या आरोग्यविषयक समस्यांचा कुठल्याही प्रकारे ऊहापोह झालेला नाही.

(३) बीटी वांग्यातील विषारी जनुके वांग्याच्या तसेच इतर पिकांच्या हजारो संकरित जातींना दूषित करू शकतात.

(४) केंद्र सरकारने वाणिज्यिक शेती करण्यासाठी दबाव टाकला म्हणून जीईएससीने दबावाखाली परवानगी दिली.

(५) अखिल भारतीय किसान सभेच्या मते, बीटी वांग्याला जर परवानगी दिली तर अशाच प्रकारच्या तांदूळ, मका, गहू यासारख्या ५० पेक्षा जास्त पिकांच्या जनुकीय जातींना परवानगी दिली जाईल आणि त्याचा भारतातील कमी धारणाक्षेत्र

असलेल्या शेतकऱ्यांवर अनिष्ट परिणाम होईल.

(६) जीईएससीने मॉन्सँटोसारख्या बहुराष्ट्रीय कंपन्यांची बाजू घेऊन काम केले.

पर्यावरणवाद्यांचा बीटी वांग्याच्या लागवडीला जो विरोध आहे तो मुख्यत्वे सदर वांग्याच्या जातीचा मानवावर अनिष्ट परिणाम होतो की नाही, याबाबतच्या चाचणीच्या संदर्भात आहे.

Calorific Value of Fuel - इंधनाचे कॅलरीमूल्य

इंधनाचे कॅलरीमूल्य व प्रज्वलनांक (Ignition Temperature) हे दोन वैशिष्ट्यपूर्ण गुणधर्म आहेत. दोन इंधनांमधील कोणते इंधन चांगले, हे दोन्हींपासून निर्माण होणाऱ्या उष्णतेची तुलना करून ठरविता येते. एक एकक वस्तुमानाच्या इंधनाच्या पूर्ण दहनामुळे मिळणाऱ्या उष्णतेच्या परिमाणास इंधनाचे कॅलरीमूल्य असे म्हणतात.

ज्ञात वस्तुमानाचे इंधन जाळून कॅलरीमूल्य ठरविता येते. वस्तुमान माहीत असलेल्या भांड्यात ठरावीक वस्तुमानाचा द्रव ठेवून किती उष्णता शोषली गेली हे समजू शकते. यामध्ये कमीत कमी उष्णता वाया जावी अशी काळजी यावेळी घ्यावी लागते.

इंधनाने निर्माण केलेली उष्णता, भांड्यातील द्रवाचे वस्तुमान, द्रवाची विशिष्ट उष्मा आणि द्रवाच्या तापमानातील वाढ यांची वाचने (Readings) घेऊन काढता येते. समजा जळणाऱ्या इंधनाचे वस्तुमान m आहे असे मानू. इंधनाच्या ज्वलनाच्या साहाय्याने m_2 वस्तुमानाच्या तांब्याच्या कॅलरीमापीत असणारे m_1 या वस्तुमानाचे पाणी तापते असे समजू. पाणी व भांडे यांचे तापमान 't' ने वाढते असे समजा. तर भांड्यास मिळालेली उष्णता $Q = m_1 c_1 t + m_2 c_2 t$

येथे C_1 पाण्याचा विशिष्ट उष्मा आहे. C_2 कॅलरीमापीची विशिष्ट उष्मा आहे आणि कॅलरीमूल्य Q/m इतके असेल. कॅलरीमूल्य ज्यूल प्रति किलोग्रॅम (SI unit = Joule/kg) आणि कॅलरी प्रति ग्रॅम (CGS unit - cal/g.) या एककाद्वारे दर्शविले जाते. हायड्रोजनचे कॅलरी मूल्य सर्वात जास्त आहे. इतर बरीचशी इंधने हायड्रोजन आणि कार्बन यांची संयुगे असतात. हायड्रोकार्बन पैकी मिथेनचे कॅलरीमूल्य सर्वात जास्त आहे. मिथेन (CH_4) मधील प्रत्येक कार्बन अणू हा, हायड्रोजनच्या चार अणूंशी बद्धस्थितीत (Bonding) असतो. त्याचा ऑक्सिजनशी संयोग होऊन प्रचंड प्रमाणात उष्णता निर्माण होते. इथेन (C_2H_6) मध्ये प्रत्येक कार्बन अणू हा हायड्रोजनच्या तीन अणूंशी बद्ध स्थितीत (Bonding) असतो. म्हणून इथेनचे कॅलरीमूल्य मिथेनपेक्षा कमी असते. सामान्यतः इंधनात वापरले जाणारे लाकूड हे कार्बोहायड्रेटचे जटिल संयुग आहे. कार्बोहायड्रेटमध्ये कार्बन व हायड्रोजनचे अणू असतात. त्याचबरोबर त्यात ऑक्सिजनचेही अणू असतात. ऑक्सिजन ज्वलनास मदत करतो. परंतु स्वत:

जळत नाही. म्हणून ऑक्सिजन असणारी इंधने सहजतेने जळतात. परंतु त्यांचे कॅलरीमूल्य हायड्रोकार्बनपेक्षा कमी असते. अल्कोहोल व शेणाची गोवरी हे त्याचे उत्तम उदाहरण आहे.

आजकाल एल. पी. जी. (लिक्विफाईड पेट्रोलियम गॅस LPG) हे सर्वसामान्य इंधन म्हणून वापरले जाते. हे इंधन पेट्रोलियमपासून मिळवितात. या इंधनामध्ये ब्युटेन आणि आयसोब्युटेन हे दोन्ही द्रवरूप स्वरूपात असतात. हे दोन्ही पदार्थ हायड्रोकार्बन असून त्यांचे रेणूसुत्र $C_4 H_{10}$ हेच आहे. द्रवरूप अवस्थेतील ब्युटेन आणि आयसोब्युटेन प्रचंड दाबाखाली धातूच्या नळकांड्यात (सिलिंडर) भरतात. हे नळकांडे म्हणजेच आपला स्वयंपाकाचा गॅस सिलिंडर होय.

Carbohydrates - कर्बोदके

कर्बोदके ही कार्बन (C), हायड्रोजन (H) आणि ऑक्सिजन (O) या मूलद्रव्यांची संयुगे असून, रेणूमधील हायड्रोजन व ऑक्सिजनचे प्रमाण पाण्याच्या रेणूप्रमाणे २:१ असे असते. कर्बोदके ही जैव सृष्टीमध्ये सर्वाधिक विपुलतेने आढळणारी संयुगे आहेत. वनस्पतींमधील 'प्रकाश संश्लेषण' (Photosynthesis) या क्रियेतूनच सजीव सृष्टीतील कर्बोदकांची निर्मिती होते. पिष्टद्रव्ये आणि निरनिराळ्या शर्करा ही प्रमुख कर्बोदके आहेत. कर्बोदके आपल्या अन्नाचा महत्त्वाचा घटक आहेत. कर्बोदकीय अन्नस्त्रोत खालीलप्रमाणे :-

वनस्पतिज स्त्रोत - धान्य, कंद, फळ, खोड

प्राणिज स्त्रोत - दुधातील ' लॅक्टोज ' नावाची शर्करा (Sugar)

कर्बोदकांची कार्ये या प्रमाणे :- (१) शरीराला लागणाऱ्या ऊर्जेचा प्रमुख स्त्रोत, (२) प्रथिनांचा बचाव, (३) स्निग्धांचे चयापचय, (४) आहारातील तंतुमय भाग-आतड्याच्या स्तरांतून होणारे कोलेस्टोरॉलचे अभिशोषण रोखणे, मलोत्सर्जनास मदत करणे.

आहारातून मिळणाऱ्या ऊर्जेपैकी सुमारे ६५-८०% ऊर्जा ही कर्बोदकांमधूनच मिळते. ही कर्बोदके मुख्यत्वेकरून 'स्टार्च' (पिष्ट पदार्थ) होत.

Carbon Credit - कार्बन क्रेडिट

वातावरण कार्बन वायू अनिर्बंधपणे सोडला जाऊ नये म्हणून जागतिक पातळीवर 'कार्बन क्रेडिट' ची योजना पुढे आली. क्योटो प्रोटोकॉलमध्ये याची रूपरेषा स्पष्ट करण्यात आली. प्रदूषणविरोधी प्रयत्न करणाऱ्यांना 'बक्षीस' मिळावे, हा कार्बन क्रेडिटचा हेतू आहे. एखाद्या कंपनीने आपल्या यंत्रसामग्रीत बदल करून अथवा इंधन वापरात काही सुधारणा घडवून पर्यावरणात सोडल्या जाणाऱ्या कार्बनचे प्रमाण कमी केले, तर त्या कंपनीला 'कार्बन क्रेडिट' मिळते.

युनोच्या पर्यावरणविषयक धोरणानुसार कंपनीने केलेल्या दाव्याची तपासणी होऊन कंपनीला कार्बन क्रेडिटचे प्रमाणपत्र मिळते. कार्बन क्रेडिट टनात मिळते आणि त्याची किंमत 'युरो' या चलनात मोजली जाते. २००८ च्या जुलैमध्ये एक टन कार्बन क्रेडिटचा दर २३ युरो इतका होता, तो २००९ च्या ऑगस्टमध्ये १२ युरोपर्यंत घसरला. क्योटो प्रोटॉकॉलमध्ये विकसित देशांसाठी कार्बन उत्सर्जन कमी करण्याची मर्यादा ठरविण्यात आली होती. ही घट ते देश स्वत: करू शकले नाहीत, तर इतर देशांकडून कार्बन क्रेडिट खरेदी करू शकतात. भारत व चीन मोठ्या प्रमाणावर कार्बन क्रेडिट विकतात. युरोपीय देशांत त्यांची खरेदी होते. हे मार्केट १२० बिलियन (अब्ज) डॉलरचे आहे.

Carbon Cycle - कार्बन चक्र

कार्बन-डाय-ऑक्साईड या वायुच्या साहाय्यानेच वनस्पती अन्न तयार करतात व ते सर्व सजीवांना प्राप्त होते. तृणभक्षक प्राणी या वनस्पती भक्षण करतात. तृणभक्षकांचे भक्षण मांसभक्षक प्राणी करतात. हे प्राणी तसेच वनस्पती मृत झाल्यावर त्यांचे विघटन होऊन कार्बन-डाय-ऑक्साईड वायु पुन्हा वातावरणात सोडला जातो.

श्वसन व उत्सर्जन क्रियेद्वारे सर्व प्राणी कार्बन-डाय-ऑक्साईड वातावरणात सोडतात.

समुद्राच्या पाण्यातील कार्बन-डाय-ऑक्साईडमुळे समुद्रातील वनस्पती प्रकाश संश्लेषणाद्वारे अन्न तयार करतात. या वनस्पतींचे भक्षण समुद्रातील प्राणी करतात. हे प्राणी मृत झाल्यावर सागर-तळावर कुजून त्यांचे कोळसा व खनिज तेलात रूपांतर होते व त्यांचे ज्वलन झाल्यावर पुन्हा कार्बन-डाय-ऑक्साईड हा वायु हवेत सोडला जातो.

अशाप्रकारे वातावरणातून घेतलेला कार्बन-डाय-ऑक्साईड परत वातावरणात सोडला जातो. यालाच कार्बन चक्र म्हणतात.

Carbon Dating - कार्बनी वयमापन

निसर्गात कमी अणुक्रमांक (प्रोटॉन संख्या) असणाऱ्या किरणोत्सारी समस्थानिकांची (Radioisotopes) संख्या अतिशय कमी आढळते. बाह्यजगतातील (Outer Space) विश्वकिरणांचा (Cosmic Rays) मारा झाल्यानंतर अशा प्रकारची समस्थानिके निर्माण होतात. यापैकी किरणोत्सारी कार्बन १४ हे सुपरिचित समस्थानिक आहे. नायट्रोजन अणूवर न्यूट्रॉनचा मारा केल्यानंतर कार्बन १४ हे समस्थानिक तयार होते.

ही अभिक्रिया खालीलप्रमाणे दर्शविता येते :-

$${}^{14}_{7}N + {}^{1}_{0}n \rightarrow {}^{14}_{6}C + {}^{1}_{1}H$$

यामध्ये हा कार्बन १४ समस्थानिक आहे.

कार्बन १४ चा अर्धायुकाल (Half Life Period) ५६०० वर्षे इतका असतो. या कालावधीत कार्बन १४ ची केंद्रकांची संख्या निम्म्याने कमी होते. कार्बन १४ चा हायड्रोजन व ऑक्सिजनबरोबर संयोग होतो व त्याचे रूपांतर कार्बनी पदार्थात होते. प्राणी अथवा वनस्पती अन्न ग्रहण करताना किंवा श्वसन करताना ते C-14 आणि C-12 चे ग्रहण करतात. जेव्हा प्राणी अथवा वनस्पती मृत पावतात तेव्हा त्यांचे कार्बन ग्रहण करणे थांबते व त्या क्षणापासून C-14 चा ऱ्हास ही एकच प्रक्रिया सतत चालू राहते. C-12 हा किरणोत्सारी नसल्याने मृत वनस्पती किंवा प्राणी यांचा C-14 आणि C-12 यांचे गुणोत्तर स्थिर न राहता सतत बदलत असते.

जर आपण मृत अवशेषांतील C-14 आणि C-12 यांचे गुणोत्तर काढून त्याची तुलना जिवंत असताना काढलेल्या गुणोत्तराशी (जिवंत प्राणी अथवा वनस्पती यांच्यासाठी C-14 आणि C-12 यांचे गुणोत्तर नेहमी स्थिर असते.) केली तर त्या अवशेषाचे अस्तित्व केव्हा संपले हे सांगता येते. अशा प्रकारे जीवाश्म (Fossils) किंवा मृत वृक्षातील C-14 ची सक्रियता काळजीपूर्वक मोजल्यास आणि C-14 व C-12 चे गुणोत्तर मोजल्यास वयमापन करणे सुलभ जाते. या पद्धतीने एखादी वनस्पती किंवा प्राणी मृत झाल्यानंतरचा काळ, त्यांच्यातील C-14 ची सक्रियता व C-14 चे C-12 शी गुणोत्तर काढून कालमापन करता येते. यालाच कार्बनी वयमापन असे म्हणतात.

याचा उपयोग पुरातन अवशेषशास्त्र व मानवशास्त्रामध्ये मानवी अवशेष अथवा जीवाश्म व हस्तलिखिते यांचा काल ठरविण्यासाठी होतो. ही पद्धत नैसर्गिक कार्बन १४ च्या किरणोत्सर्गी क्षयावर आधारलेली असून बिलर्ड एफ. लिबी यांनी १९५४ मधे विकसित केली. यासाठीच लिबी यांना १९६० चे रसायनशास्त्रातील नोबेल पारितोषक देण्यात आले. या पद्धतीने काढलेली विविध पदार्थांची वये 'रेडिओ कार्बन' नावाच्या पत्रिकेत प्रसिद्ध करण्यात येतात.

Carbon Emission Intensity - कार्बन / एमिशन इंटेसिटी

कार्बन इंटेसिटी म्हणजे एखाद्या देशाच्या जी. डी. पी.च्या प्रत्येक एककामागे होणारे कार्बन उत्सर्जन.

कार्बन इंटेनसिटी त्या देशातील कार्बनचे उत्सर्जन / त्या देशाची जी. डी. पी.

सर्वसाधारणपणे याचे मोजमाप करण्यासाठी जी.डी.पी.च्या दर हजार डॉलर पाठीमागे होणाऱ्या कार्बन-डाय-ऑक्साईड एमिशनचे उत्सर्जन टनांमध्ये मोजले जाते.

Carbon-Oxygen Cycle - कार्बन-ऑक्सिजन चक्र

पाणी (H_2O) व कार्बन-डाय-ऑक्साईड (CO_2) यांचे ग्रहण वनस्पती करतात व सूर्यप्रकाशाच्या तसेच हरित लवकाच्या (Chlorophyll) साहाय्याने त्यांचे अन्नात

रूपांतर करून ऑक्सिजन वातावरणात सोडतात. प्राणी श्वसनक्रियेच्या वेळी ऑक्सिजन ग्रहण करून कार्बन-डाय-ऑक्साईड व पाणी वातावरणात सोडतात.

अशा प्रकारे वनस्पती प्रकाश संश्लेषणाद्वारा (Photosythesis) व प्राणी श्वसन क्रियेद्वारा हे कार्बन-ऑक्सिजन चक्र कार्यान्वित करतात.

वनस्पतीमधील रासायनिक अभिक्रिया

$6CO_2 + 6H_2O \rightarrow C_2H_{12}O_6 + 6O_2 \uparrow$

कार्बन-डाय-ऑक्साईड + पाणी → शर्करा (sugar) + ऑक्सिजन

प्राण्यांमधील रासायनिक अभिक्रिया

$C_6H_{12}O_6 + 6O_2 \rightarrow 6CO_2 \uparrow + 6H_2O$

शर्करा (sugar) + ऑक्सिजन → कार्बन-डाय-ऑक्साईड वायू + पाणी

Carbon Sink - कार्बन सिंक

याचा संबंध वातावरणातील कार्बन-डाय-ऑक्साईडच्या साठ्याशी येतो. सध्या जगभरचे शास्त्रज्ञ कार्बन-डाय-ऑक्साइचे शोषण करून वातावरणातील कोणत्यातरी एका ठिकाणी तो साठविण्याचे तंत्रज्ञान शोधत आहेत. ''वनस्पती प्रकाश संश्नलेषणासाठी कार्बन-डाय-ऑक्साईडचे शोषण करतात'' या तत्त्वावर कार्बन-डाय-ऑक्साईडचे शोषण करणारे मानव निर्मिती कार्बन सिंक / कार्बन सिक्वीस्ट्रेशन तयार केले जाणार असून त्यात अद्याप पूर्णपणे यश मिळालेले नाही.

Cartagena Protocol - जैव सुरक्षेबद्दलचा कार्टाजेना प्रोटोकॉल

जानेवारी २००० मध्ये Conference of Parties बैठकीच्यावेळी जैव तंत्रज्ञानाद्वारे निर्माण झालेल्या Living Modified Organisms (LMOs) च्या संदर्भात ही नियमावली मांडली गेली.

LMO's ची हाताळणी व स्थानांतर यामुळे मानवी आरोग्य व पर्यावरण यावर होणाऱ्या परिणामासंदर्भातील ही नियमावली असून या संदर्भात १९८९ साली कायदा करण्यात आला. जैवतंत्रज्ञानाद्वारे सजीवांची निर्मिती, आयात, निर्यात व साठवण याविषयीचा हा कायदा आहे.

Catalyst - उत्प्रेरक

ज्या पदार्थाच्या केवळ उपस्थितीमुळे रासायनिक अभिक्रियेचा वेग बदलतो, परंतु त्या पदार्थामध्ये मात्र कोणताही रासायनिक बदल होत नाही, अशा पदार्थांना उत्प्रेरक म्हणतात.

Catalytic Converter - कॅटॅलिटिक कन्व्हर्टर

'कॅटॅलिटिक कन्व्हर्टर' हे उपकरण वाहनांच्या धूर सोडणाऱ्या (Exhaust system) भागात बसविले जाते. या उपकरणात होणाऱ्या रासायनिक क्रियेद्वारे वाहनांच्या धुरात असणाऱ्या कार्बन मोनॉक्साईड (CO) व संप्लवनशील सेंद्रिय संयुगांचे ज्वलन होते व त्यामुळे नायट्रोजन ऑक्साईडचे प्रमाण कमी होते. या उपकरणामुळे वाहनांच्या प्रदूषणाचे प्रमाण कमी होण्यास मदत होते. कॅटॅलिटिक कन्व्हर्टर वापरताना एक महत्त्वाची बाब अशी की हे कन्व्हर्टर शिसेविरहित पेट्रोल (Unleaded Petrol) वर चालणाऱ्या वाहनांसाठीच अधिक उपयोगी ठरते, कारण शिसे असणाऱ्या पेट्रोलच्या वापरामुळे हे कन्व्हर्टर खराब होते. अमेरिकेमध्ये १९७६ पासून कॅटॅलिटिक कन्व्हर्टर वापरण्याची सक्ती केली आहे. भारतामध्येही आता ही पद्धत प्रचलित होत आहे.

Catalytic Research - उत्प्रेरकांचे संशोधन

गंजणे, ही एक रासायनिक प्रक्रिया आहे. त्याचा अभ्यास करताना परीक्षानळी किंवा द्रवरूप पदार्थ लागतातच असे काही नाही. काही रासायनिक क्रिया घनपृष्ठ भागावरती घडवून आणता येतात. या बाह्य भागावरती होणाऱ्या प्रक्रिया निसर्गात तर घडून येतच असतात; पण उत्प्रेरकांचा उपयोग करणाऱ्या रसायन उद्योगक्षेत्रात त्या नित्याच्या झालेल्या आहेत. या विषयाचे संशोधक प्रा. गेरहार्ड अर्टल हे या वर्षीच्या रसायनशास्त्राचे नोबेल मानकरी झाले आहेत. ते बर्लिन येथील 'फ्रित्झ हाबर इन्स्टिट्यूट डेर मॅक्स प्लान्क गेझेलशाफ्ट' येथे प्राध्यापक आहेत. अमोनियानिर्मितीची हाबर पद्धती, गंजणे, ओझोनचे विघटन व मोटारीचे प्रदूषण रोखणारे कॅटॅलिटिक कन्व्हर्टर हे त्यांच्या संशोधनाचे विषय आहेत.

१९०९ मध्ये फ्रित्झ हाबर या जर्मन शास्त्रज्ञाने हवेतील नायट्रोजन आणि हायड्रोजन वायू वापरून अमोनियाचे उत्पादन करण्याची पद्धत शोधून काढली. अनेक नत्रयुक्त रसायन आणि स्फोटके तयार करण्यासाठी अमोनियाची गरज जगाला कायम पडणार आहे, हे लक्षात घेऊन हाबर यांना रसायनशास्त्रातील नोबेल पुरस्कार १९१८ मध्ये प्रदान करण्यात आला. हाबर पद्धतीचे आज काय महत्त्व आहे. असा प्रश्न आपल्या मनात आला असेल. जगात तेवढी विद्युतऊर्जा निर्माण होते, त्याच्या एक टक्का ऊर्जा केवळ अमोनियाच्या उत्पादनात खर्ची पडते. या खर्चात किंचित काटकसर करता आली, तरी कोट्यवधी डॉलरची बचत होईल.

हायड्रोजन आणि नायट्रोजन हा 'कच्चा माल' हवेतून विनामूल्य मिळवता आला, तरी नायट्रोजनचा एक आणि हायड्रोजनचे तीन अणू एकत्र जुळवणे, हे महाकर्म कठीण आहे. कारण हवेतील दोन्ही मूलद्रव्ये (एन टू, एच टू) दुहेरी स्थितीमध्ये आणि वायुरूपात असतात. दोन नायट्रोजन अणू तर तिहेरी बंधनांनी

(ट्रिपल बाँडनी) घडलेले असतात. या अणूंना त्यांच्या रेणूंपासून मोकळे करण्यासाठी रासायनिक प्रक्रिया वातावरणाच्या २५ पट अधिक दाबाखाली आणि ५०० अंश सेल्सिअम तापमानाला घडवून आणावी लागते. ही स्थिती धोकादायक आणि महाग तर आहेच! पण एवढे करूनही कच्च्या मालाच्या तुलनेत फक्त १० ते २० टक्के एवढाच अमोनिया तयार होतो. २ नायट्रोजन + ६ हायड्रोजन पासून २ अमोनियाचे रेणू तयार होतात; पण ही प्रक्रिया दोन्ही बाजूंनी होऊ शकणारी आहे. याला 'इक्विलिब्रियम' म्हणतात.

प्रा. अर्टल यांनी हाबरच्या पद्धतीत सुधारित उत्प्रेरक (कॅटालिस्ट) वापरायला सुरुवात केली. सुरुवातीला प्लॅटिनम ऑस्मियन धातूंची 'वस्त्रगाळ' पूड वापरली गेली होती. हा 'कॅटालिस्ट' खूप महाग असल्यामुळे लोह-भुकटी वापरायला सुरुवात झाली. सूक्ष्म लोहकणांच्या पृष्ठभागावरती अमोनिया घडत असताना अर्टल यांनी प्रायोगिक निरीक्षण केले. त्यातून त्यांना एक मूलभूत गोष्ट लक्षात आली. अमोनिया तयार होताना लोहभुकटीवरती 'स्थानापन्न' झालेले नायट्रोजनचे अणू सटकून जाऊ लागले, तर काही लोहकणांबरोबर नको इतके क्रियाशील राहिले. हाबर प्रोसेसमध्ये हायड्रोजनबरोबर रेण्वीय नव्हे, तर आण्वीय नायट्रोजन प्रक्रिया घडवून अमोनिया बनतो. याच्या उलट झाले, हे त्यांनी शोधून काढले (म्हणजे रेण्वीय नायट्रोजनपासून अमोनिया तयार करता आला तर) आहे.

लोहभुकटीसह पोटॅशियम वापरून अर्टल यांनी हाबर पद्धतीत सुधारणा करून दाखवली आहे. त्यांनी अमोनियापासून पुन्हा नायट्रोजन आणि हायड्रोजन परत मिळविण्यासाठी मुद्दाम प्रयत्न केले. अशा प्रकारच्या 'रिव्हर्स इंजिनिअरिंग'मुळे प्रक्रिया नक्की कुठे 'रेंगाळते' आहे, हे लक्षात येऊ लागले.

मोटारींच्या मागील धुराड्यातून जे दूषित वायू बाहेर पडतात, त्यामध्ये कार्बन मोनॉक्साईडचे (सीओ) प्रमाण लक्षणीय असते. या घातक वायूमध्ये जर अजून एक ऑक्सिजनचा रेणू जोडता आला, तर कार्बन-डाय-ऑक्साईड (सीओटू) तयार होतो. तो काही एवढा घातक वायू नाही. प्रो. अर्टल यांनी हे प्रदूषण कमी करण्यासाठी सुरुवातीला प्लॅटिनम वापरून 'कॅटॅलिटिक कन्व्हर्टर' तयार केला होता. आता तो 'पॅलाडियम'चा वापर करून बनवतात. यामधील मूलभूत संशोधनामुळे मोटारींमुळे होणारे प्रदूषण कमी होत चाललेय.

Cell Fusion - पेशी संयोग

या प्रकारात दोन किंवा अधिक वेगवेगळ्या पेशी एकत्र आणून त्यापासून एक अशी पेशी बनवली जाते की जिच्यात मूळ पेशींमधील सर्व जनुकीय साहित्य असेल.

उदा. पोमॅटो - बटाटा व टोमॅटो यांचा पेशी संयोग. या प्रकारात वनस्पतीला

बटाटे आणि टोमॅटो अशी दोन्हीही उत्पादने येतात, फक्त टोमॅटोचा आकार लहान असतो.

पेशी संयोगाद्वारे संरक्षक प्रथिनांच्या स्वरूपात असणाऱ्या monoclonal antibodies तयार केल्या जातात. कर्करोग निदान, गर्भधारणा चाचणीसाठी या monoclonal antibodies महत्त्वाच्या असतात.

Central Water Pollution Control Board - केंद्रीय जल प्रदूषण नियंत्रण मंडळ

भारत सरकारने पर्यावरण संरक्षण व सार्वजनिक आरोग्याच्या दृष्टीने, भारतातील जलप्रदूषण नियंत्रित करण्याच्या दृष्टीने १९७४ मध्ये जलकायदा मंजूर (Water Act 1974) केला. भारतातील पाण्याची गुणवत्ता राखणे व जलप्रदूषणाचे नियंत्रण करणे हा या कायद्याचा प्रमुख उद्देश आहे. याच कायद्याने राज्यात जल प्रदूषण बोर्डाची (Water Pollution Board) स्थापना करण्यात आली.

जल प्रदूषण नियंत्रण मंडळाची उद्दिष्टे खालीलप्रमाणे :-

(१) राष्ट्रीय मानांकानुसार पाण्याच्या प्रदूषणाच्या उगमस्थानाजवळ प्रदूषणनियंत्रण करणे.

(२) नैसर्गिक जलस्रोतांचा दक्षतापूर्वक वापर करण्यास नागरिकांस प्रवृत्त करणे.

(३) सांडपाणी, प्रदूषित जल यांचा पुनर्वापर किंवा पुनर्चक्रीकरण प्रक्रियेने शेतीसाठी आणि औद्योगिकीकरणात शिफारशीनुसार वापर करणे.

(४) नैसर्गिक जलसंपदांचे उदा. सागर, नद्या, सरोवरे, तळी इत्यादींचे विभागवार वर्गीकरण करून पाण्याची उपभोग्यता आणि पाण्याचे प्रमाण या बाबतीत नियमावलीनुसार उपयोजन करणे.

(५) ज्या ठिकाणी पिण्याच्या पाण्याचे प्रदूषण होण्याची शक्यता आहे, अशा ठिकाणी पाण्यावर प्रक्रिया करण्याच्या यंत्रणेची गुणवत्ता वाढवून कठीण, प्रदूषित पाणी मृदू पेयजलात रूपांतरित करणे.

Chemical Change - रासायनिक बदल

ज्या बदलामध्ये भाग घेणाऱ्या पदार्थांचे रूपांतर नवीन पदार्थामध्ये होते व नवीन तयार झालेल्या पदार्थांचे गुणधर्म हे मूळ पदार्थापेक्षा पूर्णपणे वेगळे असतात, अशा बदलाला 'रासायनिक बदल' म्हणतात. कोणत्याही रासायनिक बदलांमध्ये ज्या पदार्थांमध्ये बदल घडून येतो त्याला 'अभिक्रियाकारक' (Reactants) असे म्हणतात व जो नवीन पदार्थ तयार होतो त्याला उत्पादित (product) असे म्हणतात. अभिक्रियाकारकांचे रूपांतर उत्पादितामध्ये होणाऱ्या प्रक्रियेला 'रासायनिक अभिक्रिया' (Chemical Reaction) म्हणतात.

Chemical Equation - रासायनिक समीकरण

अभिक्रियाकारके व उत्पादिते यांच्या संज्ञा किंवा सूत्रे यांचा वापर करून रासायनिक अभिक्रियांचे चिन्हांकित वर्णन म्हणजेच 'रासायनिक समीकरण' होय.

उदा. $\underbrace{C + O_2}_{\text{अभिक्रियाकारके}} \xrightarrow{\text{उष्णता}} \underbrace{CO_2}_{\text{उत्पादित}} \uparrow$

समीकरण जास्त माहितीपूर्ण होण्यासाठी अभिक्रियाकारके व उत्पादिते यांच्या अवस्था खालील चिन्हाने दाखवितात.

अवस्था	स्थायुरूप	द्रवरूप	वायूरूप	अवक्षेप	प्राण्यातील द्रावण
चिन्ह	s	l	g किंवा ↑	↓	Aq

Chemical Fertilizers - रासायनिक खते

वनस्पतींना आवश्यक असणाऱ्या नायट्रोजन, फॉस्फोरिक आम्ल व पोटॅश ह्या पोषक द्रव्यांपैकी एक किंवा अधिक द्रव्ये ज्यांत एकवटली आहेत आणि जी कमी प्रमाणात दिली तरी चालतात, अशा खतांना रासायनिक (केमिकल) खते म्हणतात. अशी खते तयार करतात किंवा रसायननिर्मितीत उप-उत्पादन म्हणून वापरली जातात किंवा नैसर्गिक पदार्थांवर प्रक्रिया करण्यासाठी वापरली जातात. या खतांचे वर्गीकरण त्यांच्यात असणाऱ्या पोषक द्रव्यांवरून केली जातात. नायट्रोजनयुक्त, फॉस्फरसयुक्त, पोटॅशयुक्त अशाप्रकारची खते तशीच किंवा इतर खतांबरोबर दिली जातात.

नायट्रोजनयुक्त खते : वनस्पतींना लागणारा नायट्रोजन त्या जमिनीमधून घेतात. हवेतील नायट्रोजन त्यांना तसाच घेता येत नाही. म्हणून नायट्रोजन हा नेहमी 'अमोनियम' व 'नायट्रेट' च्या स्वरूपात घ्यावा लागतो.

अमोनियम सल्फेट : हे जास्त प्रमाणात वापरले जाणारे खत आहे. हे तसेच किंवा इतर खतांबरोबर वापरले जाते. हे जलद क्रियाशील खत असून ते जमिनीत शोषले जाऊन कॅल्शियम तयार करते, तसेच त्यातील नायट्रोजनचा नाश होत नाही.

अमोनियम नायट्रेट : यामध्ये नायट्रोजन सुमारे ३५% असून ते तयार करणे सोपे असले तरी ते आर्द्रताशोषक व स्फोटक असल्याने त्याचा खत म्हणून जास्त उपयोग होत नाही. हे स्फोटक असल्यामुळे साठवण व हाताळणी काळजीपूर्वक करणे आवश्यक असते.

कॅल्शियम - अमोनियम नायट्रेट : हे नायट्रोचॉक, नायट्रोलाइमस्टोन, कॅलनायट्रो, ल्यूना सॉल्ट पीटर इ. नावाने ओळखले जाते. ह्यात २०.५% नायट्रोजन असते व ते पाण्यात विरघळणारे असल्यामुळे बऱ्याच पिकांवर त्याचा वापर करतात.

अमोनियम सल्फेट : हे 'डबल सॉल्ट' ह्या नावानेही ओळखले जाते.

यूरिया : भारतातील सर्व नायट्रोजनयुक्त खतांमध्ये स्वस्त असे हे कार्बनी खत, यूरिया जमिनीत विद्राव्य आहे. तथापि तो अमाइड स्वरूपात बऱ्याच पिकांसाठी वापरत नाहीत. यूरियाचे अपघटन होऊन अमोनिया तयार होतो व हाच अमोनिया पिकांना उपयुक्त असतो.

सोडियम नायट्रेट : हे सर्वात जुने खत असून 'सॉल्ट पीटर' ह्या नावाने ओळखले जाते. ह्यातील नायट्रोजन नायट्रेटच्या स्वरूपात असल्याने तो पिकांना लगेच उपलब्ध होतो.

फॉस्फरसयुक्त खते : नायट्रोजनयुक्त खतांनंतर किंवा तितकेच महत्त्वाचे खत म्हणजे फॉस्फरसयुक्त खत. ह्या खतांमुळे वनस्पतीच्या वाढीस उत्तेजन मिळते, रोगप्रतिकारास मदत होते. रोपे जोरात वाढतात.

पोटॅशयुक्त खते : ही वाढणाऱ्या वनस्पतींना आवश्यक खते असून धान्ये व गवत यांची खोडे बळकट होण्यासाठी, खराब हवेपासून वनस्पतींचे संरक्षण करण्यासाठी तसेच जमिनीतील नायट्रोजनचे प्रमाण व्यवस्थित राखण्यासाठी या खतांचा उपयोग होतो.

या खतांबरोबर कॅल्शियम, मॅग्नेशियम आणि गंधक ही तीन मूलद्रव्ये तसेच दुय्यम स्वरूपाची तांबे, जस्त, मँगनीज, लोह, बोरॉन ही सूक्ष्म पोषक द्रव्ये वनस्पतीसाठी उपयुक्त असतात.

Chemical Warfare - रासायनिक युद्ध

युद्धामध्ये चढाई अगर बचावासाठी रासायनिक पदार्थांचा वापर करणे म्हणजे युद्धात शत्रूला ठार करण्यासाठी, जखमी करण्यासाठी, शत्रूगोटात घबराट निर्माण करून शत्रूचे मनोधैर्य नष्ट करण्यासाठी, शत्रूची कार्यक्षमता नाहीशी करण्यासाठी विविध प्रकारच्या रसायनाने युक्त अशा शस्त्रांचा उपयोग करणे. अशा शस्त्रांचा दुष्परिणाम होऊ नये म्हणून त्याविरुद्ध उपाययोजना करणे, म्हणजे रासायनिक युद्ध होय. यालाच गॅस युद्ध (Gas Warfare) असेही म्हणतात. रासायनिक युद्धांची मुख्य उद्दिष्टे म्हणजे शत्रुसैनिकांना हतबल करणे, शत्रु-प्रदेशात घबराट निर्माण करणे, शत्रूची कार्यक्षमता नष्ट करणे, रासायनिक द्रव्याच्या साहाय्याने काही विशिष्ट प्रदेशात शिरण्यास शत्रूला मज्जाव करणे ही असतात.

रासायनिक शस्त्रांमध्ये क्लोरिन, फॉरिन, नायट्रोक्लोरोफॉर्म, डाइफिनाईल क्लोरोआर्साईन, टिअर गॅस, मस्टर्ड गॅस, व्ही. झेड. केन्नेबिनोल, फिनोथाइजीन, फॉस्फरस, मॅग्नेशियम, थर्माइट, पेट्रोलियम, अमोनियम नायट्रेट, इथाइलीन, ऑक्साइड प्रोपेन इत्यादींचा समावेश होतो. या रासायनिक शस्त्रांचा निरनिराळ्या कारणांसाठी

उपयोग केला जातो. यातील क्लोरिन व फॉस्जिन यांचा उपयोग पहिल्या महायुद्धात प्रथम जर्मनीने आणि नंतर दोस्त राष्ट्रांनी केला. त्यात सुमारे ५००० च्या वर सैनिक मृत्युमुखी पडले.

वर उल्लेखिलेल्या भिन्न भिन्न रासायनिक पदार्थांचा भिन्न भिन्न परिणाम होतो. टिअर गॅस म्हणजेच अश्रुगॅसमुळे डोळ्यांतून अश्रूंच्या धारा वाहू लागतात. क्लोरिन व फॉस्जिनचा फुप्फुसावर परिणाम होतो. डायफिनाइल क्लोरोआर्साईनचा परिणाम श्वसनप्रक्रियांवर होतो. मस्टर्ड गॅसचा परिणाम डोळे व त्वचेवर होतो. फॉस्फरससारख्या रसायनामुळे आग लागते. इथाइलीन, ऑक्साईड प्रोपेन यांच्यामुळे जीवजंतू नष्ट होतात. काही गॅसेस रक्तस्रावावर परिणाम करतात. फिनोथाइजीनसारख्या द्रव्यामुळे मानसिक विकृती निर्माण होतात. रासायनिक पदार्थांचा वापर करणारी शस्त्रास्त्रे म्हणजे (१) *केमिकल बॉंब* - हा हवाई बॉंब असतो. यात टॉक्सिक गॅस किंवा अन्य रासायनिक पदार्थ भरलेला असतो. (२) *केमिकल ग्रेनेड* - हँड ग्रेनेड किंवा रायफल ग्रेनेडमध्ये रासायनिक पदार्थ असतो. हा रासायनिक पदार्थ विषारी असल्याने शत्रुसैनिकांवर विपरीत परिणाम होतो. (३) *केमिकल माईन* - शत्रूला ठार मारण्यासाठी किंवा गंभीर जखमी करण्यासाठी सुरुंगात विषारी रासायनिक पदार्थ भरतात. (४) *केमिकल मॉर्टर* - अग्निवर्षाव करण्यासाठी वापरण्यात येणाऱ्या मॉर्टर्समध्ये रासायनिक पदार्थ भरलेले असतात.

शत्रूला ठार मारण्यासाठी किंवा दीर्घकाळ शत्रुसैनिकाला कमकुवत करण्यासाठी जेव्हा रासायनिक पदार्थांच्या साहाय्याने कारवाई केली जाते, तेव्हा त्याला रासायनिक कार्यवाही (Chemical operation) असे म्हणतात. पहिल्या व दुसऱ्या महायुद्धात दोन्ही पक्षांकडून रासायनिक कार्यवाही झाली. इटलीने इथिओपियामध्ये (१९३५-३६), जपानने चीनमध्ये (१९३८-४२), इजिप्तने येमेनमध्ये (१९६६-६७), १९८४ ते १९८८ या काळात इराण व इराक यांनी एकमेकांवर, रासायनिक पदार्थांचा उपयोग केला.

पहिल्या महायुद्धात रासायनिक पदार्थांचे गंभीर परिणाम पाहून जिनिव्हा येथे झालेल्या बैठकीत जैविक व रासायनिक शस्त्रास्त्रांचा उपयोग बेकायदेशीर ठरविण्यात आला. पण त्यांच्या उत्पादनावर बंदी घालण्यात आली नाही. त्यामुळे नंतर झालेल्या युद्धांमध्ये रासायनिक शस्त्रास्त्रांचा वापर झाला. शीतयुद्धात अमेरिका व सोव्हिएत युनियन यांनी रासायनिक शस्त्रास्त्रांचे प्रचंड साठे तयार केले. परंतु १९९३ च्या केमिकल वेपन्स कन्व्हेन्शननुसार हे साठे नष्ट करण्यात आले व याच करारानुसार रासायनिक शस्त्रास्त्रांची निर्मिती, विकास प्राप्त करून घेणे, साठे करणे यांवर बंदी घालण्यात आली. सर्व राष्ट्रांनी या करारावर सही केली नाही. काही राष्ट्रांनी अशा शस्त्रास्त्रांची निर्मिती अद्याप चालू ठेवलेली आहे. बऱ्याच राष्ट्रांनी अशा शस्त्रास्त्रांपासून

बचाव करण्यासाठी साधनेही शोधून काढली आहेत. असे सुरक्षा उपाय म्हणजे नाकावर रूमाल अगर तत्सम वस्तू बांधणे, गॅसविरोधी कपडे वापरणे, डोळे स्वच्छ धुणे, त्वरित प्राथमिक उपचार करणे, पूर्ण विश्रांती व शुद्ध हवा देणे, उलट्या करावयास लावणे, हॉस्पिटलमध्ये उपचार करणे इत्यादी. याचाच अर्थ भावी काळातील युद्धात रासायनिक शस्त्रास्त्रांचा वापर होऊ शकेल असे सर्वच राष्ट्रांना वाटते. जागतिक पातळीवर याचा गांभीर्याने विचार झाला पाहिजे.

Chemistry - रसायनशास्त्र

मूलद्रव्ये किंवा मूलतत्त्वे यांचे रासायनिक संयोग, त्यांची घटना व त्यात होणारे बदल इत्यादींचा अभ्यास करणारे शास्त्र म्हणजे रसायनशास्त्र. रासायनिक बदल हा कायम स्वरूपाचा असतो. त्यामुळे त्याला पूर्वस्थिती प्राप्त होऊ शकत नाही. प्राणवायू व लोखंड यांच्या संयोगाने गंज निर्माण होतो. मेणबत्ती जळाली की ती हवेचा एक भाग होते. गंज व मेणबत्ती यामध्ये झालेल्या रासायनिक फरकामुळे त्यांना पूर्वस्थिती प्राप्त होऊ शकत नाही. माध्यमिक शाळातून सध्या भौतिकशास्त्र, रसायनशास्त्र व जीवशास्त्र हे विषय शिकविले जातात. महाविद्यालयात विज्ञानशाखेत रसायनशास्त्र हा विषय असतो. रसायनशास्त्रात झपाट्याने बदल होत आहेत. रसायनशास्त्रात दोन मुख्य उपविषय आहेत : एक कार्बनी रसायनशास्त्र व दुसरे अकार्बनी रसायनशास्त्र.

आज रसायनशास्त्राच्या विविध शाखा विकसित झालेल्या आहेत. त्यात भौतिक रसायनशास्त्र (Physical Chemistry), सेंद्रिय रसायनशास्त्र (Organic Chemistry), निरिंद्रिय रसायनशास्त्र (Inorganic Chemistry), जीव रसायनशास्त्र (Bio-Chemistry) इत्यादींचा समावेश होतो. भौतिकशास्त्रात पदार्थांच्या भौतिक गुणधर्मांचा म्हणजेच विद्युत आणि चुंबकीय क्रिया आणि त्यांची विद्युतचुंबकीय क्षेत्राशी होणारी क्रिया-प्रतिक्रिया यांचा अभ्यास केला जातो. कार्बनी रसायनशास्त्रात कार्बनच्या संयुगांचा अभ्यास तर अकार्बनी रसायनशास्त्रात भू-कवचात आढळणाऱ्या द्रव्यांचा आणि त्यांच्या संयुगांचा अभ्यास केला जातो. यात सजीवेतर पदार्थ आणि खनिजे यांचा अभ्यास केला जातो. यात कार्बनच्या संयुगांचा अभ्यास मात्र केला जात नाही. जीव-रसायनशास्त्रात जीवजातींच्या संरचनेचा आणि त्यांच्यात होत जाणाऱ्या विविध प्रकारच्या बदलांचा अभ्यास केला जातो. औषधनिर्मिती, रंग उद्योग, छपाई पेट्रोकेमिकल्स इ. अनेक व्यवसायांत रसायनशास्त्र उपयोगी पडते.

Cloning - क्लोनिंग

फेब्रुवारी १९९७ मध्ये ब्रिटनमधील रोझोलीन इन्स्टिट्यूटमधील शास्त्रज्ञ इयान विल्मुट क्लोनिंग तंत्राच्या साहाय्याने डॉली नावाची मेंढी जन्माला आणली आणि साऱ्या जगात खळबळ माजली. क्लोनिंग तंत्रात रूढ संकेताप्रमाणे स्त्रीबीज आणि

शुक्राणू यांच्या संयोगातून जन्म होत नाही. ढोबळमानाने क्लोनिंग हे खालील प्रक्रियेद्वारे केले जाते.

(अ) अंडपेशीतून डी. एन. ए. वेगळे केले जातात.

(ब) डी. एन. ए. असलेली एक पेशी निवडली जाते.

(क) रिकाम्या बीजांडकोशात निवडलेल्या दुसऱ्या पेशी डी.एन.ए.चे विद्युत प्रवाहाच्या साहाय्याने रोपण करण्यात येते. विद्युतप्रवाहामुळे सुप्तावस्थेतील पेशी पुन्हा सजीव होते. त्याच्यात कार्य करण्याची शक्ती निर्माण होते आणि गर्भधारणा होते.

(ड) सर्वसाधारपणे ज्या प्राण्यातून डी. एन. ए. असलेली पेशी निवडलेली असते. त्या प्राण्याचे प्रतिरूप तयार होते. जनुक नियंत्रित करण्याच्या कार्यक्रमातील ही एक मोठी क्रांती आहे.

क्लोनिंगची वैशिष्ट्ये :

(१) आपल्याला हवे असणाऱ्या उत्तम गुणांचे प्रमाण, वनस्पती याची जशीच्या तशी प्रतिकृती पुन्हा निर्माण करता येऊ शकते. पिकांच्या बाबतीत उत्पादनवाढीच्या दृष्टीने ते फायदेशीर ठरणार आहे. निकामी अवयव काढून दुसरे प्रतिरूप बसविणेही भविष्यात शक्य होऊ शकेल.

(२) मोठ्या प्रमाणावर पैदास करणे या तंत्रामुळे शक्य होणार आहे.

(३) दुर्मिळ वनस्पती, नष्टप्राय होण्याच्या मार्गावर असलेले प्राणी, वनस्पती यांची जपणूक करण्याच्या दृष्टीने क्लोनिंग मोलाचे ठरणार आहे. मात्र असे असले तरी क्लोनिंग हे तंत्रज्ञान वादग्रस्त ठरले आहे. अमेरिकेसहित अनेक प्रगत देशांनी क्लोनिंगवर बंदी घातली आहे.

क्लोनिंगचे टीकात्मक परीक्षण :

(१) मेंढीसारख्या प्राण्यानंतर मनुष्याचे क्लोनिंग किंवा प्रतिरूप करणे संशोधनाने शक्य होणार आहे. यातून अनेक रूढ संकल्पनांना, संकेतांना, निसर्गनियमांना धक्का बसणार आहे. जर्मनीने क्लोनिंगविषयी 'हिटलरशाहीकडे नेणारे' असे वर्णन केले आहे.

(२) प्रतिरूप किंवा क्लोन जन्माला आला तरी त्याची बुद्धिमत्ता, जननक्षमता याविषयी साशंकता व्यक्त करण्यात येत आहे. त्यामुळे भविष्यात क्लोन व्यक्तींना समाजात काय स्थान असणार? याविषयी चर्चा करण्यात येत आहे.

(३) अधिक नफ्याच्या हव्यासापोटी बहुराष्ट्रीय कंपन्या क्लोनिंगच्या माध्यमातून मानवावर देखील आपली मक्तेदारी निर्माण करतील.

(४) क्लोनिंगचे तंत्र मानवाच्या बाबतीत वापरले तर त्याच्या एकूण अस्तित्वाविषयी दुसऱ्याच्या जीवाविषयी वाटणारा आदर कमी होईल.

(५) एखाद्या स्त्रीने स्वतःचे प्रतिरूप बालकाला देण्याचा प्रयत्न केला. तर त्यातून तिचे स्वतःवरील अतिरेकी प्रेम स्पष्ट होईल. जन्माला येणारे बालक ही नैसर्गिक देणगी आहे. पूर्वनियोजन केलेली वस्तू नव्हे.

Coniferous Forest - सूचिपर्णी अरण्यांचा प्रदेश

सूचिपर्णी अरण्यांचा प्रदेश शीत हवामान विभागात येतो. उत्तर अमेरिकेतील अलास्का, उत्तर कॅनडा, नॉर्वे, स्वीडन, फिनलंड, रशियाच्या उत्तरेकडील प्रदेश यांचा सूचिपर्णी अरण्यांच्या प्रदेशात समावेश होतो.

बाष्पीभवन (Evaporation) कमी होत असल्यामुळे कमी पर्जन्य असूनही या विभागात सूचिपर्णी वृक्ष चांगले येऊ शकतात. झाडांची पाने निमुळती, सुईच्या टोकासारखी असतात म्हणून या वृक्षांना सूचिपर्णी (Coniferous) वृक्ष असे म्हटले जाते.

येथे तापमानाचे प्रमाण कमी असल्यामुळे झाडांच्या वाढीसाठी लागणारा कालावधी जास्त असतो. सूचिपर्णी वृक्ष मृदू (Soft) खोडाचे असतात ज्यांचा कागद बनवण्यासाठी उपयोग होतो. येथील वृक्षांची वैशिष्ट्ये म्हणजे शंक्वाकृती (Conical) झाडांचा आकार, सदाहरित व मृदू लाकडाची झाडे ही होत. या अरण्यात पाईन (Pine), फर (Fir), स्प्रूस (Spruce), बीच (Beech) व लार्च (Larch) या सारखे वृक्ष आढळतात.

Conservation of Resources - संसाधनांचे संधारण

पृथ्वीवरील विनाशी संसाधनांचे साठे अतिशय मर्यादित आहेत. त्यांचे वितरण विषम स्वरूपाचे आहे. वाढती लोकसंख्या, वाढत्या गरजा, संसाधनांचा अतिरेकी व अनिर्बंध वापर इत्यादी कारणांमुळे संसाधनांचा ऱ्हास अथवा हानी होत आहे. संसाधने ही निसर्गाकडून मानवजातीला प्राप्त झालेली अमूल्य अशी ठेव आहे. तिचे जतन व विकास करून आवश्यक तितकाच मर्यादित वापर करून, तिचे योग्य व्यवस्थापन करून पुढील पिढ्यांच्या हाती ती काळजीपूर्वक सुपूर्द करणे आवश्यक आहे. हा विचार मानवजातीच्या अस्तित्वासाठी अत्यंत आवश्यक आहे. या विचारसरणीला संसाधनांच्या संधारणाचा (Conservation) विचार असे म्हणतात.

थोडक्यात : (१) भविष्यकालीन गरजांसाठी संसाधने राखून ठेवणे, (२) संसाधनांचा काळजीपूर्वक उपयोग करून त्यांचे अनिर्बंध व निष्काळजीपणे होणाऱ्या नाशापासून संरक्षण करणे, (३) शक्य तेथे संसाधनांची अभिवृद्धी करणे, (४) यासाठी संसाधनांचे योग्य व्यवस्थापन करणे. या सर्व संकल्पना मिळून संधारण ही संकल्पना बनते.

Coral Islands - प्रवाळ बेटे

सागरामध्ये असणाऱ्या प्रवाळांच्या (Coral) अतिसूक्ष्म कीटक अवशेषांपासून ही बेटे तयार होतात. प्रवाळ कीटक सागराच्या पाण्यातील कॅल्शियमचे क्षार शोषून घेऊन त्याचे कॅल्शियम कार्बोनेटमध्ये रूपांतर करतात. हे सूक्ष्म जीव एकाच ठिकाणी मोठ्या वसाहतीने वाढलेले असतात व त्यांच्यापासून सागरपृष्ठावर बेटे निर्माण झालेली असतात.

बहुतेक प्रवाळ बेटांची निर्मिती कुठल्याही खंडाच्या पूर्व किनाऱ्यावर झालेली आढळते. पूर्व किनाऱ्यावर सागरजल तापमान त्या मानाने अधिक असल्यामुळे असे घडते. पॅसिफिक व हिंदी महासागरात प्रवाळ खडक मोठ्या प्रमाणात आहेत. जगातील सर्वात मोठी प्रवाळ खडकांची रांग म्हणजे ऑस्ट्रेलियाच्या ईशान्येस असलेली सुमारे १९२० कि. मी. लांबीची 'ग्रेट बॅरिअर रीफ' (Great Barrier Reef) ही होय.

Coral Reefs - प्रवाळ भिंती

उष्णकटिबंधीय सागरामध्ये प्रवाळ हे सागरीकीटक असतात. हे कीटक सागरातील चुन्यावर उदरनिर्वाह करीत असतात. हे सर्व कीटक समूहाने राहात असतात व ते आपल्या सभोवताली चुन्याचे आवरण तयार करतात व नंतर आतील कीटक मरतो व त्या आवरणावर दुसरा कीटक आवरण तयार करतो. अशा प्रकारे विशिष्ट कालांतराने त्या ठिकाणी विस्तृत लांब भिंत (Reef) तयार होते, ज्याला प्रवाळ भिंत असे म्हणतात. प्रवाळ भिंतीची निर्मिती सुमारे २५ अंश उत्तर ते २५ अंश दक्षिण अक्षांशाच्या दरम्यान मध्य किंवा बेटसमूहाच्या किनाऱ्याच्या आधारे विशिष्ट खोलीवर होत असते. सागरातील प्रवाळ कीटक पाण्याच्या बाहेर जिवंत रहात नसल्यामुळे प्रवाळ भिंती या सागरतळावर आढळून येतात. प्रवाळभिंतीची निर्मिती फक्त प्रवाळकीटकांमुळेच होते असे नाही तर त्यांच्या निर्मितीसाठी इतर सागरी जीवसुद्धा महत्त्वपूर्ण असतात.

Crop Combination - पीकसंगती

एखाद्या शेतीमध्ये अनेक पिके एकमेकांशेजारी घेतली जातात किंवा वेगवेगळ्या ऋतूत वेगवेगळी पिके पिकविली जातात. या पद्धतीला पीकसंगती असे म्हणतात. एखाद्या प्रदेशातील पीकसंगती पुढील घटकांवर अवलंबून असते : (१) नैसर्गिक घटक जसे – हवामान, पावसाचे प्रमाण, मृदेचा प्रकार, (२) जलसिंचनाची उपलब्धता, (३) आर्थिक घटक, सरकारी धोरण.

भारताच्या विविध भागात विविध प्रकारची पिके घेतली जातात, परंतु सर्व पिकांचे वितरण समान स्वरूपाचे नसते. म्हणजेच काही भागात विशिष्ट प्रकारचे पीक

जास्त प्रमाणात घेतले जाते. काही भागात दोन किंवा तीन पिकांचे उत्पादन जास्त प्रमाणात घेतले जाते. काही भागात अनेक प्रकारची पिके मोठ्या प्रमाणात घेतली जातात.

भारतामध्ये पीकसंगतीचे वितरण पुढील चार गटांमध्ये आढळते :- (१) तांदूळ - आधारित पीकसंगती, (२) तांदळाव्यतिरिक्त इतर खरीप पिके, (३) रब्बी पीक संगती, (४) मळ्यातील आणि इतर नगदी पीकसंगती.

Crop Rotation - पिकांचा फेरबदल

एकाच जमिनीत दोन किंवा अधिक पिके एका विशिष्ट क्रमाने घेणे या पद्धतीला पिकांचा फेरबदल, पिकांची फेरपालट किंवा बेवड करणे असे म्हणतात.

अनेक कारणांनी एका पिकाचे दुसऱ्या पिकावर परिणाम घडून येतात. पण मुख्यत्वेकरून हे परिणाम एखाद्या पिकाने जमिनीतील पाणी व अन्नांश वाजवीपेक्षा कमी-जास्त शोषून घेतल्यामुळे किंवा त्याने दुसऱ्या पिकाला किंवा स्वत:ला सुद्धा अनिष्ट व अपायकारक असे काही द्रव्य जमिनीत सोडल्यामुळे जास्त प्रमाणात दिसून येतात.

जर एकच पीक वर्षानुवर्षे पिकविले गेले तर त्या पिकाला लागणारी पोषक द्रव्ये मृदेतून कमी होऊ लागतात. त्यामुळे मृदेचा सुपीकपणा राखण्यासाठी शेतात क्रमाक्रमाने पिके फिरविली जातात. पिकांच्या फेरबदलामुळे पुढील फायदे होतात :

(१) जमिनीचा कस व पिकाऊपणामध्ये वाढ होते. (२) खतांची काटकसर होते. (३) कीटक व रोग यांना आळा बसतो. (४) आर्थिक नुकसानीचा धोका कमी असतो. (५) शेतभांडवलाचा आणि शेतमजुरांचा जास्तीत जास्त उपयोग करता येतो. काही महत्त्वाच्या पिकांची फेरपालट याप्रमाणे :

दोन वर्षांचा बदलता क्रम - (१) तांदूळ, कडधान्य (२) ज्वारी किंवा मका, गहू किंवा हरभरा, (३) कापूस किंवा ज्वारी, भुईमूग किंवा ज्वारी

तीन वर्षांचा बदलता क्रम - (१) गहू, मका, ऊस (२) ऊस, गहू, कापूस (३) तांदूळ, ऊस, ऊस

Cryptogams - अपुष्प वनस्पती

ज्या वनस्पतींना फुले तसेच बियाही येत नाहीत, अशा वनस्पतींना 'अपुष्प वनस्पती' म्हणतात. पाण्यातील शेवाळ बुरशी इत्यादी अपुष्प वनस्पतींची उदाहरणे होत.

Cultural Environment - सांस्कृतिक पर्यावरण

मानव व त्याच्या सभोवतालचे नैसर्गिक पर्यावरण यांच्या संबंधातूनच मानवनिर्मित पर्यावरण अस्तित्वात येत असते. वरील दोन्ही घटकांच्या वितरणात व संबंधात

स्थलपरत्वे व कालांतराने बदल होत असल्याने त्याचा परिणाम मानवाच्या जीवनावर कमी-जास्त प्रमाणात झालेला दिसतो. सांस्कृतिक पर्यावरणात सामाजिक व आर्थिक घटकांचा समावेश होतो. मानवी वसाहती, वाहतुकीचे व दळणवळणाचे मार्ग, औद्योगिकीकरण, तांत्रिक प्रगती या घटकांचा समावेश मानवनिर्मित पर्यावरणात केला जातो. सध्याच्या काळात नैसर्गिक पर्यावरणाबरोबरच मानवाचा विकास व मानवी जीवन यावर सांस्कृतिक पर्यावरणाचे घटक प्रभावी ठरत आहेत. संभववादी विचारप्रणालीचे लोक निसर्गापेक्षा सांस्कृतिक पर्यावरणाला विशेष महत्त्व देतात.

मानवी वसाहतीचे ग्रामीण व नागरी असे प्रकार पडतात. ही मानवी वसाहतीची विभागणी त्या वसाहतीतील व्यवसाय, लोकसंख्या व प्रशासकीय यंत्रणा यांच्या आधारावर केली जाते. ग्रामीण भागात प्राथमिक, द्वितीय क्षेत्रातील व्यवसाय जास्त केले जातात.

उपलब्ध असलेल्या अत्याधुनिक वाहतूक व दळण-वळणाच्या सुविधांचा परिणाम सध्याच्या काळात मानवी जीवनावर फार मोठ्या प्रमाणात झालेला दिसतो. कच्चा माल, पक्का माल, यंत्रसामुग्री, मजूरवर्ग, शक्तिसाधने इत्यादी तसेच वाहतुकीसाठी स्वस्त, गतिमान आणि सुखकर वाहतुकीचे मार्ग उपलब्ध झाल्यामुळे औद्योगीकिकरणाला चालना मिळाली आहे. मुंबई या शहराची वाढ सर्व प्रकारचे वाहतुकीचे मार्ग उपलब्ध असल्यामुळे झालेली आहे. वाहतुकीचे मार्ग असल्याने औद्योगिक प्रदेश स्थापन झाले आहेत. या कारखान्यात काम करणाऱ्या मजूरवर्गामुळे मुंबई शहराची वाढ होत आहे.

मानवाच्या जीवनावर सांस्कृतिक पर्यावरणातील त्या देशातील तांत्रिक प्रगती विशेष परिणाम करते. एखादा देश तांत्रिकदृष्ट्या पुढारलेला असेल तर उपलब्ध तंत्राद्वारे अनेक व्यवसाय प्रस्थापित करता येतात. व्यवसायात त्यामुळे प्रगती होत असते. अशा प्रकारे सांस्कृतिक पर्यावरणांमध्ये विविध घटकांचा समावेश झालेला आढळतो.

Darwin's Theory - डार्विनचा सिद्धान्त

विविध पर्यावरणात जगणाऱ्या सजीवांचे प्रत्यक्ष निरीक्षण करून मिळालेल्या माहितीच्या आधाराने प्रसिद्ध ब्रिटिश शास्त्रज्ञ चार्ल्स डार्विनने इ. स. १८५९ मध्ये उत्क्रांतीविषयक महत्त्वाचा सिद्धान्त मांडला. एकाच जातीच्या सजीवांतही काही फरक आढळून येतात. तसेच सर्व सजीवात प्रजननाची विपुलता असली तरीही त्यांची संख्या स्थूलमानाने स्थिर रहाते असा निष्कर्ष डार्विनने मांडला. या निरीक्षणांच्या आधाराने एकाच जातीतील थोडेफार फरक असलेल्या सजीवांपैकी सर्वात सक्षम सजीवच निभाव धरून राहतात. उलटपक्षी, अक्षय सजीवांचा टिकाव लागत नाही. निभाव लागण्यासाठी उपयुक्त ठरणारी वैशिष्ट्ये पुढील पिढीत संक्रमित होतात; असा सिद्धान्त डार्विनने मांडला. नैसर्गिक निवड म्हणून हा सिद्धान्त प्रसिद्ध आहे.

Darwinism - डार्विनवाद

डार्विन हा इंग्लंडमधील विचारवंत. त्याने 'ऑन दी ओरिजिन ऑफ स्पेसीज' हा उत्क्रांतिवादाचे समर्थन करणारा ग्रंथ इ.स.१८५९ मध्ये व 'दि अॅसेंट ऑफ मॅन' हा ग्रंथ इ.स.१८७१ मध्ये प्रसिद्ध केला. या ग्रंथातील मध्यवर्ती कल्पना उत्क्रांति तत्त्वाची असून मानवाची उत्पत्ती कशी झाली, याचे विश्लेषण तो निसर्गातील विविध वनस्पती व प्राण्यांचा अभ्यास करून मांडतो. त्याच्या या विचारसरणीस 'डार्विनवाद' असे म्हणतात. त्याच्या या विचारांचा प्रभाव अनेक विचारवंतांवर पडला. प्रामुख्याने प्राणिशास्त्र, वनस्पतिशास्त्र व शरीरशास्त्राचा अभ्यास करणाऱ्या विचारवंतांनी या सिद्धान्ताचा पुढे अवलंब केलेला दिसतो किंवा त्यात सुधारणा केलेल्या दिसतात.

Deciduous Forest - सदाहरित वने

सरासरी २०० सें.मी. पेक्षा जास्त पर्जन्य, वार्षिक सरासरी तापमान २४° से. व ७५% पेक्षा जास्त सापेक्ष आर्द्रता असलेल्या प्रदेशात सदाहरित वने आढळतात.
पानझडी वृक्षांची वने

ही वने १०° ते ३०° अक्षांशांच्या पट्ट्यात उत्तर व दक्षिण गोलार्धात आढळतात. ही जंगले प्रामुख्याने मोसमी हवामानाच्या प्रदेशात आढळतात. मोसमी हवामानाच्या प्रदेशात उन्हाळा, हिवाळा व पावसाळा हे ऋतू असतात. पावसाळ्यात झाडांवर खूप फांद्या व पाने यांची वाढ होते; हिवाळ्यात तापमान कमी असल्याने ती झाडे हिरवी राहतात. पण उन्हाळ्यात तापमान वाढल्याने व पाण्याचा अभाव असल्याने झाडाची पाने पिवळी होतात व गळून पडतात. त्यामुळे उन्हाळ्यात या वृक्षांवर कमी पाने असतात व बाकीची पाने झडलेली असतात म्हणून या वृक्षांना पानझडी वृक्ष म्हणतात. वृक्षांची पाने रुंद असतात.

ही जंगले प्रामुख्याने भारत, म्यानमार, थायलंड, लाओस, कंबोडिया, व्हिएतनाम, श्रीलंका, फिलिपाईन्स, मादागास्कर बेटे व ऑस्ट्रेलियाचा उत्तर किनारा येथे आढळतात. या वनात प्रामुख्याने साग, साल, पिंपळ, चंदन, बांबू हे वृक्ष आढळतात. या वृक्षांपासून अत्यंत टिकाऊ व मऊ लाकूड मिळते. त्याचा उपयोग फर्निचर बनवण्यासाठी केला जातो. साग व चंदन या दोन्ही वृक्षापासून अतिशय मौल्यवान लाकूड मिळते व त्याला जागतिक बाजारपेठेत भरपूर मागणी आहे. या जंगलातून लाकडाव्यतिरिक्त लाख, डिंक, मध, मेण, क्विनाईन इ. पदार्थ मिळतात.

ही जंगले प्रामुख्याने दाट लोकवस्तीच्या आशियाई देशात वाढत असल्याने तेथे शेतीसाठी जंगलतोड करण्यात येते. फक्त टेकड्या व डोंगरावरचीच जंगले आता शिल्लक आहेत.

Degradation of Resources - संसाधनांचा ऱ्हास

मानवाला स्वतःच्या गरजा भागवून जीवन अधिक समृद्ध करण्यासाठी संसाधनांचा विनियोग करावा लागतो. विनियोगामुळे अविनाशी संसाधनांचा नाश होत नाही. नूतनीकरण क्षमता असणारी संसाधने नैसर्गिक चक्रामुळे पुन्हा निर्माण होतात. तथापि विनाशी संसाधनांचा वापर केल्यावर त्याची भरपाई होत नाही.

हवा, सौरशक्ती यांसारख्या काही अविनाशी संसाधनांचा अपवाद वगळता इतर अनेक संसाधने मर्यादित प्रमाणात आहेत व अशा मर्यादित विनाशी संसाधनांचा अनिर्बंधपणे अपव्यय केल्यामुळे त्यांचा विनाश होतो तर काहींच्यामुळे प्रदूषण होते. यामुळे पर्यावरणाची फार मोठ्या प्रमाणावर हानी होते. यालाच संसाधनांचा ऱ्हास असे म्हणतात. अमर्याद अनिर्बंध वापरामुळे पृथ्वीवरील संसाधनांपैकी अनेक संसाधने संपून जाण्याचा धोका निर्माण झाला आहे.

Desertification - वाळवंटीकरण

वनस्पतींचा अभाव असलेल्या प्रदेशास 'वाळवंट' असे म्हणतात. वनस्पतींचा अभाव पाण्याच्या अभावी व अतिथंड हवामानामुळे असतो. मानवनिर्मित पर्यावरणीय समस्यांमध्ये 'वाळवंटीकरण' ही अत्यंत गंभीर स्वरूपाची समस्या आहे. वाळवंटाचा त्याच्या सीमाभागात विस्तार वाढत जाणे म्हणजे वाळवंटीकरण असे सर्वसामान्यपणे मानले जाते. तथापि, ही संज्ञा त्यापेक्षा व्यापक अर्थाने वापरली जाते. पृथ्वीच्या पृष्ठभागावरील सुमारे ८.४ दशलक्ष चौ.कि.मी. क्षेत्रफळाचा प्रदेश वाळवंटी स्वरूपाचा आहे. या प्रदेशाला रुक्ष प्रदेश (Arid Land) असेही म्हणतात. मानवी हस्तक्षेपामुळे वाळवंटीकरण वाढत चालले आहे. वाळवंटीकरणास खालील कारणे साहाय्यकारी ठरतात.

(१) वनसंहार.

(२) अतिव चराई.

(३) कोरडवाहू शेती (असंरक्षित शेती).

(४) जमिनीची धूप.

(५) भूमिगत पाणीपातळी खालावणे.

(६) अतिव जलसिंचन.

(७) खते व किटनाशकांचा अतिरेक.

(८) पृथ्वीच्या तापमानातील वाढ.

(९) आम्ल पर्जन्य.

(१०) वाळवंटावरून येणारे वेगवान वारे.

Disaster and Development - विकास आणि आपत्ती

पूर्वीच्या काळात निर्माण होणारी संकटे ही बव्हंशी नैसर्गिक असत. मानवाची जसजशी प्रगती होऊ लागली, तंत्रज्ञानाचा विकास होऊन जसजशी त्याच्या राहणीमानात सुधारणा होऊ लागली, तसतशी संकटे वाढतच गेली. प्रगती करून घेण्यासाठी मानवाने निसर्गव्यवस्थेत जी ढवळाढवळ केली त्याचाच हा परिणाम होता. निसर्ग आणि मानवसमाज अशा दोघांमुळे ही गुंतागुंत अधिकच वाढत गेली. कारण लोकसंख्येतील प्रचंड वाढ आणि प्रगती करून घेताना निसर्गाच्या मार्गात आणलेले अडथळे यामुळे निसर्गनिर्मित आणि मानवनिर्मित अशी दुहेरी संकटे निर्माण झाली. इतकेच नव्हे तर या संकटांची भयानकता अधिकच वाढली. एक उदाहरण घेऊ. भूकंपाचा जबरदस्त हादरा ही नैसर्गिक घटना झाली. परंतु त्यामुळे जर मानवाने बांधलेले धरण फुटले तर त्यातून वाहणारा पाण्याचा प्रचंड लोंढा हा नदीच्या परिसरात जीवित आणि वित्त यांची अपरिमित हानी घडवतो. याच प्रकारे मानवाच्या विकासाच्या धडपडीत जर पर्यावरणाचा समतोल ढासळला तर पर्यावरणाचीही मोठी हानी होऊन त्याचे भौगोलिक परिस्थिती आणि मानवी जीवनावर अनिष्ट परिणाम होतात. पर्यावरणाचा समतोल ढळल्यामुळे वातावरणात बदल घडतात. बर्फमय प्रदेशातला बर्फ वितळून समुद्राची पातळी वाढणे व त्यामुळे काही बेटे व किनारपट्ट्या पाण्याखाली बुडणे, हाही त्यातलाच एक प्रकार.

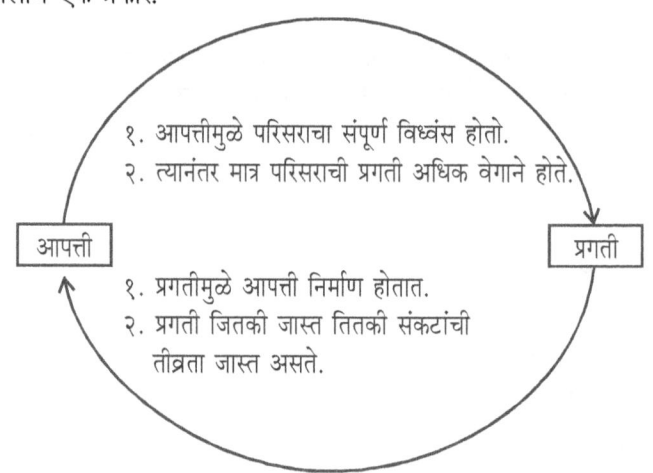

लोकसंख्येची वाढलेली घनताही त्या प्रदेशाच्या परिस्थितीत बिघाड घडवायला कारणीभूत होते. एका छोट्या प्रदेशात जर लोकसंख्या एकवटली, तेथे लोकांची प्रचंड गर्दी झाली तर तेथे धोक्याची तीव्रताही वाढते. भूकंप, नद्यांना आलेले पूर

यामुळे घडणारी जीवितहानीही खूप मोठी असते. तुलनेने विरळ लोकवस्तीच्या प्रदेशात संकटाची तीव्रता कमी असते. संपूर्ण देशाचा विचार केल्यास दाट वस्तीच्या प्रदेशांना संकटांचा सामना अधिक करावा लागतो.

बेसुमार प्रमाणात होणारी बांधकामे संकटाचा धोका अधिक वाढवतात. वाढत्या नागरीकरणामुळे जंगले तोडली जातात. जमिनीला भार पेलवेल की नाही याचा विचार न करता जेथे जागा सापडेल तेथे बांधकामे केली जातात. कमकुवत असलेल्या भूपृष्ठावर जर अशा प्रकारच्या बांधकामांची दाटी झाली तर कोणते संकट कधी ओढवेल त्याची कल्पनाच करता येत नाही. विशेषत: किनारपट्टीलगत जर अशी बांधकामे झाली तर भूकंप, पूर आणि वादळे यांसारख्या आपत्ती जेव्हा उद्भवतात तेव्हा या नैसर्गिक आपत्तींना पूरक अशा मानवनिर्मित आपत्ती त्यानंतर ओढवतात. या परिसराचे झालेले बेसुमार नागरीकरण आणि अमर्याद औद्योगिकीकरण यामुळे पर्यावरणाची प्रचंड हानी होऊन संकटाची भीषणता अधिकच वाढते. गंगेच्या खोऱ्यात प्रतिवर्षी नियमितपणे येणारे पूर व त्यामुळे होणारी जीवित व मालमत्ता यांची प्रचंड हानी या विधानाची साक्ष पटवतात.

या साऱ्या विवेचनावरून विकास आणि आपत्ती यांचा असणारा परस्परसंबंध स्पष्ट होतो. विकासापाठोपाठ आपत्तीचा धोका अधिकच वाढतो. त्यायोगे होणारी हानीही जास्त असते. मात्र त्याबरोबरच अशा वारंवार उद्भवणाऱ्या संकटांची कारणे कोणती? त्यांचे परिणाम कोणते होतात? हेही लोकांच्या ध्यानात येते. त्यानुसार ते संकटाचा मुकाबला करू शकतात. प्रगतीमुळेच ज्या सोयीसुविधा निर्माण झाल्या, माहिती, तंत्रज्ञानाची जी प्रगती झाली, त्यायोगे संकटामधून बाहेर पडून लवकरात लवकर मानवी जीवन पूर्वपदाला येऊ शकते. संकटाच्या खुणाही शिल्लक रहात नाहीत. इतकेच नव्हे तर आपत्ती ही वरदान ठरून मानवाची अधिकच प्रगती होते. परिसराचा झपाट्याने विकास होतो. लातूर परिसरात जो प्रचंड भूकंप झाला, त्यामुळे अपरिमित हानी झाली हे जरी खरे असले तरीही त्यानंतरच त्या परिसराचा अधिक वेगाने विकास झाला हेही ध्यानात घ्यायला हवे.

Disaster Management - आपत्ती व्यवस्थापन

आपत्ती या ओढवणारच! त्या ओढवू नयेत यासाठी प्रत्येकानेच सावधगिरी घ्यायला हवी अन् ओढवल्याच तर त्यांचा प्रतिकार करणे हे प्रत्येकाचे कर्तव्य आहे. आपत्ती याव्यात असे कुणालाच कधीही वाटत नाही. तथापि, त्या ओढवल्याच तर त्यांची तीव्रता पद्धतशीरपणाने कमी करता येते. आपत्ती या नियोजित नसतात परंतु योजनाबद्ध प्रयत्नांनी त्यांचे निवारण होऊ शकते. आपत्ती निर्माण झाली की ती सौम्य करण्यासाठी प्रयत्न करणे हे ओघानेच येते. एक गोष्ट घडली की तिची प्रतिक्रिया

म्हणून दुसरी गोष्ट ही घडवावी लागतेच. संकटे ही आधी घडतात. त्यांची कारणे नैसर्गिक असतात. त्यांच्या निवारणासाठी धडपड करणे ही प्रतिक्रियात्मक स्वरूपाची घटना आहे. ते स्वाभाविकच घडते. तथापि, त्या संदर्भात जर योजनाबद्ध प्रयत्न केले, व्यवस्थित ठरवून सर्व गोष्टी केल्या तर त्यांचे फळ अधिक मिळते. साहजिकच व्यवस्थापनाच्या संदर्भातील तत्त्वज्ञान, त्याची कार्यपद्धती व नेतृत्वाकडून घेतले जाणारे योग्य प्रकारचे निर्णय व त्यांची कार्यवाही या गोष्टी महत्त्वाच्या आहेत. याचाच अर्थ असा की शास्त्रशुद्ध पायावर होणारे प्रयत्न, नेतृत्वाकडून अवलंबली जाणारी व्यूहरचना आणि व्यवस्थापनातील सुयोग्य तंत्राचा वापर याद्वारे आपत्ती निवारणाचे कार्य चांगल्या प्रकारे होऊन ते अधिक लाभदायक ठरते. 'पर्यावरण सुरक्षित बनवण्याचे कार्यक्षेत्र' या व्यवस्थापनात असते. 'जीविताची सुरक्षितता' हे त्याचे कार्य असते तर 'संकटावर मात करून टिकून राहण्याचे उद्दिष्ट' त्यामध्ये साधले जाते. प्रत्येक देशाने, राष्ट्रांच्या समूहाने जेव्हा आपल्या अस्तित्वाचे उद्दिष्ट आपल्यासमोर ठेवलेले असते, त्यावेळी तेथील जनता आणि शासनयंत्रणा यांना त्याबाबतीत दक्ष राहण्याची, आपली कर्तव्ये जबाबदारीने पार पाडण्याची भूमिका बजावावीच लागते. व्यवस्थापनशास्त्राच्या भाषेत असे झाले तरच 'आपत्ति निवारण' हे उत्पादन उत्तम दर्जाचे होते. ते उपभोक्त्यांपर्यंत व्यवस्थित पोहोचते व उपभोक्ते (म्हणजेच देशातील जनता) त्याचा जास्तीत जास्त लाभ घेऊ शकतात.

जेव्हा आपण देशाच्या राज्यघटनेचा विचार करतो, तेव्हा 'प्रत्येक व्यक्तीला सुरक्षितता, जगण्याचा अधिकार व राष्ट्रीय एकात्मता या संदर्भात कटिबद्ध राहण्याची आपण घेतलेली शपथ' त्यात नोंदवलेली आहे. प्रत्येकास आपले जीवित आणि मालमत्ता सुरक्षित राखण्याचा अधिकार घटनेनेच दिलेला आहे. तर त्यासंदर्भातील संरक्षण, शांतता व सुव्यवस्था निर्माण करण्याची जबाबदारी शासनाची आहे. घटनेमध्ये याबाबत विस्तृतपणाने लिहिलेले आहे. तसेच राष्ट्रीय एकात्मता आणि सुरक्षितता राखणे हे प्रत्येक व्यक्ती व संस्थेचे मूलभूत कर्तव्य असते, तर सरकारसाठी ते मार्गदर्शक तत्त्व आहे. साहजिकच आपत्ती निवारणाची जबाबदारी ही प्रत्येक व्यक्ती, संस्था आणि सरकार यांच्यावर आपोआपच येते.

आपत्ती निवारण हे योजनाबद्ध रीतीने अमलात आणता येते, असे जेव्हा आपण म्हणतो, तेव्हा आपत्ती यायच्या आधीच योग्य ती सावधगिरी बाळगणे, आपत्तीचा प्रतिकार करणे, तिच्यापासून लोकांना वाचवणे, आपत्तीची झळ कमी करणे अशा एका पाठोपाठ करायच्या गोष्टींचा विचार ओघानेच येतो. हे सर्व टप्पे आकृतीच्या साहाय्याने याप्रमाणे मांडता येतील.

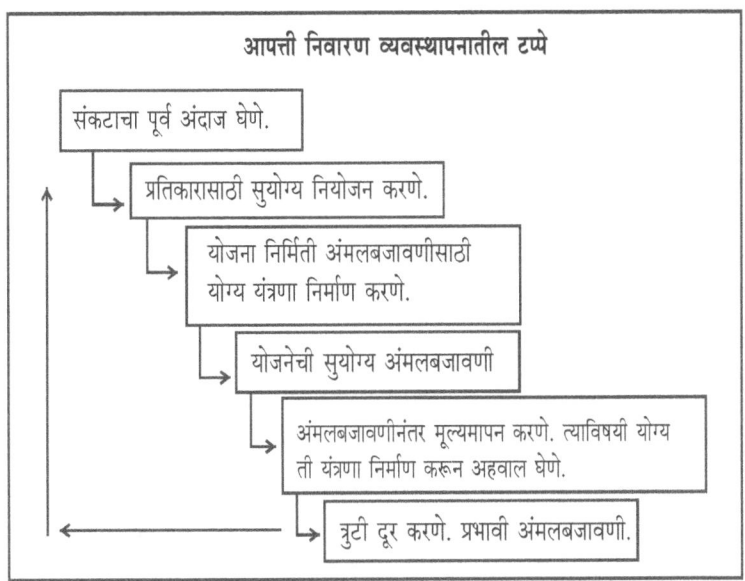

आपत्ती निवारण व्यवस्थापनातील टप्पे

- संकटाचा पूर्व अंदाज घेणे.
- प्रतिकारासाठी सुयोग्य नियोजन करणे.
- योजना निर्मिती अंमलबजावणीसाठी योग्य यंत्रणा निर्माण करणे.
- योजनेची सुयोग्य अंमलबजावणी
- अंमलबजावणीनंतर मूल्यमापन करणे. त्याविषयी योग्य ती यंत्रणा निर्माण करून अहवाल घेणे.
- त्रुटी दूर करणे. प्रभावी अंमलबजावणी.

आपत्ती निवारण ही कोणा एकाची जबाबदारी नसते. सरकार, शासनयंत्रणेतील सर्व घटक, विविध व्यावसायिक, उद्योगपती यांचे समूह/संघ, सामाजिक संस्था, शैक्षणिक संस्था, कुटुंबे आणि त्यातील प्रत्येक व्यक्ती अशा सर्वांनीच आपत्ती निवारणाच्या व्यवस्थापनात सहभागी होणे गरजेचे असते. कोणती ना कोणतीतरी जबाबदारी ही घ्यावीच लागते. सर्वांना कार्यपद्धतीचे हे टप्पे अवलंबावे लागतात.

आपत्ती निवारणाच्या संदर्भात (अ) आपत्ती पूर्वीची अवस्था, (ब) आपत्तीच्या दरम्यानची कार्यपद्धतीची अवस्था व (क) आपत्तीनंतरची अवस्था अशा तीन अवस्था असतात. या प्रत्येक अवस्थेसाठी स्वतंत्र धोरण ठरवून त्यानुसार कार्यक्रम तयार करून ते प्रभावीरीत्या अमलात आणावे लागतात. तरच एका अवस्थेमधून पुढच्या अवस्थेत कोणत्याही अडचणी निर्माण न होता जाणे शक्य होते. मात्र काही वेळेला हा क्रम आणि त्याचा कालावधी निश्चित नसतो.

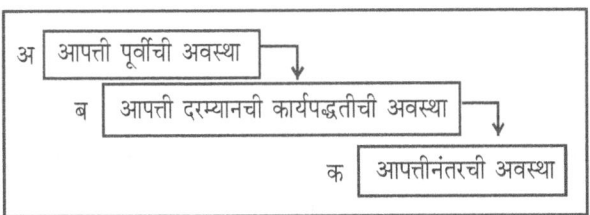

- अ | आपत्ती पूर्वीची अवस्था
- ब | आपत्ती दरम्यानची कार्यपद्धतीची अवस्था
- क | आपत्तीनंतरची अवस्था

Dissolved Oxygen - विद्राव्य प्राणवायू

पाण्यात विरघळलेल्या प्राणवायूच्या प्रमाणाला 'विद्राव्य प्राणवायू' असे म्हणतात. पाण्यात विरघळलेल्या प्राणवायूच्या प्रमाणावर त्या पाण्यातील सजीवांचे अस्तित्व अवलंबून असते. पाण्याचे तापमान जास्त असल्यास त्यातील विद्राव्य प्राणवायूचे प्रमाण घटते. उदा. शून्य अंश सें. तापमानास सुमारे १५ पी. पी. एम. (पार्ट्स पर मिलियन) विद्राव्य प्राणवायू असतो. त्याचे प्रमाण २० अंश सें. तापमानास ९ पी. पी. एम. व ४० अंश सें. तापमानास ४ ते ५ पी. पी. एम. इतके कमी होते.

कमी झालेल्या या प्राणवायूचा जलचरांवर विपरीत परिणाम घडू शकतो. पाण्याच्या औष्णिक प्रदूषणामुळे विद्राव्य प्राणवायूचे प्रमाण घटते.

DNA Finger Printing - डी.एन.ए. फिंगरप्रिंटिंग

प्रत्येक व्यक्तीच्या शरीरात डी.एन.ए. ची ठेवण वैशिष्ट्यपूर्ण असते. डी.एन.ए.चा ठराविक क्रम व्यक्तींमध्ये असतो. त्यास mini satellite असे म्हणतात. या तंत्राचा उपयोग पुढील प्रमाणे केला जातो.

(१) न्यायवैद्यक क्षेत्रात (Forensic science) गुन्हेगार ओळखण्यासाठी.
(२) पितृत्वाच्या दाव्यांमधील सत्यासत्यता पडताळून पाहण्यासाठी.
(३) सजीवांच्या धोक्यात असणाऱ्या किंवा संरक्षित जातींमधील आंतरसंकराचे प्रमाण (extent of inbreeding) शोधण्यासाठी.

Drip Irrigation - ठिबक सिंचन पद्धती

या पद्धतीमध्ये शेतातील रोपट्याच्या मुळाजवळ योग्य प्रमाणात थेंब थेंब पाणी लहान प्लास्टिकच्या नळीने सोडण्याची सोय केलेली असते. जमिनीचा भिन्न प्रकारचा पोत, वातावरणातील बदल, झाडाचे वयोमान, पिकाचा प्रकार यानुसार पाण्याच्या प्रमाणात कमी-अधिक बदल करावा लागतो. या पद्धतीमुळे ३० ते ३५% पाण्याची बचत होते. यामुळे अधिक जमीन ओलिताखाली येते. त्याचप्रमाणे हलक्या वालुकामय जमिनीला अवास्तव पाणी द्यावे लागत नाही. या पद्धतीचा वापर वाढवल्यास पाण्याची मोठ्या प्रमाणात बचत होऊ शकते.

Drought Management - अवर्षण व्यवस्थापन

अवर्षणाचा विपरीत परिणाम विविध आर्थिक क्षेत्रांवर होत असतो. म्हणून भारतीय अर्थव्यवस्था बळकट करण्यासाठी अवर्षण व्यवस्थापन करणे गरजेचे आहे. अवर्षण व्यवस्थापन म्हणजे प्राप्त परिस्थितीत पर्जन्य व उपलब्ध जलसाठ्यांचा शेती व इतर कारणांसाठी योग्य वापर करून घेणे होय. दीर्घकाळाचा विचार करून

अवर्षण व्यवस्थापन करणे गरजेचे असते. यासाठी खालील उपाययोजना करणे आवश्यक आहे.

(१) मृदा,जल व वन संधारणाच्या माध्यमातून पाणलोट क्षेत्र विकास करणे, 'पाणी अडवा, पाणी जिरवा' कार्यक्रम राबविणे.

(२) भूपृष्ठीय व भूजलसाठे वाढविण्यासाठी शक्य तेथे लहान-मोठे बंधारे बांधणे.

(३) विपुल पाणी असणाऱ्या नदीपात्रातून हंगामी वाहणाऱ्या व कमी पाणी असणाऱ्या नदीपात्रात पाणी वळविणे.

(४) पाण्याच्या मागणीचे व्यवस्थापन करणे. यात पाण्याचा काटकसरीने वापर करणे, अयोग्य वापर टाळणे, पाण्याचा पुनर्वापर करणे, आवश्यकतेनुसार पाण्याचे योग्य वाटप करणे इत्यादी योजनांचा समावेश होतो.

(५) अल्प कालावधीत कमी पाण्यावर वाढणारी, तसेच पाण्याचा ताण सहन करणारी पिके घेणे.

(६) पाण्याचा अपव्यय टाळण्यासाठी ठिबक सिंचन, तुषार सिंचन पद्धतींचा वापर करणे.

(७) पाण्याची उपलब्धता वाढविण्यासाठी घरांच्या छतावर पडणाऱ्या पावसाचे पाणी साठविणे.

(८) शेतात शेततळी तयार करून त्यात पाण्याचा साठा करणे.

अवर्षण स्थितीवर मात करण्यासाठी नदीजोड प्रकल्प हा एक प्रमुख उपाय होऊ शकतो, असे तज्ज्ञांचे मत असून त्या दृष्टीने विचारमंथन सुरू आहे.

Duck Farming - डक फार्मिंग (बदकांची शेती)

केरळमध्ये असलेली बॅक वॉटर्स हे तेथील कालवेच आहेत. या कालव्यांमध्ये बदके पाळण्याचा जो व्यवसाय मोठ्या प्रमाणावर केला जातो त्यालाच 'डक फार्मिंग' असे म्हणतात.

यामध्ये हॅचरीतून बदकाची अंडी उबवायची. पाच ते सहा दिवसांची पिल्ले कालव्यामध्ये आणून सोडायची व छोट्या बोटीतून पाण्यातून बदके हाकत न्यायची हे याचे स्वरूप आहे. रात्री बाजूच्या भात शेतात जाळ्या लावून बंदिस्त केलेल्या भागात ही बदके मोकळी सोडली जातात. बदकांच्या या व्यवसायाचे अनेक फायदे आहेत. बदकांच्या विष्ठेचे उत्तम प्रतीचे खत (सेंद्रिय खत) भातशेतीसाठी अत्यंत उपयोगी ठरते. जी जमीन बदके उकरतात, त्याने आपोआप शेतीची मशागत होते. बदकाचे जे खाद्य (किडे, खेकडे, मासे) आहे त्यामुळे नैसर्गिक 'पेस्ट कंट्रोल' घडून येते व बदकाचे ठराविक वय झाल्यावर ती महिन्याला २० ते २५ अंडी देतात. शेवटी ही बदके बाजारात विकली जातात.

E-Agriculture - ई-शेती

देशात नावाजलेल्या शिक्षणसंस्थांमध्ये अग्रस्थानी असलेल्या पवईच्या (मुंबई) आय. आय. टी. (Indian Institute of Technology) ने शेतकऱ्यांच्या सेवेसाठी 'ई-शेती' ही नवी संकल्पना साकारली आहे. यासाठी 'आय. आय. टी.'ने 'अ‍ॅग्रोकॉम सॉफ्टवेअर टेक्नॉलॉजीज' (AST) नावाची कंपनीही स्थापन केली आहे. सध्याच्या मोबाईल क्रांतीचा ई-शेतीसाठी पुरेपूर उपयोग करून घेण्याचे या कंपनीचे धोरण आहे. कंपनीच्या मते मोबाइलचा परिपूर्ण वापर हा शेतकऱ्यांना साक्षर करणारा ठरणार आहे. यासाठीच शेतकऱ्यांना मोबाइलचा परिपूर्ण वापर करण्याचे प्रशिक्षण दिले जात आहे. 'जी. पी. आर. एस.' ची सुविधा असलेल्या मोबाइल फोनच्या द्वारे शेतकरी हा जगाच्या शेतीशी, बाजारपेठेशी सतत संपर्कात राहू शकतो याची जाणीव शेतकऱ्यांना करून दिली जात आहे. मोबाईलच्या 'एस. एम. एस.' या सेवेद्वारा शेतकऱ्यांना हवामानाची माहिती दिली जात आहे. या सुविधेअंतर्गत नाशिक जिल्ह्यातील निफाड येथील २०० शेतकरी या 'एस. एम. एस.' सेवेचे सभासद झाले आहेत आय. आय. टी. कडून भविष्यात कीड-रोग कोणते उद्‌भवणार हे देखील शेतकऱ्यांना आधी कळविले जाणार आहे. शेतीसंबंधीच्या कोणत्याही समस्येवरील उत्तरांसाठी आय. आय. टी. ने "WWW. aaqa.org' ही वेबसाइट सुरू केली आहे. या वेबसाईटच्या माध्यमातून शेतीसंबंधित कोणताही प्रश्न 'आय. आय. टी.' ला विचारून त्याचे उत्तर ४८ तासांत मिळविता येते.

E-Waste - ई-कचरा

इलेक्ट्रॉनिक कचरा हा संगणक, मोबाईल, दूरचित्रवाणी संच आणि फ्रीज यांपासून तयार होतो. निरुपयोगी झालेल्या या इलेक्ट्रॉनिक वस्तूंचे काही भाग सुटे करून त्यांचा पुनर्वापर व विक्री केली जाते आणि यांच्या प्रक्रियेतून इलेक्ट्रॉनिक कचऱ्याची निर्मिती होते.

या धोकादायक कचऱ्याची योग्य विल्हेवाट लावण्याची कोणतीही यंत्रणा अद्याप आपल्या देशात नाही. मुंबई व पुणे ही दोन शहरे महाराष्ट्रात या कचरानिर्मितीची प्रमुख केंद्रे बनली आहेत. मुंबईत हा कचरा सरसकट कचराकुंडीत टाकला जातो. अनेकदा तो जमिनीत भराव घालण्यासाठी वापरला जातो; मात्र या कचऱ्यात असलेल्या कॅडमियम, लीड ऑक्साईड, पारा, पॉलिक्लोरिनेटेड बाय फिनाइल यांसारख्या घातक रसायनांचा संपर्क आल्याने भूजल पूर्णत: प्रदूषण होण्याचा धोका असतो. शिवाय हा कचरा जाळण्याचा प्रयत्न झाल्यास विषारी वायू हवेत मिसळून वायुप्रदूषणाचाही धोका असतो.

Earth Summit - वसुंधरा शिखर परिषद

इ. सन. १९७२ मध्ये स्टॉक होम (स्वीडन) येथे पहिली आंतरराष्ट्रीय पर्यावरण परिषद संपन्न झाली. मानवी अस्तित्व टिकविण्यासाठी तसेच सर्व जीवसृष्टीचे अस्तित्व अबाधित राखण्यासाठी पर्यावरणाचे रक्षण व संवर्धन करणे आवश्यक आहे. याची जाणीव या परिषदेमुळे सर्व जगाला झाली असे म्हणावे लागेल; कारण या परिषदेत प्रदूषण, हवामान परिवर्तन, हरितगृह परिणाम, ओझोन क्षय, ग्रहीय तापमान वृद्धी, आम्ल पर्जन्य, पारिस्थितिकीय असंतुलन, प्राणी व वनस्पती जातींचे नामशेषीकरण अशा अनेक प्रकारच्या पर्यावरणीय आपत्तींवर चर्चा झाली या परिषदेमुळे जगभर पर्यावरण रक्षण व संवर्धन चळवळीचा प्रसार झाला.

इ. सन १९९२ च्या दि. ३ ते १४ जून या १२ दिवसांत ब्राझिलमधील रीऊ दे झानैरू येथे वसुंधरा शिखर परिषद (Earth Summit) संपन्न झाली. जगातील विकसित व विकसनशील अशा १५६ राष्ट्रांनी या परिषदेत सहभाग घेतला. संसाधनांचा विनियोग व संधारण हे या परिषदेतील विचार व चर्चा यांचे सूत्र होते. या परिषदेमुळे खऱ्या अर्थाने जगभर पर्यावरण जाण निर्माण झाली. मानव व पर्यावरण संबंधांच्या अनेक पैलूंवर चर्चा झाली व संयुक्तराष्ट्रांचा पर्यावरण आयोग (UNCED) स्थापन करण्यात आला. वसुंधरा शिखर परिषदेत चर्चा करण्यात आलेले काही महत्त्वाचे मुद्दे पुढीलप्रमाणे.

(१) पृथ्वीवरील संसाधनांची उपलब्धता मागणी, विनियोग व वापर पद्धती.
(२) पर्यावरण संरक्षणाच्या दृष्टीने विकास आराखड्यांची छाननी.
(३) पृथ्वीवरील हवामान परिवर्तनांचा अभ्यास.
(४) पारिस्थितिकीय असंतुलन व जैवसमूहांचे अस्तित्व
(५) सर्व प्रकारच्या प्रदूषण निवारणाचे व प्रतिबंधाचे उपाय
(६) उत्पादन, उपभोग, वाटप व श्रमविभाजन यांची कायमस्वरूपी व्यवस्था.
(७) उत्पादन तंत्रात पर्यावरण संवर्धन तत्त्वाचा समावेश.
(८) आधुनिक जीवन पद्धती व पर्यावरण संतुलन यांचा मेळ घालण्याच्या दृष्टीने जीवन पद्धतींची समीक्षा.
(९) वसुंधरा संरक्षण निधीची (EPF) उभारणी.
(१०) पर्यावरण सुलभ उत्पादन तंत्रांची देवाण-घेवाण.
(११) पर्यावरण संवर्धनात विकसित राष्ट्रांची जबाबदारी.
(१२) पर्यावरण संरक्षणासाठी विश्वबंधुत्वाची भावना निर्माण करणे.
(१३) वैज्ञानिक चाचण्या, अणुस्फोट, रासायनिक अस्त्रे व अण्वस्त्रे यांचा वापर, संसाधनांची लूट इत्यादींवर नियंत्रण ठेवण्यासाठी निर्बंध घालणे.

वसुंधरा शिखर परिषदेमुळे संपूर्ण मानवजातीमध्ये पर्यावरणविषयक जाणीव, जागृती झाली हे या परिषदेचे यश आहे.

Eco - Development - पारिस्थितिकीय विकास

संतुलित आणि सुव्यवस्थित नियोजनावर आधारित आर्थिक विकास करताना पर्यावरणीय संसाधनांचा मर्यादित वापर करून निसर्गाची गुणवत्ता टिकून राहील आणि विकासकार्यही चालू राहील, अशा व्यवस्थेस पारिस्थितिकीय विकास असे म्हणतात. निसर्गाच्या कोणत्याही घटकावर अतिरिक्त दबाव किंवा ताण न पडता, उत्पादन, उपभोग आणि अवशिष्ट यांमध्ये संतुलन राखून नैसर्गिक स्रोतांमधून आवश्यक ते पदार्थ अक्षय्यपणे सजीवास मिळत राहतील आणि असे संतुलन राखण्यासाठी पर्यावरणीय घटकांचा मैत्रीपूर्ण वापर करणे हे आवश्यक आहे.

पारिस्थितिकीय तंत्रांची गुणवत्ता, त्याची कार्यप्रणाली, ऊर्जाप्रवाह, जीवभूरसायन चक्र ह्या घटना प्राकृतिक नियमानुसार कार्यरत राहतात आणि त्या स्वनियंत्रित तत्त्वाने संतुलन राखतात. त्यामुळे जैव घटकात संवर्धनक्षमता विकसित होते आणि ती निरंतर क्रियाशील रहाते.

Eco-Friendly Technology - पर्यावरण स्नेही तंत्रज्ञान

एखादे उत्पादन, त्याची प्रक्रिया व त्याचा वापर यांमुळे पर्यावरणावर होणारे प्रतिकूल परिणाम कमी करणाऱ्या तंत्रज्ञानाला 'पर्यावरण स्नेही तंत्रज्ञान' असे म्हणतात. पर्यावरण स्नेही तंत्रज्ञान वापरण्याचे फायदे खालील प्रमाणे -

(१) उत्पादन प्रक्रियेमुळे होणारे प्रदूषण कमी होते.

(२) वीज वापरात बचत होते.

(३) पाणी, इंधन, कच्चामाल, यांसारख्या साधनसंपत्तीची बचत होते.

(४) टाकाऊ पदार्थ कमी होतात. तसेच त्यांचा कच्चा माल म्हणून इतर प्रक्रियांत वापर करता येऊ शकतो.

Ecological Balance - परिसंस्था संतुलन

निसर्गात संतुलन राखण्याची सर्वसाधारण प्रवृत्ती असते. पारिस्थितिकी रचना (Ecological Structure) ऊर्जा स्रोत व पोषक द्रव्यांचे चक्रीकरण यांच्यात कोणत्याही प्रकारचा बिघाड न झाल्यास पारिस्थितिकीय संतुलन साधले जाते. काही कारणास्तव पारिस्थितिकीय संतुलन ढासळले तर निसर्ग पुन्हा ते पूर्ववत आणण्याचा प्रयत्न करत असतो. निसर्गाच्या धारणक्षमतेपेक्षा नैसर्गिक घटकांमध्ये काही कारणास्तव विकृती निर्माण होते. पारिस्थितिकीय समतोल साधणे लवकर शक्य होत नाही. त्यातूनच निरनिराळ्या पर्यावरणीय आपत्ती निर्माण होतात.

निसर्गात वेगवेगळ्या असाखळ्या आणि अजाळ्या आहेत. सजीवांच्या एका जातीने त्याज्य केलेली वस्तू दुसऱ्या एखाद्या जातीला पोषणासाठी योग्य असू

शकतो. निसर्गात प्रत्येक सजीवास योग्यरीत्या जगता यावे म्हणून प्रत्येक परिसंस्थेत अशा प्रकारची रचना असते की, सजीव संख्या, त्यांचा शारीरिक आकार व त्यांच्यातील ऊर्जा विनिमयाचे प्रमाण ते सजीव ज्यांच्यावर आपले पोषण करतात अशा सजीवांची संख्या, त्यांचा आकार, त्यांची ऊर्जा क्षमता यांच्याशी निगडित असते. उदा. सूक्ष्म जीवाणू हे कीटकांचे खाद्य असते. त्यामुळे कीटकांच्या संख्येपेक्षा सूक्ष्म जीवाणूंची संख्या कितीतरी पटीने जास्त असते. कीटकांवर जे बेडूक जगतात अशा बेडकांची संख्या कीटकांपेक्षा निश्चितच कमी असते. सापांपेक्षा पक्ष्यांची संख्या लहान असते. यावरून ऊर्जा विनिमय स्तररचनेत एका जीवाकडून दुसऱ्या जीवाकडे ऊर्जेचे रूपांतरण होत असताना मूळ ऊर्जा कमी होत जाते. यालाच पारिस्थितिकीय मनोरा (Ecological Pyramid) असे म्हणतात. हा पारिस्थितिकीय संतुलनाचा एक प्रकार मानला जातो.

कार्बन चक्र, फॉस्फरस चक्र, नायट्रोजन चक्र, जलचक्र, ऑक्सिजन चक्र यांसारखी भूजीव रासायनिक चक्रे (Geo - Bio - Chemical Cycles) पारिस्थितिकीय संतुलन (Ecological balance) राखण्याचा निसर्गतः प्रयत्न करीत असतात. सर्व पोषकांचा साठा मर्यादित आहे. म्हणूनच पुन्हा पुन्हा तीच पोषके वापरणे अपरिहार्य आहे. त्यामुळे भूजीवरासायनिक चक्रे अनिवार्य असून निसर्गाच्या काटकसरीचाच तो एक भाग मानला जातो. ढोबळपणाने या चक्राच्या २ अवस्था असतात. एक पर्यावरणामधील अवस्था व दुसरी जीवांतर्गत अवस्था. पर्यावरणांतर्गत अवस्थेत पोषके हवेत अथवा पाण्यात आढळतात. तर जीवांतर्गत अवस्थेत ती वनस्पती, प्राणी आणि जीवांणूमध्ये असतात. अशा प्रकारे पारिस्थितिकीय संतुलनाचा अभ्यास वैशिष्ट्यपूर्ण असतो.

Ecological Niche - पारिस्थितिकीय कार्यस्थळ

विशिष्ट भौगोलिक परिस्थितीच्या मर्यादांमुळे किंवा नियंत्रणामुळे सजीवांची कार्ये व वसतिस्थाने निश्चित होतात. याचे प्रमुख कारण म्हणजे वनस्पती व प्राण्यांच्या जीवनविषयक गरजा भिन्न भिन्न असतात. या भिन्न गरजांची पूर्तता विशिष्ट भौगोलिक पर्यावरणातच पूर्ण होऊ शकत असल्यामुळे एखाद्या परिसंस्थेतील जीवसमाजाचे एकूण अस्तित्व प्रकट होते.

परिसंस्थेच्या अभ्यासात सजीवांच्या वसतिस्थानांची गुणवैशिष्ट्ये समजून घेणे अतिशय गरजेचे असते कारण वसतिस्थानाच्या गुणवैशिष्ट्यांवरच सजीवांचे अस्तित्व, वितरण (Distribution) व कार्य यांचे स्वरूप निश्चित होत असते.

Ecological Pyramid - पारिस्थितिकीय स्तूप

अन्नसाखळीत निम्नस्तरापासून उच्च स्तरापर्यंत जीवसंख्या (Population) कमी होत जाते, त्यानुसार ऊर्जाप्रमाणसुद्धा कमी कमी होत जाते. विविध स्तरांवरील जीव

समूहांची एकावर एक अशी आलेखी मांडणी केल्यावर मनोऱ्यासारखी रचना तयार होते. यालाच पारिस्थितिकीय स्तूप असे म्हणतात.

पारिस्थितिकीय मनोऱ्याचे लोकसंख्या मनोरा, जैववस्तुमान मनोरा व ऊर्जा मनोरा असे तीन प्रकार आहेत.

Ecology - परिसरशास्त्र / पर्यावरणशास्त्र

विशिष्ट अभ्यासाविषयाशी संबंधित असणाऱ्या भोवतालच्या घटकांना उद्देशून परिसर / पर्यावरण ही संज्ञा वापरली जाते. अशा परस्परसंबंधांचा अभ्यास करणारे शास्त्र म्हणजे पर्यावरणशास्त्र. नैसर्गिक शास्त्रांमध्ये - विशेषत: जीवशास्त्रामध्ये - या प्रकारच्या परस्परसंबंधांचा अभ्यास महत्त्वपूर्ण मानला जातो.

अलीकडच्या काळात समाजशास्त्रामध्ये 'सामाजिक पर्यावरण' ही संकल्पना आणि त्याप्रमाणे एखादा घटक, व्यक्ती, गट, समुदाय वस्ती - आणि त्याच्याशी संबंधित अन्य सामाजिक घटक म्हणजेच सामाजिक पर्यावरण यांच्या परस्परसंबंधांचा अभ्यास, हा दृष्टिकोन विकसित होत आहे.

एखाद्या सामाजिक घटकावर भौगोलिक पर्यावरणाचा परिणाम, हा देखील दीर्घकाळ अभ्यासाचा विषय राहिलेला आहे. शास्त्रांमध्ये - विशेषत: जीवशास्त्रामध्ये - या प्रकारच्या परस्परसंबंधांचा अभ्यास महत्त्वपूर्ण मानला जातो.

अलीकडच्या काळात समाजशास्त्रामध्ये 'सामाजिक पर्यावरण' ही संकल्पना आणि त्याप्रमाणे एखादा घटक व्यक्ती, गट, समुदाय, वस्ती - आणि त्याच्याशी संबंधित अन्य सामाजिक घटक म्हणजेच सामाजिक पर्यावरण यांच्या परस्परसंबंधांचा अभ्यास हा दृष्टिकोन विकसित होत आहे. एखाद्या सामाजिक घटकावर भौगोलिक पर्यावरणाचा परिणाम हा देखील दीर्घकाळ अभ्यासाचा विषय राहिलेला आहे.

परिसरविज्ञान म्हणजे जीवजाती व त्यांचा परिसर (Environment) यांच्यातील संबंधाबाबतचा अभ्यास. अशा अभ्यासात भिन्न भिन्न वनस्पतींमधील व विविध प्राण्यांमधील संकीर्ण परस्परसंबंधाचा व ज्या भौतिक परिसरात ते राहतात त्या भौतिक परिसराशी आलेला त्यांचा संबंध, यांचा अभ्यास केला जातो.त्यामुळे परिसरविज्ञानाच्या विविध उपशाखाही तयार झालेल्या आहेत. उदा. वनस्पति परिसरविज्ञान (Plant Ecology), प्राणी परिसरविज्ञान (Animal Ecology), मानव परिसरविज्ञान (Human Ecology).

Ecology याचा एक निराळा अर्थ कर्ट लेविनच्या सिद्धान्तात आढळतो. कर्ट लेविनच्या मते माणसाच्या जीवनकक्षेवर (Life Space) परिणाम करणाऱ्या मानसिक घटकांचा अभ्यास, म्हणजे इकॉलॉजी. काही अभ्यासक व लेखक इकॉलॉजीला समानार्थी शब्द म्हणून Ionomics (जीवपरिस्थितिकी) हा प्रतिशब्द वापरतात.

आजच्या युगात पर्यावरण - परिसरविज्ञानाला अनन्य साधारण महत्त्व आलेले आहे.

मानवाच्या पर्यावरणाचे जैविक (Biotic), अजैविक (Abiotic) पर्यावरण असे दोन प्रकार आहेत. या दोन्ही घटकांपासून पृथ्वीवरील दृश्य पर्यावरण निर्माण झाले आहे. सजीवांचा जीवनक्रम, सभोवतालच्या जैविक व अजैविक पर्यावरणाने निश्चित होतो.

अर्न्स्ट हॅकेल (इ.स. १८३४ ते १९१९) या शास्त्रज्ञाने सजीवांचा अधिवास व पर्यावरण यांतील आंतरसंबंधाचा वैज्ञानिक दृष्टिकोनातून अभ्यास करून, पारिस्थितिकीय शास्त्रासाठी Ecology ही संज्ञा वापरली. पारिस्थितिकीय (Ecology) म्हणजे सजीवांचा अधिवास व त्यावर परिणाम करणाऱ्या पर्यावरणीय घटकांचा शास्त्रशुद्ध अभ्यास होय.

Ecosphere - पारिस्थितिकीय आवरण

भूमी, जल व हवा यांच्या संपर्कक्षेत्रात सजीवांचे अस्तित्व मोठ्या प्रमाणात आढळते. यामध्ये मृदा, पाणी, भूपृष्ठ व वातावरणाचा भूपृष्ठालगतचा थर यांचा समावेश होतो. या आवरणालाच 'पारिस्थितिकीय आवरण' असे म्हणतात. एकाच प्रकारच्या पारिस्थितिकीय आवरणात विविध जीवनक्रम असणारे अनेक जैवसमूह असतात.

Ecosystem - परिसंस्था

इ. स. १९३५ मध्ये ब्रिटिश पारिस्थितिकीयशास्त्रज्ञ ए. जी. टान्सले यांनी परिसंस्था (Ecosystem) ही संकल्पना सर्वप्रथम मांडली. सजीव ज्या स्थानी उत्पन्न होतात, विकसित होतात व नाश पावतात त्यास सजीवांचे अधिवास (Habitat) असे म्हणतात. हे अधिवास जैविक (Biotic) व अजैविक (Abiotic) घटकांचे बनलेले असते. जैविक घटकांत वनस्पती, प्राणी व सूक्ष्मजीवांचा अंतर्भाव होतो. अमीबासारख्या एकपेशीय प्राण्यापासून ते मनुष्यप्राण्यापर्यंतच्या वेगवेगळ्या सजीवांचा जैविक घटकांत समावेश होतो. अजैविक घटकांत सौरशक्ती, तापमान, पाणी, हवा, मृदा यांसारखे नैसर्गिक घटक व ऑक्सिजन, नायट्रोजन, कर्बद्विप्राणिल वायू, हायड्रोजन, कॅल्शियम, सोडियम, लोह यांसारख्या रासायनिक घटकांचा समावेश होतो. अजैविक घटकांचा सजीवांच्या शरीररचनेत सहभाग असतो. सजीवांचा नाश झाल्यावर त्यांच्या शरीराचे विघटन होऊन हे घटक पुन्हा मुक्त होतात व पर्यावरणात मिसळतात. या चक्राकार प्रणालीस 'परिसंस्था' असे म्हणतात. पारिस्थितिकीय शास्त्रात (Ecology) परिसंस्था हे अभ्यासाचे एकक मानले जाते.

परिसंस्था हे मूलभूत असे कार्यप्रवण क्षेत्र असून ते विशिष्ट प्रदेश व्यापते. जैविक व अजैविक घटकांत जटिल व गुंतागुंतीच्या क्रिया-प्रक्रिया एका बाजूस घडत

असतात. तर दुसऱ्या बाजूस सजीव घटकांत एकमेकांत क्रिया-प्रक्रिया घडत असतात. परिसंस्थेची वैशिष्ट्ये खालीलप्रमाणे :–

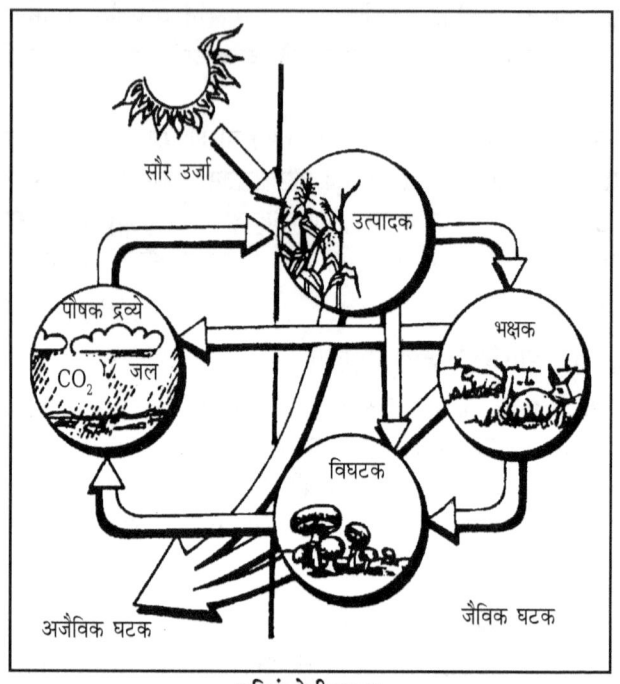

परिसंस्थेची रचना

(१) परिसंस्था विशिष्ट काल मर्यादित असतात. (२) परिसंस्थेची स्वत:ची अशी उत्पादनक्षमता असते. (३) परिसंस्थेस प्रमाण असून ते एखादा गाईचा गोठा असू शकते किंवा मोठ्यात मोठी परिसंस्था म्हणजे जीवावरण (Biosphere) होय. (४) परिसंस्था ही मुक्त आकृतिबंध असून त्यात सातत्याने पदार्थ व ऊर्जा यांची देवाण-घेवाण होत असते. (५) परिसंस्थांचा प्रमुख ऊर्जास्रोत म्हणजे सौर ऊर्जा होय. (६) परिसंस्था हे कार्यक्षम एकक असून त्यात सजीव व निर्जीव घटक हे एकमेकांशी वेगवेगळ्या नैसर्गिक चक्रांच्या साह्याने जोडले गेले आहेत. (७) परिसंस्थेच्या विकासाच्या वेगवेगळ्या अवस्था असतात. (८) परिसंस्था ही नैसर्गिक साधनसंपदापद्धती आहे. (९) परिसंस्था ही संघटित अनुबंधित यंत्रणा आहे. (१०) परिसंस्था ही विशिष्ट क्षेत्र व्यापत असते व तिला स्थलसीमा असते. (११) अजैविक (Abiotic) व जैविक (Biotic) हे परिसंस्थेचे दोन प्रमुख घटक होत. (१२) परिसंस्था ही सर्वसाधारणपणे स्थिर व समतोल असते परंतु तिच्या काही घटकांमुळे व्यत्यय येऊन समतोल ढळू शकतो.

परिसंस्थेचे प्रकार खालीलप्रमाणे :

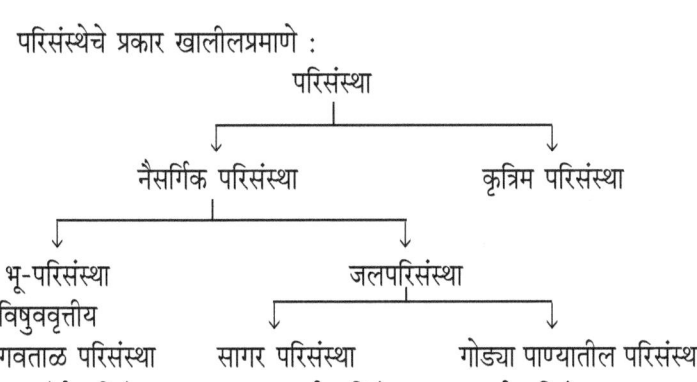

परिसंस्था
- नैसर्गिक परिसंस्था
  - भू-परिसंस्था
    - विषुववृत्तीय
    - गवताळ परिसंस्था
    - वाळवंटी परिसंस्था
    - पर्वतीय परिसंस्था
  - जलपरिसंस्था
    - सागर परिसंस्था
      - महासागरी परिसंस्था
      - खाडी परिसंस्था
    - गोड्या पाण्यातील परिसंस्था
      - नदी परिसंस्था
      - सरोवर परिसंस्था
- कृत्रिम परिसंस्था

Ecotone - संक्रमणपरिसंस्था

दोन परिसंस्थांमधील संक्रमणव्यवस्थेला संक्रमण परिसंस्था अथवा सहपरिसंस्था असे म्हणतात. उभय बाजूंच्या दोन्ही परिसंस्थेची काही वैशिष्ट्ये संक्रमणपरिसंस्थेत आढळतात. दोन्ही बाजूच्या परिसंस्थांच्या तुलनेने संक्रमणपरिसंस्थेत जीवजातींची संख्या जास्त असते. तसेच अशी परिसंस्था विविधतापूर्ण असते. उदा. वनपरिसंस्था व गवताळ परिसंस्था या दोहोंच्या दरम्यान असणाऱ्या संक्रमणपरिसंस्थेत दोन्ही परिसंस्थातील वनस्पती व प्राणी आढळतात.

Embryo Transfer Technology - भ्रूण स्थानांतर तंत्र

फलित अंडे शस्त्रक्रियेद्वारे उचलून स्वीकारकर्त्या दुसऱ्या मादीच्या शरीरात पुन्हा रोपण करणे यालाच 'भ्रूण स्थानांतरण' असे म्हणतात.

अपत्यहीनांसाठी आशेचा किरण ठरलेल्या 'टेस्ट ट्यूब बेबी' प्रकारात हे भ्रूण स्थानांतरण तंत्र वापरले जाते.

Endangered Species - संकटग्रस्त प्रजाती

मानवी कृती, स्थानिक पर्यावरण, प्रजातिअंतर्गत स्पर्धा व अन्नशृंखलाघटक, प्रजातींवर होणारे आघात इत्यादी कारणांनी सजीवांवर आघात होऊन ते जेव्हा नष्ट होण्याच्या मार्गावर असतात तेव्हा अशा वनस्पतींच्या किंवा प्राण्यांच्या प्रजाती ह्या संकटग्रस्त अथवा नामशेष होण्याच्या मार्गावरील प्रजाती म्हणून ओळखल्या जातात.

पृथ्वीवर अस्तित्वात असलेल्या प्रजातींपैकी प्रतिवर्षी एक प्रजाती नामशेषत्वाच्या मार्गावर असते असा निष्कर्ष पहिल्या आंतरराष्ट्रीय वनस्पती विविधता सर्वेक्षण अहवालात नमूद केला आहे.

भारतात वनस्पती लुप्त होण्याचे प्रमाण जगातील इतर देशांपेक्षा अधिक आहे. बोटॅनिकल सर्व्हे ऑफ इंडिया यांनी नोंद केलेल्या सातशे भारतीय प्रजातींपैकी साधारणत: दीडशे प्रजाती नामशेष झाल्या आहेत तर काही संकटग्रस्त आहेत.

नामशेषाच्या मार्गावर असलेल्या प्रजातींची नावे खालीलप्रमाणे- सिंह (गीर, गुजरात), रेडा (उत्तर भारत), चित्ता (पाकिस्तान), बलुची अस्वल (पाकिस्तान), क्रेन (सायबेरिया), हरिण (मेघालय, काश्मीर, नेपाळ), हत्ती (आसाम, श्रीलंका, दक्षिण भारत), बेडूक (हिंदी महासागरातील बेटे), उंट (राजस्थान), किवी पक्षी (न्यूझिलंड), गेंडा (आसाम), सील मासा (अलास्का, रशिया) इत्यादी.

सध्या अमेरिका, कॅनडा, ऑस्ट्रेलिया अशा अनेक देशांत डायनोसॉर, वूली मॅमॉथ, सॅबर टूथ टायगर, टास्मानियन, टायगर इ. नामशेष झालेल्या प्राण्यांना पुनर्जीवित निरनिराळे, अगम्य वाटणारे प्रयोग प्रत्यक्षात उतरविणारे जैवतंत्रज्ञान शाखेतील पॉलिओजेनेटिस्ट अनेकविध प्रयोग करून जीवाष्मातील 'डीएनए' वेगळे काढून त्यावर प्रयोग करत आहेत जेणे करून हे नामशेष झालेले प्राणी पृथ्वीवर परत अवतरतील.

Endemism - प्रदेशनिष्ठ सजीव

जे सजीव अथवा प्रजाती एका ठराविक प्रदेशापुरत्याच मर्यादित असतात व जगात इतरत्र कोठेही आढळत नाहीत. त्यांना प्रदेशनिष्ठ सजीव (प्रजाती) असे म्हणतात. अशा शेकडो वनस्पती व प्राण्यांच्या प्रजाती भारतात आहेत. भारतातील पश्चिम घाट हा प्रदेशनिष्ठ प्रजातींचे माहेरघर आहे. एकूण भारतीय उपखंडात ६२% भाग प्रदेशनिष्ठ वनस्पतींचा आहे आणि मुख्यत: पश्चिम घाट, खाशी टेकड्या व हिमालयाच्या पर्वतरांगात विखुरलेला आहे.

Energy Intensity - उर्जेची तीव्रता

याचा अर्थ जीडीपीच्या दर एककामागे त्या देशात केला जाणारा ऊर्जेचा वापर किंवा जीडीपीचा दर एकक निर्माण करण्यासाठी वापरली गेलेली ऊर्जा. त्याचे मोजमाप जीडीपीच्या दर डॉलरमागे निर्माण होणाऱ्या ऑईलचे प्रमाण (कि. ग्रॅ. मध्ये) या द्वारे केले जाते.

आत्तापर्यंत वातावरणात साठलेले हरितवायू हे गेल्या १५० वर्षांत श्रीमंत आणि औद्योगिक राष्ट्रांनी केलेल्या औद्योगिकीकरणामुळे साठलेले आहेत.

Environment - पर्यावरण (परिसर, परिवेश)

(Environment) हा जुन्या फ्रेंच भाषेतला शब्द असून याचा अर्थ वेढणे, वेष्टणे (Encircle) असा आहे. यामुळे परिसराचा अर्थ जो व्यक्तीभोवती वेढा घालतो,

व्यक्तीला व्यापून टाकतो व त्या व्यक्तीवर परिणाम करतो तो, असा आहे. परिसर या शब्दाचा अर्थ विविध क्षेत्रांत वेगवेगळा असून, त्याचा उपयोगही भिन्न भिन्न क्षेत्रांत केला जातो. उदा. फलित अंडपेशीभोवती जे पेशीद्रव्य असते (Cytoplasm) त्याला पेशीचा आंतरिक परिसरच म्हणतात. याला पेशीमय परिसर (Cellular Environment) असेही म्हणतात. जन्मपूर्व अथवा प्रसवपूर्व (Prenatal) परिसर म्हणूनही एक परिसर आहे. याला गर्भाशयातील परिसर (Uterus Environment) असेही म्हणतात. गर्भाशयातील जीवाला पूर्णपणे झाकून त्याचे रक्षण करणारा हा परिसर असतो. आंतरिक परिसर म्हणजे थोडक्यात जीव गर्भाशयात असतानाच्या सर्व शरीरक्रियात्मक व मनोव्यापारात्मक घटना होय.

मूल जन्माला आल्यानंतर त्याच्याभोवती असणारा भौतिक व सामाजिक परिसर म्हणजेच बाह्य परिसर (External Environment) होय. सामान्यपणे जेव्हा केवळ परिसर हा शब्द वापरला जातो तेव्हा तो बाह्य परिसर या अर्थानेच घेतला जातो. भौतिक आणि सामाजिक परिसराशी व्यक्तीचा संपर्क आला की, त्याचा परिणाम व्यक्ती-विकासावर व व्यक्तिमत्त्वाच्या जडण-घडणीवर होतो. सामाजिक परिसरात भाषा, रूढी, परंपरा, धर्म, शिक्षण इ. सर्व घटकांचा समावेश होतो. या सगळ्या घटकांचा परिणाम व्यक्तिमत्त्वावर होत असतो. एकूण व्यक्तिमत्त्व विकासावर अनुवंश व परिसर या दोहोंचाही परिणाम होत असतो. याबाबतीत केवळ अनुवंश किंवा केवळ परिसर अशी टोकाची भूमिका घेऊन चालत नाही. त्यामुळे केवळ परिसराचाच पुरस्कार करणारी वॅटसनप्रणीत वर्तनवादी पंथातील लोकांची भूमिका अवास्तव व चुकीची आहे, असे म्हणावे लागेल.

व्यक्ती, जीव अथवा समूह यांचे अस्तित्व व विकास यांच्यावर परिणाम करणारी बाह्य स्थिती, घटक किंवा वस्तू म्हणजे परिसर होय.

परिसर प्रामुख्याने सजीवांच्या संदर्भात अभ्यासला जातो. मानव, प्राणी, वनस्पती व सूक्ष्मजीव यांच्या सभोवतालच्या स्थितीला 'परिसर' असे म्हणतात. परिसरात अनेक प्रकारच्या घटकांचा समावेश होतो. उदा. भौतिक, जैविक व रासायनिक.

परिसर स्थळ-कालानुसार बदलतो. वेळ, ऋतू, हवामानातील बदल व इतर घटकांचा परिसराच्या स्वरूपावर परिणाम होऊन बदलतो. एका सजीव जातीला अनुकूल असलेला परिसर दुसऱ्या सजीव जातीला प्रतिकूल असू शकतो. प्रत्येक परिसर तेथील सजीवांची संख्या एका पर्याप्त स्तरापर्यंत मर्यादित ठेवतो. ही संख्या त्या परिसराच्या क्षमतेवरून ठरते. अशा प्रकारे सजीवांच्या संख्येवर परिसराचे नियंत्रण असते. परिसरातील घटकांच्या आंतरक्रियांतून अनेक रचना निर्माण होतात. त्यांना परिसंस्था (Ecosystem) असे म्हणतात.

एखाद्या अभ्यासविषयाच्या परिसरातील ज्या घटकांचा त्याच्यावर परिणाम होतो

किंवा ज्या घटकांवर त्या अभ्यासविषयाचा प्रभाव पडतो, त्या सर्व घटकांचा समावेश त्या अभ्यासविषयाच्या पर्यावरणामध्ये होतो. हल्लीच्या संशोधनामध्ये असे आढळले आहे की, पर्यावरणात्मक घटक केवळ निकटच्या परिसरातच असतात असे नाही. दूरस्थदेखील असू शकतात.

एखाद्या समूहाचे अस्तित्व भौतिक पर्यावरण आणि सामाजिक पर्यावरण या दोन्हींशी जोडलेले असते. समाजातील एखादा घटक केंद्रस्थानी मानल्यास त्याचे इतर समाजघटकांशी असणारे संबंध हे त्याचे सामाजिक पर्यावरण ठरते. सामाजिक घटकांच्या भौतिक पर्यावरणाचा अभ्यास दीर्घकाळ होत आला आहे. त्या मानाने सामाजिक घटकांच्या सामाजिक पर्यावरणाचे आकलन गेल्या काही दशकांमध्ये करून घेण्यास सुरुवात झाली आहे. संपर्क माध्यमांमुळे जगभरातील समूहांचा समावेश एकमेकांच्या पर्यावरणामध्ये होऊ लागला आहे आणि त्या सर्व बाबींचा अभ्यास अतिशय गुंतागुंतीचा आहे.

परिसराचे नैसर्गिक परिसर व मानवी परिसर असे दोन प्रकार आहेत –

नैसर्गिक परिसरामध्ये (१) स्थान, क्षेत्र, आकार, (२) हवामान, (३) भूगर्भरचना, (४) मृदा, (५) प्राकृतिक रचना, (६) प्रवाह-प्रणाली, (७) प्राणी, (८) वनस्पती, (९) सूक्ष्म जीव, (१०) भूमी, (११) जलाशय या घटकांचा समावेश होतो. मानवी अथवा सांस्कृतिक परिसरामध्ये (१) लोकसंख्या, (२) वसाहती, (३) मानवनिर्मित आर्थिक, राजकीय, धार्मिक व अन्य घटक या घटकांचा समावेश होतो.

Environmental Ethics - पर्यावरणीय नैतिकता

इथोस (Ethos) या ग्रीक शब्दापासून एथिक्स (Ethics) या शब्दाची निर्मिती झाली आहे. याचा अर्थ कोणत्याही व्यक्तीच्या वागणुकीवरून व्यक्त होणारे त्याचे व्यक्तिमत्त्व. आपली वर्तणूक ही आपल्या पर्यावरणाचा परिणाम असतो. आपल्या आर्थिक उन्नतीचा आलेख जसाजसा वर जाऊ लागला तसा आपल्या वर्तणुकीत फरक पडत गेला. पर्यावरणाशी जुळवून घेण्याऐवजी आता आपण त्यात बदल घडवू लागलो. सभोवतालच्या पर्यावरणाप्रमाणे आपली जीवनपद्धती निश्चित करणाऱ्या माणसांचा जमाना संपून गेला आणि निसर्गाला आपल्याला पाहिजे तसे वापरून घेणाऱ्या माणसांचा जमाना सुरू झाला आहे.

या सर्व विचारमंथनातून पर्यावरणीय नैतिकतेच्या संकल्पनेची निर्मिती झाली असावी. मानव आणि इतर सजीव प्राणी यांच्या परस्पर संबंधाचा विचार या नैतिकतेमध्ये केला जातो.

पर्यावरणीय नैतिकता म्हणजे आपलं वागणं, आपली कृती ही पर्यावरणाच्याविरुद्ध असणार नाही एवढी काळजी घेणं. निसर्ग आपल्याला प्रत्यक्ष काहीही शिकवत नाही.

आपल्या कृतीचे परिणाम दिसू लागले की आपलं काहीतरी चुकतं आहे. हे 'तो' दाखवून देतो. 'झाडे तोडू नका' अशा पाट्या जंगलात निसर्गानं कधीही लावलेल्या नाहीत, पण जंगल तोडलं की, प्राण्यांचं विस्थापन होतं. तेच प्राणी मग आपल्या वस्त्यांवर अन्नाच्या शोधासाठी येऊ लागतात. दोन-चार ठिकाणी पाळीव प्राण्यांना त्यांनी पळवून नेले किंवा दिनदहाडे माणसांच्यावर हल्ला केला की आपण जागे होतो.

Environment Management In India - भारतातील पर्यावरण व्यवस्थापन

पर्यावरण व्यवस्थापन हे अत्यंत व्यापक स्वरूपाचे कार्य आहे. त्यासाठी संस्थात्मक पाया आवश्यक ठरतो.

भारतीय पर्यावरण व्यवस्थापनाचे संस्थात्मक आधार खालीलप्रमाणे आहेत :–

(१) १९८० मध्ये स्वतंत्र पर्यावरण विभागाची स्थापना.

(२) १९८५ मध्ये पर्यावरण मंत्रालयाची सुरुवात.

(३) १९८६ मध्ये पर्यावरण सुरक्षा समितीची स्थापना.

(४) केंद्रशासनातर्फे केंद्रीय अपारंपरिक ऊर्जास्रोत विभागाची (Central Non Conventional Energy Department) स्थापना.

(५) १९८० मध्ये भारतीय वनस्पतिशास्त्रीय सर्वेक्षण विभागाची (Botanical Survey of India) स्थापना.

(६) १९१६ मध्ये भारतीय प्राणिशास्त्रीय सर्वेक्षण विभागाची (Zoological Survey of India) स्थापना.

(७) भारतीय वन सर्वेक्षण विभागाची (Forest Survey of India) स्थापना.

(८) १९९२ मध्ये राष्ट्रीय पर्यावरण संधारणनीती व धोरणाची निश्चिती.

(९) केंद्रशासनातर्फे देशातील आठ क्षेत्रे जैव आरक्षित साठे (Biosphere Reserve) म्हणून निश्चित.

(१०) आर्द्रभूमी, खारफुटीचे जंगल व प्रवाळ द्वीपांच्या विकासासाठी राष्ट्रीय समितीची (National Committee On Wet Lands, Mangroves and Coral Reefs) स्थापना.

(११) १९८८ मध्ये राष्ट्रीय वनसंवर्धन कार्यक्रम (National Forestry Action Programme) कार्यान्वित.

(१२) १९८४ पासून संयुक्त राष्ट्रसंघाच्या (UNO) मदतीने वणवेप्रतिबंध प्रकल्पाचा आरंभ.

(१३) १९८३ मध्ये राष्ट्रीय वन्यप्राणी संवर्धन कार्य योजना (National Wildlife Action Plan) कार्यान्वित.

(१४) १९७३ पासून व्याघ्र प्रकल्प (Project Tiger) कार्यान्वित.

(१५) १९६० मध्ये प्राणी क्रौर्य विरोधी कायदा अमलात आला.

(१६) १९६२ मध्ये प्राणी कल्याण मंडळाची (Animal Welfare Board) स्थापना.

(१७) विविध प्रकल्पांची पर्यावरणानुरूपता (Environmental Compatibility) तपासण्यासाठी १९७८ पासून पर्यावरण प्रभाव परीक्षण तत्त्वाचा स्वीकार व त्यासाठी पर्यावरण प्रभाव परीक्षण प्राधिकरणाची (Environmental Impact Assessment Authority) स्थापना.

(१८) प्रदूषण नियंत्रणासाठी केंद्रीय प्रदूषण नियंत्रण मंडळाची (Central Pollution Control Board) स्थापना.

(१९) १९७७ मध्ये जलप्रदूषण नियंत्रण कायदा व १९८६ मध्ये पर्यावरण (संरक्षण) कायदा लागू.

(२०) १९९२ मध्ये प्रदूषण नियंत्रण विषयक नवीन नीती व धोरणाचा स्वीकार.

(२१) आपत्तीजनक पदार्थांच्या संदर्भात १९८९ मध्ये कडक नियमांची अंमलबजावणी.

(२२) गंगा शुद्धिकरण मोहिमेसाठी गंगा कृती योजना (Ganga Action Plan) कार्यान्वित.

(२३) १९९५ मध्ये केंद्रीय गंगा प्राधिकरणाचे (Central Ganga Authority) राष्ट्रीय नदी संधारण प्राधिकरणात (National River Conservation Authority) रूपांतर.

(२४) १९९२ मध्ये पर्यावरण व वनमंत्रालयाच्या अखत्यारीत राष्ट्रीय वनीकरण व परिसर विकास मंडळाची (National Afforestation and Eco-Development Board) स्थापना.

(२५) सुदूरसंवेदन तंत्राचा (Remote Sensing Technology) पर्यावरण- व्यवस्थापनासाठी उपयोग करून घेता यावा यासाठी राष्ट्रीय नैसर्गिक संसाधन व्यवस्थापनप्रणाली (National Natural Resources Management System)ची स्थापना.

(२६) हिमालयीन पर्यावरणाच्या अध्ययनासाठी गोविंद वल्लभ पंत हिमालयीन पर्यावरणसंस्थेची १९८८ मध्ये स्थापना.

(२७) पर्यावरण व वनमंत्रालयामार्फत देशभर पर्यावरणविषयक माहिती प्रसृत करून जनजागृती करण्यासाठी पर्यावरण माहिती प्रणालीची (Environmental Information System) स्थापना.

Environmental Education - पर्यावरणीय शिक्षण

इ. स.१९८० मध्ये तिवारी समितीने पर्यावरणीय शिक्षणावर आपला अहवाल भारत सरकारला सादर केला. हा अहवाल केंद्र शासनाने स्वीकारला व भारतीय शिक्षणप्रणालीत औपचारिक व अनौपचारिक स्तरांवर पर्यावरण शिक्षण सुरू करण्याचा

निर्णय घेतला. पर्यावरणीय शिक्षणाचे चार महत्त्वपूर्ण घटक मानले आहेत :- (१) पर्यावरणाबाबत जागृती, (२) दैनंदिन जीवन आणि पर्यावरण, (३) पर्यावरण संवर्धन, (४) पर्यावरणाधिष्ठित विकास.

पर्यावरणीयशिक्षण म्हणजे पर्यावरणाचा शिक्षणक्षेत्रातील उपयोजनात्मक भाग होय. १९८० मध्ये भारत सरकारने स्वतंत्रपणे केंद्रीय पर्यावरण मंत्रालयाची स्थापना केली. एनसीईआरटी, दिल्ली या संस्थेने प्राथमिक स्तराकरिता पर्यावरणावर आधारित अभ्यासक्रम विकसित केला. तसेच १९८० मध्ये भोपाळ येथे राष्ट्रीय पर्यावरण संस्थेची स्थापना करण्यात आली. तसेच नागपूर येथे राष्ट्रीय पर्यावरण अभियांत्रिकी संशोधन संस्था स्थापन केली. दरम्यानच्या काळात अनेक राज्यात शालेय स्तरावर व विद्यापीठ स्तरावर पर्यावरण शिक्षण हा विषय सुरू केला. पर्यावरण शिक्षणाचे चार प्रमुख उपागम (Approaches) असे आहेत – (१) अभ्यासक्रमातील स्वतंत्र विषय, (२) अभ्यासक्रमातील विषयांचा एक भाग, (३) अवांतर वाचन, (४) अभ्यासक्रमातील इतर विषयांबरोबर समन्वय.

पर्यावरण शिक्षण म्हणजे मानवी जीवनावर परिणाम करणाऱ्या सर्व भौतिक, जैविक व सामाजिक-सांस्कृतिक घटकांचे शिक्षण. माणसांवर व अन्य प्राण्यांवर विपरीत परिणाम करणारे घटक शोधून त्याविरुद्ध मुकाबला करण्यास शिकवणे हे पर्यावरण शिक्षणाचे ध्येय असते. याची उद्दिष्टे म्हणजे – (१) *जाणीव* (Awareness) - पर्यावरण शिक्षणाद्वारे व्यक्ती व सामाजिक समूहांना संपूर्ण पर्यावरण व त्यातून निर्माण होणाऱ्या समस्यांविषयी माहिती देऊन त्यांना संवेदनशील बनवणे, त्यांना जागरूक करणे. (२) *ज्ञान* (Knowledge) - पर्यावरण शिक्षणाद्वारे पर्यावरणाविषयीचे मूलभूत ज्ञान करून देणे. या ज्ञानाची चिकित्सा करून दुरिताविरुद्ध लढा देण्यासाठी सज्ज करणे. पर्यावरणाविषयी याठिकाणी मिळणारे ज्ञान सखोल व चिकित्सक असते. (३) *अभिवृत्ती* (Attitude) - सामजिक मूल्ये जाणण्याची, पर्यावरणाविषयी आपली बांधिलकी सिद्ध करण्याची, पर्यावरणाचे रक्षण व सुधारणा करण्याची अभिवृत्ती तयार करणे. तसेच पर्यावरणीय असमतोलातून निर्माण होणाऱ्या समस्यांशी मुकाबला करण्याचे कौशल्य निर्माण करणे. (४) *मूल्यमापन* (Evaluation) - पर्यावरण शिक्षणातून भौतिक, सामाजिक, आर्थिक, राजकीय, सांस्कृतिक, कला व सौंदर्यविषयक, नैतिक, आध्यात्मिक घटकांचे मूल्यमापन करण्याची क्षमता निर्माण करणे. यामुळे नैसर्गिक व सामाजिक वातावरणातील गढूळपणा नाहीसा करण्यास साहाय्य होते.

पर्यावरण शिक्षण हा शिक्षणाचा एक प्रकार आहे. याचा शब्दश: अर्थ निसर्गाची विविध अंगे व त्यांचे मानवी जीवनातील महत्त्व असा आहे. व्यापक अर्थाने पर्यावरण संकल्पनेत सर्व भौतिक घटना, जैविक घटना व सामाजिक-सांस्कृतिक घटना या सगळ्यांचा समावेश होतो. मानवी जीवनावर परिणाम करणाऱ्या सर्व शक्ती व

परिस्थिती यांचा समावेश पर्यावरणात होतो हे लक्षात घेऊन व्याप्तीचा विचार करावा लागतो.

पर्यावरण शिक्षणाच्या व्याप्तीमध्ये अनेक घटक येतात. त्यातील काही महत्त्वाचे घटक म्हणजे - (१) *प्रदूषण*(Pollution) - वायू प्रदूषण, भूमिप्रदूषण, ध्वनिप्रदूषण यांचा समावेश होतो. त्याचप्रमाणे सामाजिक परिस्थितीमुळेही वातावरण दूषित होते. (२) *लोकसंख्याशिक्षण*(Population Education) - यामध्ये लोकसंख्या शिक्षणाचे महत्त्व, समस्या, लोकसंख्या नियंत्रणाची साधने व मार्ग या सगळ्यांचा समावेश होतो. तसेच लोकसंख्या स्फोट व त्याचे परिणामही पाहिले जातात. (३) भौतिक व मानवी साधनसंपत्तीचा योग्य उपयोग. (४) *अन्न व पोषण* - यामध्ये धान्य व अन्य पदार्थांचे उत्पादन, वितरण व उपयोग, पोषण संजीवनी यादृष्टीने अन्नाचे महत्त्व, समतोल आहार या सगळ्यांचा समावेश होतो. (५) *प्रकृती-आरोग्य व स्वास्थ्य* - यामध्ये व्यक्ती, कुटुंब व समाज यांचे आरोग्य व शारीरिक-मानसिक स्वास्थ्याचा समावेश होतो. या विवेचनावरून पर्यावरणीय घटकांचे महत्त्व व व्याप्ती स्पष्ट होते.

पर्यावरणशिक्षण ही एक संघप्रक्रिया असून त्यात मानवनिर्मित व निसर्गनिर्मित पर्यावरणाचा मानवी आंतरक्रियांशी संबंधित अभ्यासाचा समावेश असतो. याशिवाय लोकसंख्यावाढीचा दर, परिसंस्था, परिसंस्थेला प्रभावित करणारे घटक, मानवी आरोग्यसंपदा, नैसर्गिक स्त्रोत इत्यादींच्या बाबतीत समाजात शिक्षणातून जागरूकता निर्माण करणे; तसेच पर्यावरण संरक्षणाच्या जबाबदारीची क्षमता विकसित करणे व सर्व सजीवांचे संरक्षण होऊन त्यांचे व मानवाचे वंशसातत्य टिकेल व दर्जा वाढावा, यासाठी पर्यावरण शिक्षण आवश्यक आहे.

पर्यावरण शिक्षणाच्या उद्दिष्टांचे वर्गीकरण खालीलप्रमाणे करण्यात आले आहे :–

(१) व्यक्तीमध्ये पर्यावरणविषयक जागरूकता निर्माण करणे.

(२) व्यक्ती समूहात पर्यावरणविषयक व पर्यावरणीय समस्यांसंबंधी संवेदनशीलता निर्माण करणे.

(३) व्यक्ती आणि सामाजिक गटाला पर्यावरणविषयक मूलभूत ज्ञान मिळवून देणे.

(४) पर्यावरणीय समस्यांच्या कारणांची माहिती प्राप्त करून त्याचे निराकरण करण्यासाठी अनुभूती मिळविणे.

(५) व्यक्ती आणि समूहामध्ये पर्यावरणाविषयी भावनिक जवळीकता निर्माण करणे, मूल्यांचे संपादन करणे. तसेच पर्यावरण संरक्षणासाठी समूहाला आणि व्यक्तीला प्रेरित करणे.

(६) व्यक्ती आणि समूह यांना पर्यावरणीय समस्यांची ओळख करून देणे आणि या समस्यांचे निराकरण करण्याचे कौशल्य त्यांच्यात निर्माण करणे.

(७) व्यक्ती आणि समूह यांना पर्यावरणविषयक प्रकल्पात सहभागी होण्यास प्रवृत्त करणे.

इ.स. १९७५ मध्ये बेलग्रेड (युगोस्लाव्हिया) येथे भरविण्यात आलेल्या जागतिक परिषदेमध्ये पर्यावरण शिक्षणाची उद्दिष्टे पुढीलप्रमाणे मांडण्यात आली :-

(१) पर्यावरणाच्या विविध घटकांचे ज्ञान देणे. तसेच विविध घटकांचा परस्पर संबंध विशद करणे. (२) पर्यावरणाचे मानवी जीवनातील महत्त्व पटवून देणे. त्याचप्रमाणे उत्पादक आणि उपभोक्ता यांच्यातील संतुलनाचे महत्त्व पटवून देणे. (३) पर्यावरणाच्या प्रदूषणाविषयी स्थानिक, राष्ट्रीय आणि आंतरराष्ट्रीय स्तरावर जागृती निर्माण करणे. (४) वन्य जीवनाचे महत्त्व पटवून देणे आणि पर्यावरण आणि वृक्ष संवर्धनाचे महत्त्व विशद करणे. (५) प्रदूषणाची कारणे व उपाय याबद्दल माहिती देणे. (६) पर्यावरणाबद्दल सकारात्मक माहिती देणे व मूल्ये निर्माण करणे. (७) पर्यावरण संवर्धनात मानवाची भूमिका विशद करणे. (८) पर्यावरणाची हानी टाळून त्याचा जास्तीत जास्त उपयोग करून घेण्याच्या तंत्राचे ज्ञान देणे. (९) आधुनिकीकरण आणि प्रदूषण यांच्यातील परस्पर संबंध विशद करणे. (१०) पर्यावरणविषयक कायद्यांची आणि नियमांची माहिती देणे. (११) पर्यावरणविषयक चळवळी उभारण्याची प्रेरणा देणे. (१२) पर्यावरण संवर्धनाकरिता आदर्श नागरिक निर्माण करणे.

Environmental Hazards - पर्यावरणीय आपत्ती

मानव हा पर्यावरणाचाच एक कुशाग्र घटक आहे. निसर्ग सृष्टीबरोबर मानवानेही 'पर्यावरणीय मानव' सृष्टी निर्माण केली आहे. निसर्गनियमाप्रमाणे घटना घडतात. यापैकी काही घटना भौतिक, रासायनिक असतात व त्या सजीव सृष्टीस अनुकूल असतात. परंतु काही घटना नैसर्गिक तसेच मानवनिर्मित असतात. यातील अनुकूल घटना पोषक तर प्रतिकूल घटना सजीव सृष्टीस घातक असतात. उदा. भूकंप, ज्वालामुखी, प्रदूषण, लोकसंख्या वाढ, मृदाधूप, कुपोषण इ. नैसर्गिक-क्रिया प्रक्रिया व मानवी कार्य यामुळे पर्यावरणात आकस्मिक व काही वेळा सावकाशपणे परिवर्तन होऊन विध्वंसक घटना घडतात व त्याचा परिणाम त्या पर्यावरणातील सजीवांवर होतो, त्यास 'पर्यावरणीय आपत्ती' म्हणतात.

नैसर्गिक आपत्ती, जैविक आपत्ती व मानवनिर्मित आपत्ती हे पर्यावरणीय आपत्तीचे तीन प्रमुख प्रकार आहेत.

Environmental Impact Assessment (EIA) - पर्यावरणाच्या सर्वंकष परिणामाचे मूल्यमापन

जमीन, पाणी आणि हवा यांना जीवनाचे प्रमुख आधार मानण्यात आले आहे. विविध विकास प्रकल्पांचा या तीन घटकांवर होणारा परिणाम अभ्यासणे व त्या

परिणामांचे भविष्यकालीन मूल्यमापन करणे या प्रक्रियेला 'ईआयए' (EIA) म्हणजेच एन्व्हायन्मेंटल इम्पॅक्ट असेसमेंट असे म्हटले जाते.

'ईआयए' ही कोणत्याही प्रकल्पाच्या (जसे विविध बांधकामे, धरण प्रकल्प इ.) मसुद्यात पूर्तता करण्याची महत्त्वाची अट असते. जमीन, पाणी, हवा यांवरील परिणामांच्या विचाराबरोबरच आज 'ईआयए' अंतर्गत सामाजिक व सांस्कृतिक तसेच आर्थिक घटकांवरील परिणामांच्या मूल्यमापनाचीही गणना केली जाते. विविध बांधकामे, धरण प्रकल्प यामुळे वेगवेगळ्या पातळ्यांवर होणारी पुनर्वसने, विस्थापने, प्राणी व वनस्पती जीवनात संभवणारे बदल, त्यांच्या हालचाली व स्थलांतरे यांचाही विचार यात समाविष्ट आहे.

ऊर्जानिर्मिती, जलसिंचन, पूरनियंत्रण अशा विविध उद्देशांनी जी धरणे बांधली जातात त्यामुळे धरण परिसरापासून खूप दूरवर जैविक पर्यावरणावर परिणाम होतात. नद्यांतील जलचरांचे स्थलांतर, जमिनीची कमी होणारी सुपीकता, नदी पात्रात गाळाचे संचयन, नदीकाठच्या वनस्पतीतील बदल, नदीखोऱ्यात झपाट्याने बदलणारी जैव विविधता असे सगळे परिणाम लक्षात घेऊन व त्यांचे मूल्यमापन करूनच 'इ.आय.ए.'चा अहवाल तयार होतो.

Environmental Impact Statement - पर्यावरणीय प्रभाव प्रस्ताव

एखादा प्रकल्प उभारणीपूर्वी त्याचा 'रूपरेषा कृतिआराखडा' म्हणजेच त्या बाबतचा प्रस्ताव – ज्यात सर्वप्रकारच्या आवश्यक कागदपत्रांची पूर्तता केलेला पूर्ण प्रस्ताव असतो, प्रकल्प नकाशा असतो, ब्लू प्रिंट असते, अशा प्रकारच्या पूर्ण प्रकल्प प्रस्तावास EIS म्हणतात. असा प्रस्ताव तज्ज्ञ व्यक्तींनी तयार केलेला असतो किंवा एखाद्या एजन्सीने तयार केलेला असतो.

EIS नमुन्यामध्ये पुढील माहिती अपेक्षित असते :–

(१) प्रकल्पाबाबतचा सविस्तर तपशील, कृती किंवा कृतीला इतर पर्याय.

(२) एकूण अंदाजपत्रक तसेच पर्यावरणावर परिणाम करणाऱ्या बाबी.

Environmental Laws - पर्यावरणविषयक कायदे

भारत स्वतंत्र झाल्यावर आपली राज्यघटना अस्तित्वात आली. घटनेतील काही कलमे पर्यावरणाशी संबंधित आहेत. १९७० पूर्वी पूर्णपणे पर्यावरणाशी संबंधित कायदे फारसे अस्तित्वातच नव्हते. १९२७ चा वनसंवर्धन कायदा हा अपवाद मानावा लागेल. भारतीय मत्स्यपालन कायदा (१८९७), पुराणवास्तु संरक्षण कायदा (१९०५), बंगाल (१९०५), मुंबई मोटरवाहन कायदा (१९३९), कारखानेविषयक कायदा (१९४८) ही आणखी काही उदाहरणे. यांतील बऱ्याच कायद्यांची काहीच कलमे पर्यावरणाशी संबंधित होती. खास पर्यावरण संवर्धनासंबंधीचे कायदे १९७०

नंतरच्या कालखंडात अस्तित्वात आले. त्यातील काही प्रमुख कायदे पुढीलप्रमाणे -

(१) वन्यजीव संरक्षण कायदा (१९७२) : वन्यजीव संवर्धनाचा सर्वंकष विचार करणारा देशातील पहिला कायदा. या कायद्यामुळे वन्यप्राण्यांच्या शिकारीवर पूर्ण बंधने आली. या कायद्यात देशातील दुर्मिळ, ज्यांचे अस्तित्व धोक्यात आले आहे, येऊ पाहात आहे, अशा वन्यजीव जातींची सूची करण्यात आली आहे. हा कायदा १९९१ मध्ये सुधारित स्वरूपात सादर करण्यात आला आहे. या कायद्यानुसार राष्ट्रीय उद्याने व वन्यजीव अभयारण्ये स्थापन करता येतात.

(२) जलप्रदूषण नियंत्रण व प्रतिबंध कायदा (१९७४) : औद्योगिक संस्थांमधून प्रक्रियेतून निर्माण होणारे प्राणी, त्याची गुणवत्ता व प्रमाणीकरण करण्याचे काम हा कायदा करतो. या कायद्यानुसार नदी, नाले, तलाव, खाड्या, विहिरी यांसारखे जलस्रोत जाणीवपूर्वक प्रदूषितके सोडून दूषित करणे गुन्हा आहे. या कायद्यानुसार राज्यपातळीवर जलप्रदूषण नियंत्रण मंडळे स्थापन करण्याची तरतूद आहे.

(३) हवा (प्रदूषण व प्रतिबंध) कायदा (१९८१) : हा कायदा हवेत सोडण्यात येणाऱ्या प्रदूषकांच्या मर्यादा व मानक निश्चित करून त्यापेक्षा अधिक तीव्रतेची प्रदूषके सोडण्यावर बंधन घालतो. तसेच या लक्ष्मणरेषेच्या वरच्या तीव्रतेची प्रदूषके सोडल्यास दंड आणि शिक्षेची तरतूद करतो.

(४) पर्यावरण (संरक्षण) कायदा (१९८६) : हा देशातील पर्यावरणविषयक पहिला सर्वंकष कायदा होय. हा कायदा संपूर्ण पर्यावरणाचा म्हणजे जमीन, पाणी व हवा या सर्वांचा विचार करतो. या कायद्याने केंद्र सरकारला अनेक पर्यावरणविषयक अधिकार दिले आहेत. यात पर्यावरणाच्या विविध घटकांच्या गुणवत्तेचे मानदंड निश्चित करणे, धोकादायक पदार्थांची व्याख्या, वर्गीकरण करणे, त्यांची सावध हाताळणी वा वापर, त्यांचे परीक्षण, त्यांच्याविषयक माहितीचे संकलन, औद्योगिक अपघात टाळण्यासंदर्भात उपाय, धोकादायक द्रव्यांच्या वापरास बंदी, पर्यावरण नियोजन करणे इ. गोष्टी येतात. या कायद्यानुसार नियमबाह्य वर्तन करणाऱ्या व्यक्तीला वा संस्थाप्रमुखास एक लाखपर्यंत दंड व सात वर्षांपर्यंत शिक्षेची तरतूद आहे.

(५) विकास प्रकल्प पर्यावरण संघात निर्धारण अधिसूचना (१९९४) : या कायद्यानुसार मोठ्या प्रमाणावर प्रदूषण करू शकतात. असे उद्योग उभारायचे असल्यास ते कोणत्या प्रदेशात, कुठे, कसे उभारायचे. या उद्योगांमुळे पर्यावरणात काय संभाव्य परिणाम होऊ शकतात (संघात निर्धारण). हे उद्योग उभारण्यापूर्वी त्यांना पर्यावरण मंत्रालयाकडून 'ना हरकत प्रमाणपत्र' मिळवावे लागते. ज्यांना असे प्रमाणपत्र आवश्यक असते, अशा तीस उद्योगांची यादी या अधिसूचनेत आहे.

(६) पर्यावरण (औद्योगिक प्रकल्प स्थाननिश्चिती) नियम (१९९६) : औद्योगिक

प्रकल्प उभारताना त्याच्या स्थानामुळे आसपासचा परिसर, वस्त्या, जैवविविधता यांना धोका होणार नाही, याची काळजी घ्यावी लागते. या कायद्यान्वये पर्यावरणदृष्ट्या संवेदनशील प्रदेशात उद्योग उभारण्यास परवानगी नाही तसेच नवीन उद्योग उभारताना कोणत्या अटी व नियम पाळायचे याबाबत हा कायदा मार्गदर्शन करतो.

(७) ध्वनिप्रदूषण (नियमन आणि नियंत्रण) नियम (२०००) : विविध क्षेत्रे व प्रभागांसाठी (उदा. : शाळेचा व हॉस्पिटलचा परिसर) परिसरातील ध्वनीची गुणवत्तापातळी किती असावी, हे हा नियम सांगतो. ध्वनिप्रदूषण नियंत्रण ठेवण्यासंदर्भात हा कायदा मार्गदर्शन करतो.

(८) भारतीय जैवविविधता कायदा (२००२) : जैवविविधतेच्या दृष्टिकोनातून विचार करता भारत जगातील जैवविविधतादृष्ट्या संपन्न देशांपैकी एक आहे. आंतरराष्ट्रीय जैवविविधता करारावर भारताने सही केलेली असल्याने जैवविविधतेचे रक्षण व संवर्धन करण्यास भारत कटिबद्ध आहे. या कायद्यानुसार गावपातळीपासून राष्ट्रीय पातळीपर्यंत जैवविविधता मंडळे स्थापन करून त्यांचे सर्वेक्षण, उपयोग यांचे संकलन व संवर्धन या विषयी हा कायदा मार्गदर्शन करतो.

आणखी काही पर्यावरणविषयक कायदे पुढीलप्रमाणे -

(१) धोकादायक टाकाऊ पदार्थ (हाताळणी व व्यवस्थापन) नियम (१९८९)

(२) धोकादायक जैव वैद्यकीय टाकाऊ पदार्थ (हाताळणी व व्यवस्थापन) नियम (१९९८)

(३) पुनश्चक्रित प्लॅस्टिक उत्पादन आणि वापरविषयक नियम (१९९९)

भारतात केंद्र पातळीवर पर्यावरण मंत्रालयाची स्थापना इ.स. १९८० मध्ये करण्यात आली. त्यानंतर पर्यावरणविषयक कायदे व नियम तयार होण्यात गतिमानता आली.

Environmental Management - पर्यावरण व्यवस्थापन

पर्यावरणातील विविध परिसंस्था त्यांच्यातील सेंद्रिय व असेंद्रिय घटकांच्या क्रमबद्ध आंतरक्रियांनुसार कार्यरत असतात. मानव त्यांपैकीच एक घटक आहे. तथापि काही अनियोजित मानवी क्रियांमुळे उपलब्ध साधनसंपदेत विसंवाद निर्माण होतो. त्याचा परिणाम पर्यावरणाचा तोल ढासळण्यामध्ये होतो. त्यामुळे प्रदूषण, लोकसंख्याविस्फोट इ. समस्या निर्माण होतात. या समस्यांची उकल करण्यासाठी, पर्यावरणाचा समतोल राखण्यासाठी, चिरकाल टिकणाऱ्या विकासासाठी पर्यावरणाचे काळजीपूर्वक व्यवस्थापन करण्याची अत्यंत आवश्यकता असते. पर्यावरण व्यवस्थापनाच्या व्याख्या अनेक विचारवंतांनी केलेल्या आहेत. त्यातील महत्त्वाच्या व्याख्या खाली दिल्या आहेत.

(१) ''पर्यावरणातील साधन संपत्तीचे संरक्षण, संवर्धन व विकास (उपयोग) करण्यासाठी शास्त्रीय दृष्टिकोनातून केलेली चिकित्सात्मक रचना म्हणजे पर्यावरण व्यवस्थापन होय.''

(२) ''विशिष्ट पर्यावरणीय तत्त्वे डोळ्यांसमोर ठेवून संपदांची व मानवी क्रियांची नियंत्रित मांडणी म्हणजे पर्यावरण व्यवस्थापन होय.''

(३) ''पर्यावरणातील उपलब्ध नैसर्गिक साधनसंपत्तीचे संरक्षण व विकास करून त्या संपत्तीची उपयुक्तता पूर्ण व फायदेशीर करणे म्हणजे पर्यावरण व्यवस्थापन होय.

मृदा, पाणी, वने, प्राणी, खनिजे, इंधन, साधने इत्यादी नैसर्गिक साधनसंपत्तीचे संवर्धन करणे हे पर्यावरणीय व्यवस्थापनाचे मुख्य वैशिष्ट्य असते. पर्यावरणाच्या व्यवस्थापनासाठी कोणतीही योजना राबविताना ही योजना किफायतशीर असावी असे धोरण असते. कोणत्याही मार्गाने जास्तीत जास्त शक्य तितके साधनसंपत्तीचे नियमन केल्याने जनहितासाठी त्याचा किती उपयोग होईल त्यावर पर्यावरण व्यवस्थापनेचे यश, अपयश अवलंबून असते.

पर्यावरणाच्या व्यवस्थापनेची व्याप्ती अनेकपदरी आहे. यामध्ये विविध घटकांचा अभ्यास केला जातो. पर्यावरणीय व्यवस्थापनेत नैसर्गिक साधनसंपत्तीची उपलब्धता व उपयुक्तता यांची शास्त्रीय दृष्टिकोनातून संरचना केली जाते. पर्यावरणीय विशिष्ट तत्त्वे विचारात घेऊन साधनसंपत्ती व मानवी कार्ये यांचे नियंत्रण पर्यावरणीय व्यवस्थापनेत करतात. नैसर्गिक साधनसंपत्तीचा वापर करणे, त्यात परिवर्तन करणे, त्यांचे संरक्षण करणे, त्यांची उपयुक्तता आणि उत्पादकता वाढविणे ह्या सर्व क्रिया मानव करीत असल्याने पर्यावरणीय व्यवस्थापनेत मानव हा अत्यंत प्रभावी व महत्त्वाचा घटक असतो. वस्तूंची निर्मिती मानवाने आपल्या बौद्धिक कुशलतेने तंत्रज्ञानाच्या साहाय्याने केली आहे. मानवाच्या तांत्रिक ज्ञानामुळे निसर्गाचा अधिक प्रमाणात ऱ्हास झाला आहे व त्याच्यामुळे पर्यावरणीय समस्या निर्माण झाल्या आहेत. ते तंत्रज्ञान आज पर्यावरणीय समस्यांची उकल करण्यास तसेच त्यांचे निवारण करण्यास उपयुक्त ठरणार आहे. त्याचसाठी पर्यावरणीय व्यवस्थापन महत्त्वाचे आहे.

Environmental Planning - पर्यावरण नियोजन

पर्यावरण नियोजनाची व्याख्या खालीलप्रमाणे करतात. ''पर्यावरण निकोप राखण्यासाठी व त्या दृष्टीने विशिष्ट उद्दिष्टांच्या पूर्तीसाठी केलेली आखणी म्हणजेच पर्यावरण नियोजन होय.'' अर्थात पर्यावरण नियोजनात समस्या क्षेत्राचे भाग पाडावे लागतात. ही नियोजन क्षेत्राची विभागणी मात्र भौगोलिक निकषांवर असणे शास्त्रीयदृष्ट्या योग्य असते. विचारवंताच्या मते, असे नियोजन क्षेत्र म्हणजे एखाद्या नदीचे खोरे

असणे जास्त सयुक्तिक ठरते. कारण नदीखोऱ्यांत भूरचना, जलप्रणाली, मृदा, हवामान या घटकांची एक विशिष्ट अशी तर्कसंगती असते व या तर्कसंगतीचा त्या क्षेत्रातील विकासाच्या समस्या समजून घेण्यास चांगला उपयोग होतो. 'गंगा कावेरी योजना' तात्त्विकदृष्ट्या जलनियोजनात निश्चित उपयोगी आहे; पण त्याबरोबरच वाटेतील भूरचना व इतर नद्यांच्या पाणलोटांचा आकृतिबंध लक्षात घेणे तितकेच महत्त्वपूर्ण आहे.

Environmental Planning (Process) - पर्यावरण नियोजन प्रक्रिया

मानवाच्या अफाट विज्ञानाची उत्तुंग झेप व संपदांचे अनियमित वितरण यामुळे पर्यावरणाचा विक्षेप होत आहे व पर्यावरण नियोजनाची आवश्यकतादेखील दिवसेंदिवस वाढू लागली आहे. पर्यावरण नियोजनात पर्यावरण विज्ञानातील परिसंस्था, संतुलन समस्यांचे पृथक्करण या तत्त्वांचा पुरस्कार केला जातो. भारतात निर्वनीकरण, ग्रामीण नागरी स्थलांतर, लोकसंख्यावाढ, जलव्यवस्थापन या पर्यावरणीय समस्यांच्या निराकरणांसाठी पर्यावरण नियोजनाचे महत्त्व अनन्य साधारण आहे.

पर्यावरण नियोजन करताना प्रचंड प्रमाणावर संकलन केलेली सर्वेक्षणाची माहिती एकत्रित करून त्याचे संकलन करून कच्चे आराखडे तयार करतात व ते पुढे तज्ज्ञ लोकांपुढे अवलोकनार्थ ठेवतात. तज्ज्ञ लोकांच्या सूचनांचा विचार करून, समस्यांचा विचार करून, दुरुस्त नियोजन अहवाल तयार करून लोकांच्या व तज्ज्ञांच्या अवलोकनार्थ ठेवतात. त्यास 'कृतिसाद' असे म्हणतात. त्यावर साधक-बाधक चर्चा होऊन नवीन नियोजन किंवा फेरनियोजन अहवाल तयार करतात. पर्यावरण नियोजनातील वेगवेगळ्या क्रमिक पायऱ्या खालील तक्त्यामध्ये दाखविल्या आहेत.

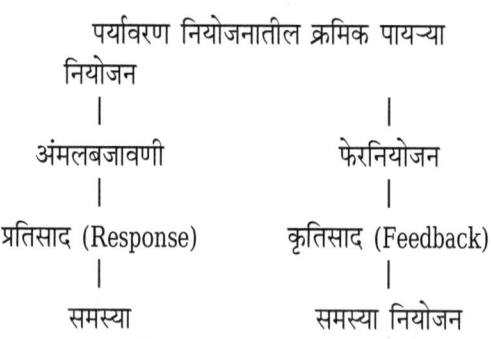

पर्यावरण नियोजनातील क्रमिक पायऱ्या

नियोजन

अंमलबजावणी	फेरनियोजन
प्रतिसाद (Response)	कृतिसाद (Feedback)
समस्या	समस्या नियोजन

नियोजन करताना सर्वसाधारण परिस्थिती विचारात घेतली जाते. परंतु भूकंप, पूर, दुष्काळ यासारख्या आकस्मिक नैसर्गिक घटना घडतात अशा वेळी अल्पकालीन नियोजन करावे लागते.

पर्यावरण व्यवस्थापन व नियोजन या एकाच नाण्याच्या दोन बाजू असून या प्रक्रिया सतत सुरू असतात. त्यासाठी कायम सर्वेक्षण व नियंत्रणाची आवश्यकता असते.

Environmental Problems - पर्यावरणीय समस्या

पर्यावरणविषयक बाबींबद्दल जागतिक स्तरावर जाणीव-जागृती घडवून आणणे ही काळाची गरज आहे आणि ही गरज लक्षात घेऊन संयुक्त राष्ट्रसंघाने जून १९७२ मध्ये स्टॉकहोम येथे सर्वप्रथम पर्यावरणावर परिषद भरविली. या परिषदेत भारताने भाग घेतला. या परिषदेत पर्यावरणाबाबत एक जाहीरनामा सर्वसंमतीने काढला. या जाहीरनाम्यात जागतिक पर्यावरणाचे संवर्धन करण्याची जबाबदारी मनुष्याची आहे हा विचार प्रामुख्याने मांडला. पर्यावरण संवर्धनाचे कार्यक्रम जगभर हाती घेण्याचे आवाहन करण्यात आले. पर्यावरण शिक्षणाची आवश्यकता का आहे, याची कारणे जाहीरनाम्यात दिली आहेत. ही कारणे पर्यावरणीय समस्यांशी निगडित आहेत. पर्यावरणीय समस्या अनेक प्रकारच्या आहेत.

उदाहरणार्थ -

(१) प्रदूषण - जल, हवा, ध्वनी, भूमी यांचे प्रदूषण इ.,

(२) टाकाऊ पदार्थांचा संग्रह करणे,

(३) कीटकनाशके व तणनाशके यांचे संग्रहण,

(४) ओझोन कवच क्षय,

(५) हरितगृह परिणाम,

(६) नैसर्गिक परिणाम - दुष्काळ, पूर, वादळ, भूकंप, ज्वालामुखी, इ.

(७) शहरीकरण,

(८) वाहतूक अपघात इत्यादी.

Environmental Water Management - पर्यावरण जलव्यवस्थापन

जलव्यवस्थापनात केवळ मोसमी पर्जन्याच्या अनियमित वर्तनास दोष देण्यात तथ्य नाही. यासाठी नद्यांचे भूरूपशास्त्रीय वर्तन, गाळाचे प्रमाणदर, पुरांची वारंवारिता, पात्रपरिवर्तनाचा ओघ, उतार ह्या गोष्टींचा सखोल अभ्यास अभिप्रेत आहे. भारतासारख्या शेतीप्रधान देशात अर्थव्यवस्थापन हे कृषिव्यवस्थापनावर मुख्यत्वे अवलंबून असल्याने कृषीसंबंधी समस्यांना नियोजनात प्रथम पसंती मिळायला हवी. गेल्या दोन दशकात दुष्काळाची वारंवारिता व मोसमी पर्जन्याचे वाढते अनियमित वर्तन लक्षात घेता पिकांसाठी जलवापराचे व्यवस्थापन व नियोजन यांची निकड आहे.

उपलब्ध जलाचा शास्त्रीय दृष्टीने उचित वापर करून जलसंवर्धन करणे अंतर्भूत आहे. जलव्यवस्थापनाची योग्य तऱ्हेने अंमलबजावणी केल्यास दुष्काळाची परिस्थिती

व पाण्याचे दुर्भिक्ष या समस्यांची भयानक तीव्रता नक्कीच कमी करता येईल. इस्त्राईलसारख्या पाण्याचे दुर्भिक्ष असलेल्या देशात शास्त्रीयदृष्ट्या पाण्याचे व्यवस्थापन व नियोजन पद्धतीचा वापर केल्याने पिकांची उत्पादनक्षमता चांगली वाढल्याचे सिद्ध झाले आहे. भारतातील जलसंपदांचे अस्तित्व व व्याप्ती लक्षात घेता उत्पादनक्षमता वाढविण्यास खूप वाव आहे. वनस्पतींच्या मुळाशी आवश्यक तेव्हा व आवश्यक तितके पाणी देण्याची पद्धत, ठिबक सिंचन पद्धत, वर्तुळाकार सिंचन पद्धत इ. जलव्यवस्थापनाचा आविष्कार आहे. जलव्यवस्थापनेच्या दृष्टीने पावसाचे पाणी म्हणजे संपूर्ण उपलब्धता मानणे तितके योग्य नाही.

Environmentalism - पर्यावरणवाद

पाश्चात्त्य राजकारणात १९७० च्या दशकात सुरू झालेली विचारधारात्मक चळवळ हळूहळू संपूर्ण जगात पसरली. हिचे उद्दिष्ट पर्यावरण प्रदूषण थांबविणे आणि पर्यावरणातील नैसर्गिक संसाधनांची क्षती भरून काढणे आहे. वातावरणाच्या विज्ञानाशी असलेल्या अतूट संबंधांमुळे पर्यावरणवाद्यांना पर्यावरणशास्त्रज्ञ म्हटले जाते. या चळवळीमध्ये वातावरणातील हिरवळीचे संवर्धन करण्यावर भर दिला जातो. म्हणून या हिरवळ-प्रेरित राजकारणाला 'हरित राजकारण' म्हटले जाते. न्यूझिलंड, पश्चिम जर्मनी तसेच ब्रिटनसारख्या काही देशांत हरित राजकारणाच्या भूमिकेवर राजकीय पक्ष स्थापन करून निवडणुका लढविल्या गेल्या आहेत. परंतु त्यांना अपेक्षित यश मिळाले नाही.

पर्यावरणवाद हा राजकीय सिद्धान्त नाही, तर एका विचारधारेचे आंदोलन आहे. (Ideological Movement) पृथ्वी व वातावरण यासंबंधी गंभीर विचार करणाऱ्या विज्ञानाच्या अभ्यासकांनी, पर्यावरणवाद्यांनी पाश्चिमात्य राष्ट्रात इ.स. १९७० पासून केलेले चिंतन हा पर्यावरणवादाचा गाभा आहे. आज अखिल विश्वात याचा फैलाव झालेला आहे.

औद्योगिकीकरणाने प्रदूषणाचा भस्मासुर उभा केलेला आहे, जंगले झपाट्याने कमी होऊ लागली तेव्हा 'जंगल बचाव' किंवा हरित-वृक्ष, हिरवळ राखणे यासारखे जोरदार प्रयत्न सुरू झाले. यातून प्रेरणा घेऊन सुरू झालेले राजकीय आंदोलन 'हरित राजनीती' (Green Politics) म्हणून ओळखले गेले. इंग्लंड, पश्चिम जर्मनी, न्यूझिलंड सारख्या देशांत हरित राजनीतीच्या समर्थनासाठी राजकीय पक्ष निर्माण झाले, निवडणुका लढल्या गेल्या. अर्थात, त्यांना लक्षणीय यश मिळाले नाही तरी पर्यावरणवाद्यांनी जगाचे लक्ष वेधले. पर्यावरणवादाचा सैद्धान्तिक आधार 'सामाजिक न्याय' (Social Justice) हा आहे. पृथ्वी कुणाची वैयक्तिक संपत्ती (Private Property) नाही, ही पूर्वजांकडून वारसाहक्काने मिळालेली नाही तर भावी पिढीसाठी अमूल्य

ठेव म्हणून आपण तिचे जतन केले पाहिजे. आपल्या पिढीला उपभोगाची सर्व संसाधने वापरण्याचा व भावी पिढीचे जीवन धोकादायक करण्याचा अधिकार नाही. पर्यावरणाचे रक्षण हे आपले परमकर्तव्य आहे असा पर्यावरणवाद्यांचा सिद्धान्त आहे.

परिस्थितिविज्ञानाच्या (Ecology) या ज्ञानशाखेने सिद्ध केले आहे की आर्थिक विकासाच्या अतिरेकी हव्यासाने, आंधळ्या शर्यतीने पर्यावरणाचे गंभीर नुकसान झालेले आहे.

खनिज पदार्थांच्या शोधासाठी भूगर्भाचे बेछूटपणे झालेले खोदकाम (Mining), त्यातून वाहात गेलेली आम्ले (Acids) आणि विषमय झालेले जलस्रोत, कारखान्यांच्या विषारी धूर ओकणाऱ्या चिमण्या, धुराडी, रात्रंदिवस घातक वायूंचे प्रदूषण फैलावणाऱ्या मोटरगाड्या, रासायनिक कचऱ्यांची (Chemical Wastes) समस्या, आण्विक प्रयोगाने होणारा किरणोत्सर्ग यामुळे मनुष्यप्राणी, कीटक, वनस्पती यांच्या शारीरिक, मानसिक स्वास्थ्यावर गंभीर परिणाम झालेले आहेत. आपली सुंदर वसुंधरा वस्ती करून राहण्याच्या योग्यतेची राहिली नाही. ह्या गोष्टींकडे लक्ष वेधलेल्या पर्यावरणवाद्यांच्या भूमिकेत आर्थिक प्रगतीपेक्षा, जीवनापेक्षा जीवनाच्या गुणवत्तेला (Quality of Life) अग्रक्रम दिलेला आहे. नैसर्गिक सौंदर्य, वातावरणातील स्वच्छता, यांना अधोरेखित केलेले आहे. पर्यावरणवाद्यांनी ह्या मुद्द्यांचा राजकीय कार्यक्रमात समावेश केलेला आहे. यासाठी काही ध्येयधोरणे राबवावीत व कायदेही करावेत असा जोरदार आग्रह पर्यावरणवादी धरतात.

फक्त सरकारी नियमनावर (Government Regulations) पर्यावरणवादी थांबलेले नाहीत तर प्रगत देशातील उपभोगाच्या प्रतिमानांकडे, (Consumption Patterns) पद्धतींकडे, जीवनशैलीकडे त्यांचा रोख असून पृथ्वीवरील संसाधने, नैसर्गिक सौंदर्य, स्वच्छ वातावरण, पाणी हे उपभोगासाठी वेठीला धरण्याच्या त्यांच्या दृष्टिकोनावर प्रहार करीत आहेत. त्यासाठी अमेरिकेचे उदाहरण देताना पर्यावरणवादी म्हणतात, अमेरिकेतील लोकसंख्या संपूर्ण जगातील लोकसंख्येच्या ६% आहे. परंतु सर्व जगात तयार होणाऱ्या मालाच्या (Manufactured Goods) जवळजवळ अर्ध्याचे उत्पादन आणि संपूर्ण जगाच्या एकतृतीयांश ऊर्जेच्या (Energy) वापरासाठी एकटी अमेरिका जबाबदार आहे. अप्रगत, निर्धन राष्ट्राच्या वाट्याला फारच थोडा हिस्सा येतो. पर्यावरणवाद्यांनी असे आवाहन केले आहे की, वैयक्तिक वाहनांऐवजी सार्वजनिक वाहतूक (Public Transport) सायकल यांना उत्तेजन द्यावे. मत्स्याहार, मांसाहाराऐवजी शाकाहाराला प्राधान्य द्यावे. कोळसा, विद्युत व अणुऊर्जेऐवजी पवनऊर्जा (Wind Mill), सौर ऊर्जा (Solar Energy) यांना अग्रक्रम द्यावा. शहराऐवजी ग्रामीण क्षेत्रात जाण्यास प्रोत्साहन द्यावे.

पर्यावरणवादी हे संपूर्ण विश्वाच्या स्वास्थ्याच्या समतोलाच्या आग्रहाची भूमिका

मांडत आहेत. विभिन्न समूहांच्या हिताचे रक्षण करण्यात गुंतलेल्या राजनीतीमध्ये विश्वकल्याणाच्या उदात्त विचाराला स्थान मिळत आहे.

एकमेकांत गुंतलेले स्वार्थी हितसंबंध (Vested Interests), प्रचंड नफ्यासाठी चाललेली जीवघेणी स्पर्धा, त्यासाठी कार्यरत असलेली मोठी राजकीय यंत्रणा, साधनसंपन्नता, स्वामित्व यांना टक्कर देण्यासाठी पर्यावरणवाद्यांची वाटचाल अजूनही बिकट आहे. राजकीय स्वार्थासाठी पर्यावरणवाद्यांना विरोधही केला जात आहे.

मात्र सामंजस्याची भूमिका घेऊन, पर्यावरणरक्षण आणि विकास यांचा समन्वय घडवण्याचे प्रयत्न सुरू आहेत. भारतात 'चिपको आंदोलन' किंवा 'नर्मदा बचाव' सारखी आंदोलने पर्यावरणाकडे लक्ष वेधत आहेत. दुर्मिळ वन्यप्राणी रक्षणासाठी जागरूकता आहे. 'गंगा शुद्धी प्रकल्प' नदी प्रदूषणाच्या विरुद्ध उभा रहात आहे. पाटणा शहरापासून दूर जाणाऱ्या गंगेसाठी सामान्य माणसे देखील अभियानात सहभागी होत आहेत. ह्या वेगवेगळ्या लढणाऱ्या पर्यावरणवाद्यांची संघटित शक्ती, प्रयत्न यांना समाजातून स्वयंस्फूर्तीने प्रतिसाद मिळाला तर बहुरत्ना वसुंधरा हरित राहील व मानवी जीवनातही सुसंवाद नांदेल.

Environmental Planning (Type) - पर्यावरण नियोजनाचे प्रकार

पर्यावरण नियोजनासाठी क्षेत्राच्या संदर्भात खालील तीन गटांत वर्गीकरण केले जाते.

(i) महानियोजन विभाग (Macro Planning Regions)

(ii) मध्यम नियोजन विभाग (Meso Planning Regions)

(iii) लघु नियोजन विभाग (Micro Planning Regions)

याशिवाय अंमलबजावणी सोईस्कर व्हावी म्हणून विशिष्ट क्षेत्रापुरते स्थानिक नियोजन विभाग (Local Planning Regions) पाडले जातात.

वरील वर्गीकरणाच्या अनुषंगाने भारताचे पर्यावरण नियोजनाच्या दृष्टिकोनातून खालील तीन विभाग पाडण्यात आले आहेत.

(i) महानियोजन विभाग : यामध्ये उत्तरेकडील पर्वतीय प्रदेश, गंगा-यमुना मैदान, दख्खनचे पठार, तसेच पूर्व व पश्चिम किनारपट्ट्यांचे प्रदेश यांचा समावेश होतो.

(ii) मध्यम नियोजन विभाग : यामध्ये महाराष्ट्र पठार, वायव्य दख्खनचे पठार, कर्नाटक पठार, आंध्रपठार, तमिळनाडू पठार यांचा समावेश होतो.

(iii) लघु नियोजन विभाग : या विभागात विविध नदी खोऱ्यांचा समावेश होतो. उदा. महाराष्ट्र पठाराचे कृष्णा खोरे, भीमा खोरे, गोदावरी खोरे असे विभाग पाडले जातात. पर्यावरण नियोजनाचे प्रकार खालील तक्त्यात दर्शविले आहेत.

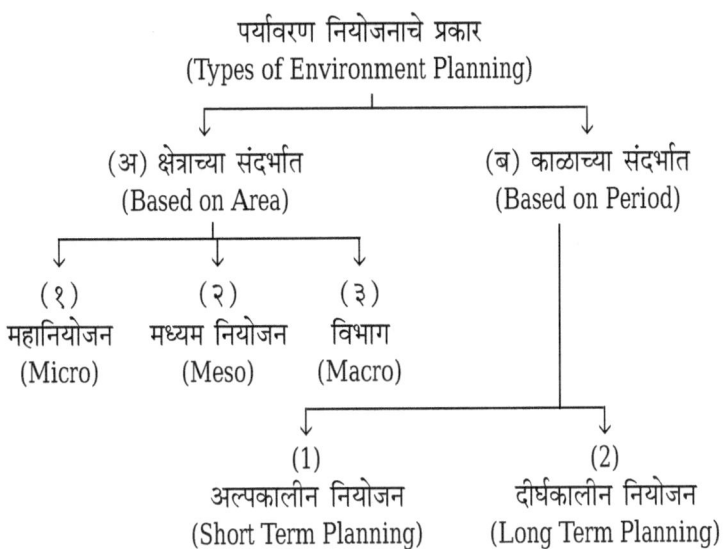

पर्यावरण नियोजनाचे प्रकार
(Types of Environment Planning)

- (अ) क्षेत्राच्या संदर्भात (Based on Area)
  - (१) महानियोजन (Micro)
  - (२) मध्यम नियोजन (Meso)
  - (३) विभाग (Macro)
- (ब) काळाच्या संदर्भात (Based on Period)
  - (1) अल्पकालीन नियोजन (Short Term Planning)
  - (2) दीर्घकालीन नियोजन (Long Term Planning)

Equatorial Ecosystem - विषुववृत्तीय परिसंस्था

विषुववृत्तीय परिसंस्था ही 'पर्जन्यारण्य' (Rain Forest) परिसंस्था म्हणून ओळखली जाते. ही पर्जन्यारणे विषुववृत्तीय प्रदेशात म्हणजेच दक्षिण अमेरिकेतील ॲमेझॉन नदीचे खोरे, आफ्रिकेतील कांगो नदीचे खोरे, मलेशिया, न्यू-गिनी इत्यादी प्रदेशात आढळतात. या ठिकाणी सरासरी वार्षिक तापमान २२ अंश ते ३१ अंश दरम्यान आढळते. येथील वार्षिक पर्जन्यमान २५० सें. मी. इतके असते. या प्रदेशात ऊबदार वातावरण असल्यामुळे हवा तापते, हलकी होऊन वर जाते व त्यामुळे तेथे दैनंदिन 'आरोह पर्जन्य' (Conventional Rainfall) आढळतो. या पावसाच्या रूपाने तेथील आर्द्रता बाहेर टाकली जाते.

भरपूर पाऊस व उष्णता यामुळे या परिसंस्थेतील वनस्पती वाढतात. यांची पाने वर्षभर हिरवीगार असतात. त्यामुळे या अरण्यांना 'सदाहरित अरण्ये' (Evergreen Forests) असेही म्हटले जाते. अनुकूल हवामानामुळे येथे घनदाट व मिश्र जातींची जंगले आढळतात. बहुतेक वृक्षांची उंची ५० मीटरपर्यंत असते. वृक्षवाढीसाठी असलेल्या अनुकूल परिस्थितीमुळे या अरण्यात छोट्याशा क्षेत्रात शंभर ते दोनशे विविध जातींचे वृक्ष आढळतात. समृद्ध वनस्पती जीवनामुळे येथील प्राणिजीवनही वैविध्यपूर्ण आहे. अतिशय दुर्मिळ व महाकाय गेंड्यापासून विविध सूक्ष्मजीवापर्यंत अनेक जातींचे प्राणी या अरण्यात आढळतात.

पर्जन्यजंगले ही आपल्या वैशिष्ट्यपूर्ण रचनेमुळे जागतिक साधनसंपत्तीचा अतिशय महत्त्वाचा स्रोत मानली जातात.

Estury Ecosystem - खाडी परिसंस्था

सागरी किनाऱ्यालगतचे आखाती प्रदेश, नद्यांची मुखे, भरतीच्या क्षेत्रातील दलदलयुक्त प्रदेश अशा ठिकाणी खाड्यांची निर्मिती होते. समुद्रप्रवाह व क्षारता हे घटक येथील जीवसृष्टीवर मोठ्या प्रमाणावर परिणाम करतात. या ठिकाणी खाऱ्या आणि गोड्या पाण्याची सरमिसळ झालेली आढळते. खाडीमध्ये येणाऱ्या गोड्या पाण्याचे प्रमाण ऋतू व पर्जन्यमान यानुसार बदलते तसेच समुद्राला येणाऱ्या भरती आणि ओहोटीमुळे खाडीतील पाण्याचे प्रमाण सतत बदलत असते. यामुळेच खाडीपरिसंस्था ही सातत्याने बदलत असलेली वैशिष्ट्यपूर्ण परिसंस्था आहे.

खाडीमध्ये येणाऱ्या गोड्या पाण्यातून पोषकद्रव्यांचा मोठ्या प्रमाणात पुरवठा होतो त्यामुळे येथे जीवसृष्टी बहरू लागते. खाडीच्या सुरुवातीला गोड्या पाण्याचा पुरवठा जास्त असतो व जसजसे मुखाकडे जावे तसतशी पाण्याची क्षारता वाढत जाते. त्यामुळे खाडीच्या सुरुवातीपासून मुखापर्यंत येथील परिसंस्थेत मोठी विविधता आढळते. खाडीच्या परिसरात बहुतेक ठिकाणी उथळ पाणी आढळते अशा ठिकाणी वनस्पतिजन्य व प्राणिजन्य शैवाले वाढतात. या शैवालांवर जगणारे असंख्य कीटक व मासे हे येथील एक वैशिष्ट्य होय. खारफुटी ही खाडीकाठच्या दलदलीत उगवणारी वनस्पती या परिसंस्थेत महत्त्वपूर्ण भूमिका बजावते. या वनस्पतींच्या मुळांच्या जाळ्यात अनेक जीव आपली अंडी सुरक्षितपणे ठेवतात व प्रजोत्पादन करतात.

Ethenol - इथेनॉल

इथेनॉल हे भावीकाळातील एक महत्त्वपूर्ण जैवइंधन आहे. साखर कारखान्यातील मळी, मका, गोडसर ज्वारी, विविध पिष्टमय (म्हणजे स्टार्च असलेले) पदार्थ या कच्च्या मालापासून मोठ्या प्रमाणात इथेनॉल बनवता येते.

इथेनॉल हे एक स्वच्छ इंधन आहे. ते जाळून ऊर्जा मिळवताना धूर येत नाही. मागे फारशी काजळी रहात नाही. हरितगृह परिणामाला साह्यकारी होईल असे काही त्यात नाही. हे लक्षात घेऊन गेल्या ४० वर्षांत ब्राझीलने इथेनॉल निर्मितीमध्ये चांगलीच आघाडी मिळवली. त्यांनी कच्च्या मालासाठी उसाच्या पिकावर भर दिला. अमेरिकेने मात्र इथेनॉलसाठी मक्याचा पाठपुरावा केला. २००६ मध्ये त्यांनी दोन हजार कोटी लिटर इथेनॉलची निर्मिती केली. इथेनॉलचे गुणधर्म जैवइंधन म्हणून घेण्याइतपत चांगले असले तरी भरपूर उष्णता निर्माण करण्यात ते कमी पडते. एक लिटर डिझेल किंवा पेट्रोल वापरून एखादे वाहन जेवढे अंतर पार पाडून जाईल तेवढे अंतर एक लिटर इथेनॉल पार पाडू शकणार नाही. इथेनॉल हे हवेत लगेच उडून जाते. फरमेंटेशन पद्धतीने ते यीस्टचा उपयोग करून मिळवताना बराच वेळ जातो. कारण ती जैवप्रक्रिया फार वेगवान नाही. बिअर, वाइन अशा धुंदी आणणाऱ्या

पेयांसाठी ती पद्धत चांगली आहे, पण ऊर्जानिर्मितीसाठी जैवइंधन बनवायचे असेल तर ते वेगाने तयार व्हायला पाहिजे.

जैवइंधन तयार करण्यासाठी सेल्युलोजयुक्त बायोमासचा उपयोग करण्याचेही प्रयत्न जगभर चालू आहेत. कच्चा माल मुबलक असला, तरी सेल्युलोजपासून ग्लुकोजसारखी शर्करा मोठ्या प्रमाणात मिळवणे आणि नंतर त्यापासून अल्कोहोल बनवणे हेही अवघड आहे. कारण त्याला वेळ लागतो. ही अडचण लक्षात घेऊन 'युनिव्हर्सिटी ऑफ विस्कॉन्सिन'मधील एक रासायनिक अभियंते जेम्स ट्युमेसिक यांनी म्हटले आहे, की ग्लुकोज किंवा फ्रुक्टोजपासून 'डीएमएफ' हे इंधन तयार करणे जास्त फायद्याचे आहे. '२, ५ - डायमेथिल फ्युरान'चे ते संक्षिप्त रूप आहे. त्यामध्ये इथेनॉलपेक्षा ४० टक्के जास्त 'ऊर्जा' आहे. याचा अर्थ डीएमएफ हे इंधन वापरले तर इथेनॉलपेक्षा मोटारी जास्त अंतर पार पाडू शकतील.

बायोमासमधील फ्रुक्टोज किंवा ग्लुकोज या शर्करा पुनरुत्पादित करता येतात. त्यापासून प्रथम 'एचएमएफ' म्हणजे हायड्रॉक्सिमेथील परफ्युरान (नंतर फ्युरान) बनते. त्यासाठी उत्प्रेरक म्हणून आम्लधर्मी - क्षारयुक्त कॉपर रुथेनियमचा उपयोग केला जातो. पूर्वी ग्लुकोज - फ्रुक्टोज ते डीएमएफ ही क्रिया फक्त प्रयोगशाळेतच करून पाहिली जायची; पण आता औद्योगिक क्षेत्रात डीएमएफ योग्य दरात बनू शकेल, असे संकेत 'नेचर' (१५ जून २००७) मध्ये प्रकाशित झालेल्या शोधनिबंधावरून लक्षात येते. तसे संकेत 'सायन्स' (३० जून २००६) मध्येही व्यक्त झालेले होते. पाणी हे माध्यम वापरून प्रथम ग्लुकोज किंवा फ्रुक्टोजपासून हायड्रॉक्सिमेथिल फ्युरान तयार केले जाते. ते बाजूला काढण्यासाठी सोडियम क्लोराईड (मीठ) वापरावं लागतं. नंतर त्यापासून 'डीएमएफ'तयार करताना मीठ अडथळा ठरते. तरीही ते किफायतशीर दरात मिळवता येईल, असे तंत्रज्ञांना वाटते. वाहने चालवण्यासाठी जे इंधन वापरले जाते. त्यात ५ ते १५ कार्बन अणू असतील तर ते आदर्श मानले जाते. 'डीएमएफ'मध्ये कार्बनचे ६, हायड्रोजनचे ८ आणि ऑक्सिजनचा एकच अणू आहे.

'डीएमएफ'चा उत्कलन बिंदू ९३.५ अंश सेल्सिअम आहे. त्याचे विशिष्ट गुरुत्व ०.८९ ग्रॅम/सीसी आहे. इथेनॉलचा उत्कलन बिंदू ७८ अंश सेल्सिअस आहे. त्यामुळे 'डीएमएफ' इथेनॉलप्रमाणे वेगाने बाष्पीभवन पावत नाही. इथेनॉलला पाण्याची 'ओढ' असते साहजिकच जलांशाचे प्रमाण इथेनॉलमध्ये वाढत जाते. तो दोष 'डीएमएफ'मध्ये नाही. तथापि, 'डीएमएफ' जळल्यानंतर त्यापासून बाहेर पडणारा धूर आरोग्याला धोकादायक आहे का, हे अजून माहीत नाही.

जगातील द्रवरूप इंधनामध्ये जैवइंधनाचे प्रमाण केवळ एक टक्का आहे. २००१ पासून आतापर्यंत ते प्रमाण दुप्पट झाले आहे. त्यामुळे इथेनॉलचे महत्त्व कमी होईल, असे वाटत नाही; कारण त्याचे उत्पादन करण्यासाठीचे तंत्रज्ञान जगभर चांगलेच

'सेट' झाले आहे. तथापि, 'डीएमएफ'हेही पुनरुत्पादित होणाऱ्या कच्च्या मालापासून बनवता येत आहे. ती रासायनिक पद्धत असून, यीस्टवर अवलंबून नाही. ती प्रक्रिया जास्त वेगानं घडवता येते. साहजिक 'डीएमएफ' ची महती दिवसेंदिवस वाढत जाईल, असे दिसते.

Evolution - उत्क्रांती

चार्ल्स् डार्विन याने जीवशास्त्रात प्रथम उत्क्रांती किंवा विकासाची उपपत्ती मांडली. जीवशास्त्रातील यशामुळे इतर अनेक शास्त्रातून उत्क्रांतितत्त्वाचा अथवा विकासकल्पनेचा उपयोग करण्यात येऊ लागला. यातूनच उत्क्रांतीचे तत्त्व एक वैकासिक पद्धती म्हणून संशोधनाची पद्धत बनली. उत्क्रांतितत्त्वाच्या साहाय्याने निसर्गघटनांतील बदलांमध्ये एक संगती शोधण्याचा डार्विनने प्रयत्न केला. निरनिराळ्या प्राण्यांची शरीरचना व शरीर कार्य यांच्यात विकासक्रम लावून वर्गीकरण करण्याचा प्रयत्न होऊ लागला. मानव व मानवेतर प्राण्यांचा विकासतत्त्वानुसार अभ्यास करून संगती दाखविण्याचा प्रयत्न होऊ लागला. जीवशास्त्रानंतर उत्क्रांती तत्त्वाचे उपयोजन मानवशास्त्र, मानसशास्त्र व समाजशास्त्र यासारख्या सामाजिक शास्त्रांमध्ये होऊ लागले. उत्क्रांतितत्त्वाच्या आधाराने वैकासिक पद्धती, हे वैज्ञानिक संशोधनाला गती देणारे वरदान ठरले आहे.

Evolutionary Theory - उत्क्रांतीचा सिद्धान्त

उत्क्रांती या संज्ञेने विशिष्ट प्रकारचे बदल सूचित केले जातात. जीवशास्त्रामध्ये, या संज्ञेने, प्राण्यांच्या नवनवीन प्रजाती निर्माण होण्याची प्रक्रिया वर्णन केली जाते. समाजातील परिवर्तन देखील उत्क्रांतीच्या तत्त्वाने होते असे मानणारा शास्त्रज्ञांचा गट आहे. त्यांच्या मते, साध्या समाजरचनेकडून गुंतागुंतीच्या समाजरचनेकडे होणारे, संथ गतीने, टप्प्याटप्प्याने होणारे बदल ही सर्व समाजाच्या उत्क्रांतीची लक्षणे आहेत. काहींच्या मते, ही उत्क्रांती ठरवीक अवस्थांच्याद्वारेच होत असते, म्हणजे प्रत्येक समाज क्रमाक्रमाने विशिष्ट अवस्था प्राप्त करतो व अंतिमत: सर्व समाजांची एका दिशेने सुरू असलेली ही वाटचाल आहे.

विरोधकांच्या मते असा सिद्धान्त खरा असण्याला तर्काचा काही आधार नाही, दुसरे म्हणजे सर्व समाजांची वाटचाल ठराविकच अवस्थांमधून होते असे प्रत्यक्षात दिसत नाही, तिसरे म्हणजे 'क्रांती' हा घटकदेखील समाजात परिवर्तन घडवून आणत असतो, त्याला उत्क्रांतिवादात स्थान नाही.

Eutrophication - अतिजैवीकरण

अतिजैवीकरण ही नैसर्गिक प्रक्रिया आहे. अतिजैवीकरण म्हणजे पाण्यामध्ये शैवाल आणि जलपर्णीसारख्या इतर पाणवनस्पतींची मोठ्या प्रमाणावर होणारी वाढ.

हा प्रकार आपल्या जवळच्या तळी, नद्या, वापरात नसलेल्या विहिरी किंवा दगडांच्या खाणींमध्ये दिसून येतो. पाण्याच्या प्रदूषणामुळे अतिजैवीकरणाच्या प्रक्रियेचा वेग मोठ्या प्रमाणावर वाढतो.

शेतीमधून वाहून आलेले पाणी, घरगुती सांडपाणी, मैलापाणी, अपमार्जके व कारखान्यांमधील उत्सर्जिते यांमधील पोषक द्रव्यांमुळे पाणीसाठ्यात शेवाळाची वाढ अमाप होते. या वाढीव वनस्पती पाण्यातील विरघळलेला ऑक्सिजन वापरून टाकतात. परिणामी पाण्यात विरघळलेल्या ऑक्सिजनची मागणी (Biological Oxygen Demand) वाढते. त्यामुळे इतर जलचर गुदमरून मरतात. विनॉक्सीकारी (ऑक्सिजनविना वाढणाऱ्या) जीवांचे प्रमाण वाढते. हे मृत वनस्पती व प्राण्यांचे विघटन करतात, त्यातून मिथेन वायू बाहेर पडतो. त्याची विशिष्ट दुर्गंधी अशा पाणीसाठ्याजवळ गेल्यास येते. त्याशिवाय असे अतिजैवीकरण झालेले पाणीसाठे डासांच्या वाढीसाठी उत्तम असल्यामुळे अशा ठिकाणी मलेरियाचा प्रादुर्भाव वाढण्याचा मोठाच धोका असतो. मागील शंभर वर्षात पृथ्वीच्या पाठीवर अनेक ठिकाणी सांडपाणी, कारखान्यांमधली उत्सर्जिते आणि शेतीमधून वाहून येणारे पाणी यामुळे तलावांचे अतिजैवीकरण होऊन ते पाणीसाठे वाया गेल्याची उदाहरणे पाहायला मिळतात.

Ex Situ Conservation - परिसराबाहेरील संवर्धन

एखाद्या प्रजातीचे संवर्धन वन्य प्रदेशात करणे प्रत्येक वेळी शक्य नसते. अशा वेळी प्रयोगशाळांमध्ये किंवा उद्यानांमध्ये संवर्धन केले जाते. सर्वसाधारणपणे नामशेष होण्याचा धोका असणाऱ्या प्रजातींच्या संबंधात अशा प्रकारे संवर्धन करणे आवश्यक असते.

(१) बंदिवासातील प्रजनन व प्रजातींचा पुनर्परिचय : संवर्धनाच्या सोयींमधून, प्रजातींच्या संवर्धनासाठी आरोग्यपूर्ण पिढ्यांचे सातत्य राखणे हे बंदिवासातील प्रजननाचे ध्येय आहे. परिसरातील (In Situ) संवर्धनासाठी हे पूरक ठरते. पिंजऱ्यात जन्मलेल्या प्राण्यांना पुन्हा निसर्गात - त्यांच्या अधिवासात सोडून त्यांच्या अधिवासाशी त्यांचा पुनर्परिचय करून देता येतो. भारतात बंदिवासातील प्रजननाचा वापर भारतीय गिधाड, स्लेंडरबिल्ड गिधाड व व्हाईट रंप्ड गिधाड या तीन प्रकारच्या गिधाडांची घटलेली संख्या वाढविण्यासाठी करण्यात येत आहे. पूर्वीच सांगितल्याप्रमाणे डायक्लोफेनॅक औषधामुळे, गेल्या दहा वर्षांत गिधाडांच्या संख्येत ९५ टक्के घट झाली होती.

(२) वनस्पती उद्याने व वन्य प्राणी संग्रहालये : वनस्पती उद्याने व प्राणी संग्रहालये हे नामशेष होणाऱ्या प्रजाती टिकवून ठेवण्याचे एक साधन आहे. अलीकडेच पर्यावरण व वन मंत्रालयाने विद्यापीठात व महाविद्यालयाच्या आवारात वनस्पती उद्याने निर्माण करण्यासाठी उत्तेजन दिले आहे.

(३) जनुक पेढी : पिकांच्या जंगली प्रजाती व अन्य रोपे तसेच प्राण्यांचे जनुकीय द्रव्य हे उच्च प्रकारचे तंत्रज्ञान असलेल्या प्रयोगशाळा व विशेष पद्धतीने बनविलेल्या शीत कोठीमध्ये जतन करून ठेवण्यात येते. इंडियन कौन्सिल ऑफ ॲग्रिकल्चरल रीसर्चच्या आधिपत्याखाली नॅशनल ब्यूरो ऑफ प्लांट जेनेटिक रिसोर्सेस अशा प्रकारच्या जनुकीय पेढ्या राखून ठेवतात. ग्रामीण स्तरावर पारंपरिक जातींच्या वाणांचे बियाणे संवर्धन करण्यासाठी बियाण्यांच्या पतपेढ्यांना उत्तेजन देण्यात येत आहे.

Exhaustible Resources - नाशवंत अथवा विनाशी संसाधने

ज्या संसाधनांचा एकदा वापर केल्यावर विनाश होतो व त्यांची पुनर्निर्मिती अथवा भरपाई होत नाही अशा संसाधनांना 'नाशवंत संसाधने' असे म्हणतात. सर्व प्रकारची खनिजे व ऊर्जा साधने यांचा वापरानंतर विनाश होतो त्यामुळे ती नाशवंत संसाधने आहेत.

नाशवंत संसाधनांचे पूर्ण नाशवंत व अंशत: नाशवंत असे दोन प्रकार केले जाऊ शकतात. खनिजे वापरानंतर पूर्णपणे संपून जातात म्हणून ती पूर्ण नाशवंत संसाधने ठरतात. तर मृदेचा कस, वने व भूजल वापराने संपून जातात परंतु प्रयत्नपूर्वक देखभाल करून त्यांची पुनर्वृद्धी करता येते. यामुळे ती अंशत: नाशवंत होते.

Family Welfare Programme - कुटुंबकल्याण कार्यक्रम

लोकसंख्या नियंत्रित करण्यासाठी 'कुटुंब नियोजन कार्यक्रम' आखणे व अंमलात आणणे हा सर्वात सोपा व सरळ मार्ग आहे. जगात सर्वात जास्त लोकसंख्या असलेल्या चीनने याच कार्यक्रमाला प्राधान्य देऊन वाढत्या लोकसंख्येला आळा घातला. या कार्यक्रमामध्ये कुटुंबनियोजनाचे महत्त्व, लैंगिक शिक्षण, विवाहाचे वय व त्याचा आदर्श इत्यादी प्रमुख घटकांचा समावेश होतो.

स्वातंत्र्योत्तर काळात तर भारतीय घटनेने कल्याणकारी राज्याचे (Welfare State) धोरण जाहीर केल्यावर, कुटुंबनियोजन हा कुटुंबकल्याण कार्यक्रमाचा गाभाच बनला. आणीबाणीत तर सक्तीने कुटुंब नियोजनाचा कार्यक्रम राबविला गेला. त्यामुळे लोकांच्या मनात याबद्दल अप्रियता निर्माण झाली. केवळ संख्यात्मक उद्दिष्टे गाठण्यामुळे कुटुंबनियोजनाचा कार्यक्रम मूळ उद्दिष्टांपासून दूर जाऊ लागला. हे लक्षात येताच या धोरणास केंद्रातील जनता पक्षाच्या सरकारने १९७७ मध्ये वेगळे नाव दिले. कुटुंबनियोजनाऐवजी कुटुंबकल्याण हा शब्द वापरण्यात आला. अर्थात, हा बदल केवळ नावापुरता नव्हता, तर अधिक व्यापक उद्दिष्टे घेऊन त्यानुसार विविध कार्यक्रमांवर भर देऊन स्वत:हून लोकांना त्याकडे आकृष्ट करणारा होता.

लोकसंख्यावाढीचा वेग कमी करून लोकसंख्येच्या गुणवत्तेत वाढ करणे, हा कुटुंबकल्याण कार्यक्रमाचा मुख्य उद्देश आहे.

कुटुंबकल्याण कार्यक्रमातील फायदे याप्रमाणे :-

(१) विविध कुटुंबनियोजनपद्धतींमुळे कुटुंब मर्यादित राहण्यास मदत होते व कुटुंबाची आर्थिक स्थिती सुधारण्यास मदत होते.

(२) लोकसंख्यावाढीचा वेग कमी होऊन देशातील साधनसंपत्तीवरील ताण कमी होतो.

(३) मर्यादित अपत्यांच्या संख्येमुळे माता व बालकांचे आरोग्य चांगले राहण्यास मदत होते.

कुटुंबकल्याण कार्यक्रम हा सरकारच्या लोकसंख्याविषयक धोरणाचा केंद्रबिंदू असून त्या दृष्टीने कुटुंबकल्याण कार्यक्रम राबविताना लोकसंख्यावाढीचा वेग फारसा कमी झालेला दिसत नाही. या कार्यक्रमाला ५० वर्षे पूर्ण होऊनही अद्याप जन्मदर हजारी सुमारे २६ आणि लोकसंख्यावाढीचा वार्षिक दर सुमारे १.९३% आणि लोकसंख्यावाढीचा दशवार्षिक दर सुमारे २१.३४% इतका जास्त आढळतो. यासाठी काही प्रमुख कारणे याप्रमाणे :-

(१) सरकारचे दुर्लक्ष (२) वैद्यकीय सेवकांचा निष्काळजीपणा (३) धार्मिक विरोध (४) संततिनियमन साधनांविषयी गैरसमज (५) प्रचलित रूढी व परंपरांचा प्रभाव (६) अज्ञान, अंधश्रद्धा यांचा पगडा (७) दारिद्र्य (८) शिक्षणाचा अपुरा प्रसार ९) स्त्रियांचा दुय्यम दर्जा

Food Chain - अन्नसाखळी

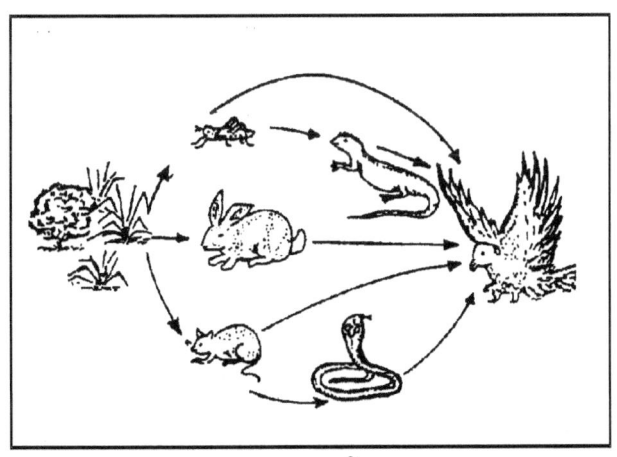

अन्नसाखळी

वनस्पती सौरप्रारणांचे (Solar Radiation) ग्रहण करून हरितलवकाच्या साहाय्याने अन्ननिर्मिती करतात. शाकाहारी प्राणी वनस्पती खाऊन जगतात. या प्राण्यांना मांसाहारी प्राणी खातात. माणूस वनस्पती तसेच प्राणी खातो.

अशा प्रकारे वनस्पतींनी निर्माण केलेले अन्न संक्रमित होत सर्वोच्च भक्षकापर्यंत पोहोचते. वनस्पतींनी घेतलेली ऊर्जा तृणभक्षक प्राण्यांना व त्यांच्याकडून मांसाहारी प्राण्यांना मिळते. सर्वात शेवटी वनस्पती व प्राणी यांच्या माध्यमातून ती मानवाला मिळते. अन्नाच्या अथवा ऊर्जेच्या या क्रमवार संक्रमणाला अन्नसाखळी (Food Chain) असे म्हणतात. अन्नसाखळीतून ऊर्जा उच्चस्तरीय सजीवांकडे संक्रमित होत जाते. प्रत्येक टप्प्यावरील संक्रमणाच्या वेळी ऊर्जा वापरली जाते, त्यामुळे वरच्या स्तरावर ऊर्जेचे प्रमाण कमी होत जाते.

निसर्गातील प्रत्येक परिसंस्थेत स्वतंत्र अन्नसाखळ्या असतात. त्याच्या परिसंस्थेतील अन्नसाखळीत मानव सर्वात वरच्या स्थानावर असतो.

निसर्गातील प्रत्येक परिसंस्थेत अनेक अन्नसाखळ्या (Food chains) असतात. तृणभक्षक अन्नसाखळी हिरव्या वनस्पतीपासून सुरू होऊन शेवटी मांसभक्षक प्राण्यापाशी संपते, परंतु निसर्गातील प्रत्येक भक्षक अनेक मार्गांनी आपले अन्न प्राप्त करतो. एक भक्षक अनेक प्रकारे भक्ष मिळवतो व एक जीव अनेक भक्षकांचे लक्ष्य असते. त्यामुळे एकाच परिसंस्थेत अनेक अन्नसाखळ्यांतील सजीव एकापेक्षा अनेक पोषण पातळ्यांमध्ये असतात. अशा प्रकारे अनेक अन्नसाखळ्यांचे गुंतागुंतीचे जाळे निर्माण होते. याला 'अन्न जाळे' असे म्हणतात.

अन्नसाखळ्यांतील सर्वोच्च स्तरावर मानव आहे. कारण तो सर्वभक्षक आहे व अनेक मार्गांनी अनेक अन्नजाळ्यांतून आपले भक्ष्य मिळवतो.

Food Pyramid - अन्नस्तूप

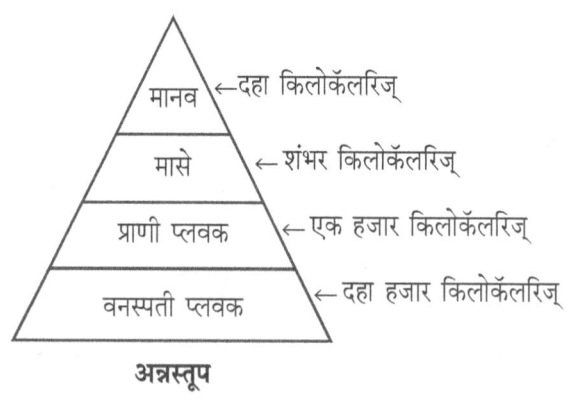

अन्नस्तूप

अन्नसाखळीत अन्न घटक व ऊर्जेचे प्रमाण निम्नस्तरावरील उत्पादकापासून उच्च स्तरावरील भक्षकापर्यंत टप्प्या-टप्प्यांनी घटत जाते. प्रत्येक टप्प्यावर वरच्या स्तरावरील भक्षकाला अन्नघटकांचा व ऊर्जेचा कमी भाग मिळत जातो.

थोडक्यात, याचा अर्थ असा की अन्नसाखळीत निम्न स्तरावर घटक संख्या व त्यांचे एकत्रित वजन जास्त असते. या साखळीत वरवर जावे तसे प्राप्त होणाऱ्या अन्नपदार्थांचे वजन घटत जाते. प्रत्येक स्तरावर ही घट दहास एक या प्रमाणात होते. सर्वात निम्नस्तरावर उत्पादक व क्रमाक्रमाने वरच्या स्तरावर प्राथमिक, दुय्यम व तृतीयक भक्षकांची मांडणी केल्यास होणारी रचना स्तूप अथवा मनोऱ्याप्रमाणे दिसते. त्यामुळे या रचनेला अन्नस्तूप अथवा अन्नमनोरा असे म्हणतात. अन्नस्तूपाच्या शिरोभागी मानव असतो.

Food Web - अन्नजाळी

निसर्गातील प्रत्येक परिसंस्थेत अनेक अन्नसाखळ्या (Food chains) असतात. तृणभक्षक अन्नसाखळी हिरव्या वनस्पतीपासून सुरू होऊन शेवटी मांसभक्षक प्राण्यापाशी संपते, परंतु निसर्गातील प्रत्येक भक्षक अनेक मार्गांनी आपले अन्न प्राप्त करतो. एक भक्षक अनेक प्रकारे भक्ष मिळवतो व एक जीव अनेक भक्षकांचे लक्ष्य असते. त्यामुळे एकाच परिसंस्थेत अनेक अन्नसाखळ्यांतील सजीव एकापेक्षा अनेक पोषण पातळ्यांमध्ये असतात. अशा प्रकारे अनेक अन्नसाखळ्यांचे गुंतागुंतीचे जाळे निर्माण होते. याला 'अन्न जाळे' असे म्हणतात.

अन्नसाखळ्यांतील सर्वोच्च स्तरावर मानव आहे; कारण तो सर्वभक्षक आहे व अनेक मार्गांनी अनेक अन्नजाळ्यांतून आपले भक्ष्य मिळवतो.

Forest Resource - वन संसाधन

वन संसाधनांमध्ये निसर्गतः वाढणाऱ्या अरण्यांचा व गवताळ कुरणांचा समावेश होतो. वने ही देशाच्या दृष्टीने अत्यंत महत्त्वाचे असे नैसर्गिक संसाधन आहे. ते पुनर्निर्मितिक्षम आहे, कारण जंगले ही प्रयत्नपूर्वक पुन: वाढविता येतात.

वने उत्पादक व संरक्षक अशी दोन प्रकारची कार्ये करतात. वनातून इंधन, इमारतीसाठी लाकूड, वन उत्पादने, प्राण्यांसाठी चारा व इतर अनेक उत्पादने मिळतात. वनांच्या संरक्षणकार्याची व्याप्ती विस्तृत आहे. वनांमुळे जमिनीवरून वाहणाऱ्या वाऱ्यांचा व पाण्याचा वेग कमी होतो, त्यामुळे मृदेची धूप कमी प्रमाणात होते. वनामुळे मृदा घट्ट धरून ठेवली जाते. जमिनीत पाणी मुरण्यास मदत होते. पूर नियंत्रण होते. वनांमुळे पर्यावरणाचा दर्जा सुधारतो व पर्यावरणाचे संतुलन टिकून रहाते. वनांची ही सर्व कार्ये योग्य प्रकारे पार पाडण्यासाठी कोणत्याही देशाच्या एकूण क्षेत्रफळाच्या किमान ३३ टक्के भूमी वनांखाली असणे आवश्यक ठरते.

भारतातील ७५.३ दशलक्ष हेक्टर क्षेत्र वनांखाली आहे. हे क्षेत्र भारताच्या एकूण भौगोलिक क्षेत्रफळाच्या केवळ २३ टक्के आहे. भारतामध्ये लाकडाच्या सुमारे ५ हजार जाती आहेत. त्यातील सागवान, साल, एबनी, महॉगनी, आयर्न वूड, शिसव, सेमल, किकर हे सर्व कठीण लाकडाचे प्रकार आहेत. तर देवदार, स्प्रूस, फर, सिडर, पॉन्डलर व पाईन हे सर्व मृदू लाकडाचे प्रकार आहेत. या सर्वांना आर्थिकदृष्ट्या जास्त महत्त्व आहे. प्रतिवर्षी देशात २६० ते ३०० दशलक्ष घनमीटर लाकूड- उत्पादन होते.

वनसंपत्ती ही मौल्यवान नैसर्गिक संपत्ती आहे. वन हे महत्त्वपूर्ण भू-दृश्यप्रणाली प्रस्तुत करतात. कोणत्याही देशाची पारिस्थितिकी (Ecology) आणि आर्थिक सुबत्तेत वनस्पतींचे महत्त्व अनन्यसाधारण आहे. अतिपावसाच्या प्रदेशातील वर्षभर हिरवीगार राहणारी झाडे असोत किंवा वाळवंटातील खुरट्या वनस्पती असोत, प्रत्येक भागातील बदलत्या हवामानाप्रमाणे वनस्पतींची रचनाही बदलते. त्यानुसार त्यांचे पर्यावरणाशी असलेले नाते बदलते. या वनस्पतींच्या समृद्धीमुळे अनेक प्राणि-जीवांना आसरा मिळतो. जीवनचक्र सुरू रहाते आणि नैसर्गिक संसाधनांना बळकटी येते.

खरे तर निलगिरी, सुबाभूळ, अकेशिया, ग्लिरीसिडिया या परदेशी झाडांना प्राधान्य देण्याऐवजी पळस, पांगारा, तामण, राई, कुडा, नाणा अशा स्थानिक वनस्पतींचे महत्त्व लक्षात घेणे जास्त गरजेचे आहे. अशा वनस्पतींची जोपासना करणे म्हणजे एक प्रकारे आपल्या निसर्गाचे संवर्धन करणे आहे, असे मानले जाते.

वनस्पती शेतीची उत्पादकता वाढविण्यास साहाय्य करतात. वनामुळे जमिनीत ओलावा टिकून राहतो, तसेच वाहते पाणी अडवले जाऊन मृदेची धूप थांबते. वनामुळे गुरांना चारा उपलब्ध होतो. जळण व बांधकामासाठी वनातील वृक्षामुळे लाकडाचा पुरवठा होतो. याचबरोबर मध, लाख, औषधी वनस्पती इत्यादी अनेक वस्तू वनापासून मिळतात. भारतातील वनसंपत्तीचा प्रकार पर्जन्यावर अवलंबून आहे. जेथे पर्जन्य अधिक तेथे वने दाट असे दृश्य आढळून येते.

भारतातील वनांचे सहा प्रमुख प्रकार पुढीलप्रमाणे :- (१) सदाहरित वने, (२) मान्सूनची पानझडी वने, (३) सव्हाना प्रकारची वने, (गवताळ प्रदेश) (४) रूक्ष वने, (५) किनारपट्टीची वने, (६) हिमालयीन वने.

Fossils - जीवाश्म

सजीव मेल्यानंतर सामान्यत: त्यांच्या शरीराचे विघटन होऊन ते पूर्णत: नामशेष होतात. तथापि, काही विशिष्ट परिस्थितीत त्यांची मृत शरीरे कायम राखली जातात. पुरातन काळी काही सजीव मेल्यानंतर त्यांची मृत शरीरे जमिनीत गाडली गेली आणि त्यांच्यावर मातीचे आणि गाळाचे थर जमा होत गेले. या गाडलेल्या काही थोड्या

शरीरांचे विघटन झाले नाही, तसेच त्यांच्यावर जमा झालेल्या गाळाचे आणि मातीचे कालांतराने खडकात रूपांतर झाले. असे होताना सजीवांच्या शरीररचना अबाधित राहिल्या किंवा त्यांच्या अवयवांचे ठसे खडकांवर उमटले. अशा प्रकारे खडकात टिकून राहिलेल्या गतकालीन जीवांच्या अवशेषांना किंवा त्यांच्या अस्तित्वाच्या चिन्हांना जीवाश्म असे म्हणतात. जीवाश्मांच्या अभ्यासातून गतकालीन सजीवांच्या शरीररचनेची कल्पना येते.

Fuel - इंधने

ज्या पदार्थाचे ज्वलन केले असता त्यातून उष्णतेच्या स्वरूपात ऊर्जा मुक्त होते अशा पदार्थांना 'इंधने' म्हणतात. ही ऊर्जा वेगवेगळ्या कारणांसाठी वापरती जाते.

लक्षावधी वर्षांपूर्वी भूपृष्ठाखाली गाडल्या गेलेल्या प्राण्यांच्या व वनस्पतींच्या अवशेषांमुळे जीवाश्म इंधने निर्माण झाली. ही जीवाश्म ऊर्जा समृद्ध कार्बनी संयुगे होत. कोळसा, पेट्रोलिअम व नैसर्गिक वायू ही जीवाश्म इंधनांची उदाहरणे आहेत.

कोळसा भूपृष्ठावर आणि भूगर्भातील साठ्यापासून मिळतो. कार्बन हा कोळशाचा महत्त्वाचा घटक आहे. जेव्हा कोळसा जळतो तेव्हा त्यातील असणाऱ्या कार्बनची उष्णता निर्माण होते. कारखान्यात कोळशाचा इंधनासारखा वापर होतो. त्यापासून विद्युत निर्माण करता येते तसेच घरगुती ज्वलनासाठी कोळसा वापरतात.

पेट्रोलिअम हे 'हायड्रोकार्बन' चे मिश्रण आहे. खडकात खनिज तेलाच्या साठ्यापर्यंत छिद्र पाडून त्यातून पेट्रोलिअम मिळविता येते. खनिज तेलाच्या विहिरीपासून मिळालेले पेट्रोलिअम हे काळसर व तपकिरी रंगाचे असते. त्याला 'क्रूड ऑईल' म्हणतात. हे नैसर्गिक अवस्थेतसुद्धा इंधन म्हणून वापरता येते. भागश: ऊर्ध्वपातनाने त्याचे शुद्धिकरण केले जाते. त्यातील पेट्रोल, डिझेल, केरोसिन, पॅरॅफिन मेण, वंगण तेल हे घटक वेगळे केले जातात. पेट्रोल, डिझेल आणि केरोसिन यांचे पूर्ण ज्वलन होते. त्यांचे अवशेष शिल्लक न राहता उष्णता निर्माण होते.

नैसर्गिक वायू हा एक जीवाश्म इंधनाचा प्रकार असून तो पेट्रोलिअम समवेत आढळतो. निव्वळ नैसर्गिक वायूची निर्मिती करणाऱ्या काही विहिरी आहेत. नैसर्गिक वायूमध्ये मुख्यत: मिथेन वायू आढळतो. तो सहजपणे जळतो व उष्णता निर्माण होते. पाईपद्वारे याचा घरगुती वापरासाठी व कारखान्यात इंधन म्हणून उपयोग केला जातो. हल्ली नैसर्गिक वायूवर मोठा दाब देऊन त्यापासून द्रवरूप संपीडित नैसर्गिक वायू (Compressed Natural Gas) तयार करतात. हा द्रवस्वरूपातील संपीडित टँकरद्वारे दूरवर नेला जातो.

इंधनाचे वर्गीकरण पुढीलप्रमाणे करता येते.

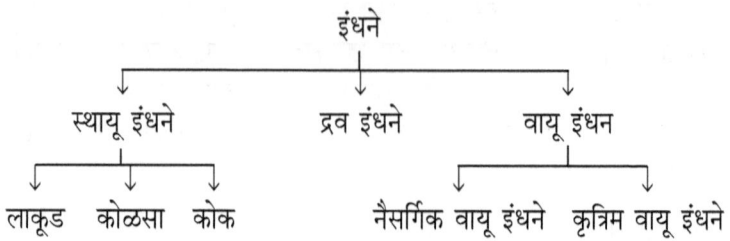

- इंधने
  - स्थायू इंधने
    - लाकूड
    - कोळसा
    - कोक
  - द्रव इंधने
  - वायू इंधन
    - नैसर्गिक वायू इंधने
    - कृत्रिम वायू इंधने

इंधनांची थोडक्यात माहिती खाली दिली आहे.

१. स्थायू इंधने : लाकूड, कोळसा व कोक ही मुख्य स्थायू इंधने आहेत. लाकूड हे सर्वमान्य इंधन आहे यातील सेल्यूलोज $(C_6H_{10}O_5)_n$ हा मुख्य घटक आहे. ऑक्सिजनच्या सान्निध्यात त्याचे ज्वलन होऊन कार्बन-डाय-ऑक्साइड, पाण्याची वाफ तयार होते व उष्णता बाहेर टाकली जाते.

कोळसा अनेक स्वरूपात आढळतो. सर्व प्रकारच्या कोळशात अस्फटिकी कार्बन असतो. कार्बन उपलब्धतेच्या चढत्या श्रेणीनुसार पीट, लिग्नाईट, बीटुमिनस व ॲन्थ्रेसाईट हे कोळशाचे चार मुख्य प्रकार आहेत.

कोळशाचे हवाविरहित ज्वलन झाल्यास शिल्लक राहिलेल्या भागास 'कोक' म्हणतात. त्यात कार्बनचे प्रमाण ९०-९५% असून त्याचे धूरविरहित सहज ज्वलन होते. कोकची उष्णता निर्मिती क्षमता कोळशापेक्षा जास्त असते.

२. द्रव इंधने : खनिज तेले अथवा पेट्रोलिअम व त्याची उत्पादने उदा. गॅसोलिन, केरोसिन, डिझेल क्युएल ऑइल इत्यादी द्रव इंधनाचे प्रमुख प्रकार आहेत.

३. वायू इंधने : वायू इंधने अत्यंत स्वच्छ आणि वापरासाठी सोईस्कर असतात. वायू इंधने चटकन् जळतात आणि तत्परतेने उष्णता निर्माण करतात. वायू इंधनाचे वर्गीकरण नैसर्गिक वायू इंधने व कृत्रिम वायू इंधने यामध्ये करता येते. कृत्रिम वायू इंधनांमध्ये कोल गॅस, ऑइल गॅस, पेट्रोल गॅस, वॉटर गॅस आणि प्रोड्यूसर गॅस यांचा समावेश होतो. कोकचे भागश: ऊर्ध्वपतन करून कोल गॅस मिळवितात, केरोसिनचे भंजन करून ऑइल गॅस मिळवितात. पेट्रोलचे भंजन करून पेट्रोलगॅस मिळवितात.

प्रोड्यूसर गॅस - कार्बन मोनॉक्साईड (३०%), नायट्रोजन (६०%) व अन्य वायू (१०%) यांचे मिश्रण असते. काच तयार करण्याच्या भट्ट्यांमध्ये तसेच अमोनिया तयार करणाऱ्या सयंत्रात याचा उपयोग होतो.

Genetic Engineering - जनुकीय अभियांत्रिकी

सूक्ष्म शल्यक्रिया करून किंवा विशिष्ट प्रकारची रसायने वापरून आनुवंशिक गुणधर्मांमध्ये बदल घडवून आणणे म्हणजे जनुकीय अभियांत्रिकी. सामान्यपणे अशा प्रक्रियेत अस्तित्वात असलेल्या गुणसूत्राच्या (Chromosomes) ऐवजी नव्या गुणसूत्राचे रोपण केले जाते. यामुळे गुणसूत्रांची प्रतिकृती तयार होत असताना रोपण केलेल्या नव्या गुणसूत्राचीही प्रतिकृती तयार होते आणि त्या जीवाच्या गुणस्वरूपात (Genotype) ते गुणसूत्र एकजीव होऊन जाते.

या तंत्रात आनुवंशिकतेस कारणीभूत जीन्समध्ये बदल केला जातो. याद्वारे त्या सजीवात आणि त्याच्या भावी पिढ्यांमध्ये विविध गुणवैशिष्ट्ये निर्माण केली जातात.

वनस्पती किंवा प्राण्यांमध्ये आवश्यक ते गुण निर्माण करण्यासाठी केला जाणारा संकर hybrid हे याचे अगदी सुरुवातीचे साधे उदाहरण आहे.

जनुक अभियांत्रिकीत gene-splicing हे तंत्र वापरले जाते. विशिष्ट प्रजातीतील हवे असलेले genes वेगळे करण्यासाठी हे तंत्र वापरले जाते. Ligase सारख्या विकारांच्या मदतीने DNA रेणू विशिष्ट ठिकाणी जोडला जातो. तयार होणाऱ्या hybrid molecule ला recombinant DNA म्हटले जाते. १९७० साली हे तंत्र अमेरिकन शास्त्रज्ञांनी शोधले, ते १९८० नंतर प्रचलित झाले.

या तंत्राच्या उपयोगाची काही कारणे :

(१) Recombinant DNA तंत्र वापरून तयार केले जाणारे इन्सुलिन.

(२) E-coli या शरीरात आढळणाऱ्या जीवाणूंपासून विषाणूजन्य रोगांना प्रतिबंध करतील अशा Interferons चा शोध व वापर.

(३) मक्याची अधिक पोषणमूल्ये असणारी जात (Variety)

(४) संशोधनासाठी उंदरांमध्ये माणसाच्या शरीरातील वृद्धी संप्रेरके (Growth harmones) घातली जातात.

(५) जीवाणूंमधील विशिष्ट प्रकारची प्रतिबंधक जनुके वनस्पतीत घातली जातात. उदा. - टोमॅटोची अळी प्रतिबंधक जात. (Caterpillar resistant variety)

(६) जनुकीय उपचारपद्धती किंवा gene therahy हा जनुकीय अभियांत्रिकीचा एक महत्त्वाचा उपयोग आहे. यामध्ये ज्यांना काही जनुकीय विकृती आहेत किंवा तशी आनुवंशिकता आहे अशा व्यक्ती आपल्या अपत्यासाठी या विकृती आहेत का याचा शोध अपत्य जन्मापूर्वी म्हणजे गर्भावस्थेतच घेतला जातो आणि तशी विकृती आढळल्यास जनुक अभियांत्रिकीद्वारेच असे सदोष जनुक दूर करून चांगले जनुक टाकता येऊ शकते.

ही उपचारपद्धती केवळ काही विकसित देशांतच उपलब्ध आहे, तसेच ती खर्चिकही आहे.

(७) या तंत्राद्वारे अधिक दूध देणाऱ्या गायींच्या जाती, तसेच कीटकांविरुद्ध आणि बर्फवृष्टीतही तग धरू शकणाऱ्या वनस्पती निर्माण करता येतात.

(८) Renin हे विकार गाई-म्हशींच्या उदरात तयार होते. हे विकार जनुकीय अभियांत्रिकीद्वारे कृत्रिमरीत्या निर्माण केले जाते. याचा उपयोग बीज उत्पादनात केला जातो.

Genetics - अनुवंशशास्त्र

ऑस्ट्रियामध्ये एक धर्मगुरू ग्रेगोर मेंडेल यांनी इ. स. १८४० नंतर, आपल्या बागेतील घेवड्याच्या वेलींवर प्रयोग आणि त्यांची निरीक्षणे यांच्या साहाय्याने आधुनिक अनुवंशशास्त्राची सुरुवात झाली. एका पिढीतून दुसऱ्या पिढीकडे गुणधर्म कसे जातात यासंबंधीचे काही नियम त्यांनी शोधून काढले. ते मेंडलचे अनुवंशशास्त्रातील नियम म्हणून आजही ओळखले जातात.

त्यानंतरच्या काळात झालेल्या संशोधनामधून आता माहीत झालेले आहे की, प्राण्यांच्या आणि वनस्पतींच्या पेशीकेंद्रामध्ये असणाऱ्या 'डीऑक्सिरायबोन्युक्लिक ॲसिड' नावाच्या रसायनाच्या रेणूंमुळे एका पिढीतील गुणधर्म दुसऱ्या पिढीकडे जातात. या रेणूंच्या विशिष्ट रचनेमुळे तयार होणारे मणिसदृश्य घटक 'जीन' (गुण) म्हणून ओळखले जातात, त्यांच्या वैशिष्ट्यपूर्ण रचनेमुळे गुणसूत्र (क्रोमोझोम) तयार होतात, जे धाग्यांसारखे असतात. जीन्स आणि गुणसूत्रे हा वांशिक अनुवंशशास्त्राचा विषय आहे.

Genetic Mapping - जनुकीय नकाशातंत्र

सजीवातील पेशींच्या जीवनक्रमाची माहिती डी. एन. ए. मध्ये साठवलेली असते. Genome म्हणजे अशा डीएनएचा संच ज्याआधारे प्रत्येक जनुकांची रचना व कार्यनिश्चित करण्यासाठी Human Genome प्रकल्प उभारण्यात आला. १९९० मध्ये अमेरिकन ऊर्जा विभाग आणि National Institute of Health ने हा प्रकल्प हाती घेतला. या प्रकल्पात १८ देशांचा सहभाग होता. या मानवी जनुकीय नकाशामुळे अनेक गंभीर आजारांना कारणीभूत असणारी जनुके मिळाली असून या रोगांवर मात करण्यासाठीच्या संशोधनाला नवी दिशा प्राप्त झाली आहे.

या प्रकल्पाचे वैशिष्ट्य म्हणजे ethical, social, legal मुद्यांचा परामर्श घेऊन अधिक संशोधनासाठी आणि मानवी कल्याणासाठी हे तंत्रज्ञान खासगी संस्थांना हस्तांतरित केले जाईल.

Geo - Thermal Energy - भूऔष्णिक ऊर्जा

पृथ्वीच्या अंतरंगातील उष्णतेचे रूपांतर विद्युत शक्तीत करणे ही भूशास्त्रीय ज्ञानाची आणि अभियांत्रिकी तंत्रज्ञानाची एक महत्त्वाची निर्मिती आहे. भूऔष्णिक

उर्जेपासून वीजनिर्मिती रशिया, जपान, न्यूझिलंड, आइसलंड, मेक्सिको आणि अमेरिकेतील कॅलिफोर्नियात केली जात आहे. परंतु ही वीजनिर्मिती जगातील एकूण उत्पादित वीजनिर्मितीच्या मानाने अत्यंत कमी आहे. पृथ्वीच्या अंतरंगात निसर्गत: आढळणारी उष्णता सर्वदूर सारख्या प्रमाणात आढळून येत नाही. काही प्रदेशांत अशा उष्णतेचा स्रोत मोठ्या प्रमाणावर असतो तर काही प्रदेशात त्यामानाने तो कमी असतो. भूऔष्णिक ऊर्जा आर्थिकदृष्ट्या न परवडणारी असते.

Global Warming - जागतिक तापमान वृद्धी

एकूण पृथ्वीवरील तापमानात व महासागरातील तापमानात दिवसेंदिवस वाढ होत चाललेली आहे. म्हणजेच परिवेश बदलत चाललेला आहे. तापमानातील ही वाढ अंशत: माणसाच्या विविध प्रकारच्या क्रिया-प्रतिक्रियांमुळे, हालचालींमुळे, माणसाच्या निसर्गातील हस्तक्षेपांमुळे होत आहे याची जाणीव होऊ लागलेली आहे. हवामानात होणाऱ्या बदलांचा परिणाम माणसांवर व एकूण जीवसृष्टीवर होऊ लागलेला आहे. काही प्राणिजाती नष्टही होण्याची शक्यता आहे.

वातावरणात होणाऱ्या बदलाचे जे कारण आहे त्याला हरितगृह परिणाम (Greenhouse Effect) असे म्हणतात. जागतिक उष्णता अगर तापमानाचा हा आधार मानला जातो. याचा नेमका अर्थ म्हणजे १८०० च्या मध्यात तीन वायूंच्या

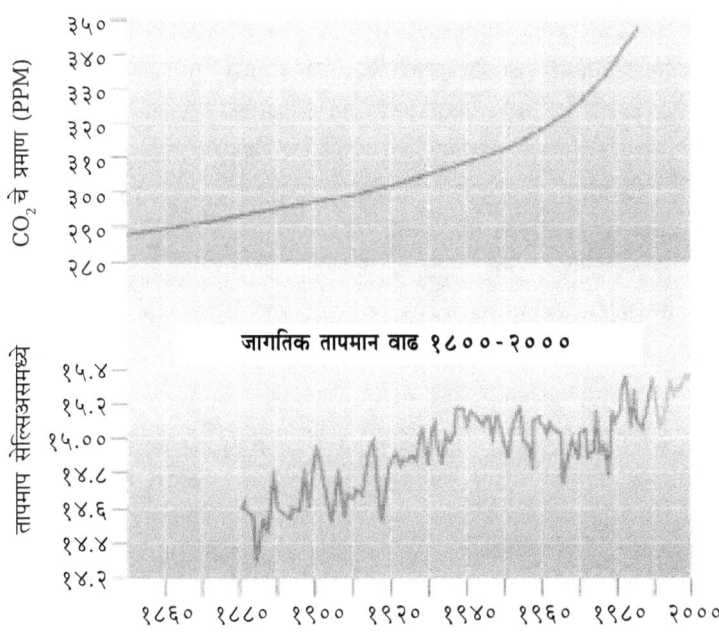

(Gases) प्रमाणात वाढ झाली. या वाढीचा परिणाम उष्णता बंदिस्त होण्यावर झाला. हे तीन वायू म्हणजे - (१) *कार्बन-डाय-ऑक्साइड* - ऊर्जा निर्मितीसाठी माणसाने कोळसा व तेल यांच्या ज्वलनास प्रारंभ केला की मोठ्या प्रमाणात कार्बन-डाय-ऑक्साइडमध्ये वाढ होत जाते. (२) *मिथेन* - जंगले जाळणे, भाताची खाचरे (Rice Paddies), जमीन भरणा (Land-Fills) आणि दूध, अन्नपदार्थ यांच्या अधिकाधिक प्राप्तीसाठी जनावरांना गोठ्यात बांधून ठेवणे, त्यांच्या पचनक्रियेवर परिणाम घडवून आणणे यामुळे मिथेन वायूची निर्मिती वाढत जाते आणि (३) *क्लोरोफ्ल्यूरोकार्बन्स किंवा CFCs* - याचा उपयोग वातानुकूलित यंत्रे (Air Conditioners), रेफ्रिजरेटर्स या सारख्या यंत्रात केला जातो. यामुळे ओझोनचा थर पातळ होतो. त्यामुळे सूर्याच्या तीव्र किरणांपासून आपले संरक्षण कमी कमी होऊ लागते.

वरील तीन वायूंचे प्रमाण वाढत गेल्यास त्याचे विपरीत परिणाम पर्यावरणावर आणि जीवजातींवर होत जातात.

जागतिक तापमान वृद्धी हा आधुनिक काळातला मुख्य आणि गंभीर असा हवामान बदल आहे. पृथ्वीच्या वातावरणात कार्बन-डाय-ऑक्साईड, मिथेन, क्लोरोफ्लुरोकार्बन, नायट्रस ऑक्साईड्स हे उष्णताशोषक वायू औद्योगिकीकरणामुळे वाढत आहेत. हे वायू पृथ्वीला हरित गृह (Green House) बनवितात. या वायूंनी शोषलेली उष्णता पृथ्वीचे तापमान वाढवते. यालाच जागतिक तापमान वृद्धी असे म्हणतात. रेफ्रिजरेटरमध्ये वापरला जाणारा CFC (क्लोरोफ्लुरोकार्बन) हा वायू आणि औद्योगिक प्रक्रियांमध्ये वापरले जाणारे फ्रिऑन, हेकॉन्स, मिथाईल, कार्बन-टेट्रा-क्लोराईड हे वायू पृथ्वीच्या वातावरणातील ओझोन थराच्या छिद्राला (Ozone Hole) कारणीभूत ठरले आहेत. ओझोनचा थर सूर्याकडून येणाऱ्या प्रकाशातील ९९ टक्के अतिनील किरण गाळून सूर्यप्रकाश पृथ्वीवर पाठवितो.

पाच वर्षांच्या अभ्यासानंतर आणि एक लाखांहून अधिक शास्त्रीय पेपर्सचा आढावा घेण्याबरोबरच अनेक 'रिव्ह्यू मीटिंग्ज्' ना उपस्थित राहिल्यानंतर संयुक्त राष्ट्र संघाच्या (UNO) अखत्यारीत काम केलेल्या इंटर गव्हर्नमेंटल पॅनेल ऑन क्लायमेट चेंजने (IPCC) आपल्या कामाचा अहवाल म्हणून सादर केलेल्या १७०० पानांपेक्षा जास्त पानांचा मजकूर आता सर्वत्र चर्चेचा विषय झाला आहे.

जागतिक तापमानवाढीच्या संदर्भातील या अहवालाचे महत्त्व आता संपूर्ण जगाला पटू लागलेय. १९२ सदस्य राष्ट्रांपैकी ११३ सरकारांचे प्रतिनिधी आणि ६२० जगप्रसिद्ध शास्त्रज्ञांनी एकत्र बसून जागतिक तापमानवाढीविषयी एकवाक्यता निर्माण केली आहे. तापमानवाढीला जबाबदार असणाऱ्या कार्बन-डाय-ऑक्साइडसारख्या वायूंचे वातावरणातील प्रमाण १९९० च्या दशकापेक्षा २००० ते २००५ या कालावधीत ११ टक्क्यांनी वाढले. ही बाब चिंतेची असल्याचे IPCC चा चौथा

अहवाल (२९ जानेवारी २००७) सांगतो. जगातून एकूण जेवढा कार्बन-डाय-ऑक्साइड हवेत सोडला जातो, त्यात एकट्या अमेरिकेचा वाटा २५ टक्के एवढा आहे. IPCC च्या अहवालानुसार २०५० पर्यंत आर्क्टिक प्रदेशातील बर्फाच्या आवरणावर या तापमानवाढीचा गंभीर परिणाम होणार आहे. त्यामुळे समुद्रपातळी दरवर्षी २० ते ४० मि. मी. ने वाढेल असा अंदाज आहे. ही तापमान वृद्धी अशीच राहिली तर या शतकाच्या मध्यानंतर हिंदी महासागरातील मालदीव बेटे, सुंदरबनचा तसेच बांगलादेशाचा बराचसा भाग आणि इंडोनेशियाची किमान दोन हजार बेटे पाण्याखाली जातील. भारताच्या किनारपट्टीवरील प्रभाव देखील असाच विनाशकारी असेल. इतकेच नव्हे जागतिक तापमानवृद्धीमुळे भविष्यात उष्णतेच्या लाटा जास्त संख्येने येण्याची शक्यता वाढेल आणि भारतासह अनेक देशांना तडाखा देणाऱ्या चक्रीवादळांची तीव्रता वाढेल. या सर्व परिस्थितीत भर म्हणून दुष्काळ, वादळे या नैसर्गिक आपत्तीमुळे तब्बल वीस कोटी लोक विस्थापित होऊन जगाची अर्थव्यवस्थाच कोलमडण्याचा धोका आहे.

Green Chemistry - ग्रीन केमिस्ट्री

पर्यावरणीय उपक्रम अभिकल्पाचा एक भाग म्हणून उत्तर अमेरिकेत (U.S.A.) चालविला जाणारा हा एक उपक्रम आहे. यात प्रदूषण नियंत्रणासाठी संशोधन, विकास आणि अंमलबजावणी कशी करावी यावर नवीन रसायन तंत्रज्ञानाचा वापर करण्यासाठी संशोधन विभागाची निर्मिती करण्यात आली आहे. ग्रीन केमिस्ट्रीची मूलभूत तत्त्वे (Basic Principles) खालीलप्रमाणे :-

(१) प्रदूषण व टाकाऊ पदार्थांपासून पर्यावरणाची हानी थांबवून पर्यावरण सुरक्षित ठेवणे.

(२) औद्योगिक क्षेत्रात सिंथेटिक पद्धतीचा वापर करणे व अधिकतम कच्च्या मालाचा वापर सुरक्षितरीत्या करणे.

(३) पर्यावरणास हानी न पोहोचविणाऱ्या रसायनांचीच निर्मिती करणे.

(४) वापरासाठी सुरक्षित अशाच रसायनांची निर्मिती करणे.

(५) उत्पादनासाठी पुन्हा प्रक्रिया करून नव्याने वापर करता येईल, अशाच वस्तूंचा किंवा कच्च्या मालाचा उपयोग करणे.

(६) प्रमुख उत्पादनाबरोबर हानिकारक उपउत्पादने निर्माण न करणे.

(७) अभिक्रियेत, प्रक्रियेत शक्यतो चांगले उत्प्रेरक (Catalyst) वापरणे.

(८) प्रदूषकांना विशिष्ट कालावधीच्या आतच रूपांतरित करण्याची प्रक्रिया निश्चित कालावधीत पूर्ण होणारी असणे.

(९) उत्पादन प्रक्रियेतील अंतरभरणात वापरावयाचा कच्चा माल हा धोका निर्माण करणारा नसणे.

(१०) औद्योगिक क्षेत्रातील कार्याचे मापन एकूण व्यवस्थापकीय गुणवत्तेवर (TQM) अवलंबून असणे.

(११) औद्योगिक क्षेत्रात कार्यरत कामगारांचे पर्यावरण सुरक्षित असणे.

Green Revolution - हरितक्रांती

१९५० च्या दशकातच मेक्सिकोत डॉ. नॉर्मन बोरलॉग हे जास्त उत्पादन देणाऱ्या गव्हावर प्रयोग करत होते. खुज्या (Dwarf) रोपांपासून त्यांनी जास्त उत्पादन मिळविले. म्हणजेच रोपातील जास्त ऊर्जा उंच रोप तयार होण्यासाठी वापरली जाण्याऐवजी वीजनिर्मितीसाठी वापरली गेली. खुज्या रोपांना मोठ्या प्रमाणात रासायनिक खतांची मात्रा व सिंचनाद्वारे पाणी देण्यात आले. डॉ. बोरलॉग यांनी मेक्सिकन व कोलंबियन गव्हाच्या जातींमध्ये खुज्या रोपांची गुणसूत्रे संकरित केली. १९६१ मध्ये नव्याने विकसित खुज्या रोपांचे वाण (बियाणे) उपलब्ध करून देण्यात आले. पुढील ५ वर्षांत गव्हाचे दर एकरी उत्पादन १९५० च्या गव्हाच्या उत्पादनाच्या तुलनेत जवळजवळ ४०० टक्के इतके वाढले.

ही खुजी मेक्सिकन गव्हाची जात भारतात आणण्यामध्ये डॉ. एम.एस. स्वामीनाथन यांचे मोलाचे योगदान आहे. १९६० च्या मध्यापर्यंत सुधारित बियाणे वापरून शेती उत्पादने वाढविण्यासाठी शेतीविषयक धोरणांमध्ये बदल करण्यात आले व त्यामुळे शेती उत्पादनात फार वाढ झाली. यालाच 'हरितक्रांती' असे संबोधण्यात येते.

भारतात, डॉ. एम. एस. स्वामीनाथन यांना 'हरितक्रांतीचे जनक' म्हटले जाते. ते म्हणतात, ''जर हरितक्रांतीमुळे गहू व तांदूळ यांच्या उत्पादनात सुधारणा झाली नसती तर आज होते तेवढे गहू व तांदूळ यांचे उत्पादन घेण्यासाठी, भारताला आणखी ७० लाख हेक्टर शेतजमिनीची आवश्यकता भासली असती.'' अशा प्रकारे हरितक्रांतीशी संबंधित उत्पादकतेमधील सुधारणांचे सर्वात चांगल्या प्रकारे वर्णन 'वने व भूमीचे संवर्धन करणारी शेती' या शब्दांत केले गेले आहे.

(१) पीक उत्पादनाच्या पद्धतीत बदल : हरितक्रांतीच्या आरंभीच्या काळापासून पंजाबमध्ये गहू लागवडीखालील भूक्षेत्र दुप्पट झाले आहे, तर तांदूळ लागवडीखालील भूक्षेत्र पाच पटीने वाढले आहे. याच कालखंडात कडधान्य लागवडीखालील क्षेत्र मात्र निम्म्यावर आले आहे. गहू व तांदळाची पिके मातीचा कस कमी करणारी असतात; तर कडधान्ये मातीचे पोषण करणारी पिके म्हणून ओळखली जातात. या शेंगवर्गीय पिकांची लागवड कमी करणे म्हणजे मृदेला (नैसर्गिक) खतांचा पुरवठा करणारा घटक कमी करणे होय. गहू व तांदूळ या पिकांची वारंवार लागवड म्हणजे

जमिनीतील पोषणमूल्ये सतत वाया घालविणे होय. म्हणून पिकांची लागवड स्थानिक पर्यावरणास अनुकूल असणे शाश्वत शेतीसाठी आवश्यक आहे.

(२) रासायनिक खतांचा वापर : काही वर्षे भरघोस पीक घेतल्यानंतर नत्र, स्फुरद व पालाश (NPK) या खतांचा सढळ वापर करूनही अनेक ठिकाणी शेती उत्पादनात घट झालेली आढळून आली. कारण समस्या ही होती की वरील क्षारांव्यतिरिक्त अनेक अन्य क्षारही वनस्पतींस आवश्यक असतात. झिंक, आर्यन, कॉपर, मॅग्नेशियम, बोरॉन इत्यादी सूक्ष्म पोषकांची पिकांना गरज होती. पंजाबमध्ये झिंक या सूक्ष्म पोषक द्रव्याची सर्वदूर कमतरता आढळली. त्याचप्रमाणे आयर्न, मँगेनिज व सल्फरची कमतरताही नोंदविली गेली आहे.

(३) मृदेची सुपिकता : हरितक्रांतीमुळे परिसंस्थांत फ्लोराईडसारख्या विषारी मूलद्रव्यांची वाढ होऊन मृदेमध्ये विषसंचयन झाले. सिंचनासाठी वापरल्या जाणाऱ्या पाण्यात काही वेळा जास्त प्रमाणात फ्लोरिन मिसळलेले असते. जेव्हा त्या पाण्याचे बाष्पीभवन होते, तेव्हा पाण्यातील फ्लोरिन मृदेत तसेच रहाते व त्यामुळे मृदेत फ्लोरिन संचयन वाढते व मृदा विषारी बनते.

(४) जनुकीय विविधतेत घट : पारंपरिक शेतीमुळे पिकांच्या विविधतेला चालना मिळते. हरितक्रांती तंत्रज्ञानामुळे मात्र या विविधतेचे दोन प्रकारे विस्थापन झाले आहे किंवा दोन प्रकारे हानी झाली आहे, असे म्हणता येईल.

एक म्हणजे, पारंपरिक गहू, मका, कडधान्ये, लाल ज्वारी व तेलबियांची मिश्र व आलटून-पालटून पिके घ्यायच्या पद्धतीऐवजी आता गहू वा तांदूळ हीच एक पीक पद्धतीची पिके प्रामुख्याने घेतली जातात.

दुसरे म्हणजे, दर हेक्टरी उत्पादन वाढविण्यासाठी, हरितक्रांती तंत्रज्ञानाच्या प्रोत्साहनाने खुज्या जातीच्या गहू व तांदळापासून विकसित केल्या गेलेल्या एकाच जातीचा गहू किंवा तांदूळ पिकविणे सुरू झाले. गेल्या काही दशकांत हे घटक विविध स्थानिक जातींच्या तांदूळ व गहू उत्पादन घेण्यासाठी विविध प्रकारचे पाणी, हवामान, मृदा हे घटक अनुकूल असलेल्या एकूण क्षेत्रात घट झाली आहे. हजारो लोकांना अन्नधान्य पुरवठा करण्यासाठी पिकांच्या एक किंवा दोन जातींवरच अवलंबून राहणे हे धोकादायक आहे.

(५) जलसिंचन : पाण्याच्या सतत वाढत्या मागणीमुळे भूजल स्त्रोतांवर बराच ताण पडत आहे. पंजाबमधील ९० टक्के भूजल स्त्रोत शेतीसाठी वापरले जातात. हा वापर राष्ट्रीय सरासरी वापरापेक्षा २० टक्क्यांनी अधिक आहे. अतिसिंचनामुळे जमिनी पाणथळ व क्षारयुक्त होतात. या दोन्ही कारणांमुळे वाळवंटीकरण होऊ शकते. भारतातील कालव्यांद्वारे सिंचित क्षेत्रात अंदाजे १० दशलक्ष हेक्टर जमीन पाणथळ झाली असून २५ दशलक्ष हेक्टर जमीनक्षेत्रात होण्याची भीती आहे.

आज जगातील १/३ पेक्षा जास्त सिंचित शेतजमीन क्षारयुक्त झाल्यामुळे नापीक झाली आहे. काही ठिकाणी क्षारसंचयनामुळे जमीन कायमचीच नापीक झाली आहे.

(६) पारंपरिक शेतकी ज्ञानाचा ऱ्हास : शेतकऱ्यांचे शेतीबद्दलचे ज्ञान हे शेतीचे एक प्रमुख आदान आहे. बिया व लागवडीसाठी आवश्यक अन्य वस्तू हाताळणे, साठविणे, लागवड केव्हा व कशी करावी, कोणत्या पिकांची संयुक्त लागवड करावी. ती कशी जोपासावीत व कापावीत, पहिल्या वापरानंतर मृदा सुपीक कशी करावी व पिके कशी जतन करावीत, या विषयीचे हे विशेष ज्ञान अनेक पिढ्यांनी विकसित केले. परंतु काळाच्या ओघात ते नष्ट होऊ लागले आहे. मात्र त्याचा ऱ्हास न होता ते पुढे चालू राहिले पाहिजे. जगात अनेक ठिकाणी स्त्रियांनी शेतीबद्दलचे ज्ञान वाढवून जतन करून ठेवले आहे.

हरितक्रांतीच्या कालखंडात शेती पद्धतीत बदल घडवून आणण्यासाठी शेतकी विद्यापीठातील शास्त्रज्ञ व पुरुष यांच्यामध्येच चर्चा, वैचारिक देवाण-घेवाण झाली. यामध्ये शेतकी विद्यापीठातून आलेले व शेतकी खात्याकडून आलेले तंत्रज्ञान अद्ययावत म्हणून त्याकडे पाहिले गेले, तर शेती कसण्याच्या पारंपरिक पद्धती या जुनाट व कमी उत्पादन देणाऱ्या म्हणून मानल्या गेल्या. त्यामुळे स्त्रियांच्या स्थानिक शेतकी पद्धतीविषयीच्या ज्ञानाचा ऱ्हास देशातील अनेक भागांमध्ये झाला आहे.

(७) सामाजिक व आर्थिक परिणाम : हरितक्रांतीचे परिणाम अभ्यासल्यावर असे निष्कर्ष आले की, परिणामांमध्ये पुढील दोन प्रवृत्ती किंवा प्रवाह आढळतात.

- सामान्यांपेक्षा जे अधिक श्रीमंत होते, त्यांना तंत्रज्ञानातील बदलामुळे बराच फायदा झाला.

- स्त्रियांपेक्षा पुरुषांना जास्त फायदेशीर ठरले.

तण काढणे, पिकांचे पुनर्रोपण व कापणी ही पूर्वीची स्त्रियांची कामे आता यंत्रांद्वारे केली जाऊ लागली. त्यामुळे स्त्रियांकरिता उपलब्ध रोजगारांच्या संधी कमी झाल्या आहेत. या उलट, हरितक्रांतीमध्ये यंत्रसामग्री खरेदी करण्यास अधिक गुंतवणूक करावी लागते. अनेकदा ही गुंतवणूक टाळण्यासाठी स्त्रियांना शेतमजूर होण्यास उद्युक्त केले जाते अथवा रोजंदारीवर मिळणारे मजूर न वापरता त्यांना स्वतःच्या शेतीत अधिक श्रम करणे भाग पडते.

'FAO' अनुसार 'हरितक्रांतीचे तांत्रिक ज्ञान हे अधिक उत्पादन देणाऱ्या गहू व तांदूळ पीक निर्मितीस आवश्यक अशी शेतकी 'संशोधन संस्था' निर्माण करण्यात वापरले गेले. ही पिके अनुकूल वातावरणात स्थानिक जातीपेक्षा अधिक उत्पादन देतात. मात्र शेतकरी स्त्रिया, अन्नधान्याच्या उत्पादनात वाढ हेच फक्त इच्छित परिणाम मानत नसून, त्यांना पिके अथवा रोपांपासून मिळणारे जैविक वस्तुमानही

मोलाचे वाटते. लहान शेतकऱ्याच्या दृष्टिकोनातून तांदूळ हे फक्त धान्य नाही, तर त्यापासून मिळणारे गवत झोपड्या शाकारण्यासाठी, चटया बनविण्यासाठी, पशुखाद्य म्हणून, मत्स्यशेतीसाठी, तसेच कोंड्याचा उपयोग इंधनासाठीही उपयुक्त आहे. ही उत्पादने घरगुती अर्थव्यवहारात महत्त्वपूर्ण भूमिका बजावतात. एवढेच नसून त्यापासून ग्रामीण लोकांना विशेषत: स्त्रियांना उदरनिर्वाहाची साधने म्हणून मोलाची आदाने ठरतात.'

Greenhouse Effect - हरितगृह परिणाम

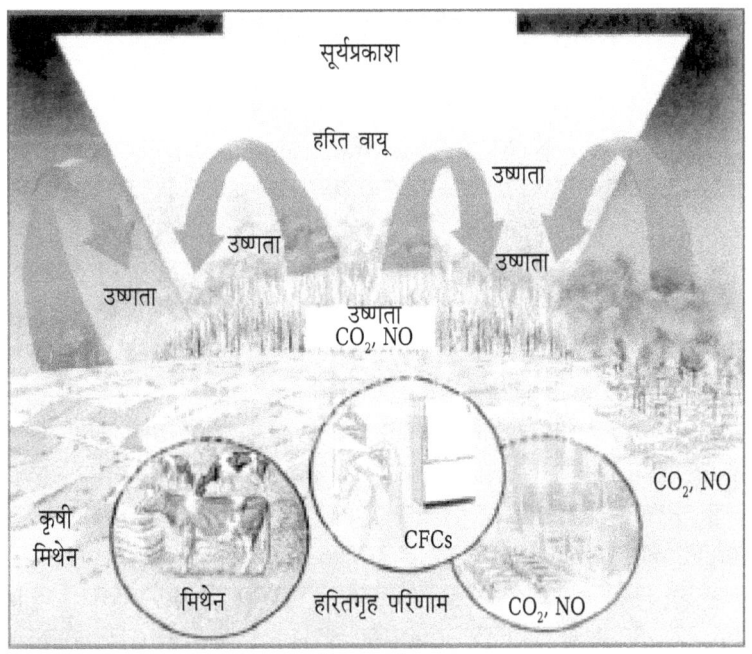

हरितगृह परिणाम

प्लॅस्टिक किंवा काचेसारख्या पारदर्शक आवरणाच्या आवरणात (घरात) झाडे ठेवली जातात. विशेषत: थंड हवामानात झाडे वाढवण्यासाठी अशा प्रकारच्या आवरणाचा उपयोग केला जातो. यालाच 'हरितगृह' म्हणतात. हरितगृहांच्या विशिष्ट अशा रचनेमुळे त्यांच्यामध्ये सूर्याची ऊर्जा पकडून ठेवणे शक्य होते. त्यांच्या पारदर्शक आवरणामुळे प्रकाश आत येतो. परंतु त्यामुळे निर्माण झालेली उष्णता मात्र बाहेर पडू शकत नाही. ती झाडांच्या वाढीसाठी कामी येते.

वातावरणातून पुष्कळसा सूर्यप्रकाश पृथ्वीपर्यंत पोचून पृथ्वीचा पृष्ठभाग तापतो.

ह्यापैकी काही ऊर्जा वातावरणात पुन्हा परावर्तित होते. ह्या परतलेल्या ऊर्जांपैकी काही ऊर्जा वातावरणाच्या खालच्या थरामधील कार्बन-डाय-ऑक्साइड आणि बाष्पाद्वारे शोषली जाते आणि उष्णतेच्यारूपाने पुन्हा पृथ्वीकडे फेकली जाते. ही प्रक्रिया हरितगृहातील उष्णता साठवून ठेवण्यासारखीच घडते. कार्बन-डाय-ऑक्साईड CO_2 (कर्बद्विप्राणिल वायू) प्रमाणेच नायट्रस ऑक्साइड (N_2O), मिथेन (CH_4) हे वायू आणि क्लोरोफ्लुओरो-कार्बन (CFC) हे वातावरणातील पदार्थ पृथ्वीवर उष्णता रोखून ठेवतात. या परिणामालाच 'हरितगृह परिणाम' असे म्हणतात. या परिणामाला कारणीभूत असणाऱ्या वायूंना एकत्रितपणे 'हरितगृह वायू' (Green House Gases) असे म्हणतात. सध्या वातावरणामधील हरितगृह वायूंचे प्रमाण वाढत चालले आहे. त्यामुळे वातावरणात अधिकाधिक उष्णता पकडून ठेवली जात आहे. हरितगृह परिणाम तीव्र झाल्यामुळे जागतिक तापमानाच्या सरासरीमध्ये जी वाढ होते आहे त्यालाच जागतिक तापमानवाढ (Global Warming) असे म्हणतात.

वातावरणाची 'काचेच्या पात्रा'शी तुलना 'जोसेफ फोरिअर' या फ्रेंच हवामानतज्ज्ञाने १९२७ मध्ये केली. पृथ्वीभोवतालचा हवेचा थर, सूर्याची किरणे आत येऊ देतो याची जाणीव त्याला झाली होती परंतु जीवित सृष्टीपासून उष्णता निर्माण होते हे मानायला तो तयार नव्हता. इ. स. १८५० मध्ये 'जेम्स टेंडाल' नावाच्या ब्रिटिश शास्त्रज्ञाने पुढे जाऊन आणखी काही प्रयोग केले. वातावरणातील कोणते घटक किती प्रमाणात सूर्याची उष्णता पकडून ठेवतात या संबंधी प्रयोग केल्यावर काही आश्चर्यकारक गोष्टी स्पष्ट झाल्या. वातावरणातील ऑक्सिजन व नायट्रोजन हे वायू उष्णता धरून ठेवीत नाहीत. वातावरणातील ९९% वायूंना उष्णता किंवा वीज विरोधक क्षमता नाही. उरलेल्या १% मधील कर्बद्विप्राणिल वायू, मिथेन, पाण्याची वाफ, यासारख्या वायूंच्या अस्तित्वामुळे पृथ्वी हा ग्रह उबदार राहिला आहे.

हे, उष्णता ('सौर ऊर्जा') धरून ठेवणारे वायू सुरक्षित आवरणासारखे आहेत. इतर वायू 'सौर ऊर्जा' परावर्तित करतात, याउलट १% प्रमाण असलेले कर्बद्विप्राणिल वायू, मिथेन, पाण्याची वाफ, हे वायू उष्णता धरून ठेवतात म्हणूनच पृथ्वीचे तापमान १५ अंश सेल्सिअस पर्यंत आहे नाहीतर ते -१८ अंश सेल्सिअस इतके असते.

हे उष्णता धरून ठेवणाऱ्या वायूचे वातावरणांतील प्रमाण अगदी नगण्य असले तरी पृथ्वी उबदार ठेवण्यात त्यांचा फार मोठा वाटा आहे. उदाहरणार्थ, पाण्याच्या वाफेचे वातावरणांतील प्रमाण फक्त १% आहे आणि कर्बद्विप्राणिल वायू फक्त ०.०३५%! पण हे नसते तर पृथ्वीवर फक्त बर्फ असता. या नगण्य प्रमाणात असलेल्या वायूंची सौरऊर्जा धरून ठेवण्याची क्षमता लक्षात घेतली तर त्यांच्या प्रमाणात होणाऱ्या थोड्याफार बदलाने किती मोठ्या प्रमाणात परिणाम होतील याची कल्पना येईल.

इ. स. १७०० पासून, जेव्हा अमेरिकेत औद्योगिक क्रांतीला सुरुवात झाली - युरोप आणि उत्तर अमेरिकेतील जंगले जाळली, तोडली, तेव्हा कदाचित पहिल्यांदा, 'पृथ्वी' ग्रहाने मानवीकृत्याने वाढवलेल्या कर्बद्विप्राणिल वायूच्या पातळीला तोंड दिले. नंतर आली वाफेची इंजिने, कोळशावर चालणारी इंजिने आणि कितीतरी कारखाने ज्यामध्ये उष्णता निर्माण करण्यासाठी मोठ्या प्रमाणात नैसर्गिक संपत्ती जाळली जाऊ लागली आणि तेवढ्याच जास्त प्रमाणांत कर्बद्विप्राणिल वायू वातावरणांत सोडला जाऊ लागला. प्रथम जंगलतोड झाली ती कमी पडू लागली म्हणून त्याची जागा जास्त शक्तिमान अशा खनिज तेलाने घेतली. हजारो वर्षांपासून भूगर्भात तयार झालेली, कार्बनच्या स्वरूपांतील खनिजसंपत्ती उत्खनन करून कोळसा, तेल आणि नैसर्गिक वायू या स्वरूपात इंधन म्हणून कारखान्यांना पुरविली जाऊ लागली आणि कर्बद्विप्राणिल वायूमध्ये रूपांतर होऊन वातावरणात मिसळू लागली.

यामुळे १९ व्या शतकाच्या शेवटी, वातावरणांतील कर्बद्विप्राणिल वायूचे प्रमाण मोठ्या प्रमाणात वाढले आणि तेव्हापासून सारखे वाढतच आहे.

वातावरणातील वाढत्या कर्बद्विप्राणिल वायूच्या प्रमाणाची दखल स्वीडिश रसायनशास्त्रज्ञ 'स्वाते आऱ्हेनिस' यांनी घेतली. हा पहिला शास्त्रज्ञ की ज्याला 'फुरिअेर' व 'त्यांडाल' (Fourier & Tyandal) यांच्या 'Greenhouse Theory' चं गांभीर्य जाणवलं. आजूबाजूच्या परिसरात त्याने नजर टाकली तेव्हा त्याच्या लक्षात आलं की कारखान्यांच्या धुराड्यांचं जंगलच उभं राहिलं आहे. इंजिनं, भट्ट्या सर्व धूर ओकत आहेत. त्याच्या अंदाजाने लाखो टन कर्बद्विप्राणिलवायू वातावरणात सोडला जात होता. वातावरणांतील कर्बद्विप्राणिल वायूचे प्रमाण व वातावरणाचे तापमान यांच्या परस्परसंबंधांची त्याला जाणीव नव्हती. वातावरणात कमालीचा बदल होत आहे इतकेच तो सांगू शकत होता. तापमानात वाढ होईल असा अंदाज त्याने वर्तविला होता.

Green House Gases - हरितगृह वायू

हरितगृह परिणामांना (Green house effect) कारणीभूत ठरणाऱ्या वायूंना 'हरितगृह वायू' म्हणतात. यात कार्बन-डाय-ऑक्साईड (CO_2), मिथेन (CH_4), नायट्रोजनचे ऑक्साईड्स (NO, NO_2, N_2O), क्लोरोफ्लूरो कार्बन्स (CFC - 11, CFC - 12), ओझोन (O_3) या वायूंचा समावेश होतो. हरितगृह वायूचे हवेतील प्रमाण वाढल्यास तापमानातही वाढ होत असते. हरितगृह वायूची निर्मिती वेगवेगळ्या प्रकारे विविध केंद्रातून होते. उदा. उद्योगधंदे, वीजनिर्मिती केंद्र (औष्णिक) शीतकरण यंत्र निर्मितीचे उद्योग इ. हरितगृह वायू निर्माण करणारे जगातील प्रमुख १२ देश याप्रमाणे– उत्तर अमेरिका (१७.६%), रशिया (१२%), ब्राझील (१०.५%), चीन

(६.६%), भारत (३.९%), जपान (३.९%), जर्मनी (२.८%), इंग्लंड (२.७%), इंडोनेशिया (२.४.%), फ्रान्स, (२.१%), इटली (२.१%) व कॅनडा (२%). कंसातील आकडे हे त्या देशाचे वायू उत्सर्जनाचे प्रतिशतप्रमाण दर्शवितात.

Green Movement - हरित चळवळ

पर्यावरणाशी संबंधित मुद्द्यांभोवती कार्यरत असणारी एक व्यापक लोकचळवळ दर्शविणारी संज्ञा. प्रामुख्याने जंगलांचे व वन्यजीवांचे संरक्षण, पर्यावरण प्रदूषणाला विरोध, पारंपरिक पद्धतींचा निसर्ग टिकवण्यासाठी उपयोग आणि सुनियंत्रित विकास, हे या चळवळीतील ठळक मुद्दे आणि कार्यक्षेत्रे आहेत.

१९८०च्या दशकाच्या सुरुवातीपासून जर्मनी व हॉलंड या देशांमध्ये या प्रकारच्या चळवळीने राजकीय पक्षाचे रूप धारण केले, तेव्हापासून इतर देशांमध्येही कमीअधिक प्रमाणात अशा चळवळींनी राजकारणावर प्रभाव पाडण्यास सुरुवात केली.

अशा चळवळीमध्ये सामील होणारे लोक बहुतांशी व्यावहारिक प्रश्नांमध्ये रस घेऊन काम करू इच्छितात. काहीजणांनी जनतेने कोणत्या प्रकारच्या वस्तूंचा वापर करावा यांसारख्या माध्यमातून तर काहीजणांनी फावल्या वेळात पर्यावरणात्मक उपक्रम राबवण्याच्या माध्यमातून अशा चळवळींमध्ये पिकांचे सुधारित-संकरित वाण, रासायनिक खतांचा वापर, जलसिंचनव्यवस्था आणि आधुनिक यंत्र-तंत्राचा अवलंब अशा चतु:सूत्रीचे योगदान दिले.

मात्र साधारण दोन दशकांनंतर या हरित क्रांतीचे दुष्परिणाम दिसू लागले. भारतासारख्या देशात या क्रांतीने कृषिउत्पादन झपाट्याने वाढवले त्याचबरोबर गरीब व श्रीमंत शेतकऱ्यांमधील दरी वाढवली. राष्ट्राचा पैसा खर्च झाला, जमिनीचा दर्जा खालावला आणि इतर काही नुकसान सोसावे लागले.

Health Education - आरोग्यशिक्षण

आरोग्य उत्तम असणे हे व्यक्तिमत्त्वविकासाच्या दृष्टीने अत्यंत महत्त्वाचे असते. 'सुदृढ मनासाठी सुदृढ शरीराची गरज असते' (Sound Mind Requires The Cabinet of Sound Body) असे प्लेटो या तत्त्ववेत्त्याने म्हटलेले आहे. आपल्याकडे 'शरीरमाद्यं खलु धर्मसाधनम्।' म्हणजे धर्मसाधनेसाठी, कृती करण्यासाठी अगर कर्तव्य बजावण्यासाठी प्रथम शरीर सुदृढ असणे आवश्यक आहे. याच कारणास्तव शरीर सुदृढ ठेवणे हे एक कर्तव्य आहे असे मानले जाते. सुदृढ शरीरकल्पनेत शारीरिक, मानसिक व सामाजिक या सर्व अंगांचा समावेश होतो. आरोग्यशिक्षणात प्रकृतीच्या स्वरूपासंबंधी विवेचन करणे म्हणजेच माहिती देणे, प्रकृती वैद्यकीय अधिकाऱ्याकडून तपासणे, शरीराची देखभाल करणे, आवश्यक वाटल्यास औषध

सांगणे अगर देणे इत्यादी तंत्रांचा समावेश होतो. विद्यार्थ्यांच्या आरोग्याविषयी पालकांना कल्पना देणेही आवश्यक असते. शरीराची निगा राखण्यासाठी चांगले अन्न, शुद्ध पाणी, हवा, विश्रांती, व्यायाम, झोप, करमणुकीची साधने इत्यादींचे महत्त्व विद्यार्थ्यांना पटवून दिले पाहिजे.

आरोग्यशिक्षण व शारीरिक शिक्षण यात फरक आहे. दोहोंचे 'आरोग्यसंवर्धन' हे उद्दिष्ट मात्र एकच आहे. आरोग्यशिक्षणात वर सांगितलेल्या निरनिराळ्या तंत्रांचा संबंध येतो तर शारीरिक शिक्षणात मैदानी खेळ, व्यायाम, धावण्याच्या शर्यती अशाप्रकारच्या विविध क्रीडाघटकांचा समावेश होतो.

Health Impact Assessment (HIA) - आरोग्य प्रभाव मूल्यांकन

जागतिक आरोग्य संघटनेद्वारे आरोग्य प्रभाव मूल्यांकनाची व्याख्या करताना मानवी आरोग्यावर परिणाम करणाऱ्या योजना, कार्यक्रम व प्रकल्प यांचा समावेश केला जातो. मानवी आरोग्यावर होणाऱ्या परिणामांचे मूल्यांकन करण्याच्या पद्धती व साधने यांचा लोकांवर होणारा एकत्रित परिणाम व हा परिणाम समाजात कशा प्रकारे संक्रमित होतो याच्या मूल्यांकनास 'आरोग्य मूल्यांकन' असे म्हणतात.

Herding Society - पशुपालक समाज

ज्या समाजाचे उदरनिर्वाहाचे मुख्य साधन 'पाळीव प्राण्यांचे कळप जोपासणे' हे आहे, त्यांचे वर्णन करण्यास ही संज्ञा वापरतात. अर्थात अशा समाजांच्या एकूण सर्व गरजांची पूर्तता करण्यासाठी शिकार व कंदमुळे, फळे गोळा करण्यासारख्या अन्य साधनांची आवश्यकता असतेच.

काहीशा प्रगत झाल्यानंतरच पशुपालक समाज प्राथमिक अवस्थेतील शेती जोडधंदा म्हणून करीत असतात. शेती प्रगत झाल्यानंतर पशुपालन दुय्यम जोडधंदा ठरतो.

महाराष्ट्रामध्ये धनगर जमात व उत्तरेकडे गुज्जर व गद्दी या जमाती अजूनही या पद्धतीचा जीवनक्रम चालवीत असतात.

Heterotrophs - परपोषी

सर्व प्राणी प्रत्यक्ष अथवा अप्रत्यक्षपणे अन्नासाठी वनस्पतींवर अवलंबून असतात. त्यामुळे त्यांना परपोषी असे म्हणतात.

जे प्राणी प्रत्यक्षपणे वनस्पतींचे भक्षण करतात त्यांना प्राथमिक भक्षक (Primary Consumer) असे म्हणतात. उदा. हरीण, ससा, टोळ इ. जे प्राणी प्राथमिक भक्षकांना खातात त्यांना द्वितीय भक्षक (Secondary Consumer) असे म्हणतात. उदा. पाल, सरडा, कोल्हा इ. जे प्राणी द्वितीय भक्षकांना खातात त्यांना तृतीय भक्षक (Tertiary

Consumer) असे म्हणतात. उदा. ससाणा, चित्ता इ. भक्षक श्रेणीमध्ये मानवाचे स्थान सर्वात वरच्या स्तरावर असते. कारण मानव शाकाहार व मांसाहारसुद्धा करतो.

Homoeopathy - होमिओपॅथी

होमिओपॅथी पद्धती औषधोपचाराची एक स्वतंत्र शाखा असून तिचा विकास १८ व्या शतकात जर्मनी या देशात झाला असून ही पद्धती सुरू करण्याचे श्रेय सॅम्युअल हनेमन (Samuel Haneman) यांच्याकडे जाते व भारतात या पद्धतीची सुरुवात इ. सन. १८१० ते १८३५ या कालावधीत झाली. या पद्धतीचे वेगळेपण हे की यात 'रोग बरा करण्याच्या नैसर्गिक सिद्धान्तावर' (Natural Theory or Natural Law of Cure) भर दिलेला असतो. या पद्धतीत १२ प्रकारच्या क्षारांचा वापर करून निरनिराळ्या औषधी अर्कांचा उपयोग रोगानुसार करण्यात येतो. प्रत्येक अर्कांची शक्ती (पोटन्सी) ३० व २०० या दोनच प्रकारची असते व त्यांचाच वापर करावा अशी अपेक्षा असते. प्रत्येक विकारावर लक्षणसमुच्चयानुसार औषधोपचार केला जातो. चायना, सॅटोनाईन, चिनिमय सल्फ, नेट्रामूर, मर्कसॉल इत्यादी औषधे नेहमी होणाऱ्या थंडीताप, जंत, सर्दी-पडसे, पित्त, आव इत्यादी रोगांवर देतात. रोग्याचे प्रकृतिमान, रोगाचे स्वरूप इत्यादी लक्षात घेऊन किती शक्तीचा क्षार किती प्रमाणात वापरावयाचा व त्यानुसार रोग्याला कोणती औषधे द्यावयाची याचे निर्धारण केले जाते. आयुर्वेदात नाडीपरीक्षा महत्त्वाची आहे तर होमिओपॅथीत रोग्याची स्वभावविषयक पार्श्वभूमी, त्याच्या सवयी, दिनचर्या याआधारे रोगचिकित्सा व रोगनिदान केले जाते व त्यानुसार योग्य औषधे दिली जातात. या शास्त्रात तीव्र निरीक्षणशक्तीची आवश्यकता असते. रोगाचे नाव काय याला महत्त्व नाही तर रोगाची लक्षणे महत्त्वाची मानली जातात. अचूक औषधे देण्यापूर्वी लक्षणांची बारीक-सारीक तपासणी करावी लागते. भारतात या औषध पद्धतीचा मोठ्या प्रमाणात विकास व प्रसार झाल्याचे दिसून येते. आयुर्वेद व ॲलोपॅथी यापेक्षा या पद्धतीचा औषधावर होणारा खर्च कमी असल्याने लोक या पद्धतीकडे आकर्षित होत आहेत.

Horticulture - फलोत्पादन

भारताला बहुविध प्रकारच्या शेती-हवामानाचे वरदान लाभले आहे. जे मोठ्या प्रमाणावर भाजीपाला, कंदमुळे, शोभिवंत आणि सुगंधित रोपे, औषधी वनस्पती आणि नारळ, सुपारी, काजू,कोको इ. लागवडयोग्य पिके यांच्या मोठ्या प्रमाणावरील फलोत्पादनाकरिता अनुकूल आहे. सद्य:स्थितीमध्ये देशातील एकूण शेतीउत्पादनायोग्य जमिनींपैकी १० टक्के जमीन फलोत्पादकांनी व्यापली आहे, ज्यामध्ये १६०.७५ दशलक्ष टन एवढे उत्पादन होते. भारत हा फळे आणि भाजीपाला उत्पादन करणारा दुसऱ्या क्रमांकाचा देश आहे. ४.८१ दशलक्ष हेक्टर जमिनीमधून एकूण सुमारे

४९.३६ दशलक्ष टन फळांचे उत्पादन करण्यात येते. ६.३ दशलक्ष हेक्टर जमीन भाजीपाल्याकरिता व्यापली असून त्यामधून ९३ दशलक्ष टन उत्पादन होते. फळे आणि भाजीपाला उत्पादनातील भारताचा वाटा अनुक्रमे १० टक्के आणि १३.२८ टक्के झाला आहे.

फळे : भारतामध्ये विविध प्रकारची फळे पिकविली जातात. जे जगातील एकूण फलोत्पादनापैकी १० टक्के इतके आहे. आंबा, केळी, संत्री, अननस, पपई, पेरू, फणस, लिची आणि द्राक्षे ही उष्ण कटिबंधातील आणि उष्ण कटिबंधाच्या सीमेवरील फळे; सफरचंद, पेरू, पीच, प्लम, बदाम, अक्रोड, जरदाळू ही समशीतोष्ण हवामानातील फळे आणि डाळिंब, बोर, अंजीर ही ओसाड प्रदेशातील महत्त्वाची फळे होत. भारत हा आंबा, केळी आणि लिंबू यांच्या जागतिक उत्पादनात आणि द्राक्षाच्या दर हेक्टरी उत्पादनात अग्रेसर आहे.

भाजीपाला : भारतामध्ये विविध ४० जातींच्या विविध वर्गीय भाज्यांचे जसे की, वेलीवर्गीय, शेंगा, दुधीवर्गीय, कंदमुळे आणि पालेभाज्या. उष्ण कटिबंधातील, उष्णकटिबंधाच्या सीमेवरील आणि समशीतोष्ण हवामानातील प्रदेशात उत्पादन घेतले जाते. टोमॅटो, कांदा, वांगी, कोबी, फ्लॉवर, वाटाणा ह्या भाज्यांचे प्रामुख्याने देशांत उत्पादन होते.

जगामध्ये चीननंतर भारत हा भाजी उत्पादनाकरिता सर्वात जास्त शेतजमिनीने व्यापलेला देश आहे. फ्लॉवर उत्पादनाकरिता सर्वोच्च स्थानावर आहे. कांदा उत्पादनात दुसऱ्या क्रमांकावर आणि केळी उत्पादनात तिसऱ्या क्रमांकावर आहे.

फुले : जरी भारतामध्ये फुलांची लागवड फार प्राचीन काळापासून होत असली तरी, व्यावसायिक दृष्टिकोनातून पुष्पोत्पादनाचा व्यवसाय अगदी अलीकडेच उमलत आहे. गुलाब, ग्लेडिओली, निशिगंध, कार्नेशन इ. फुलांच्या वाढत्या उत्पादनाचा उपयोग पुष्पगुच्छ, भेटीदाखल द्यावयाची फुले,घर आणि कार्यालयाची सजावट याकरिता करण्यात येतो. देशातील नागरिकांची विशेषत: मध्यमवर्गाची आर्थिक स्थिती उंचावल्यामुळे आणि उच्च राहणीमानाच्या प्रभावामुळे फुलांच्या बाजाराचे रूपांतरण उद्योगामध्ये झाले आहे. नानाविध प्रकारचे जैववैविध्य असलेल्या या विस्तृत देशामध्ये वर्षभर कोणत्या ना कोणत्या भागात महत्त्वाची फळे उपलब्ध असतात. तसेच वाढत्या वाहतुकीच्या साधनांमुळे संपूर्ण देशामध्ये मोठ्या प्रमाणावर फुलांची उपलब्धता असते.

मसाल्याचे पदार्थ : मसाल्याचे पदार्थ हा फलोत्पादनातील महत्त्वाचा वर्ग आहे. याचा उपयोग अन्नपदार्थात स्वाद येण्याकरिता, रुची उत्पन्न होण्याकरिता केला जातो. मसाल्याचे पदार्थ असे पूर्ण स्वरूपात असलेले किंवा दळलेले या दोन्हींकरिता म्हटले जाते. भारत हा मसाल्याच्या पदार्थांचे गाहेरघर समजला जातो आणि काळी मिरी,

दालचिनी, आले, लसूण, हळद, मिरची अशा विविध प्रकारच्या मसाल्याच्या पदार्थांचे, रोपांचे आणि बियांचे उत्पादन करतो. भारत हा मसाले आणि मसाल्याचे पदार्थ यांचे सर्वात जास्त उत्पादन करणारा, ग्राहक आणि निर्यात करणारा देश आहे.

लागवडयोग्य पिके : लागवडयोग्य पिकांमध्ये वेगवेगळ्या पिकांचा समावेश होतो. लागवडयोग्य पिकांमध्ये मुख्यत: नारळ,सुपारी, काजू, चहा, कॉफी आणि रबर तसेच छोट्या लागवडीमध्ये कोकोचा समावेश होतो. या उत्पादनांनी व्यापलेले क्षेत्र तुलनेने कमी आहे आणि या प्रकारच्या शेतीचे प्रमाण खूपच कमी आहे. तरीसुद्धा या प्रकारची शेती तिच्या निर्यातक्षमतेमुळे आणि देशांतर्गत गरजांच्या पूर्तीकरिता तसेच रोजगारनिर्मितीमुळे आणि विशेषत: ग्रामीण भागातील गरिबी निर्मूलनाच्या कार्यक्रमात महत्त्वाची भूमिका बजावते.

औषधी आणि सुगंधी वनस्पती : औषधी आणि सुगंधी वनस्पतींचा वापर आपल्या देशात फार पूर्वीपासून त्यांच्या औषधी गुणांमुळे केला जातो. जवळजवळ २००० वनस्पतींमध्ये रोगनिवारक गुणधर्म आढळून येतात आणि १३०० वनस्पतींमध्ये सुगंधी आणि चव निर्माण करण्याचे गुणधर्म आहेत. आयुर्वेद, युनानी आणि सिद्ध औषधी या उपचारपद्धती संपूर्ण देशात भारतीय उपचारपद्धती म्हणून प्रसिद्ध आहेत. या वनस्पतिआधारित उपचारपद्धतीचा मोठ्या प्रमाणावर वापर वाढलेला आहे आणि यामुळे अलीकडे या औषधी वनस्पतींची पद्धतशीर लागवड करण्यात येते.

भारत हा विविध जातींच्या औषधी आणि सुगंधी वनस्पतींचा ठेवा असलेला देश समजला जातो. भारत सरकारच्या पर्यावरण आणि वन मंत्रालयाने ९५०० पेक्षा जास्त वनस्पतींची, त्यांचे औषधी-निर्मितीतील महत्त्व लक्षात घेऊन, नोंद करून ठेवली आहे. यांतील ६५ वनस्पतींना जागतिक बाजारपेठेत मोठी आणि सतत मागणी आहे.

Hot Spots - जैवविविधतेचे संपन्न प्रदेश

पृथ्वीवर सर्वत्र जैवविविधतेचे वितरण समान नाही. जगातील काही प्रदेश बहुविध जैवविविधतेचे प्रदेश आहेत. या संदर्भात नॉर्मन मायर्स या अभ्यासकाने १९८८ साली is situ संवर्धनाच्या संदर्भात Hot Spots ही संकल्पना मांडली. Hot Spots हे जैवविविधतेने अतिशय समृद्ध पण धोक्यात असणारे प्रदेश असतात. Hot Spots निश्चित करण्यासाठी - (१) तेथे सापडणाऱ्या प्रजातींमधील वेगळेपण व केवळ विशिष्ट भागातलाच अढळ आणि (२) या जैवविविधतेला असणारा धोका. याच दोन निकषांचा विचार केला जातो.

जगभरात असे जैवविविधतेचे २५ Hot Spots निश्चित केलेले आहेत. त्यापैकी दोन भारतातील आहेत : (१) पश्चिम घाट आणि (२) पूर्व हिमालय-ईशान्य भारत

Hydrocarbon - हायड्रोकार्बन

कार्बन हे मूलद्रव्य एकमेवाद्वितीय आहे ते त्याचे बंध तयार होण्याच्या पद्धतीमुळे कार्बनचा अणूअंक ६ असून त्यांच्या संयुजकवचात (बाह्यतम) चार इलेक्ट्रॉन आहेत आणि म्हणून त्याची संयुजा चार आहे. कार्बन आपल्या चार संयुज इलेक्ट्रॉनची भागीदारी इतर अणूंबरोबर करतो व त्यातून चार बंध निर्माण होतात.

बहुसंख्य कार्बन संयुगांमध्ये सर्वसाधारणपणे आढळणारे मूलद्रव्य म्हणजे हायड्रोजन सर्वात साध्या कार्बन संयुगांमध्ये फक्त कार्बन व हायड्रोजन ही दोनच मूलद्रव्ये असतात. त्यांना 'हायड्रोकार्बन' असे म्हणतात. स्वयंपाकघरातील गॅस, पेट्रोल ही सर्व हायड्रोकार्बनची उदाहरणे आहेत.

Hydrologic Cycle - जलचक्र

जलचक्र

बाष्पीभवनाची (Evaporation) क्रिया पृथ्वीवरील जलाशयाच्या पृष्ठभागावर निरंतर चालू असते. वातावरणात जलबाष्पाचे भांडार सदैव भरलेले असते, त्यामुळे अनुकूल परिस्थितीत जलबाष्पाचे सांद्रीभवन होऊन मेघ निर्माण होतात व पाऊस पडतो. अशा प्रकारे समुद्रातील पाण्याचे सूर्याच्या उष्णतेमुळे बाष्पीभवन होऊन ते बाष्प वाऱ्यामुळे वातावरणात पसरते व बाष्पाचे घनीभवन होते व नंतर द्रवीभवन होऊन ते पावसाचेपाणी नद्यांद्वारे समुद्रात मिळते, म्हणजेच जमीन, महासागर व वातावरण यांच्यात पाण्याचे एकसारखे फिरण्याचे जे चक्र असते त्याला जलचक्र असे म्हणतात. मानवी जीवनावर ह्या जलचक्राचा मोठा प्रभाव आहे.

Human Development - मानवी विकास

संपूर्ण आयुष्यभर माणसाला त्याच्यामध्ये होणाऱ्या बदल अगर परिवर्तनाचा जो अनुभव येतो, ते जाणण्याचे व त्याचा अभ्यास करण्याचे हे एक आंतरशाखीय क्षेत्र आहे. माणसांमध्ये जे शारीरिक, मानसिक, बौद्धिक व वर्तनात्मक बदल होतात, या अंगोपांगांचा जो विकास होतो त्याचा शास्त्रशुद्ध अभ्यास ' मानवी विकास ' या संकल्पनेत येतो.

Human Evolution - मानवी उत्क्रांती

उत्क्रांती म्हणजे काय? तर अनुकूलनान्वये परिवर्तन किंवा डार्विनच्याच शब्दांत सांगावयाचे तर 'डिसेंट विथ मॉडिफिकेशन्स थ्रू अ‍ॅडॅप्टेशन' अथवा सजीवांच्या एकाच समूहाच्या दोन पिढ्यांतील गुणसूत्रांच्या वारंवारतेमध्ये होणारा बदल होय. उत्क्रांतीचा विचार करताना सजीवांचे वर्गीकरण, त्यांच्यातील साम्य आणि फरक हे महत्त्वाचे ठरतात.

डार्विनच्या कित्येक वर्षे अगोदर जीवमात्रांच्या उत्पत्ति-क्रांतीवर ॲरिस्टॉटल, लिनियस, बफन, डार्विनचे आजोबा इरॅस्मस डार्विन आणि जां बाप्तीस्त लॅमार्क यांनी आपली मते मांडली होती. ग्रीक, हिंदू आणि बौद्ध या प्राचीन संस्कृतींच्या पुराणांत, वाङ्मयात उत्पत्ती आणि उत्क्रांतीचा विचार झाला आहे. मनुस्मृतीमध्ये सजीवांच्या उत्पत्ति-उत्क्रांतीचा उल्लेख आला आहे. इतकेच नाही, तर वाग्भट्ट आणि चरकानेही आजार आणि औषधांबाबत काम करताना सजीवांची वर्गीकरणपद्धती अवलंबली आहे.

लॅमार्क यांच्या मते, उत्क्रांतीमध्ये पर्यावरणाच्या परिणामाला महत्त्व आहे. कारण त्याच्या अनुषंगाने प्राणी आपल्या शरीरअवयवाचा कमी - अधिक वापर करून मिळवलेले गुणधर्म पुढील पिढीत संक्रमित करतात. याच्या पुष्टीदाखल त्यांनी जिराफाचे उदाहरण दिले आहे. त्यांच्या मते, जिराफाचे पूर्वज हे घोड्यासारखेच असावेत; परंतु झाडाची पाने मिळविण्यासाठी या पूर्वजांनी सतत मान आणि पुढील पायाला ताण दिला असावा. अवयवांच्या या वापरामुळे त्यांच्या उंचीत लक्षणीय वाढ झाली असावी आणि कालांतराने हा गुणधर्म पुढील पिढ्यांमधून संक्रमित झाला असावा. परंतु अवयवाचा वापर हा काही उत्क्रांतीसाठी कारणीभूत असतोच असे नाही हे दाखविण्यासाठी वाइझमान या शास्त्रज्ञाने प्रत्येक पिढ्यांतील उंदरांच्या शेपट्या जन्मल्याबरोबर कापून टाकल्या आणि याच बिनशेपट्यांच्या उंदरांचा अनेक पिढ्यांपर्यंत संकर घडविला. परंतु बिनशेपट्यांचे उंदीर कधीच जन्माला आले नाहीत. म्हणजेच हा गुणधर्म आनुवांशिकतेद्वारे संक्रमित झाला नव्हता. शरीरअवयवाच्या कमी-अधिक वापराने निर्माण होणारे गुणधर्म कायमस्वरूपी असतील अथवा ते आनुवंशिकतेद्वारे संक्रमित होतील, असे नाही.

डार्विनच्या मते जगण्यासाठी प्रत्येक सजीवाला शिकस्त करावी लागते. यामध्ये जो सजीव किंवा सजीवांचा समूह योग्य रीतीने प्रयत्न करून बदलत्या घटकांना अनुकूल राहतो आणि बलवान ठरतो तोच आपले अस्तित्व टिकवतो. यासाठी त्याला मिळणाऱ्या गुणधर्मांत विविधता असते. कधी ही विविधता उपकारक ठरते, तर कधी अपकारक ठरते. विविधतेमुळे धारण केलेले गुणधर्म आनुवंशिकतेमुळे स्पष्ट केलेले नाहीत. शिवाय विविधता असली तरी तिची कारणे आणि उगमही त्याने मांडलेला नाही. फक्त डार्विनने नैसर्गिक निवड म्हणजेच 'नॅचरल सिलेक्शन' पद्धतीने उत्क्रांती कशी कार्यान्वित होते हे दाखवून दिले. थोडक्यात, शरीरअवयवांचा कमी-अधिक वापर आणि नैसर्गिक निवड यांतून उत्क्रांतीची क्रिया स्पष्ट होत नसली तरी उत्क्रांतीच्या असंख्य कारणांपैकी, ती महत्त्वाची कारणे आहेत. याप्रमाणेच अनुवंशशास्त्राच्या अभ्यासातून उत्क्रांतीची इतर कारणे समजू शकतात. गुणसूत्रांच्या रचनेत विविध कारणांनी अचानकपणे होणारे बदल, समूहातील गुणसूत्रांचे होणारे चलनवलन अथवा स्थलांतर, एकाच प्रकारच्या गटात होणारा संकर किंवा इनब्रीडिंग, समूहाचे स्वतंत्र अथवा एकाकी राहून निर्माण होणारे 'स्पेसीएशन' किंवा 'जातिउद्गम' यांमुळे जवळजवळचे सजीव एकमेकांपासून फारकत घेऊ लागतात आणि उत्क्रांतीची क्रिया चालू होते.

पृथ्वीच्या आयुर्मानासंबंधी जे प्रदीर्घ कालखंड कल्पिलेले आहेत, त्यांपैकी सेनोझोइक कालखंडाच्या, क्वाटरनरी किंवा चतुर्थक या उपकालखंडातील प्लायस्टोसिन काळात अंदाजे चाळीस लाख वर्षांपूर्वी तथाकथित आदिम मानवाची उत्पत्ती झाल्याचे पुरावे मिळतात. जगात विविध ठिकाणी मिळालेल्या जीवाश्मांवरून जीवाश्मांच्या शारीरिक रचनेवरून मानवाच्या उत्क्रांतीमधील चार महत्त्वाचे टप्पे नक्की करण्यात आले आहेत. या प्रत्येक टप्प्यांचे असंख्य प्रतिनिधी असून स्थळ किंवा संशोधकांच्या नावाने ते ओळखले जातात.

मानवी उत्क्रांतीच्या अभ्यासात विविध कालमापनपद्धती, तुलनात्मक शरीररचना आणि शास्त्र आणि पुराजीवशास्त्र यातील पुरावे महत्त्वाचे ठरतात. मानवी उत्क्रांतीच्या अनुषंगाने येणारे प्लायोसिन, प्लाइस्टोसिन हे कालखंड भूशास्त्रीय आणि जीवशास्त्रीयदृष्ट्या महत्त्वाचे आहेत, त्याप्रमाणे मानवी संस्कृतीच्या दृष्टीने अश्मयुग, मध्याश्मयुग, नवाश्मयुग, ताम्रपाषाणयुग, लोहयुग या कालावधीमध्ये विभागलेले आहेत. या सर्व घटकांचा एकत्रित विचार मानवी उत्क्रांतीमध्ये होतो. मानवी संस्कृतीचा सर्व काळ प्रागैतिहासिक किंवा प्री-हिस्टॉरिक म्हणून ओळखला जातो. या कालखंडातील कोणतीही लिखित स्वरूपाची नोंद अथवा माहिती उपलब्ध नाही. या कालखंडाचा अभ्यास उत्खननातून मिळणाऱ्या पुराव्यांवरून तर्क करून आणि त्याला शास्त्रीय कसोट्या लावून केला जातो. या कालखंडातील संस्कृतीच्या अभ्यासास 'प्रागैतिहासिक मानवशास्त्र

किंवा प्रीहिस्टॉरिक अँथ्रोपोलॉजी असे म्हणतात. जर लिखित स्वरूपाचा पुरावा मिळून त्याचा अर्थ लागत असेल तर तो ऐतिहासिक कालखंड होतो. मानवशास्त्राच्या दृष्टीने प्रागैतिहासिक काळ आणि इतिहासपूर्व काळ यांना वेगळे महत्त्व आहे.'

मानवाच्या उत्क्रांतीतला पहिला टप्पा म्हणजे एप मानव, यालाच ऑस्ट्रेलोपिथेकस असे म्हणतात. या गटामध्ये पँरानथ्रॉपस, झिजॅनथ्रॉपस, होमेहॅबिलिस यांना सामावून घेतलेले आहे. या मानवाचे विविध प्रकार प्लाइस्टोसिनपूर्व कालखंडात वावरत होते. ही पूर्ण मानवी अवस्था नसून मानवसदृश कपी होता. याच्या मेंदूचे आकारमान आणि बौद्धिक क्षमता आजच्या मानवाच्या एकतृतीयांश इतकीच होती. या अवस्थेपासून माणसाच्या कवटीच्या आणि पायाच्या हाडात बदल सुरू झाले. या मानवाचे डोके मानेवर बरोबर मध्ये जोडलेले नव्हते. चेहरा सरळ आणि उभा असला तरी हनुवटी छातीवर उतरल्यासारखी होती. या मानवाचे हात लांब आणि गोरिलाच्या हाताशी साम्य दाखविणारे होते. या मानवाच्या दातांचा आकार आजच्या मानवाच्या तुलनेत मोठा होता. स्वसंरक्षणासाठी, कंदमुळे, वनस्पतिजन्य अन्न मिळवण्यासाठी अथवा छोट्या प्राण्यांची शिकार करण्यासाठी याच मानवाने दगड, झाडांच्या फांद्या आणि प्राण्यांच्या हाडांचा वापर सुरू केला. यातूनच पुढे नैसर्गिक वस्तूंना योग्य आकार देऊन हत्यारे बनविण्याची सुरुवात झाली. या सर्व घटना म्हणजे पृथ्वीवरील मानवी संस्कृतीची नांदी होती. परंतु या ठिकाणी जीवशास्त्रीय उत्क्रांतीचा विचार झाल्यावर मानवाच्या सांस्कृतिक अंगाकडे वळणे उचित होईल.

मानवी उत्क्रांतीमधील हा टप्पा आहे होमो इरेक्ट्स. 'इरेक्ट्स' म्हणजे याची उभी, सरळ शरीररचना होती. विविध प्रांतांच्या किंवा संशोधकांच्या नावांवरून होमो इरेक्ट्सच्या वेगवेगळ्या अवशेषांना नावे आहेत. चेलन मॅन, सिनॅनथ्रॉपस पेकिंग मॅन, जावा मॅन हे सर्व त्याचेच प्रकार आहेत. या मानवाच्या मेंदूचे आकारमान आजच्या मानवाच्या तुलनेत दोन तृतीयांश इतकेच होते, या मानवाचे डोके अधिक सरळ अवस्थेत झाले होते. तोंड मोठे आणि पुढे आलेले होते. एप मानवापेक्षा याचे पाय लांब आणि पळण्यास योग्य होते. या अवस्थेत पुढील होमो सेपीयन या अवस्थेत रूपांतरित होताना निएंडरथल आणि क्रोमग्नो या अवस्थाही प्राप्त झाल्या. जर्मनीमधील निएंडर नदीच्या खोऱ्यात या मानवाचे अवशेष प्रथम मिळाले. म्हणून त्याला 'निएंडरथल मानव' म्हटले जाते. याशिवाय मध्य आशिया आणि युरोपात या मानवाचे अवशेष मिळाले आहेत. या मानवाचे डोके मोठे व लांब होते. कपाळ उतरते होते. मध्यम उंचीचा, दणकट बांध्याचा हा मानव सरळ उभ्या अवस्थेत, डोके सरळ ठेवून चालू शकत होता. चेहरा पुढे आलेला, मोठे नाक, मोठा खालचा जबडा असलेला हा मानव ह्यात असलेल्या मानवाच्या जवळचा आणि कपिवर्गाशी फारकत घेणारा होता. याच अवस्थेतून उत्क्रांतीमधील 'होमो सेपीयन' ही प्रगत अवस्था प्राप्त

झाली. या सेपीयन अवस्थेचा आदिपुरुष म्हणजे क्रोमग्नो मानव. सुमारे चाळीस ते पन्नास हजार वर्षांपूर्वी मानवी उत्क्रांतीचा हा प्रगत टप्पा जगापुढे आला. आफ्रिका, युरोप आणि उत्तर आशियामधून या मानवाचे अवशेष मिळाले आहेत. क्रोमग्नो आणि होमो सेपीयनच्या काही महत्त्वाच्या अवशेषांत मौलिअन मानव, ग्रिमाल्डी मानव, चान्सिलेडे मानव, वाङ्जक मानव हे सर्व येतात. भारतातही नर्मदेच्या खोऱ्यात अवशेष मिळाले असून त्याला 'नर्मदा मानव' म्हणून ओळखले जाते. हे अवशेष होमो इरेक्ट्सचे असावेत असा प्रथम समज होता; परंतु ते होमो सेपीयनचे असावेत असा तज्ज्ञांचा निष्कर्ष आहे. हा मानव साधारणपणे सहा फूट उंचीचा, लांब डोक्याचा, उभट चेहऱ्याचा, लांब निमुळत्या नाकाचा, सरळ कपाळाचा, उठावदार हनुवटीचा असा होता. पूर्वीच्या तुलनेत शरीराचा दणकटपणा कमी झाला.

या ठिकाणी उत्क्रांतिवादाबद्दलचे प्राथमिक सिद्धान्त आणि मानवी उत्क्रांतीमधील महत्त्वाचे टप्पे माहीत झाल्यावर मानव आणि कपि मानव वर्गाला जवळच्या असणाऱ्या आणि आज अस्तित्वात नसणाऱ्या भाऊबंदांच्या अवशेषांची तोंडओळख करून, आधुनिक मानवामधील विविधतेवर लिहिणे सयुक्तिक होईल.

या संस्कृतीचा काळ कालमापनकसोट्यांच्या द्वारे नक्की करण्यात येतो. पुरातत्त्वीय पुरावे हे दगडी हत्यारे, मातीची खापरे, दफन प्रकार, मानवाच्या आणि प्राण्यांच्या अस्थी आणि अशाच असंख्य स्वरूपात असतात. या अभ्यासावरून तत्कालीन मानवाचे जीवन, समाज उदरनिर्वाहाची साधने, आहार, आजार आणि मानवाची सर्वंकष माहिती घेता येते.

प्रागैतिहासिक काळातील मानवाचा, त्याच्या संस्कृतीचा अभ्यास करण्यासाठी मानवशास्त्रज्ञांना पुरातत्त्वशास्त्रज्ञांची मदत होते. कारण या संस्कृतीचे अवशेष बहुतेक वेळा जमिनीत गाडलेल्या अवस्थेत असतात. हे पुरावे उत्खनन करून काढण्याचे काम पुरातत्त्वशास्त्राच्या अभ्यासकांकडून होते. या अवशेषांचा अभ्यास मात्र मानवशास्त्रीय पद्धतीने केला जातो. बऱ्याच वेळा हे अवशेष मानवी अस्थी, हत्यारे आणि खापरांच्या स्वरूपात मिळतात. जगभरातून असे विविध पुरावे मिळालेले आहेत.

भारताच्या बाबतीत बोलायचे तर सर्वात प्राचीन मानवसंबंधित अस्थी केव्हाच्या, असे विचारले तर बारा ते आठ दशलक्ष वर्षांपूर्वीच्या रामपिथेकसच्या असे म्हणावे लागेल. पण हा काही खराखुरा मानव नव्हता हे नक्की! यानंतरच्या महत्त्वाच्या अस्थी म्हणजे नर्मदा मानवाच्या. या मानवाच्या अस्थी नर्मदाकाठच्या होशंगाबाद येथे मिळाल्या. हा मानव होमो इरेक्ट्स असावा असा समज होता. परंतु नंतर या अस्थी आधुनिक मानवाच्या किंवा होमो सेपीयनच्याच असल्याचे नक्की करण्यात आले.

Human Geography - मानवी भूगोल

मानवी संस्कृती व भौगोलिक पर्यावरण (Geographical Environment) यांच्या परस्परसंबंधाचा वैज्ञानिक अभ्यास म्हणजे मानवी भूगोल ही ज्ञानशाखा होय.

भौतिक पर्यावरणाचा मानवी जीवनावर कसा प्रभाव आहे व मानवी संस्कृतीने भौतिक पर्यावरणावर कसे नियंत्रण केले आहे याचा विचार मानवी भूगोलाच्या कक्षेत येतो. समुद्रतटवर्ती भागात राहणाऱ्यांचे जीवन, समुद्रसपाटीपासून उंचीवर राहणाऱ्यांचे जीवन किंवा वाळवंटात वस्ती करणाऱ्यांचे जीवन आणि भौगोलिक पर्यावरण यांचा संबंध मानवी भूगोलात अभ्यासला जातो.

काही तज्ज्ञांच्या मते Human Ecology ह्या विषयाचीच एक ज्ञानशाखा मानवी भूगोल आहे. मात्र काहींच्या मते, मानवी भूगोलाची व्याप्ती मानवपरिस्थितिविज्ञानापेक्षा भिन्न आहे.

Human Rights - मानवी अधिकार (हक्क)

'मानव म्हणून निसर्गनियमानेच जे अधिकार मिळालेले असतात, त्याला मानवी अधिकार म्हणतात. मनुष्याची प्रतिष्ठा, स्त्री-पुरुषांची समानता आणि सामाजिक संदर्भात त्यांचे स्वातंत्र्य या सर्वांचा मानवी अधिकारात समावेश होतो. न्याय आणि समता या मूल्यांना प्रमाण मानून मनुष्याला काही मूलभूत अधिकार असले पाहिजेत; हा उदात्त विचार आता जवळजवळ सुसंस्कृत समाजांनी मान्य केला आहे. लोकशाही राज्यांच्या ध्येयधोरणात आणि संयुक्त राष्ट्रसंघटनेच्या ध्येयधोरणात मानवी अधिकाराच्या प्रस्थापनेला मध्यबिंदू मानलेले आहे. म्हणून आंतरराष्ट्रीय विधिनियमांमध्ये मानवी अधिकारांना मुख्य आधार संबोधिले आहे. संयुक्त राष्ट्र संघटनेच्या आमसभेत १० डिसेंबर १९४८ ला आंतरराष्ट्रीय हक्कांची सनद म्हणून तिला मान्यता देण्यात आली व त्यात वेळोवेळी नंतर बदल करण्यात आले. त्यानुसार सर्व माणसे जन्मत: स्वतंत्र असून वंश, वर्ण, लिंग, भाषा, धर्म, राजकीय वा अन्य मते, कोणत्याही राष्ट्रातील व कोणत्याही समाजातील श्रीमंत की गरीब, जन्म कुठे झाला आणि दर्जा कोणता, यांपैकी कशाचाही विचार न करता सनदेत दिलेले सर्व हक्क व्यक्तीला प्राप्त होतात. हे मानवी हक्क सर्व राष्ट्रांना बंधनकारक मानले जातात. त्या आधारावर वंशविच्छेद प्रतिबंधक करार, स्त्रियांच्या अधिकाराबद्दलचे करार, गुलामगिरी प्रतिबंध करार समान करण्यात आले आहेत. हे हक्क प्रत्येक व्यक्तीस जन्मत:च प्राप्त होतात. म्हणून त्यांना नैसर्गिक हक्क देखील म्हटले जाते.'

प्रत्येक माणसाला स्वत:च्या गरजा पूर्ण करून घेऊन उत्कर्ष साधण्यासाठी राज्याकडून जे अधिकार, स्वातंत्र्य अगर हक्क देण्यात आलेले असतात त्यांना 'मानवी हक्क' असे म्हणतात. संयुक्त राष्ट्र संघटनेनं, सर्व सदस्यराष्ट्रांनी हे हक्क

आपल्या नागरिकांना बहाल करण्याचा प्रयत्न करावा असे आवाहन केलेले आहे. जाहीरनाम्यात अनेक मूलभूत मानवी हक्क सांगण्यात आलेले आहेत. त्यात कोणताही भेदभाव न करता समतेचा हक्क, प्रत्येक व्यक्तीला जीविताचा, स्वातंत्र्याचा व सुरक्षेचा हक्क, प्रतिष्ठेचा हक्क इत्यादी तर आहेतच! याशिवाय अनेक नागरी व राजकीय हक्कांचा समावेश त्यामध्ये आहे. जगातील बऱ्याच राष्ट्रांनी या मूलभूत हक्कांचा समावेश राज्यघटनेमध्ये केलेला आहे. भारतीय राज्यघटनेतील 'मूलभूत हक्क' या शीर्षकाखाली असलेल्या भाग तीनमध्ये या हक्कांचा समावेश केलेला आहे. एवढेच नव्हे तर त्यांना न्यायालयीन संरक्षणही दिलेले आहे.

मानवी हक्क ही संकल्पना खऱ्या अर्थाने नैसर्गिक कायदा या संकल्पनेचे अपत्य आहे. मानव जन्मतःच काही हक्क घेऊन येतो, या गृहीत कृत्यावरच या हक्काची मांडणी करता येते. मानवी अधिकार हे प्रामुख्याने न्याय, समता (आर्थिक, राजकीय, सामाजिक, सांस्कृतिक), वंश, वर्ग, लिंगभेद, भाषा, धर्म, सामाजिक मालमत्ता, नैसर्गिक साधनसंपदा इत्यादी संदर्भात आहेत.

Hydrological Drought - जलीय अवर्षण

एखाद्या प्रदेशातील पावसात तेथील सरासरी पावसापेक्षा २५ टक्के अथवा अधिक प्रमाणात घट झाली व अशी स्थिती दीर्घकाळ टिकून राहिली तर भूपृष्ठावरील पाण्याचे प्रमाण कमी होते व नद्या, सरोवरे, विहिरी कोरड्या होतात. तसेच भूमिगत पाण्याची पातळीही खाली जाते. या स्थितीला 'जलीय अवर्षण' असे म्हणतात.

Hydrosere Plant Succession - जलक्रमक वनस्पती क्रम

जलीय पर्यावरणात हा वनस्पती क्रम आढळतो म्हणून याला जलक्रमक असे म्हणतात. पाण्याच्या तळाशी असलेली मुळे आणि पाण्यात तरंगणारी जलवनस्पती तळाशी गाळ आणि कुजलेल्या वनस्पतीचा स्तर तयार करीत असतात. शेवटी उथळ पाण्यात दलदलीच्या वनस्पती वाढू लागतात. कुजलेल्या वनस्पतीपदार्थांपासून ह्यूमस मृदेचा पृष्ठभाग तयार होतो. त्यात हवा खेळू लागते. यावर प्रथम गवत नंतर झाडेझुडपे आणि वृक्ष निर्माण होतात. पाण्यापासून सुरू झालेल्या आणि बदलत जाणाऱ्या या वनस्पतिक्रमाला 'जलक्रमक' असे म्हणतात.

Hygiene - आरोग्यशास्त्र

शाळेतील अनेक विषयांपैकी हा एक विषय आहे. पाठ्यपुस्तकातील वाचनाबरोबर विद्यार्थ्यांनी प्रत्यक्ष तशी कृती करावी अशी अपेक्षा आहे. अलीकडे वैयक्तिक व सामाजिक आरोग्य बरेच बिघडलेले आहे. त्यातही सामाजिक आरोग्य फारच बिघडले आहे. व्यक्ती स्वतःच्या आरोग्याकडे लक्ष देते परंतु सामाजिक आरोग्याकडे दुर्लक्ष

करते. विद्यार्थ्यांना आरोग्याबाबत योग्य सवयी लागाव्यात अशी शिक्षणाची अपेक्षा असते. स्वच्छता, नीटनेटकेपणा, स्वच्छ कपडे याबरोबरच पाणी प्यायल्यावर भांडे विसळणे, अनावश्यक कागदाचे बोळे कोपऱ्यातील बादलीत टाकणे, उघड्यावरील पदार्थ न खाणे इ. गोष्टी विद्यार्थ्यांनी शिकाव्यात व त्यांची अंमलबजावणी करावी. वैयक्तिक स्वच्छतेबरोबरच विद्यार्थी व शिक्षकांनी शाळेची स्वच्छता व पुढे सामाजिक स्वच्छता असे उपक्रम करावेत या सर्व गोष्टींसाठी आरोग्यशास्त्र हा विषय अभ्यासक्रमात समाविष्ट केलेला असतो. सुसंस्कृत, सुशिक्षित, वैयक्तिक स्वच्छतेचे भोक्ते म्हणवणारे भारतीय नागरिक सार्वजनिक आरोग्याबाबत कमालीचे उदासीन असतात, असे पाहण्यात येते. 'स्वयंशिस्तीचा अभाव' हे एक कारण म्हटले जाते. विद्यार्थिदशेतच त्याचा पाया रचला गेला पाहिजे.

Immunology - प्रतिकारक्षमताशास्त्र

मानवी शरीरात बाहेरून जे घटक अगर द्रव्ये प्रवेश करतात त्यांच्याविरुद्ध मुकाबला करण्यासाठी जी संरक्षक यंत्रणा असते त्यांचा अभ्यास प्रतिकारक्षमताशास्त्रात केला जातो. त्याचप्रमाणे प्रतिरोपण (Transplantation) करणे, प्रतिकार कमतरता (Immune deficiency) आणि स्वयंप्रतिक्षम आजार (Autoimmune disease) यांचाही अभ्यास या शास्त्रात होतो.

In Situ Conservation - एकाच परिसरातील संवर्धन

जैवविविधतेचे त्यांच्या नैसर्गिक पर्यावरणातच संवर्धन करणे हा 'एकाच परिसरातील संवर्धना'चा पाया आहे. यामध्ये खालील बाबींचा समावेश होतो.

(१) राष्ट्रीय उद्याने व वन्य जीव अभयारण्ये : विविध प्रजाती व परिसंस्थांच्या संवर्धनाची राष्ट्रीय उद्याने व वन्यजीव अभयारण्ये ही परिणामकारक साधने आहेत. १९७२ साली केलेल्या वन्यजीव संरक्षण कायद्यातील तरतुदींनुसार त्यांची स्थापना झालेली आहे. भारतात एकूण ९२ राष्ट्रीय उद्याने व ५०० वन्यजीव अभयारण्ये आहेत. त्यांपैकी ५ राष्ट्रीय उद्याने व ३४ वन्यजीव अभयारण्ये महाराष्ट्रात आहेत. महाराष्ट्रात ताडोबा, नवेगाव, पेंच, संजय गांधी व गुगामल ही राष्ट्रीय उद्याने आहेत.

(२) संयुक्त वन व्यवस्थापन : संयुक्त वन व्यवस्थापनामध्ये स्थानिक लोकांना वन संवर्धनात सहभागी करून घेतले जाते. लोकसहभागातून स्त्रोतांचा सामुदायिक वापर व विकास यांसारखे प्रश्नही यात हाताळले जातात.

(३) पाणथळ आणि दलदलींच्या जागांचे संवर्धन : अनेक पाणथळ जागा 'राष्ट्रीय दृष्ट्या महत्त्वाच्या पाणथळ जागा' म्हणून ओळखल्या गेल्या आहेत व त्यांना खास संरक्षण देण्यात आले आहे. त्यांपैकी काहींना 'रामसर कन्व्हेंशन' अनुसार 'रामसर परिसर' म्हणून दर्जा देण्यात आला आहे. उदा. हरिके (पंजाब), वेंबनाड

कोल (केरळ), चिलिका सरोवर व भितरकणिका खारफुटींची वने (ओरिसा), ईस्ट कोलकाता वेटलँड्स (प. बंगाल), सांभर सरोवर व केवलादेव राष्ट्रीय उद्यान (राजस्थान), भोज (मध्य प्रदेश) व लोकटाक सरोवर (मणिपूर). मध्य प्रदेशात पाणथळ जागांच्या संधारणासाठी 'सरोवर संरक्षण समिती' (Lake Conservation Authority) स्थापण्यात आली आहे.

ग्रामीण स्तरावर नैसर्गिक स्रोतांवर नियंत्रण ठेवण्यासाठी देशभर ग्रामसभा व ग्रामपंचायतींना खास अधिकार देण्यात आले आहेत.

Inexhaustible Resources - अविनाशी संसाधने

काही संसाधने वापरामुळे घटत अथवा संपून जात नाहीत. त्यांचा क्षय अथवा नाश होत नाही. त्यामुळे त्यांना अविनाशी किंवा अक्षय संसाधने असे म्हणतात. सागरजल, हवा, सौरऊर्जा, पृथ्वीचे गुरुत्वाकर्षण ही सर्व अक्षय संसाधने आहेत. पाणी हेसुद्धा एका अर्थाने अक्षय संसाधन आहे. कारण निसर्गातील जलचक्रामुळे पाण्याची पुनर्निर्मिती होऊन त्याची भरपाई होते. हवेतील प्राणवायू हासुद्धा अशाच प्रकारे एक अक्षय संसाधन आहे. पृथ्वीवरील एकूण जलसाठा स्थिर ठेवण्याचे कार्य जलचक्रामुळे होते. परंतु अतिवापर अथवा अयोग्य वापर यामुळे विशिष्ट प्रदेशांतील जलसाठे संपून जाऊ शकतात अथवा दूषित होतात. त्यांची भरपाई स्थानिकरीत्या होत नाही.

Integrated Protected Area System (IPAS) - एकात्मिक संरक्षित क्षेत्र पद्धत

संरक्षित वन क्षेत्र प्रभावी होण्यासाठी या क्षेत्राची स्थापना योग्य जीवभौगोलिक भागात करणे आवश्यक असते. संरक्षित क्षेत्रात संवेदनशील परिसंस्था, संपन्न जीवविविधता असलेले प्रदेश व या प्रदेशातील प्रजातींचाही समावेश करण्यात येतो. संरक्षित क्षेत्रे एकमेकांशी संलग्न असावीत. जवळची दोन क्षेत्रे एकमेकांना जोडण्यासाठी वाटा तयार करण्यात याव्यात म्हणजे वन्य जीवांची तेथून ये-जा होऊ शकेल. शेतजमिनीसाठी तसेच इतर वापरासाठी वाढत्या प्रमाणावर होणारी जागेची मागणी जमीन आणि नैसर्गिक साधनसंपत्तीच्या व्यवस्थापनाबाबतची प्रमुख समस्या आहे. नवीन संरक्षित क्षेत्राची निर्मिती करण्यावर त्यामुळे मर्यादा येते; पण जमिनीच्या उपलब्धतेची समस्या असली तरी जैवविविधतेचे रक्षण करण्यासाठी नवीन संरक्षित क्षेत्राची निर्मिती करण्याची गरज आहे.

गेल्या काही वर्षांत वनक्षेत्रात मानवी हस्तक्षेपामुळे आमूलाग्र परिवर्तन झाले आहे तरी ज्या प्रदेशात आजही जैवविविधता टिकून आहे किंवा ज्या क्षेत्रात अधिक प्रमाणात प्रदेशनिष्ठ प्राणी-वनस्पतींचे अस्तित्व आढळते अशा प्रदेशात संरक्षित क्षेत्रे निर्माण व्हायला हवीत. त्याचप्रमाणे स्थानिक लोकांद्वारे सामुदायिक संवर्धन क्षेत्रांची निर्मिती करून आंतरराष्ट्रीय निसर्ग आणि नैसर्गिक संसाधन संवर्धन संघाद्वारे (IUCN)

संरक्षित क्षेत्राच्या निर्मितीसाठी सादर केलेल्या दिशांनिर्देशात परिसंस्थांतील किमान १०% प्रदेश परिसंस्थांतील जैवविविधता टिकवून ठेवण्यासाठी संरक्षित क्षेत्र म्हणून घोषित करण्यात यावा असे स्पष्टपणे नमूद करण्यात आले आहे.

संरक्षित क्षेत्राच्या योग्य व्यवस्थापनाद्वारे या प्रदेशातील पर्यावरणीय विकासाचा आराखडा निश्चित करून स्थानिक लोकांसाठी वैरण, जळण व आर्थिक लाभ मिळतील अशी तरतूद करता येणे शक्य आहे.

वनस्पती व प्राण्यांच्या अनेक प्रजाती संरक्षित क्षेत्राच्या संरक्षणाशिवाय टिकून राहू शकतात. त्यासाठी स्थानिक लोकांची होणारी गैरसोय टाळून अशा प्रजातींच्या संरक्षणासाठी संरक्षित क्षेत्रांची निर्मिती करण्याऐवजी स्थानिक जनतेच्या सहकार्याने सामुदायिकरीत्या संरक्षित वनक्षेत्रांची निर्मिती केली जाऊ शकते. अशा प्रदेशांना समुदाय संचलित क्षेत्र (CCA) असे संबोधण्यात येते. संरक्षित क्षेत्राच्या व्यवस्थापनाचा महत्त्वाचा भाग असा की, त्यामध्ये 'पर्यावरणविकासाची' काळजीपूर्वक आखलेली व्यवस्थापन योजना अंतर्भूत असायला हवी. तिचे उद्दिष्ट स्थानिक लोकांना जळण, चारा तसेच उत्पन्नाचे पर्यायी स्रोत उपलब्ध करून देणे हे असायला हवे.

Integrated Watershed Development - एकात्म पाणलोट क्षेत्र विकास

नद्यांमध्ये किंवा प्रवाहांमध्ये पाणी जिथून गोळा होते ती जागा म्हणजे 'पाणलोट क्षेत्र' होय. या प्रदेशात कोठेही पडणारे पावसाचे पाणी त्या ठिकाणी ठराविक नाले वा नद्यांतूनच वाहू शकते. या संपूर्ण क्षेत्राचा पाणी व मृदा संवर्धनासाठी एकत्रित विचार करून जी योजना तयार केली जाते तिला 'एकात्म पाणलोट क्षेत्र विकास' असे म्हणतात. पाणलोट क्षेत्र नियोजनामध्ये जमिनीची धूप रोखण्यासाठी व जमिनीचा कस सुधारण्यासाठी कुंपण किंवा झुडपांची रांग उभी केली जाते. याबरोबरच चर खोदले जातात व त्यावर नियंत्रण ठेवले जाते. सपाट प्रदेशात भूजल स्तर वाढविण्यासाठी खड्डे किंवा तळी केली जातात.

एकात्म पाणलोट क्षेत्र विकास योजनेचे एक उत्तम उदाहरण म्हणून अहमदनगर जिल्ह्यातील राळेगणसिद्धी या गावाचा प्रामुख्याने उल्लेख केला जातो. लष्कराच्या सेवेतून निवृत्त होऊन आपल्या मूळ गावी परतलेल्या अण्णा हजारे यांनी गावकऱ्यांना प्रोत्साहित करून एक वर्षाच्या आत ४५ चर, ५ नियंत्रण बंधारे १६ गॅबियन बंधारे व एक पाझर तलाव बांधला. त्यामुळे पावसाळ्यानंतर भूजलस्तर तर उंचावलाच पण सिंचन क्षेत्रदेखील दुप्पट झाले. तीन वर्षांत शेतीक्षेत्र ८० एकरांवरून १३०० एकर झाले तसेच विहिरींची संख्या ३५ वरून ११५ वर पोहोचली. महाराष्ट्रातील तसेच इतर राज्यातील खेड्यांनी अनुकरणीय असा आदर्श नमुना म्हणून राळेगणसिद्धीला मान्यता दिली आहे.

Intigrated Ocean Drilling Programe (IODP) -
एकात्मिक सागर उत्खनन कार्यक्रम

भूकंप किंवा सुनामीचा उगम आणि भूस्तराची हालचाल या गोष्टींचा अभ्यास करण्यासाठी जपानी शास्त्रज्ञांनी आखलेला एक महत्त्वाकांक्षी प्रकल्प म्हणजेच हा होय. जपानच्या समुद्रकिनाऱ्यापासून जवळ असलेल्या नानकाई भागात हा प्रयोग केला जाणार आहे. या प्रकल्पाअंतर्गत चिंक्यू या जहाजाच्या मदतीने समुद्राच्या पृष्ठभागापासून आत सात किलोमीटर ड्रीलिंग केले जाणार आहे. त्यातून मिळणाऱ्या मातीची प्रयोगशाळेत तपासणी केली जाईल. शिवाय सेईस्मोमीटर आणि टिल्क मीटर लावून त्याद्वारे खडकांच्या हालचालींवर लक्ष ठेवले जाईल. तापमान आणि दाब यांचीही सतत मोजणी केली जाईल. मिळणाऱ्या माहितीचे विश्लेषण करून त्या माहितीच्या आधारे शास्त्रज्ञ भूकंप कसे रोखता येतील हे ठरवतील.

Integrated Pest Management - एकत्रित कीड व्यवस्थापन

या व्यवस्थापनाचे पुढील सहा मुख्य घटक आहेत.

(१) किडीची वाढ व पुनरुत्पादन रोखण्यासाठी पीक चक्रीकरण व रोगप्रतिकारक पिकांची लागवड यांसारख्या पारंपरिक पद्धतींचा अवलंब.

(२) किडींची नियमित तपासणी - किडींचे प्रकार, संख्या, वाढ यांची तपासणी.

(३) स्वीकारार्ह कीड संख्या - अनेक उपद्रवी किडी पूर्णपणे नष्ट करणे हे अशक्य व पर्यावरणाचा विचार करता धोक्याचे असते. किडींमुळे होणाऱ्या संभाव्य नुकसानीचा अंदाज घेणे अधिक योग्य ठरते. जेव्हा एका ठराविक मर्यादेपलीकडे किडींची वाढ होते तेव्हाच त्यांवर नियंत्रण ठेवले जाते.

(४) मनुष्यबळाद्वारे किडींवर नियंत्रण - कीड वेचणे, अडथळे उभारणे, सापळे लावणे, किड्यांच्या पुनरुत्पादनाकरिता जोडीदारांना आकर्षित करणारी कृत्रिम गंधद्रव्ये वापरून त्यांना पकडणे इत्यादी.

(५) जीवशास्त्रीय नियंत्रण.

(६) रासायनिक नियंत्रण - जेव्हा इतर उपाय परिणाम करू शकत नाहीत. तेव्हा रासायनिक कीडनाशकांचा मर्यादित वापर केला जातो. नीम या वनस्पतीपासून तयार केलेली जैविक रसायनेही वापरली जातात.

International Convention on Biodiversity -
आंतरराष्ट्रीय जैवविविधता करार

५ जून १९९२ च्या रियो दि जनेरो (ब्राझील) येथील वसुंधरा परिषदेत या करारावर स्वाक्षऱ्या झाल्या. या करारान्वये जैवविविधतेची सर्वंकष व्याख्या 'पृथ्वीवरील

जीवन' या अर्थाने केली गेली.

हा करार २९ डिसेंबर १९९३ ला अस्तित्वात आला. या कराराची प्रमुख तीन उद्दिष्टे होती :-

१) जैवविविधतेचे संवर्धन, २) जैवसाधनसंपत्तीचा शाश्वत वापर आणि ३) जैविक साधनसंपत्तीचे समतापूर्ण वाटप. प्रत्येक देशात असणाऱ्या जैविक साधनसंपत्तीवर त्या देशाचाच हक्क असेल. त्यापासून नवी उत्पादने जर बनवायची असतील तर त्याचा योग्य मोबदला त्या राष्ट्रालाही देण्यात यावा, यासाठी संशोधनास प्रोत्साहन देण्यात यावे.

या कराराने जैवविविधता संवर्धनाच्या in-situ संवर्धन व ex-situ संवर्धन या पद्धती स्पष्ट केल्या.

International Treaty on Plant Genetic Resources - वनस्पतींच्या जनुकांबाबतचा आंतरराष्ट्रीय करार

या करारान्वये वनस्पतींच्या जनुकांचा शाश्वत वापर आणि त्याद्वारे मिळणाऱ्या लाभाचे समतापूर्ण वाटप यावर भर देण्यात आला. हा करार अन्न व कृषीविषयक वनस्पतीबाबत आहे. जगात शेतीची सुरुवात झाली तेव्हा सुमारे १०,००० विविध प्रकारच्या वनस्पती कृषी उपयोगासाठी उपलब्ध होत्या. आता ही संख्या घटून केवळ १५० एवढी झाली आहे.

Intensity of Irrigation - सिंचनाची सघनता

एक हेक्टर जमीन वर्षभरात दोन वेळा भिजविल्यास त्यास 'स्थूल सिंचन क्षेत्र' (Gross Irrigated Area) असे म्हणतात. तीन वेळा तीच जमीन भिजविल्यास स्थूल सिंचन क्षेत्र ३ हेक्टर असेल पण 'निव्वळ सिंचन क्षेत्र' (Net Irrigated Area) मात्र १ हेक्टरच असेल, कारण तीच जमीन आपण दोन किंवा तीन वेळेस सिंचनाखाली आणतो.

सिंचनाची सघनता खालील सूत्राने काढली जाते.

$$ \text{सिंचनाची सघनता} = \frac{\text{स्थूल सिंचन क्षेत्र}}{\text{निव्वळ सिंचन क्षेत्र}} \times १०० \text{ (टक्क्यांमध्ये)} $$

Intensive Agriculture - सखोल शेतीपद्धती

ज्या शेतीत भांडवल व मजूर यांचा अधिकाधिक उपयोग करून मर्यादित शेतजमिनीचे उत्पादन वाढविण्याचा प्रयत्न केला जातो त्या शेतीस सखोल शेतीपद्धती असे म्हटले जाते. या पद्धतीमागचा उद्देश मर्यादित जमिनीतून अधिकाधिक

उत्पादन काढणे हा असतो. निरनिराळ्या प्रकारांनी हा उद्देश साध्य करता येतो. उदाहरणार्थ जमिनीची काळजीपूर्वक मशागत, निरनिराळ्या खतांचा वापर, पिकांची अदलाबदल (Rotation of Crops), पडीक जमिनीची लागवड, उत्तम बी-बियाणांचा वापर, शास्त्रीय प्रकारची शेती आणि शक्य असल्यास यांत्रिक अवजारांचा उपयोग इत्यादी प्रयत्नांनी मर्यादित शेतजमिनीचे उत्पादन वाढविण्याचा प्रयत्न केला जातो.

ज्या प्रदेशामध्ये लोकसंख्या जास्त असते तेथे जमिनीचे दरडोई प्रमाण कमी असते म्हणून शेतीचे उत्पादन वाढविण्यासाठी या शेतीपद्धतीशिवाय दुसरा पर्याय नसतो. मोसमी हवामानाच्या प्रदेशात अशी परिस्थिती असल्यामुळे त्या ठिकाणी अशी शेतीपद्धती प्रामुख्याने आढळून येते.

Intergovernmental Panel on Climate Change (IPCC) - आयपीसीसी

या संस्थेची स्थापना १९८८ साली वातावरण बदलामागची वैज्ञानिक कारणे, परिणाम आणि उपाययोजना याचा अभ्यास करण्यासाठी युनायटेड नेशन्सने (UN) केली. सध्या जगभर वातावरणबदलाबद्दल जी माहिती उपलब्ध आहे ती आयपीसीसीच्या अहवालातूनच उपलब्ध झाली आहे. आयपीसीसी स्वत: कोणत्याही प्रकारचे संशोधन करत नाही. पण हवामानासंबंधी कार्यरत असलेल्या वेगवेगळ्या प्रयोगशाळा, संस्था, देशांचे अहवाल यांचे संकलन करून आपला अहवाल जाहीर करते. आत्तापर्यंत आयपीसीसीने चार 'असेसमेंट रिपोर्ट' (AR) प्रसिद्ध केले आहेत- *IPCC चा पहिला अहवाल* १९९० साली जाहीर झाला. त्यानुसार मानवी कार्यामध्ये जागतिक हवामानात मोठ्या प्रमाणात बदल होण्याचा धोका निर्माण झाला होता. त्यावेळी वाढती लोकसंख्या ही वातावरण बदलण्यास कारणीभूत असल्याचे स्पष्ट झाले. *चौथा अहवाल* २००७ मध्ये प्रकाशित झाला. या अहवालानुसार २०५० च्या शेवटी जगातील सरासरी तापमानात ४.५ डिग्री सेंटीग्रेडने वाढ झाली असेल आणि त्यामुळे जगाची भरून न निघणारी हानी होऊ शकते. *पाचवा अहवाल* २०१३ मध्ये प्रकाशित होणार आहे.

Irrigation - जलसिंचन

शेतीच्या पिकांसाठी योग्यवेळी, योग्य प्रमाणात कृत्रिम पद्धतीने केलेला पाणीपुरवठा म्हणजे 'जलसिंचन' होय.

ज्या प्रदेशात जमिनीत ओलावा कमी असतो तेथील पिके वाया जाऊ नयेत म्हणून पिकांच्या संरक्षणासाठी जलसिंचन उपयुक्त ठरते. जलसिंचनामुळे काही भागांत दुबार किंवा तिबार पिके घेता येतात. मृदेची उत्पादनक्षमता वाढविण्यासाठी तसेच

अवर्षणावरील उपाय म्हणूनही जलसिंचन फायदेशीर ठरते. जलसिंचित प्रदेशात भूमिगत पाण्याची पातळी वाढून अप्रत्यक्षरीत्या शेतिविकासास फायदा होतो.

जलसिंचनाच्या या वरील फायद्यांबरोबरच याचे काही तोटेही आहेत. अतिजल सिंचनामुळे जमिनीची सुपीकता कमी होते. जलसिंचनाबरोबर जमिनीला सेंद्रिय खतांचा योग्य पुरवठा न झाल्यास जमिनी नि:सत्त्व होतात. जलसिंचनाच्या सोयी असलेल्या भागात पाण्याचा अतिरिक्त गैरवापर होण्याची शक्यता असते.

जलसिंचनाच्या प्रकारामध्ये कालवे, विहिरी, कूपनलिका आणि तलाव हे प्रकार महत्त्वाचे आहेत. कोणत्याही ठिकाणच्या जलसिंचनपद्धतीवर आणि प्रकारांवर अनेक विविध घटकांचा परिणाम होत असतो त्यामध्ये भूपृष्ठरचना व हवामान हे दोन घटक महत्त्वाचे आहेत. आज भारतात प्रामुख्याने ४५ टक्के जमीन कालव्यांच्या साहाय्याने, १२ टक्के जमीन तलावांमुळे, ३५ टक्के जमीन विहिरींमुळे व ८ टक्के जमीन इतर घटकांद्वारे जलसिंचित केली जाते.

पाणी ही शेतीची मुख्य गरज आहे. सिंचन हे शेती उत्पादनासाठी पाणी पुरवठा करण्याचा कृत्रिम उपाय आहे. परिणामकारक जलसिंचनाचा मुळ धरणे, मुळांची वाढ, पोषकांचा (खतांचा) वापर, रोपांची वाढ, उत्पादन व त्याची गुणवत्ता या प्रकारे संपूर्ण पीकवाढीवर प्रभाव पडतो. जलसिंचनामुळे शेती उत्पादन व शेती उत्पादकता यांस चालना मिळते. जलस्रोतांचे न्याय्य वाटप व जलसिंचनातून उत्पन्न होणारे दुष्परिणाम टाळणे हे शाश्वत शेतीचे काही पैलू आहेत.

जलसिंचन प्रणालींचे प्रकार

सर्वसाधारणपणे शेतीला धरणापासून कालवे काढून व उपसासिंचनामार्फत पाणीपुरवठा केला जातो.

धरण-कालवा : धरणात साठवण केलेले पाणी कालव्यांच्या जाळ्यांतून धरणाच्या लाभक्षेत्राच्या परिसरातील शेतांना पुरविले जाते. पाण्याची गळती थांबविण्यासाठी कालव्याच्या भिंती नीट लिंपण्याची गरज असते.

उपसा सिंचन : जलस्रोतांच्या पातळीपेक्षा जेव्हा शेत वरच्या पातळीवर (जास्त उंच भागात) असते तेव्हा पंपाद्वारे पाणी उपसून घ्यावे लागते. त्यासाठी ऊर्जेची आवश्यकता असते. पूर्वी आवश्यकतेनुसार बैलजोडी अथवा एखाद्या व्यक्तीच्या मदतीने पाणी उपसले जात असे. आज वीजयंत्रांद्वारे किंवा डिझेलच्या पंपाच्या साहाय्याने विहिरी, नद्या, सिंचन तलाव व अन्य स्रोत यांतून पाणी उपसून पोलादी सिमेंट किंवा पी.व्ही.सी (P.V.C.) नळांमधून शेतात आणले जाते. उपसासिंचन प्रणालीचे नियोजन, संरचना व अंमलबजावणी तांत्रिक माहिती असणाऱ्यांकडूनच केले जाणे आवश्यक आहे. विजेच्या कमतरतेमुळे उपसासिंचनाद्वारे पाणी वापरणे

अधिकाधिक कठीण होत चालले आहे.

भूपृष्ठीय जलसिंचन : शेतात पाणी उपलब्ध झाल्यावर विविध पद्धतींचा वापर करून शेतकरी ते पाणी रोपांना देऊ शकतात.

- *तुषार सिंचन पद्धती :* सर्वसाधारणपणे पाणी पुरवठा करणारे नळ मृदा पातळीच्या खाली बसविले जातात व तुषार सिंचनाची तोटी भूपृष्ठाच्या वरच्या पातळीत बसविण्यात येते.
- *ठिबक सिंचन :* ठिबक सिंचन पद्धतीसाठी लहान व्यासाच्या नलिका बसविल्या जातात. त्या नलिकांच्या लहान छिद्रांमधून थोड्या प्रमाणात परंतु वारंवार पाणीपुरवठा केला जातो. मुख्य नलिकेपासून लहान, त्याहीपेक्षा लहान नलिकांच्या जाळ्यांमधून छिद्रांपर्यंत पाणी पुरविले जाते. छिद्रांमधून थेट रोपाच्या मुळांशी पाणीपुरवठा केला जातो. त्यामुळे पाणी वाहून जाणे किंवा खोलवर झिरपणे, तसेच बाष्पीभवन टाळता येते. ठिबक सिंचन पद्धती सर्वसाधारणपणे फळबागा, द्राक्षमळे किंवा मूल्यवान भाजीपाला पिकांसाठी वापरण्यात येते.
- *मटका सिंचन :* मटका सिंचनासाठी मातीची मडकी वापरली जातात. ही मडकी जमिनीत त्यांच्या गळ्यापर्यंत पुरण्यात येतात व त्यामध्ये पाणी भरण्यात येते. सच्छिद्र मडक्यातून पाणी सावकाश जमिनीत झिरपते व रोपाच्या मुळांना पाणी मिळते.

अवर्षित राजस्थानात पावसाचे पाणी भू-टाक्यांमध्ये (जमिनीच्या पातळीखाली) साठविले जाते. या टाक्यांतील पाणी हातपंपाद्वारे जमिनीवरील टाकीमध्ये उचलले जाते. या टाकीस ठिबक सिंचन प्रणाली जोडलेली असते. छोटा शेतमळा या पद्धतीद्वारे सिंचित केला जातो.

जलसिंचन प्रणालीची निवड करणे.

सिंचनासाठी वापरण्यात येणाऱ्या तंत्रज्ञानात व पद्धतींमध्ये खूप मोठी विविधता आढळते. सिंचन पद्धतीची निवड खालील घटकांवर अवलंबून असते.

- मृदा प्रकारातील विविधता
- भूपृष्ठाचा उंचसखलपणा
- ऊर्जासाधनांची उपलब्धता
- पाण्याची उपलब्धता
- जलस्रोत
- सिंचनपद्धती केव्हा बसविण्यात आली त्याचा कालावधी.
- ओलिताखालील क्षेत्राचे आकारमान.
- भूपृष्ठीय पाणी साठवण क्षमता.

Kyoto Protocol - **क्योटो करार**

डिसेंबर १९९७ मध्ये जपानमधील क्योटो शहरात १५९ राष्ट्रांनी पर्यावरणविषयक क्योटो प्रोटोकॉलवर सह्या केल्या. क्योटो प्रोटोकॉल हा एक कायदेशीरदृष्ट्या बंधनकारक असा करार असून यानुसार औद्योगिक राष्ट्रांनी १९९० या वर्षाच्या तुलनेत हरितगृह वायूंच्या उत्सर्जनाचे प्रमाण ५.२% नी कमी करायचे आहे. कार्बन-डाय-ऑक्साईड (CO_2), मिथेन (CH_4), नायट्रस ऑक्साइड (N_2O), सल्फर हेक्झाफ्लुरॉइड (SF_6), हायड्रोफ्लुओरिक कार्बन्स (HFCs) आणि परफ्लुरोकार्बन्स (PFCs) या ६ हरितगृह वायूंचे प्रमाण कमी करणे अपेक्षित आहे. १९९२ ला रिओ द जनेरो येथे भरलेल्या वसुंधरा शिखर परिषदेत स्वीकारलेल्या 'युनायटेड नेशन्स फ्रेमवर्क कन्व्हेंशन ऑन क्लायमेट चेंज' (UHFCCC) प्रोटोकॉल तयार केला असून १९९७ ला क्योटोमध्ये भरलेल्या UNFCCC च्या 'कॉन्फरन्स ऑफ पार्टीज' च्या तिसऱ्या सत्रात स्वीकारण्यात आल्या.

या करारानुसार विकसित देशांनी हवामान विषयक संशोधन व प्रकल्पांसाठी आवश्यक तंत्रज्ञानाचा पुरवठा इतर राष्ट्रांना करणे अपेक्षित आहे. औद्यौगिक राष्ट्रांनी २०१२ पर्यंत ५.२% पर्यंत हरितगृह वायूंचे प्रमाण कमी करण्यासाठी प्रयत्न करावेत यासाठी प्रत्येक राष्ट्राला ठराविक उद्दिष्टे निश्चित करून दिली आहेत.

'ग्लोबल वॉर्मिंग' जागतिक तापमानातील वाढ कमी करण्यासाठी जगातील ३४ विकसित राष्ट्रांवर प्रदूषण कमी करणे या करारानुसार बंधनकारक आहे. ऑस्ट्रेलिया आणि अमेरिका यांचा हरितगृह वायूंच्या उत्सर्जनाचा वाटा ३०% एवढा आहे. परंतु या दोन राष्ट्रांनी या करारावर स्वाक्षऱ्या केलेल्या नाहीत. भारत व चीनसारख्या उदयोन्मुख अर्थव्यवस्थांवर बंधने न घालता विकसित राष्ट्रांवर बंधने घातल्यामुळे अमेरिकेच्या अर्थव्यवस्थेवर प्रतिकूल परिणाम होईल, या कारणामुळे अमेरिकेने करारात सामील होण्यास नकार दिला.

रशियाने या कराराची अंमलबजावणी करण्यास संमती दिली आहे. जपान सारख्या विकसित राष्ट्रांनी कराराच्या अंमलबजावणीसाठी नवीन 'कार्बन टॅक्स' सुचवला आहे. त्यामुळे ऊर्जेचा वापर कमी होऊन ऊर्जा बचत करणाऱ्या उपकरणांचा वापर वाढेल आणि CO_2 वायूच्या उत्सर्जनाची पातळी ४% पर्यंत कमी होऊ शकेल.

Lake Ecosystem - **सरोवर परिसंस्था**

खंडांतर्गत भागात खोलगट सरोवरांची निर्मिती होते. सरोवरांचे आकारमान भिन्न भिन्न स्वरूपात आढळून येते. त्याचप्रमाणे त्यांची खोलीदेखील भिन्न भिन्न स्वरूपात आढळून येते.

सूर्यप्रकाशाची तीव्रता, तरंग लांबी, सूर्यप्रकाशाचे शोषण हे घटक सरोवरातील

जैविक वाढीवर परिणाम करणारे महत्त्वपूर्ण घटक आहेत. सरोवरातील उथळ भागात सूर्यप्रकाश भरपूर मिळत असल्याने त्या ठिकाणी सूक्ष्म हिरवी शैवाले (Planktons) मोठ्या प्रमाणात वाढतात. या विपुल शैवालांवर अनेक तऱ्हेचे सूक्ष्मजीव जगत असतात व अनेक तऱ्हेचे कीटक या सूक्ष्मजीवांवर जगत असतात. सरोवरातील मासे या कीटकांना खातात तर गरुड, बगळा यांसारखे पक्षी माश्यांना आपले भक्ष्य बनवतात. अशा प्रकारे या परिसंस्थेच्या अन्न साखळीची (Food chain) रचना असते.

पाण्यातील रसायनांच्या संतुलनावर सरोवरातील जीवसृष्टी अवलंबून असते. या पाण्यात प्रमाणाबाहेर खनिजे मिसळली तर शैवाले मोठ्याप्रमाणात वाढतात व सरोवरात हिरव्या रंगाचा तवंग निर्माण होतो. त्यामुळे सूर्यप्रकाशाला अडथळा निर्माण होऊन परिसंस्थेचा तोल बिघडतो. साधारणतः शहरांमध्ये असणाऱ्या सरोवरांमध्ये गटाराचे पाणी मिसळून अशी परिस्थिती निर्माण होते. सरोवरात गाळाचे प्रमाण जास्त असल्यास सरोवरातील पाण्याचे प्रमाण कमी होत जाते. त्यामुळे सरोवरातील परिसंस्था नष्ट होऊन त्याप्रदेशाचे दलदलीत किंवा ओसाड प्रदेशात रूपांतर होते.

Land Development - जमीन सुधारणा

'जमिनीवर कसणाऱ्याचा अधिकार असला पाहिजे' हा विचार जमीन सुधारणेचा मूलमंत्र आहे. यासाठी शासन जमीनदार व बागाइतदारांकडून जमीन घेऊन कूळ, शेतमजूर व भूमिहीन शेतकऱ्यांमध्ये वाटून देते. कृषिप्रधान अर्थव्यवस्था असलेल्या प्रगतिशील देशात ही कारवाई सामाजिक न्यायाच्या दृष्टीने महत्त्वाचे साधन आहे. आजच्या काळात जवळ जवळ पंचवीस देशांनी व्यापक जमीन सुधारणा केली आहे. यामध्ये सगळ्या प्रकारचे देश सहभागी आहेत. पूर्वीचा सोव्हिएत संघ, चीन गणराज्य, क्यूबा व व्हिएतनाममध्ये ही सुधारणा साम्यवादी क्रांतीमुळे झाली. मेक्सिको, बोलीविया सारख्या काही देशात ही सुधारणा बिगर साम्यवादी क्रांतीमुळे झाली.जपान, तैवान, दक्षिण कोरिया सारख्या काही बिगर साम्यवादी देशांत दुसऱ्या महायुद्धानंतर उत्तर अमेरिकेच्या सहकार्याने लगेच जमीन सुधारणा केली गेली.

भारतातही स्वातंत्र्यानंतर लगेच जमीन सुधारणेच्या योजनेवर भर दिला गेला. भारत हा एक शेतिप्रधान देश आहे व स्वातंत्र्याच्या वेळी या देशाला जे शेती पद्धतीचे रूप मिळाले, ते अर्ध सरंजामी पद्धतीचे होते. या व्यवस्थेमध्ये शेतीची मालकी मूठभर लोकांच्या हातात एकवटलेली होती. ग्रामीण लोकसंख्येमध्ये अल्पभूधारक शेतकरी व शेतमजुरांचा भरणा जास्त होता. या योजनेच्या उद्दिष्टासाठी राज्य शासनाच्या जमीनधोरण योजनांमध्ये अल्पभूधारक व शेतमजुरांच्या कल्याणास प्राधान्य दिले गेले. वेगवेगळ्या पंचवार्षिक योजनांमध्ये मध्यवर्ती पट्टेदारी (Tenures) उन्मूलन,

खंडकरी सुधारणा इत्यादी सारख्या जमीन सुधारणेच्या योजनांची घोषणा केली गेली. या योजनांमध्ये जमीन भाड्याचे नियम निश्चित करणे, पट्टेदारीचे संरक्षण व जमीन भाडेकरूंना जमिनीचा मालक बनविण्याचे प्रयत्न केले जात होते. या व्यतिरिक्त शेतीयोग्य जमिनीची निश्चिती, जमिनीच्या सीमा ठरवणे व शेतजमिनीची पुनर्रचना याही योजना राबविल्या गेल्या. पण राज्य शासनांनी जमीन सुधारणेबाबत जे कायदे बनवले त्यांना राज्यघटनेद्वारे दिलेल्या संपत्तीच्या अधिकाराखाली वेळोवेळी सर्वोच्च न्यायालयात आव्हान दिले गेले. यातून मार्ग काढण्यासाठी संसदेला अनेक वेळा राज्यघटनेत दुरुस्ती करावी लागली. घटनेतील पहिली, चौथी, सतरावी, पंचविसावी व बेचाळिसावी या दुरुस्त्या या वादामुळेच कराव्या लागल्या. चव्वेचाळिसाव्या दुरुस्तीमध्ये तर संपत्तीच्या अधिकाराला मूलभूत अधिकाराच्या यादीतून वगळून या वादावर पडदा टाकण्याचा प्रयत्न केला गेला. जमीन सुधारणेशी संबंधित कायद्यांचे आव्हानांपासून रक्षण करण्यासाठी राज्यघटनेत नववी सूची सामील केली गेली. वारंवार होणाऱ्या दुरुस्त्यांमुळे या सूचीचा दिवसेंदिवस विस्तार होत आहे.

Land Mine - जमिनीखालील सुरुंग

जमिनीच्या पृष्ठभागाच्या किंचित खाली जी स्फोटके पेरण्यात आलेली असतात त्यांना 'लँड माईन' असे म्हणतात. लष्करी कारवाई करीत असताना शत्रुसैन्याविरुद्ध व शत्रूच्या वाहनांविरुद्ध अडथळा व नाशकारी सुरुंग पेरले जातात. सैनिकांच्या वजनाने, अगर वाहनांच्या वजनाने दाब पडून सुरुंगांचा स्फोट होतो. कालबद्ध सुरुंगही पेरले जातात. विशिष्ट काळानंतर त्यांचा आपोआप स्फोट होतो. टाईम बाँब सारखाच हा प्रकार असतो. रिमोट कंट्रोलच्या (दूर नियंत्रक) साहाय्यानेही स्फोट घडवून आणता येतो. जमिनीखालील सुधारित सुरुंगांचा उपयोग पहिल्या महायुद्धात करण्यात आलेला होता. पण त्यांची खरी परिणामकारकता दुसऱ्या महायुद्धातच जाणवली. तेव्हापासून अशा सुरुंगांचा मोठ्या प्रमाणात वापर सुरू झाला. त्यानंतर जमिनीखालील सुरुंग युद्धधारणा [Mine (Land) Warfare] ही संकल्पना पुढे आली. शत्रूची विविध प्रकारची वाहने, आगबोटी, विमाने किंवा सैनिक नष्ट करण्यासाठी स्फोटक पदार्थ पेरून ठेवणे, स्फोट झाल्यानंतर होणाऱ्या परिणामांची दखल घेणे, सुरुंग शोधून निकामी करण्याची यंत्रणा वापरणे, इत्यादी कारवाया सुरू झाल्या. अशा कारवाईला जमिनीखालील सुरुंग युद्धधारणा असे म्हणण्यात येऊ लागले. रणगाडे अगर पायदळाच्या साहाय्याने तीव्र वेगाने व मोठ्या प्रमाणावर जी चढाई कार्यवाही होते, तिला प्रतिबंध करण्यासाठी सुरुंग पद्धती वापरण्यात येते. दुसऱ्या महायुद्धात असा वापर झाला. परंतु दुसऱ्या महायुद्धानंतर झालेल्या मर्यादित युद्धांमध्ये शत्रू प्रदेशातील नागरिकांच्या जमिनी निरुपयोगी करण्यासाठी सुरुंगाचा वापर करण्यात

येऊ लागला. त्यामुळे १९९७ मध्ये जमिनीखालील सुरुंग पेरणी-विरोधी करार (A Treaty Banning Land Mines) करण्यात आला.

Land Slide - भूस्खलन (भूमिपात)

माती व खडक यांची पर्वत, डोंगर अथवा कड्यावरून मोठ्या प्रमाणात होणारी अधोगामी घसरण म्हणजेच भूस्खलन होय.

भूस्खलन ही एक नैसर्गिक - पर्यावरणीय आपत्ती आहे. ती प्रामुख्याने भूरूपिकी स्वरूपाची असली तरीही पर्यावरणातील मानवी हस्तक्षेपांमुळे तिचे गांभीर्य वाढले आहे.

उताराचे संतुलन बिघडल्यामुळे भूस्खलन होते. हे संतुलन बिघडण्याची क्रिया काही दिवस अथवा काही आठवडे आधी सुरू झालेली असते. भूस्खलनामुळे वस्ती, गावे, शेतजमीन, रस्ते व अन्य वाहतूक मार्ग मातीच्या ढिगाऱ्याखाली गाडले जातात व मोठ्या प्रमाणात प्राणहानी व वित्तहानी होते. त्यामुळेच भूस्खलन ही एक विध्वंसक स्वरूपाची पर्यावरणीय आपत्ती आहे.

भूस्खलनाची कारणे खालीलप्रमाणे :

१) अति पाऊस
२) डोंगराचे तीव्र उतार
३) वृक्षतोड
४) रस्ते व लोहमार्गासाठी डोंगर फोडणे
५) खाणकाम
६) खडकांचा ठिसूळपणा
७) भूकंप
८) डोंगर उताराच्या पायथ्याशी झीज

Law of Nature - निसर्गनियम

निसर्गनियमाची कल्पना तशी फार प्राचीन आहे. आयोनियन्स या ग्रीक विचारवंतानी प्रारंभी वस्तूलाच निसर्ग मानले व त्यांचा निसर्गक्रम सांगितला. स्टोईक विचारवंतांनी व सॉक्रेटिस,प्लेटो, ॲरिस्टॉटल यांनीही निसर्गनियमाचा विचार केला. पृथ्वीवरील सृष्टीच्या व वस्तुमात्रांच्या मुळाशी एक तत्त्व आहे व ते परिपूर्ण आहे. निसर्गनियम एके ठिकाणी एक व दुसऱ्या ठिकाणी दुसरा असा नसतो असे मानले.

निसर्गनियमाच्या कल्पनेने राज्यशास्त्रातील सिद्धान्ताच्या कल्पनाविकासाला त्याचप्रमाणे विधिशास्त्रविकासाला फार मोठा हातभार लावला. या कल्पनेतूनच मानवाच्या नैसर्गिक हक्कांच्या कल्पनेचा उगम झाला. ते नैसर्गिक हक्क, मानवी हक्क किंवा मूलभूत हक्क म्हणून मानले जाऊ लागले. नैसर्गिक हक्कांच्या मागणीतून जगात अनेक राजकीय

क्रांती घडून आल्या. ज्याप्रमाणे निसर्गनियम व्यक्तींसाठी आवश्यक असतात, तसेच राज्याराज्यांच्या संबंधांसाठीदेखील ते लागू केले जातात असा विचार आंतरराष्ट्रीय कायद्यासंदर्भात केला जाऊ लागला.

रोमन कायद्यात निसर्गनियमांचा समावेश होता. मात्र अठराव्या शतकात ह्यूम या विचारवंताने निसर्गनियम व नैसर्गिक हक्क यांना सुरुंग लावला व मानवी मनाचे स्वरूप जसजसे स्पष्ट होत गेले, तसतसे निसर्गनियमांचे महत्त्व कमी होऊ लागले. मानवाला मिळणारे हक्क व मानव पालन करीत असलेले नियम किंवा कायदे राज्यामार्फत अस्तित्वात येतात, ही कल्पना पुढे येऊन नैसर्गिक नियमांचा सिद्धान्त मागे पडला.

Like Minded Mega Diverse Countries LMMC - जैवविविधता संपन्न देशांचा गट

भारतासह जगातील १७ जैवविविधतासंपन्न व जैवविविधतेबाबतच्या पारंपरिक ज्ञानाचा ठेवा असणाऱ्या राष्ट्रांनी हा गट स्थापन केला आहे. या १७ राष्ट्रांमध्ये जगातील जैवविविधतेपैकी ७०% जैवविविधता आहे.

ही राष्ट्रे पुढीलप्रमाणे - (१) बोलिव्हिया, (२) ब्राझील, (३) चीन, (४) कोलंबिया (५) कोस्टारिका, (६) काँगो, (७) इक्वेडोर, (८) भारत, (९) इंडोनेशिया, (१०) केनिया, (११) मादागास्कर, (१२) मलेशिया, (१३) पेरू, (१४) मेक्सिको, (१५) फिलिपाईन्स, (१६) दक्षिण आफ्रिका, (१७) व्हेनेझुएला.

Living Index - जीवनमान निर्देशांक

आर्थिक, विकासाचे मोजमाप करण्यासाठी असलेल्या 'दरडोई उत्पन्न' या निर्देशांकात काही दोष असल्याने काही वेळा दरडोई उत्पन्नात वाढ होऊनही लोकांच्या राहणीमानात वाढ झाल्याचे आढळून येत नाही. यामुळेच आर्थिक विकासाचे मोजमाप करण्यासाठी जीवनमान निर्देशकाचा वापर केला जातो. तसेच लोकांचे आर्थिक कल्याण व राहणीमानाची पातळी अधिक स्पष्ट करण्याकरिता जीवनमान निर्देशांकाचा वापर केला जातो.

जीवनमान हे उत्पन्नाशी संबंधित असले तरी या निर्देशांकात उत्पन्नाच्या परिणामांपेक्षा त्याच्या वापराला जास्त महत्त्व दिले आहे. देशातील लोकांची सरासरी आयुर्मर्यादा, बालमृत्यूचे प्रमाण, साक्षरता इत्यादी घटक विचारात घेऊन जीवनमानातील वाढ मोजता येते. ज्या देशामध्ये हा निर्देशांक सतत वाढत असेल तेथे आर्थिक विकास होत आहे असे म्हणतात.

या निर्देशांकाचा मुख्य फायदा म्हणजे व्यक्ती आपल्या उत्पन्नाचा किती भाग खर्च करू शकते, याचा विचार करता येतो.

Living Organism (Classification) - सजीवांचे वर्गीकरण

वर्गीकरण म्हणजे सुनियोजित पद्धतीने विविध समूहांमध्ये केलेली रचना. या समूहांना वर्गेकक (Taxa) म्हणतात. अशा रचनेमुळे सजीवांच्या विविधतेचा अभ्यास सुलभ होतो.

पूर्वी, सजीवांच्या लक्षणांमधील साम्य आणि भेद हा वर्गीकरणाचा मुख्य आधार होता. सजीवांच्या वर्गीकरणांच्या पद्धतीमध्ये वेळोवेळी बदल होत असताना अगदी जवळचे संबंध दर्शविणारे एकाच प्रकारचे जीव एका वर्गेककामध्ये गटबद्ध करतात. अशा वर्गेककास 'जाती' (Species) असे म्हणतात. जाती हे सर्वात लहान एकक आहे. एकमेकांशी संबंध दर्शविणारा विविध जातिसमूह हा जातींपेक्षा उच्च दर्जाचा वर्गेकक होय. या वर्गेककास 'प्रजाती' (Genus) म्हणतात. जवळचे संबंध दर्शविणाऱ्या प्रजातींच्या समूहास 'कुल' (Family) म्हणतात. अशा प्रकारे वर्गीकरणामधील पदानुक्रमात वर्गेककांचा स्तर खाली दर्शविल्याप्रमाणे असतो. जाती, प्रजाती, कूल, गण, वर्ग, विभाग/संघ. वनस्पतींमध्ये सर्वात उच्च स्तरीय वर्गेककास 'विभाग' (Division) म्हणतात; तर याच स्तराच्या प्राण्यांमधील वर्गेककास 'संघ' (Phylum) म्हणतात. यापेक्षा उच्च स्तरीय वर्गेकक म्हणजे 'सृष्टी' (Kingdom) होय. परंतु वर्गीकरण करताना पदानुक्रम हा स्तरांच्या 'सृष्टी ते जाती' अशा उतरत्या भाजणीत देतात.

सर्व सजीवांची वैज्ञानिक नावे दोन शब्दांच्या समूहाने दर्शवितात. प्रथम नावास 'प्रजाती नाम' तर दुसऱ्या नावास 'जाती नाम' म्हणतात. ही नावे बहुधा लॅटिन भाषेतून घेतली गेली आहेत. छपाईच्या वेळी ही नावे शक्यतो इटॅलिक्स पद्धतीने छापतात किंवा ते शक्य नसल्यास ठळक अक्षरांत छापतात. लिहिताना मात्र ती आपणास अधोरेखित करावी लागतात. प्रजाती नामाची सुरुवात इंग्रजी भाषेतील मोठ्या अक्षराने तर जातिनामाची सुरुवात लहान इंग्रजी अक्षराने करतात. (अर्थातच, देवनागरीमध्ये असे करणे शक्य नसते.) उदा. मनुष्यप्राण्याचे वैज्ञानिक नाव सर्व जगात 'Homo Sapiens' अशा पद्धतीने इटॅलिक्समध्ये किंवा Homo Sapiens अशा ठळक अक्षरांत छापतात. ह्यालाच वनस्पती, प्राणी आणि सूक्ष्मजीवांची 'द्विनामसूत्रीय नामकरण' पद्धती म्हणतात. ही द्विनामसूत्रीय नामकरण पद्धती कॅरोलस लिनियस (Carolus Linnaeus) नामक स्वीडिश वैज्ञानिकाने शोधून काढली. आज आंतरराष्ट्रीय नामकरण- संहितेच्या नियमानुसार सर्व सजीवांना वैज्ञानिक नावे देण्यात येतात.

कार्ल व्हॉन लिनी (१७०७ ते १७७८) स्वीडिश निसर्गशास्त्रज्ञ. निसर्गाची अत्यंत आवड. सजीवांना वैज्ञानिक नावे देण्यासाठी त्याने लॅटिन भाषेचा वापर केला. द्विनाम पद्धतीने त्याने स्वत:चे नावदेखील करोलस लिनियस असे (कार्ल लिनियस) लिहिण्यास सुरुवात केली. लॅटिन भाषेचा वापर करून वैज्ञानिक द्विनाम पद्धती त्याने शोधून काढली. म्हणून त्याला 'वर्गीकरणशास्त्राचा जनक' असे म्हणतात.

अधिसृष्टी १ : आदि केंद्रकी (Prokaryota) : पयलपरिबद्ध केंद्रक आणि पेशी अंगके नसणारे एकपेशीय सजीव या अधिसृष्टीत आहेत. ह्या अधिसृष्टीमध्ये एकच सृष्टी समाविष्ट आहे.

१. *सृष्टि-मोनेरा (Kingdom Monera) :* ह्या सृष्टीत जीवाणूंच्या सर्व समूहांचा समावेश होतो. जसे - नीलहरित जीवाणू (Cyanobacteria), ॲक्टिनोमायसेटिस (Actinomycetes) आणि इतर सर्व.

अधिसृष्टी २ : दृश्य केंद्रकी (Enkaryota) : पटलपरिबद्ध केंद्रक आणि पेशी अंगके असणारे एक किंवा बहुपेशीय सजीव या अधिसृष्टीत आहेत. ह्या अधिसृष्टीचे विभाजन चार सृष्टींमध्ये केले जाते.

१. *सृष्टि-प्रोटिस्टा (Kingdom Protista) :* ह्या सृष्टीत अनेक एकपेशीय सूक्ष्मजीवांचा समावेश होतो. उदा. प्रोटोझुआ, शैवाल (प्रकाशसंश्लेषी) आणि काही कवकासारखे सजीव.

२. *सृष्टि कवक (Kingdom Fungi) :* ह्या सृष्टीत प्रकाश असंश्लेषी, असंहवनी, कायटिनयुक्त पेशी भित्तिका असणारे एकपेशीय किण्व आणि बहुपेशीय कवकजालीय सजीवांचा समावेश होतो.

३. *सृष्टि-वनस्पती (Kingdom Plantae) :* ह्या सृष्टीत प्रकाश स्वयंपोषित पोषणपद्धती अनुसरणारे बहुपेशीय सजीव, असंवहनी सजीव, काही शैवाल समूह आणि हरितोद्‌भिद आणि संवहनी ट्रकिओफाइट्‌स (Tracheophytes), नेचोद्‌भिद, अनावृत्तबीजी आणि आवृत्तबीजी वनस्पतींचा समावेश होतो.

४. *सृष्टि-प्राणी (Kingdom Animalia) :* ह्या सृष्टीत परपोषित पोषणपद्धती अनुसरणाऱ्या बहुपेशीय प्राण्यांचा समावेश होतो. उदा. समपृष्ठरज्जूयुक्त आणि असमपृष्ठरज्जूयुक्त प्राणी.

Maharashtra's Biotechnology Policy - 2001 - महाराष्ट्राचे जैवतंत्रज्ञान धोरण : २००१

आर्थिक स्थित्यंतरांसाठी आणि सामाजिक बदलासाठी विज्ञान आणि तंत्रज्ञानाचा वापर या शतकात भूमिका बजविणार आहे. सध्याचे शतक हे 'ज्ञानाचे शतक' म्हणजे माहिती आणि तंत्रज्ञान हा त्यातील एक ज्ञानाच्या आधारावरील उद्योग आहे. ज्यामध्ये महाराष्ट्राने भारतात आघाडी घेतली आहे. याबरोबरच नवीन विकासाच्या संधीचे महत्त्वाचे क्षितीज म्हणून जैवतंत्रज्ञानाकडे पाहिले जाते.

जैवतंत्रज्ञान हे प्राणी, वनस्पती आणि सूक्ष्मजीव या सजीव सृष्टीशी संबंधित आहेत. या तंत्रज्ञानाच्या साहाय्याने शेती, पशुपालन, आरोग्य, पर्यावरण संरक्षण इत्यादी क्षेत्रात राज्याला भरीव प्रगती करता येणार आहे. महाराष्ट्रात राष्ट्रीय पातळीवर

जैवतंत्रज्ञान क्षेत्रात प्रगती साधण्याची क्षमता आहे. त्यामुळेच हे ओळखून महाराष्ट्र शासनाने २००१ ला जैवतंत्रज्ञान धोरण जाहीर केले.

उद्दिष्टे :

खालील क्षेत्रात प्रगतीसाठी जैवतंत्रज्ञान उद्योगाला विकसित करण्याचे धोरण राज्य राबवित आहे.

(१) राज्यातील शेतकऱ्यांना चांगले, जास्त उत्पादनक्षम, कोरडवाहू प्रदेशात आणि किटकांना प्रतिबंध करणारे, राज्याच्या कृषी हवामानास पोषक पिकांचे बियाणे पुरविणे.

(२) भारताच्या रोगक्षम भागातील रोगांविरुद्ध लढा देण्यासाठी परवडणारी आणि कमी खर्चात निर्माण करता येणारी औषधे आणि साधने उपलब्ध करून देणे.

(३) जलसंसाधनांच्या शुद्धीकरणासाठी आणि औद्योगिक कचऱ्याचा निचरा आणि नागरी कचऱ्यावर उपाययोजनेसाठी स्वस्त आणि प्रभावी तंत्रज्ञानाचा विकास करणे.

(४) राज्यातील ग्रामीण भागातील उत्पन्न वाढीसाठी पशुधनाची सुधारणा करणे.

(५) मासेमारी उद्योगाच्या उत्पादन क्षमतेच्या वृद्धीसाठी जलसंपत्ती सुधारणे.

(६) जागतिक दर्जाची नवी उत्पादने वाढवून औषधी वनस्पती आणि पारंपरिक वैद्यकीय पद्धतीच्या दर्जात आणि वापरात सुधारणा घडवून आणणे.

(७) पशुधन आणि कुक्कुट व्यवसाय वृद्धीसाठी आणि नुकसान टाळण्यासाठी प्राण्यांच्या चिकित्सा पद्धती आणि लस यांचा विकास आणि प्रसार करणे.

(८) पौष्टिक चारा आणि खाद्याची उपलब्धता वाढविणे आणि त्यावर प्रक्रिया करणे.

(९) राज्याची एकूणच पोषणक्षमता सुधारणे.

(१०) चांगल्या आरोग्य आणि चांगल्या पर्यावरणाच्या निर्मितीतून जीवनाची गुणवत्ता सुधारणे.

या बरोबर महाराष्ट्र राज्य शासन जागतिक पातळीवर स्पर्धा करण्याची क्षमता असणाऱ्या जैवतंत्रज्ञान उद्योगाच्या विकासासाठी खालील उपाययोजना करीत आहे.

(१) धोरणात्मक आराखड्यातून उद्योगाच्या वृद्धीस पाया घालून देणे.

(२) जैवतंत्रज्ञान पार्क सारख्या पायाभूत सुविधा पुरविणे.

(३) प्रोत्साहनपर सवलती देणे.

(४) जैवतंत्रज्ञान उद्योगाच्या उभारणीसाठी आवश्यक ठरणाऱ्या जागतिक दर्जाच्या उच्च शिक्षण आणि संशोधनाचा पाया तयार करणे आणि राज्यात उच्च दर्जाचा रोजगार निर्माण करणे.

(५) मानवी संसाधनाच्या विकासाबरोबरच जैवतंत्रज्ञानाच्या विविध क्षेत्रातील वापरासाठी जैवतंत्रज्ञान उद्योगाला साहाय्यभूत ठरणाऱ्या संख्या उभारणे.

(६) जैवतंत्रज्ञान उद्योगाच्या विकासासाठी आणि वृद्धीसाठी कामगार विषयक आणि इतर कायदे, अंमलबजावणी अनुकूल करणे.

(७) नवीन कल्पना आणि संशोधनाला सोयी उपलब्ध करून देणे.

व्यूहरचनात्मक आराखडा

जैवतंत्रज्ञान उद्योगाची विकास आणि त्याचा विविध क्षेत्रांत प्रभावी वापर करण्यासाठी शासनाने व्यूहरचनात्मक आराखडा आखला आहे. यामध्ये विविध संबंधित उद्योगाला आवश्यक संस्थांची उभारणी, वित्तीय साहाय्य, जैवतंत्रज्ञान पार्क उभारणीच्या उपाययोजना आणि पायाभूत सुविधांची उभारणी यांचा समावेश होतो.

संस्थांची उभारणी

राज्याला देशात जैव अभियांत्रिकी उद्योगात आघाडी मिळवून देण्यासाठी महाराष्ट्र शासनाने 'महाराष्ट्र जैवतंत्रज्ञान मंडळ' आणि 'महाराष्ट्र जैवतंत्रज्ञान समिती' स्थापन करण्याचा निर्णय घेतला.

Maharashtra's Irrigation Policy 2003 - महाराष्ट्राची जलनीती २००३

महाराष्ट्र शासनाने जुलै २००३ मध्ये राज्य जलनीती जाहीर केली आहे. त्यामध्ये जनतेला आर्थिक व सामाजिक लाभ देण्यासाठी टिकाऊ स्वरूपाचा विकास, सक्षम व्यवस्थापन आणि भोवतालची जीवसृष्टी व पर्यावरण विषयक मूल्यांचे महत्त्व कायम राखून नद्या व लगतच्या जमिनींवरील अपुऱ्या जलस्रोतांचा इष्टतम वापर यांची हमी देण्यात आली आहे.

(१) महाराष्ट्र जलसंपत्ती नियमन प्राधिकरण अधिनियम, २००५ : हा अधिनियम मे, २००५ पासून अस्तित्वात आला असून त्यातील तरतुदीनुसार महाराष्ट्र जलसंपत्ती नियमन प्राधिकरण ऑगस्ट २००५ मध्ये स्थापन करण्यात आले. जलसंपत्तीचे नियमन करून योग्य वाटप आणि वापर सुकर करणे हा या अधिनियमाचा उद्देश आहे. त्याचप्रमाणे या अधिनियमामध्ये जलसंपत्तीचे टिकाऊ व्यवस्थापन आणि कृषी, औद्यौगिक, घरगुती व इतर प्रयोजनांसाठी वापरावयाच्या पाण्याचे दर निश्चित करणे यांची हमी देण्यात आली आहे.

(२) महाराष्ट्र सिंचन पद्धतीचे शेतकऱ्यांकडून व्यवस्थापन अधिनियम - २००५ : निर्मित सिंचन क्षमता आणि तिचा प्रत्यक्ष वापर यातील तफावत भरून काढण्यासाठी तसेच सिंचन व्यवस्थेतील वितरण, वाटप आणि निःसारण यांचा वाढीव कार्यक्षमतेने वापर करून त्याद्वारे भूपृष्ठावरील व भूगर्भातील पाण्याचा यथोचित वापर करून जास्तीत जास्त फायदा होण्यासाठी राज्य शासनाने प्राणीवापर संस्थांची स्थापना

आणि कार्यचलन यांना कायदेशीर मान्यता देण्याचा धोरणात्मक निर्णय घेतला आहे.

(३) सिंचन विकास महामंडळे : राज्यातील सिंचन प्रकल्प जलद गतीने पूर्ण करण्यासाठी शासनाने फेब्रुवारी १९९६ ते ऑगस्ट १९९८ या कालावधीत पुढील पाच सिंचन विकास महामंडळाची स्थापना केली.

(अ) महाराष्ट्र कृष्णा खोरे विकास महामंडळ

(ब) विदर्भ पाटबंधारे विकास महामंडळ

(क) तापी पाटबंधारे विकास महामंडळ

(ड) कोकण पाटबंधारे विकास महामंडळ

(इ) गोदावरी - मराठवाडा पाटबंधारे विकास महामंडळ

(४) भारत निर्माण योजना : केंद्र शासनाने ग्रामीण भागात २००५-०६ ते २००८-०९ या कालावधीचे पायाभूत सुविधांचा विकास करण्यासाठी 'भारत निर्माण योजना' जाहीर केली आहे. या कार्यक्रमाखाली देशामध्ये एक कोटी हेक्टर अतिरिक्त सिंचन क्षमता निर्माण करण्याचे प्रास्ताविक आहे. महाराष्ट्रासाठी १८.४५ लाख हेक्टरचे लक्ष्य ठरवून दिले आहे. २००५-०६ मध्ये ०.९६ लक्ष हेक्टर एवढी अतिरिक्त सिंचन क्षमता निर्माण करण्यात आली.

(५) एकात्मिक पाणलोट क्षेत्र विकास कार्यक्रम : राज्यातील शेती प्रामुख्याने पावसावर अवलंबून असल्यामुळे राज्यात मृद संधारणाची कामे मोठ्या प्रमाणावर करण्यात येत आहेत. कोरडवाहू शेतीतील उत्पादन वाढविणे, त्यातील सातत्य टिकविणे, नैसर्गिक साधनसंपत्तीचा ऱ्हास थांबविणे यासाठी राज्यामध्ये पाणलोटक्षेत्र आधारित मृदा व जलसंधारणाची कामे १९८३ पासून हाती घेण्यात आली आहेत. विविध कार्यक्रमांची पुनर्आखणी करून ते एकात्मिक पाणलोट विकास कार्यक्रमाखाली राबविण्यात येत आहेत. ठरवून देण्यात आलेल्या निकषांनुसार राज्यातील एकूण १७,०२८ गावांची निवड करण्यात आली आहे.

Man and Biosphere - मानव आणि जिवसंहती कार्यक्रम

बायोस्फिअर रिझर्व्ह ही संकल्पना UNESCO च्या १९७५ सालच्या Man and Biosphere (MAB) कार्यक्रमाद्वारे मांडली गेली.

या कार्यक्रमाची उद्दिष्टे :

(१) वनस्पती, प्राणी व सूक्ष्मजीवांमधील जैवविविधता टिकवून ठेवणे.

(२) परिसंस्था व पर्यावरण संवर्धनासाठी संशोधनास चालना देणे.

(३) महत्त्वाच्या प्रजातींबद्दलचा Data Base तयार करणे.

(४) स्थानिक जनतेस Biosphere व त्याच्या संवर्धनाबाबतची माहिती पुरवणे.

(५) आंतरराष्ट्रीय सहकार्यास प्रोत्साहन देणे.

Mangrove Conservation - खारफुटींचे संरक्षण व संवर्धन

भारत सरकारने १९८६ च्या पर्यावरण संरक्षण कायद्याच्या तरतुदींनुसार 'कोस्टल रेग्युलेशन झोन' (Coastal Regulation Zone) अधिनियम १९९१ साली लागू केला. ह्या अधिनियमातील तरतुदींनुसार खारफुटी व मंगलवने CRZ 1 'अ' ह्या क्षेत्रात येत असून ह्या क्षेत्रात कुठलेही बांधकाम, भराव व विकास कामे करता येत नाहीत, तसेच कचराही टाकता येत नाही. १९९६ साली सर्वोच्च न्यायालयाने खारफुटींना व मंगल वनांना 'वनांचा' दर्जा देत त्यांना भारतीय वन नियम व अधिनियमांच्या कार्यकक्षेत आणले. यामुळे खारफुटी वनांना अभयारण्यांचा दर्जा देणे शक्य झाले.

१९९९ च्या ओरिसातील भीषण चक्रीवादळात खारफुटी व प्रवाळद्विपांनी किनारपट्टीचे केलेले रक्षण लक्षात घेऊन भारताच्या पर्यावरण व वन मंत्रालयाने त्यांना 'अत्यंत महत्त्वाच्या परिसंस्थेचा' (Ecological Hotspots) दर्जा दिला आहे.

खारफुटींच्या रक्षणासाठी अनेक उपाय योजिले जात आहेत. त्यातील काही पुढीलप्रमाणे आहेत.

(अ) किनाऱ्यावरील अंतर्गत व बाह्य प्रवाहांचे संरक्षण (ब) खारफुटी व त्यांच्या सहकारी वनस्पतींचे संवर्धन करून पोषक द्रव्यांचे संतुलन सांभाळणे. (क) खाणी, रेतीचा उपसा ह्यांसारख्या कृतींवर नियंत्रण आणणे. (ड) गाळ साठण्यावर नियंत्रण. (इ) प्रदूषण नियंत्रण, टाकाऊ पदार्थ टाकण्यावर व तेल गळतीवर नियंत्रण. (फ) जराजर्जर (बाधित) खारफुटींचे पुनरुज्जीवन व लोकांना खारफुटीचे महत्त्व पुन्हा समजावून देणे.

Mangrove Forests - खारफुटीची जंगले

खारफुटी ही वनस्पती काही विशिष्ट अशा पर्यावरणीय परिस्थितीत वाढू शकते. भारतात ही वनस्पती त्रिभुज प्रदेश, खाड्या, बॅकवॉटर (जलफुगवटा) आणि उपसागरांचे किनारे अशा विविध प्रदेशात आढळते. खारफुटी झाडांची मुळे खूप खोलवर नसतात. ही मुळे चिखलयुक्त मातीत झाडांना जसा भक्कम आधार देतात, तसेच ती भरती-ओहोटीच्या दरम्यान अन्नघटकांचे शोषणही करतात. खारफुटीच्या जंगलांचा अतिशय महत्त्वाचा उपयोग म्हणजे त्यांच्यामुळे होणारे किनारपट्ट्यांचे रक्षण ! लाटांना विरोध करून त्यांचा जोर कमी करून किनाऱ्यांची झीज होऊ न देण्याचे काम ही झाडे अतिशय प्रभावीपणे करीत असतात. याचबरोबर अनेक जलचरांसाठी आणि आर्थिकदृष्ट्या महत्त्वाच्या अशा मत्स्यप्रकारांसाठी ही जंगले अन्नसाठ्याची व पोषणाची ठिकाणे म्हणूनही काम करतात.

सर्वोच्च न्यायालयाने १९८५ च्या सुमारास या जंगलांचा समावेश CRZ

(Coastal Restriction Zone) मध्ये करून खारफुटीच्या वापरावर निर्बंध घातले आहेत. रायगड जिल्ह्यातील म्हसळा खाडीत या प्रकारची जंगले आहेत.

Marine Ecosystem - सागरी परिसंस्था

पृथ्वीवरील एकूण पृष्ठभागापैकी ७१% भाग पाण्याने व्यापला आहे. एकूण जलसाठ्यापैकी ९७% पाणी क्षारयुक्त असून केवळ ३% पाणी गोडे आहे. महाकाय देवमाशापासून अतिसूक्ष्म सजीवापर्यंत अनेक तऱ्हेचे जीव महासागरात असतात. या सागरी पाण्यात अनेक रासायनिक पदार्थ तसेच भौतिक घनपदार्थ असतात त्यातील सोडिअम क्लोराइड (NaCl) मुळे सागराचे पाणी खारे असते. सागरपृष्ठावरून निर्माण होणाऱ्या लाटा, वारे, भरती-ओहोटी इ. घटना येथील सजीव सृष्टीसाठी महत्त्वपूर्ण असतात.

सागरतळाशी कमी तापमानामुळे पाणी थंड व जड असते तर पृष्ठभागालगत उबदार पाणी असते. त्याच्या वहन व अभिसरणामुळे सागराच्या खोल भागात ऑक्सिजनचा पुरवठा होत असतो. सूर्यप्रकाश समुद्राच्या साधारणत: सहाशे मीटर खोलपर्यंत पोहचतो. सागरात फायटोप्लॅक्टोनवर झूप्लॅक्टोन या एकपेशीय प्राण्यांची वाढ होते. अनेक आदिजीव, सूक्ष्मजीवांचे अन्नही फायटोप्लॅक्टोन हेच असते. समुद्री शैवालावर माशांप्रमाणेच इतर जलचर प्राणी वाढतात. झिंगे, खेकडे, माशांचे हजारो प्रकार, कासव, समुद्री साप, बांवट, धरळे, ऑक्टोपस इ. प्राणी हे सागरी परिसंस्थेतच वास करतात. समुद्राच्या पृष्ठभागावर, मध्यभागात आणि तळाशी अशा तीन पातळ्यांवर सागरी परिसंस्था विभागलेली आहे.

सागरी परिसंस्था ही सर्व ज्ञात परिसंस्थेपेक्षा मोठी परिसंस्था आहे. मानवाला ज्ञात-अज्ञात जीवसृष्टीचा खजिना समुद्री परिसंस्थेत आढळतो. परंतु ही परिसंस्थासुद्धा मानवनिर्मित प्रदूषणांमुळे तसेच अणुचाचण्यातील किरणोत्सारामुळे प्रदूषित होत आहे.

Marine Life Cycle - सागरी जीवचक्र

सर्व जीवांना पाणी आवश्यक असल्याने जीवावरण व जलावरण यातील संबंध जवळचे असतात. सागरी जीवचक्र हा जीवावरणाचा महत्त्वाचा घटक आहे. विशेषत: शैवलांच्या दृष्टीने सागरी पाणी योग्य पोषक असून त्याच्यातील फॉस्फेट व नायट्राइट यांनुसार सागरी वनस्पतिसृष्टीचे नियंत्रण होते. अशा तऱ्हेने सागरी प्राणिसृष्टीवरही परिणाम होतो; तसेच सागरी पाण्याच्या लवणतेचाही प्राण्यांच्या वाटणीवर परिणाम होतो. वनस्पती सागरातील अकार्बनी द्रव्ये वापरतात व वनस्पती हे प्राण्यांचे अन्न असते. अशा तऱ्हेने प्राणी व वनस्पती यांच्यात अखंड चक्र असते व तसेच जैव द्रव्याच्या निर्मिति-विनाशाचेही चक्र असते. सागरी जीवांची वाढ व विनाश यामुळे पाण्याच्या रासायनिक संतुलनावर परिणाम होतो. सागरी प्राण्यांद्वारे मूलद्रव्यांचे विविध

प्रमाणात समृद्धीकरण होते. (उदा., यात नायट्रोजन व फॉस्फरस यांचे प्रमाण सर्वाधिक असते, तथापि कार्बन, सिलिकॉन, लोह, फ्ल्युओरीन व तांबे यांच्या प्रमाणावरही जैव क्रियांचा पुष्कळ परिणाम होतो.)

मानवावरण - जीवावरणाच्या ज्या भागात मानव राहतो व ज्यावर त्याचे नियंत्रण असते त्याला मानवावरण म्हणतात. मानवावरणाची क्रियाशीलता वाढत आहे. मानवांमुळे मूलद्रव्यांच्या भूरासायनिक चक्रात बदल होतात व पृथ्वीच्या वरच्या आवरणातील नैसर्गिक समतोलही बिघडतो. मानव कृत्रिम संयुगे, खनिजे, खडक आणि मूलद्रव्ये निर्माण करतो. तो निसर्गात शुद्ध रूपात न आढळणारे धातू (उदा. ॲल्युमिनियम, मॅग्नेशियम) तयार करतो व अभिजात धातूही (सोने, चांदी इ.) मिळवितो. नवीन जड किरणोत्सर्गी मूलद्रव्येही मानवाने कृत्रिमरीत्या निर्माण केली आहेत. वातावरण व जलावरण यातील द्रव्ये कच्चामाल म्हणून तो वापरतो. जीवावरणातील पुष्कळ प्रक्रियांची दिशा बदलून मानव त्यांचे नियमन करतो. मूलद्रव्यांपैकी कार्बनच्या चक्रावर मानवाच्या औद्योगिक घडामोडींचा सर्वाधिक परिणाम होतो.

बायोलिथ -जीवावरणातील भूरासायनिक घडामोडींद्वारे निर्माण होणाऱ्या गाळाला 'बायोलिथ' म्हणतात. याचे ज्वलनशील व अज्वलनशील असे प्रकार आहेत. ज्वलनशील बायोलिथ कार्बनयुक्त असून त्यात कार्बनची ऑक्सिडीभूत संयुगे असतात. इंधन म्हणून वापरण्यात येणारे सर्व निक्षेप यात येतात. ऑक्सिजनचे अस्तित्व वा अभावानुसार बायोलिथाचे स्वरूप ठरते.

Mega Biodiversity Countries - महाजैवविविधतेचे देश

जगात जैवविविधतेचे वितरण असमान आहे. उष्ण कटिबंधातील प्रदेशात संपूर्णत: किंवा थोडा भाग असलेल्या देशात इतर देशांपेक्षा जास्त प्रजाती आढळतात. एतद्देशीय प्रजातीसुद्धा खूप मोठ्या प्रमाणावर आढळतात. अशा देशांना 'विपुल जैवविविधतेचे देश' म्हणतात.

महाजैवविविधता असलेले देश याप्रमाणे आहेत.

बोलिव्हिया, ब्राझील, चीन, कोलंबिया, कोस्टारिका, काँगोचे लोकशाही प्रजासत्ताक, इक्वेडोर भारत, इंडोनेशिया, केनिया, मादागास्कर, मलेशिया, मेक्सिको, पेरू, फिलिपिन्स, दक्षिण आफ्रिका व व्हेनेझुएला इत्यादी.

जगातील एकूण जैवविविधतेपैकी ७०% जैवविविधता या सर्व देशात आढळते.

Mega Biodiversity of India - भारताची महाजैवविविधता

भारतात मोठी व अद्वितीय अशी भौगोलिक विविधता आहे. उत्तरेकडे हिमाच्छादित पर्वतरांगा आहेत, तर पश्चिमेकडे राजस्थानात उष्ण वाळवंटी प्रदेश आहे.

पश्चिमेकडे अरबी समुद्र, दक्षिणेकडे हिंदी महासागर व पूर्वेकडे बंगालचा

उपसागर असे भारताचे अतिव सुंदर असे द्विपकल्पीय स्थान कोण विसरू शकेल? जैवभौगोलिकदृष्ट्या भारत पुढील तीन प्रदेशांच्या त्रिकोणावर वसला आहे. ॲफ्रो-ट्रॉपिकल, इंडो-मलायन आणि पॅलिओ-आर्क्टिक प्रदेश. त्यामुळे भारतात प्रत्येक प्रदेशाचे गुणधर्म एकवटले आहेत. ज्यायोगे भारतात अद्वितीय जैवविविधता आढळते.

भारतातील परिसंस्था विविधता

(१) हिमालयाच्या पलीकडील, (२) हिमालयीन, (३) भारतीय वाळवंट (४) कमी पर्जन्याचे प्रदेश, ५) पश्चिम घाट, (६) दख्खनचे पठार, (७) गंगेचे मैदान, (८) ईशान्य भारत, (९) भारतीय बेटे, (१०) किनारी प्रदेश.

जगातील चौतीस क्षेत्रांमध्ये समृद्ध जैवविविधता आढळते; परंतु प्रचंड लोकसंख्येमुळे नैसर्गिक अधिवास धोक्यात आहेत. अशा क्षेत्रांना 'जैवविविधतेची संवेदनशील क्षेत्रे' म्हणून संबोधले जाते. भारतात त्यापैकी तीन क्षेत्रे आहेत. (१) पूर्व हिमालय, (२) सह्याद्री किंवा पश्चिम घाट, (३) अंदमान व निकोबार बेटे.

खालील तक्त्यांवरून भारतातील प्रजाती विविधतेच्या संपन्नतेची कल्पना येते. सुमारे ४९०० प्रजातींच्या वनस्पती फक्त भारतातच आढळतात. मात्र हे आकडे वारंवार बदलत असतात, कारण नवीन प्रजातींचा शोध लागतो. उदा. २००६ मध्ये ईशान्य भारतात एका प्रजातीच्या पक्ष्याची नोंद झाली. त्यापूर्वी मात्र तो पक्षी माहीत असल्याची नोंद आढळत नाही.

भारतातील प्रजातींची संख्या (अंदाजे)

	प्रजातींची भारतातील संख्या	जगाच्या तुलनेत टक्केवारी
वनस्पती	४५,००० ते ४७,०००	११ टक्के
प्राणी	९०,०००	७ टक्के

भारतातील प्राणी विविधता (अंदाजे)

कीटक	५७,०००
मासे	२,५४६
उभयचर	२०४
सरीसृप (सरपटणारे प्राणी)	४२८
पक्षी	१,२३०
सस्तन प्राणी	३७२
पाठीचा कणा नसलेले (अपृष्ठवंशीय)	२०,०००

भारतातील गृहसंवर्धित जैविक विविधता

तुम्हांला तांदूळ किंवा आंब्याच्या किती प्रजाती माहीत आहेत? भारतात तांदळाच्या सुमारे ५०,००० जाती परिचित आहेत. जर दररोज तुम्ही वेगळ्या प्रकारचा तांदूळ खाण्याचे ठरविलेत तर तुम्हांला १३० वर्षांपेक्षा जास्त वर्षे जगावे लागेल.

धान्यांच्या किमान १५६ जाती व ३२० उत्पादित रानटी जातींचे मूळ स्थान भारत समजले जाते. तांदळाशिवाय इतर पिकांच्या विविधतेत आंब्याच्या १००० पेक्षा जास्त जाती, ज्वारीच्या ५००० पेक्षा जास्त जाती यांचाही समावेश आहे.

भारतात प्राण्यांच्या प्रजातींतही मोठी विविधता आढळते.

बकरी - २० प्रजाती, म्हैस - १५ प्रजाती, गुरे - ३० प्रजाती, कोंबड्या - १८ प्रजाती.

महाराष्ट्रामध्ये गुराढोरांच्याही विशिष्ट प्रजाती आढळतात. उस्मानाबादी बकरी व खिल्लारी, डांगी व देवनी या गुरांच्या प्रजाती आहेत.

Mercury Pollution - पारा प्रदूषण

पारा (मर्क्युरी) हा पर्यावरणात सर्वत्र नसतो. भूपृष्ठाच्या वरच्या कवचात पारा आढळत नाही किंवा असला तरी त्याचे प्रमाण नगण्य असते. त्याचे पर्यावरणातील गृहीत धरलेले प्रमाण हे निरुपद्रवी (इन्सिग्निफिकन्ट) असे समजले जाते. मात्र, या प्रमाणापेक्षा तो थोडा जरी जास्त असला, तर पर्यावरणावर घातक परिणाम होऊ शकतो. रक्तात पाऱ्याचे प्रमाण नाममात्र म्हणजे एक ग्रॅम रक्तात पाच नॅनोग्रॅम पारा असे आहे. शरीराच्या विष निष्क्रिय करणाऱ्या यंत्रणेला गृहीत धरून हे प्रमाण ठरविण्यात आले आहे. विशिष्ट धातूंच्या खाणींच्या परिसरातील भूगर्भामधील पाणी, नद्या, खाणकाम यांद्वारे पारा भूपृष्ठावर; तसेच हवा, पाणी, अन्न आदींत येतो. दगडी कोळशाच्या प्रक्रिया व ज्वलनातूनही पारा हवेत सोडला जातो. याशिवाय पाऱ्याचा उपयोग करून बनविलेल्या उत्पादनांतून (उदाहरण सीएफएल दिवे) पारा पर्यावरणात मिसळतो. वैश्विक तापमानवाढीमुळे निसर्गातील बद्ध (फिक्स्ड) पारा अधिक प्रमाणात वातावरणात मुक्त होऊ शकेल, असा अंदाज आहे.

जस्त, तांबे, कोबाल्ट आदींप्रमाणे पाऱ्याचा मानवी शरीराला कुठलाही उपयोग नसतो. पारा हा मनुष्य व एकूण सजीवांच्या गर्भावर हानिकारक म्हणजे सायटोकेमिकल व हिस्टो पॅथोलॉजिकल परिणाम घडवितो. शरीराच्या चेतासंस्थेवरही पाऱ्याचे अनिष्ट परिणाम होतात.

क्षार इत्यादी स्वरूपातील (इन्ऑरगॅनिक मर्क्युरी) पाऱ्यापेक्षा सेंद्रिय स्वरूपातील पारा (मिथाईल मक्युरी) शरीरासाठी अधिक विषारी समजला जातो. कारखान्यामधून सोडण्यात येणारे इन्ऑरगॅनिक मर्क्युरीचे नदी-समुद्रामधील जीवाणूंकडून ऑरगॅनिक

मिथाईल मर्क्युरीत रूपांतर होते. हा मिथाईल मर्क्युरी समुद्रातील माश्यांच्या शरीरात व तेथून तो माणसाच्या शरीरात पोहोचतो. १९५६ मध्ये जपान येथे या पद्धतीने अन्नसाखळी (फुडचेन) मार्फत मिथाईल मर्क्युरी शरीरात गेल्यामुळे माणसे वेडी (हटर मॅडनेस) झाली होती. जगात प्रथमच हा प्रकार लक्षात आला. मिथाईल मर्क्युरीमुळे होणाऱ्या या आजाराला 'मिनामाटा डिसीज' म्हटले जाते. शुद्ध मर्क्युरी (पारा, मूलद्रव्य) कातडीतून, तसेच हवेतूनही (इन्हेलेशन) शरीरात प्रवेश करतो. पाऱ्याचे मानवी शरीरावरील घातक व दीर्घकालीन होणारे परिणाम आता लक्षात आले आहेत. प्रगत देशामध्ये ज्या ठिकाणी पाऱ्यावर (मर्क्युरी) काम चालते, यात संशोधन प्रयोगशाळाही आल्यात, अशा ठिकाणी तरुण स्त्रियांना (प्रजननक्षम) काम करण्यास बंदी आहे. जन्मतःच दोष असणाऱ्या मुलांसंदर्भात मातेच्या पाऱ्याचा संपर्काचा शोध घेतला जातो. दातांच्या फिलिंगसाठी काक पारा (मर्क्युरी अमलगम) वापरत असत. आता त्याऐवजी पॉलिमेरिक सिमेंटचा पर्याय आहे.

पाऱ्याच्या दुष्परिणामांबाबत मुंबईतील संशोधक डॉ. प्रशांत भावे यांनी अलीकडेच डर्बन येथील आंतरराष्ट्रीय परिषदेत शोधनिबंध सादर केला. पाऱ्यामुळे प्रदूषित असलेल्या भागातील रहिवाशांमधील मूल नसणाऱ्या जोडप्यांचे सर्वेक्षण त्यांनी प्राग (झेकोस्लोव्हाकिया) येथे केले होते. पुरुषांच्या रक्त व वीर्यामधील पाऱ्याच्या पातळीची रासायनिक मोजणी त्यांनी केली होती. मूल नसणाऱ्या ६३ जोडप्यांमधील पुरुषांच्या नमुन्यांचे विश्लेषण केले. वीर्याच्या सर्वच्या सर्व नमुन्यांत त्यांना पारा आढळला. ६८ टक्के नमुन्यात वीर्यातील पाऱ्याचे प्रमाण रक्तातील पाऱ्यापेक्षा अधिक होते. ४३ टक्के नमुन्यांत वीर्यातील पारा रक्तापेक्षा २ ते ५ पट अधिक होता. २० टक्के नमुन्यात वीर्यातील पारा रक्तापेक्षा १० पटीपेक्षा अधिक होता. डॉ. भावे यांच्या मते पाऱ्याच्या संपर्काचे दुष्परिणाम निश्चित आहेत. ज्ञात अथवा अज्ञात मार्गे शरीरात गेलेला पारा किंवा अन्य घातक द्रव्य शरीराच्या कोणत्यातरी भागावर अनपेक्षित परिणाम करू शकतो. वाढत्या प्रदूषणामुळे होऊ पाहणाऱ्या संभाव्य दुष्परिणामांकडे या दृष्टिकोनातूनही गांभीर्याने पाहायला हवे.

Methane - मिथेन

मिथेन हा सर्वांत साधी संरचना असलेला हायड्रोकार्बन असून त्याच्या रेणूत केवळ एकच कार्बन अणू असतो. मिथेनचे रासायनिक सूत्र $'CH_4'$ हे आहे. सर्वसाधारण परिस्थितीत मिथेन वायुरूप स्थितीत असतो. जैव द्रव्याच्या हवेच्या अभावात होणाऱ्या ऱ्हासाचे उत्पादित म्हणून मिथेन तयार होतो. त्यामुळे गोबरगॅस व बायोगॅसमध्ये प्रामुख्याने मिथेन असतो. दलदलीच्या पृष्ठभागावर बुडबुड्याच्या रूपाने येणारा दलदल - वायू हा सुद्धा मिथेनच असतो.

Mineral Resources - खनिज संपत्ती

नैसर्गिक साधन-संपत्तीत खनिज संपदेला अत्यंत महत्त्व आहे. कोणत्याही राष्ट्राचा विकास व समृद्धी त्या राष्ट्रातील खनिज संपदेच्या उपलब्धतेवर अवलंबून असते.

देशातील खनिजांचे साठे हे शेती, उद्योग, व्यापार, राष्ट्रीय तसेच दरडोई उत्पन्न, वाहतूक व संदेशवहन आणि रोजगार इत्यादी अर्थव्यवस्थेच्या प्रत्येक क्षेत्राच्या विकासाकरिता एक मजबूत आधार प्राप्त करून देतात.

सध्या आपल्या देशात ज्या खनिजांचे उत्पादन होत आहे त्यातील प्रमुख खनिजांमध्ये कोळसा, लोहखनिज, पेट्रोलियम, तांबे, शिसे, जस्त, चुनखडक, अभ्रक, बॉक्साईट, मँगनिझ, डोलोमाईट, मॅग्नेसाईट, क्रोमोसाईट व सोने इत्यादींचा समावेश होतो. याशिवाय लोहखनिज, सिमेंट व शिसे तसेच अवजड रासायनिक उद्योगांमध्ये उपयोगात येणाऱ्या सर्व प्रकारच्या खनिजांच्या बाबतीत देश स्वयंपूर्ण आहे. सध्या भारतात ५२ खनिजांचे उत्खनन केले जाते. यांपैकी जवळ जवळ ४० खनिजांच्या बाबतीत भारत स्वयंपूर्ण आहे. ही खनिजे ऊर्जा, विद्युत, लोह-पोलाद, ॲल्युमिनियम, सिमेंट, काच इत्यादींसारख्या उद्योगांमध्ये कच्चा माल म्हणून वापरली जातात. आयात केल्या जाणाऱ्या प्रमुख खनिजांपैकी खनिज तेल सर्वात महत्त्वपूर्ण आहे.

Mixed Farming - मिश्र शेती

या प्रकारच्या शेतीपद्धतीत पिकांचे उत्पादन बाजारात विकण्यासाठी तसेच पशूंना खाद्य म्हणून केले जाते. जनावरे त्यांच्या मांसासाठी विकली जातात. अशा रीतीने खाद्यपिके व पशुपालन प्रामुख्याने मोठमोठ्या बाजारपेठांमधील मागणी पुरविण्यासाठी उपयोगी पडते. या शेतीमध्ये पशूंचे खाद्य, बाजारपेठांमध्ये विक्री व शेतकऱ्यांच्या उदरनिर्वाहाचे साधन अशा तीन प्रकारे पिकांचा उपयोग केला जातो. निरनिराळ्या प्रदेशात या तीनही उपयोगांपैकी कोणत्यातरी एकास प्राधान्य दिले जाते.

मिश्र शेती ही प्रामुख्याने व्यापारी तत्त्वावरच केली जाते. या शेतीमध्ये पिके व पशुपालन यांच्या साहाय्याने उत्पन्न मिळवतात. मिश्र शेतीचे एक प्रमुख वैशिष्ट्य म्हणजे पिकांची अदलाबदल हे होय.

युरोप, आशिया व उत्तर अमेरिका हे मिश्र शेतीचे प्रमुख खंड आहेत. मिश्र शेतीमध्ये मका, ओट, बार्ली व विशिष्ट प्रकारचे गवत (Hay) इत्यादी पशुखाद्य म्हणून, गहू हे मुख्य व्यापारी पीक तर बटाटे, भाजीपाला इत्यादी उदरनिर्वाहक पिके म्हणून पिकविली जातात.

Molecular Biology - रेणुजीवशास्त्र (रेणवीय जीवविज्ञान)

जीवशास्त्राची ही एक शाखा आहे. या शाखेमध्ये जीवमान प्राण्यांमधील उपपेशी घटकांचा (Subcellular Components) व त्यांच्या कार्याचा अभ्यास करण्यावर भर दिला जातो. हा अभ्यास अतिशय महत्त्वाचा मानला जातो; कारण जीवाविषयी अभ्यास करणाऱ्या सर्व शास्त्रांना हा अभ्यास अगर या बाबतीतील अभ्यास म्हणजे एक पायाभूत साहाय्य ठरते. एवढेच नव्हे तर जीवमान प्राण्यांचा त्यांच्या परिसराशी जो संबंध येतो त्याचा अभ्यास करण्यासाठीसुद्धा याचा उपयोग होतो.

जीवविज्ञानाच्या ज्या शाखेत जैव घटनांचे स्पष्टीकरण पेशींतील रेणूंच्या अभ्यासाद्वारे केले जाते, त्यास स्थूलमानाने रेणवीय जीवविज्ञान असे संबोधण्यात येते. या शाखेत आनुवंशिकीच्या बृहत् रेणवीय पुनरावृत्तीच्या रेणवीय मूलाधारावर जास्त भर देण्यात येत असल्याने जीवरसायनशास्त्र व आनुवंशिकी यांच्या मिलाफातून वृद्धिंगत झालेला विषय, असे रेणवीय जीवविज्ञानाचे स्वरूप असते. या शाखेत मुख्य भर रेणवीय विवरणावर वा वर्णनावर द्यावा लागत असल्याने तीत रसायनशास्त्राचाही समावेश करावा लागतो.

सजीव कोशिकेत आढळणाऱ्या निरनिराळ्या जैवतंत्रात द्रव्यप्रवाह हा एक स्रोत असतो. या क्रियेत कोशिकेत द्रव्ये घेतली जातात व तीत या द्रव्यांवर निरनिराळ्या विक्रिया होतात. उदा. ग्लुकोजवर निरनिराळ्या विक्रिया होऊन त्याचे रूपांतर कार्बन-डाय-ऑक्साइड व पाणी यात होते. मध्यस्थ चयापचय क्रियेत अनेक विविध कार्बनी व अकार्बनी जटिल रेणूंचे रूपांतरण होते. या प्रक्रिया मुख्यत: एंझाइमच्या साहाय्याने होत असतात. एंझाइम ही जटिल व बृहत् रेणवीय प्रथिने होत. सजीव कोशिकेत एखादी प्रक्रिया होणे वा न होणे हे विशिष्ट एंझाइमच्या अस्तित्वावर अवलंबून असते. सजीव कोशिकेतील दुसरा स्रोत म्हणजे ऊर्जा. कोशिकेतील द्रव्यांच्या रेणूंचे एंझाइमच्या साहाय्याने होणाऱ्या रूपांतराबरोबरच रासायनिक ऊर्जा निर्माण होते. कोशिकेच्या चयापचयाकरता या रासायनिक ऊर्जेची आवश्यकता असते. कोशिकेतील रेणूंची क्रियाशीलता आणखी एका स्रोतावर अवलंबून असते. हा स्रोत म्हणजे संकेतांचा प्रवाह होय. हे संकेत कोशिकेमध्ये कोणते रेणू तयार व्हावेत हे ठरवितात. सजीव कोशिकेत रेणूंद्वारे दिल्या जाणाऱ्या संकेतांचा स्रोत, या रेणूंचा कोशिकेच्या निरनिराळ्या भागांत आढळणारा प्रवाह, रेणूंचे विभाजन व पुनरावृत्ती या सर्व क्रियांचा अभ्यास रेणवीय जीवविज्ञानाच्या कक्षेत येतो.

Mountain (Effects) - पर्वतांचे परिणाम

पृथ्वीवरील भूप्रदेशांच्या जलवायुमानावर (दीर्घकालीन सरासरी हवामानावर) पर्वतांचा महत्त्वाचा परिणाम झालेला आहे. आशियातील हिंदुकुश, काराकोरम,

हिमालय, कुनलुन, तिएनशान इ. पर्वतरांगा सामान्यत: पूर्व-पश्चिम दिशेने गेलेल्या असून जलवायुमान सौम्य करणाऱ्या वाऱ्यांना हे पर्वत थोपवितात. त्यामुळे सायबीरियात कडक थंडी आणि गंगा-सिंधूच्या मैदानात कडक उष्णता असा अनुभव येतो. पृथ्वीवरील पावसाच्या वाटणीवरही पर्वतांचा परिणाम होतो. भारतात सह्याद्री व हिमालय यांच्या वाताभिमुख उतारावर मान्सून वाऱ्यांपासून भरपूर पाऊस पडतो आणि वातपराङ्मुख बाजूवर पर्जन्यछायेमुळे कमी पाऊस मिळतो.

मानवी इतिहास व संस्कृती यावरही पर्वतश्रेणींचा महत्त्वाचा परिणाम झालेला आहे. मध्य व पश्चिम आशियातील लोकांनी पर्वताच्या अनुरोधाने मार्ग काढून युरोपात स्थलांतर केले, तर हेलेनिक राज्याभोवतीच्या पर्वतामुळे ती राज्ये एकाकी राहिली. पर्वतांच्या अडसरामुळे पर्वताच्या दोन्ही बाजूंचे लोकसमूह अलग राहतात व त्यांच्या चालीरीती, धर्म, व्यापार, तत्त्वज्ञान, नवीन कल्पना यांची नवीन देवघेव होत नाही. त्याचबरोबर पर्वत हे नैसर्गिक संरक्षणाचे साधन म्हणून काम करतात. हिमालयाने भारताचे ज्याप्रमाणे दीर्घकाळ संरक्षण केले तसेच आल्प्सनेही रोमची बाह्य तटबंदी म्हणून काम केले. पर्वत भागात राहणारे लोक सामान्यत: काटक व स्वातंत्र्यप्रिय असतात. तसेच ते संशयी आणि गतानुगतिक विचारांचे, जुन्या रूढींना चिकटून राहणारे असतात.

कला, साहित्य व धर्म यांच्या संबंधातही पर्वतांचे स्थान महत्त्वाचे आहे. ग्रीसमधील ऑलिंपस, भारत व नेपाळमध्ये हिमालय, जपानमध्ये फूजी हे पर्वत देवतासमान किंवा देवांची वसतिस्थाने म्हणून पूजनीय मानले जातात. भारतात डोंगरांच्या माथ्यावर देवळे बांधलेली बहुधा आढळतात. गिरिविहार म्हणून त्यांचा उपयोग अगदी अलीकडचा आहे. आल्प्समध्येही कित्येक उंच शिखरावर ख्रिस्ती प्रार्थनामंदिरे बांधलेली आहेत. ऐतिहासिक महत्त्वाच्या अशा थर्मॉपिली, पावनखिंड, हळदीघाट, हाजीपीर इ. खिंडींना इतिहासात कायमचे स्थान मिळाले आहे. उत्तुंग गिरिशिखरे चढून जाण्याचा गिर्यारोहणाचा क्रीडा प्रकार आता अधिकाधिक लोकप्रिय होत आहे.

आर्थिक दृष्ट्या पर्वताचे महत्त्व फारच आहे. पर्वत प्रदेशातील गवतावर गुरे व मेंढ्या चारता येतात, पर्वताच्या उतारावरील वृक्षांपासून मौल्यवान लाकूड, औषधिक द्रव्ये व उपयुक्त रसायने मिळतात. चहा, कॉफी व केशर यांची लागवड विशिष्ट पर्वत प्रदेशांतच यशस्वी होते. पर्वतावरून येणाऱ्या जलप्रवाहाच्या शक्तीवर निर्माण केलेली जलविद्युत ही उद्योगधंद्यासाठी महत्त्वाचे शक्ती साधन म्हणून उपयोगी पडते. पर्वतावरून वाहून आणलेल्या गाळामुळे नद्यांच्या खोऱ्यांतील मैदाने सुपीक होतात. हिमाच्छादित पर्वतांवरून आलेल्या वितळलेल्या बर्फाच्या पाण्यामुळे उन्हाळ्यातही नद्यांना पाणीपुरवठा होतो. पर्वतांच्या निर्मिती प्रक्रियांशी संबंधित असलेल्या अग्निज राशींच्या अनुषंगाने

अनेक मौल्यवान धातुकांचे (कच्च्या धातूंचे) निक्षेप पर्वत प्रदेशात तयार झालेले आढळतात. कॉकेशसमध्ये मँगनिज, अँडीजमध्ये तांबे व चांदी आणि उरल पर्वतात प्लॅटिनम यांचे निक्षेप ही याची उदाहरणे आहेत.

पर्वतावरील रम्य वनश्री, तेथील ताजी व थंड हवा, रोजच्या धावपळीच्या जीवनापासून अलिप्तता व शांतता यामुळे पर्वतांचे प्रदेश हौशी प्रवाशांचे मोठे आकर्षण होत आहेत. बर्फाच्छादित पर्वत प्रदेशात मनुष्याच्या क्रीडा प्रवृत्तीलाही वाव मिळतो. प्रवाशांना सुखसोयी पुरवणे हा पर्वत प्रदेशांतील लोकांचा किफायतीचा व्यवसाय होत आहे आणि अशा सौंदर्यस्थळांची व क्रीडास्थानांची वाढ ही देशाच्या उत्पन्नात मोलाची भर घालणारी बाब ठरत आहे.

Mountain Ecosystem - पर्वतीय परिसंस्था

पर्वतीय परिसंस्था या जगातील उंच प्रदेशातील वैशिष्ट्यपूर्ण परिसंस्था म्हणून ओळखल्या जातात. जास्त उंचीवरील या परिसंस्थांना 'अल्पाईन' असेही म्हणतात. भारतातील हिमालय पर्वताचा भाग, उत्तर अमेरिकेतील टुंड्रा प्रदेश, स्कॉटलंड, स्कॅन्डिनेव्हिया या प्रदेशात या परिसंस्था आढळतात. पर्वतीय प्रदेशात हवा विरळ असते. त्यामुळे ऑक्सिजन व कार्बन-डाय-ऑक्साइडचे प्रमाण कमी असते. वेगवान थंडवारे, दिवसा उष्णता, रात्री झपाट्याने होणारे उष्णतेचे उत्सर्जन, बर्फाळ प्रदेशात बर्फावरून होणारे उष्णतेचे परावर्तन इत्यादी घटक या प्रदेशातील हवामानावर परिणाम करतात. उंची हा घटक या परिसंस्थेत महत्त्वाचा असल्यामुळे उंचीनुसार येथील परिसंस्थेच्या रचनेत बदल दिसतात. साधारणपणे दोन हजार मीटर उंचीपर्यंत पर्णपाती वृक्ष आढळतात. दोन हजार पाचशे मीटर उंचीपर्यंत पाईन, स्प्रूस, फर हे सूचिपर्णी वृक्ष आढळतात. साडेतीन हजार मीटर उंचीपर्यंत बुटकी झाडे, फुलझाडे आढळतात. यापेक्षा जास्त उंचीवर मात्र लायकेन व शैवालाचे अस्तित्व असते. पर्वतीय प्रदेशातील विषम हवामानाला अनुरूप अशी रचना वनस्पतींमध्ये आढळते. या प्रदेशात डोंगरउतारावर उगवणारी हजारो जातीची फुलझाडे कीटकांना मोठ्या प्रमाणात आकर्षित करतात व परिसंस्थेच्या विकासात महत्त्वपूर्ण भूमिका बजावतात. या प्रदेशातील प्राण्यांची शारीरिक वैशिष्ट्ये व सवयी तेथील थंड हवामान व प्राकृतिक रचनेनुसार वैशिष्ट्यपूर्ण असतात. या प्रदेशातील प्राणी (हरीण, मेंढ्या, याक, बकऱ्या, खेचर इ.) हवामानानुसार पर्वतमाथ्याकडून उताराकडे भटकत असतात. ह्या प्राण्यांच्या अंगावर जाड लोकरीचे (Wool) आवरण असते, ज्यामुळे पर्वतीय प्रदेशातील थंड हवेपासून त्यांचे संरक्षण होते.

Nanotechnology - नॅनोतंत्रज्ञान

अतिसूक्ष्म पदार्थाचे तंत्रज्ञान म्हणजे नॅनोतंत्रज्ञान, नॅनो म्हणजेच (१०-९) एक नॅनोमीटर = मीटरचा अब्जावा भाग. पदार्थाच्या इतक्या सूक्ष्मतम आकाराच्या पातळीवरील

तंत्रज्ञानास 'नॅनोटेक्नॉलॉजी' असे म्हणतात.

संकल्पना : १९५९ मध्ये रिचर्ड फेनमन यांनी ही कल्पना मांडली. पदार्थाच्या लहानात लहान कणास अणू (Atom) असे म्हणतात. दोन किंवा अधिक अणू एकत्र येऊन रेणू तयार होतो. रेणूच्या रचनेनुसारच त्या पदार्थाचे गुणधर्म ठरतात. या रेण्वीय पातळीवरच नॅनोतंत्रज्ञान प्रक्रिया घडू शकते. म्हणूनच याला 'रेण्वीय तंत्रज्ञान' (Molecular Nanotechnology) असेही म्हणतात किंवा (Molecular Engineering) असेही संबोधले जाते.

अणूपासून रेणू तयार होताना रेणूची रचना जर कृत्रिमरीत्या घडवून आणली तर पदार्थाचे गुणधर्म आपण बदलू शकतो व हव्या त्या गुणधर्माचा पदार्थ तयार करू शकतो. उदा. कार्बनची अपरूपे - हिरा, कोळसा, ग्रॅफाईट कार्बनच्या रेणूच्या रचनेतील फरकामुळे तयार होणारे पदार्थ वेगवेगळ्या गुणधर्माचे मिळतात.

यामध्ये मॅक्स फ्लँक यांच्या Quatum Theory चा वापर होतो. अणूमधून बाहेर पडणारी ऊर्जा ही अखंड स्वरूपात नसून ती Quantum स्वरूपात बाहेर पडते व एका Quantum मधील ऊर्जेचे मूल्य समान असते. या तत्त्वाचा उपयोग येथे होतो. 10 nm ते 100 nm या पातळीला पदार्थाचे गुणधर्म, रंग त्याचा विलयबिंदू, चुंबकीय गुणधर्म सारे सारे बदलू लागते. उदा. पाणी (H_2O) हायड्रोजन - ज्वलनशील आहे. ऑक्सिजन ज्वलनास मदत करतो. मात्र यापासून तयार होणारे पाणी ज्वलनशीलही नाही व ज्वलनास मदतही करीत नाही.

पदार्थांचा सूक्ष्मतम आकार मिळविण्यासाठी - Electrons, U.V.Rays, X-Rays यांचा वापर करता येतो.

उपयोग :

(१) माहिती तंत्रज्ञान क्षेत्र - सिलिकॉन चिपच्या रचनेत बदल करून आतापेक्षा हजारो पटीने वेगवान व आकाराने अतिशय लहान संगणक निर्माण करता येणे शक्य आहे. त्यामुळे IT क्षेत्रात आमूलाग्र बदल होऊ शकतो.
उदा. IBM ने बनविलेला 'ब्ल्यू जीन'.

(२) नॅनोतंत्रज्ञानाच्या साहाय्याने अतिलवचिकता असणारे सिरॅमिक्स, अधिक बलवान धातू, सूक्ष्म गाळणप्रक्रिया बनविणे शक्य आहे. सूक्ष्म गाळणप्रक्रियेचा उपयोग औषधनिर्मिती, प्रोटीन विलीनीकरण, जीवशास्त्रीय प्रक्रिया प्रमाणावर घडवून आणता येतील.

(३) अंतराळ क्षेत्रात - कमी वजन असणारे, मजबूत व हवा, पाणी, उष्णता, प्रकाश रोधक (Resistant) धातू तयार करणे नॅनोतंत्रज्ञानामुळे शक्य होईल. त्यामुळे अवकाश मोहिमा राबविणे स्वस्त व सुरक्षित बनू शकेल.

(४) वैद्यकीय क्षेत्रात - अतिसूक्ष्म आकारातील यंत्रमानव (Nano Robot) शरीरात प्रवेश करून अतिकठीण शस्त्रक्रिया पार पाडू शकेल. शरीराला पोषक द्रव्ये पुरविणारे (Nono-food) बनविणे शक्य.

(५) उत्पादन क्षेत्र (Manufacturing) - उत्पादन क्षेत्रात नॅनोतंत्रज्ञानामुळे आमूलाग्र बदल घडू शकतो. त्यामुळे वस्तूंच्या किमती कमी करणे शक्य.

(६) पर्यावरण - प्रदूषणास प्रतिबंध होईल अशी उत्पादने उदा. प्रदूषणमुक्त इंधने, प्रदूषण मुक्त उत्पादन प्रक्रिया.

(७) नॅनोट्यूबचा उपयोग करून IBM ने जगात सर्वात छोटा टॉर्च तयार केला आहे. (नॅनोट्यूबचा व्यास - १.४ nm)

(८) नॅनोकॅटॅलिस्टचा वापर करून चीनने Coal liquify करण्यात यश मिळविले आहे. त्यापासून डिझेल व गॅसोलीन तयार करण्यात प्रायोगिक तत्त्वावर यशस्वी. त्यामुळे अमेरिका, चीन, जर्मनी अशा कोळसाबहुल प्रांतांना आशादायी चित्र.

(९) याच पद्धतीने नॅनोपार्टिकल्स, नॅनोमटेरियल्स, नॅनोक्रिस्टल्स, नॅनोकंपोझिट्स विविध क्षेत्रात उपयोग होतो आहे.

समस्या :

(१) Molecular Structure मध्ये बदल घडवून आणणे ही अतिशय कठीण प्रक्रिया आहे.

(२) हे तंत्रज्ञान गुन्हेगारांच्या हाती पडल्यास प्रचंड धोकादायक परिस्थिती.

आपल्या दैनंदिन जीवनातील अनेक घटकांवर नॅनोतंत्रज्ञान प्रभाव टाकू शकेल. सध्या संशोधन पहिल्या टप्प्यात असले तरी येत्या दशकात खरा उपयोग दृष्टिपथात येऊ शकेल. देशातील किंबहुना जगातील गरिबी, विषमता, प्रदूषण, आरोग्य अशा अनेक समस्यांवर याद्वारे मात करता येईल. पर्यायाने मानवी विकास साधण्यात यशाचा पुढचा टप्पा आपण गाठू शकू.

National Biodiversity Strategy and Action Plan NBSAP - जैवविविधता संवर्धनाचा राष्ट्रीय कार्यक्रम

या नावाने ओळखला जातो. Convention on Biological Diversity चा सदस्य देश असल्यामुळे भारताने रियो दि जानेरो येथील वसुंधरा परिषदेनंतर दोन वर्षांनी, म्हणजेच १९९४ साली या करारावर स्वाक्षऱ्या केल्या आणि १९९८ साली हा करार स्वीकारला. (Ratified)

२००० साली भारताने वरील धोरण (NBSAP) जाहीर केले. २००२ साली

Biological Diversity Act भारतात संमत झाला. या अधिनियमाची ठळक वैशिष्टये पुढीलप्रमाणे आहेत:

(१) भारतातील संपन्न जैवविविधतेचे व त्याच्याशी संबंधित ज्ञानाचे संरक्षण करण्यासाठी, Biopiracy म्हणजेच परकीय संस्था / व्यक्तींकडून ह्या ज्ञानाची चोरी होऊ नये यासाठीची उपाययोजना या अधिनियमात सांगितली आहे.

(२) या अधिनियमाद्वारे पुढील प्रकारची संस्थात्मक रचना उभारली गेली आहे.

परदेशी व्यक्ती / संस्थांना भारतातील जैवविविधतेवर संशोधन करायचे असल्यास त्यांना राष्ट्रीय जैवविविधता प्राधिकरणाची मान्यता घ्यावी लागते.

भारतातील व्यक्ती / संस्थांना अशा संशोधनासाठी राज्यातील जैवविविधता मंडळाची मान्यता घ्यावी लागते तर, स्थानिक पातळीवर जैवविविधता संरक्षण व संवर्धनासाठी जैवविविधता समित्यांचे कार्य चालते. या समित्यांनी जैवविविधतेबद्दलचे पारंपरिक ज्ञान स्थानिक माहीतगार लोकांच्या मदतीने जतन करणे अपेक्षित केले आहे.

(३) राष्ट्रीय जैवविविधता निधीची स्थापना या कायद्यांतर्गत केलेली असून यामध्ये राष्ट्रीय जैवविविधता प्राधिकरण, मंडळ किंवा समित्यांना Fees किंवा Royalties स्वरूपात मिळालेली रक्कम जमा केली जाते. या रकमेचा विनियोग ज्या भागावरील संशोधनाद्वारे ही रक्कम प्राप्त झाली त्या न्यायाच्या संवर्धनासाठी केला जातो.

National Institute of Oceanography (NIO) - राष्ट्रीय समुद्रविज्ञान संस्था

ओशनोग्राफी म्हणजे समुद्रविज्ञान, समुद्र, जमीन - समुद्र आणि हवा - समुद्र यांच्या दरम्यान होणाऱ्या आंतरक्रिया तसेच खालच्या पातळीवरून पाणी वरच्या पातळीकडे येण्याची क्रिया यामध्ये उद्भवणाऱ्या भौतिकीय प्रक्रियांचा अभ्यास, मान्सून वारे, चक्रीवादळे, अरबी समुद्र, बंगालचा उपसागर, वादळी लाटा, सागरी सजीव साधनसंपत्तीचे सर्वेक्षण, कार्बनी रसायने व औषधी द्रव्ये मिळविण्याच्या दृष्टीने उपयुक्त सागरी जीव. या सर्वांचा अभ्यास करण्यासाठी नॅशनल इन्स्टिट्यूट ऑफ ओशनोग्राफी (NIO) ही संस्था इ. स. १९६६ साली पणजी येथे स्थापन झाली. ह्या संस्थेचे प्रमुख उद्दिष्ट म्हणजे भारताभोवती असलेल्या समुद्रातील सजीव व निर्जीव साधनसंपत्तीचे निरीक्षण करणे आणि समुद्रातील साधनसंपत्तीचा समुपयोग करण्यासाठी तंत्रविद्येचा विकास करणे. हिंदी महासागराविषयीच्या माहितीचे मध्यवर्ती केंद्र होण्याचा या संस्थेचा हेतू आहे. अंटार्क्टिक महासागर व त्यातील साधनसंपत्ती यांविषयी महासागर वैज्ञानिक अभ्यास करण्यासाठी अंटार्क्टिक संशोधनाच्या राष्ट्रीय कार्यक्रमात आणि सागरतळावरील खनिजांविषयीच्या कार्यक्रमात सक्रियपणे भाग घेणे. समुद्राशी

निगडित असलेल्या समस्यांच्या बाबतीत सल्लागारी सेवा पुरविणे. महासागर विकास खात्याचे व संस्थेच्या वैज्ञानिक व्यवस्थापनाखालील 'सागरकन्या' या संशोधनजहाजांच्या मदतीने महासागराच्या संशोधनाचे कार्य चालते. या संस्थेची बारा शाखांत संशोधन व विकासाची कामे विभागली आहेत, ती म्हणजे भौतिकीय महासागर विज्ञान, रासायनिक महासागर विज्ञान, जैव महासागर विज्ञान, सागरी प्रदूषण, भूवैज्ञानिक महासागर विज्ञान वगैरे. प्रदूषक पदार्थ, त्यांची कारणे यांचा सागरी जीवांवर होणारा परिणाम याचा अभ्यास करून सागरी पर्यावरणाचे संरक्षण करण्याचे कार्य तसेच नदीमुखातील व किनारी भागातील नौकानयन सुरक्षितपणे करता येण्यासाठी किनाऱ्यावरील होणाऱ्या झिजेचे नियंत्रण करण्याचे प्रयत्न ही संस्था करते.

National Park - राष्ट्रीय उद्यान

लोकरंजनासाठी व आनंदासाठी वनस्पती, प्राणी आणि भूभाग (भूदृश्य) यांचे नैसर्गिक स्थितीत अलगपणे वा एकत्रितपणे संरक्षण व्हावे म्हणून सर्वसाधारणपणे शासनाने राखून ठेवलेल्या प्रदेशाला 'राष्ट्रीय उद्यान' म्हणतात. १९८५ च्या सुमारास जगातील १२० हून जास्त देशांमध्ये २००० पेक्षा अधिक राष्ट्रीय उद्याने व तत्सम प्रदेश होते. यांपैकी कॅनडातील वुड बफेलो (क्षेत्र ४४८१० चौ.कि.मी.) व अलास्कातील ग्लेशियर बे (११ लाख हेक्टर) ही सर्वांत मोठी राष्ट्रीय उद्याने होत.

राष्ट्रीय उद्यानात समावेश असणाऱ्या प्रदेशांतील नैसर्गिक आविष्कार हे विविध प्रकारचे असतात. प्रामुख्याने ही निसर्ग - वैशिष्ट्ये पुढील प्रकारची असू शकतात :-

(१) भव्य भूभाग, (२) समुद्र - किनारे व पुळणी, (३) हिमनद्या, (४) प्रवाळ भित्ती (सागरी उद्यान), (५) वैशिष्ट्यपूर्ण दलदलीचे प्रदेश, (६) धबधबे किंवा जलप्रपात, (७) गरम पाण्याचे झरे, (८) ज्वालामुखी कुंड, (९) वैशिष्ट्यपूर्ण वनस्पतींनी अथवा प्राण्यांनी समृद्ध असलेला वनप्रदेश, (१०) विशेष विलोभनीय सृष्टिसौंदर्याने नटलेला प्रदेश.

भारतात आजतागायत स्थापन झालेले सर्व संरक्षित नैसर्गिक प्रदेश हे मुख्यत: वन्य जीव- रक्षणाच्या उद्दिष्टांतून साकार झालेले आहेत. त्यामुळे वर वर्णिलेली वैशिष्ट्ये येथे साधारणत: आढळत नाहीत.

वन्य जीवांचे व त्यांच्या पर्यावरणाचे रक्षण, अभिवृद्धी वा विकास, एखादा प्रदेश, परिस्थिती वैज्ञानिक, प्राणी, वनस्पती किंवा भूमिरूप या बाबतीत नैसर्गिकदृष्ट्या पुरेसा महत्त्वाचा आहे असे वाटल्यास केंद्र वा राज्यशासन तो प्रदेश अधिसूचनेद्वारे राष्ट्रीय उद्यान वा अभयारण्य म्हणून घोषित करते. त्याच्या सीमाही जाहीर केल्या जातात व तेथे शिकारीला बंदी घातली जाते. भारतातील सर्व संरक्षित नैसर्गिक प्रदेश हे शासनाच्या नियंत्रणाखाली असून त्यांच्या व्यवस्थापनाची जबाबदारी वनविभागाकडे

सोपविलेली आहे. डेहराडून येथील 'Wild Life Institute of India' या संस्थेत वन्य जीवांचे रक्षण तसेच राष्ट्रीय व इतर उद्यानांचे व्यवस्थापन यांच्याशी संबंधित असलेल्या विषयांचे प्रशिक्षण देण्यात येते.

भारतामध्ये एकूण ९२ राष्ट्रीय उद्याने असून त्यांनी ३७,९२१ वर्ग कि.मी. इतके क्षेत्र व्यापले आहे.

भारतातील काही प्रमुख राष्ट्रीय उद्याने पुढीलप्रमाणे :-

१) नामदफा - अरुणाचल प्रदेश

२) काझिरंगा - जोरहट (आसाम)

३) कोलेरू - आंध्र प्रदेश

४) हझिराबाग - बिहार

५) कांगडा घाटी - छत्तीसगड

६) गीर - गुजरात

७) वेलवादार - गुजरात

८) ग्रेट हिमालय - हिमाचल प्रदेश

९) दाचीगाम - जम्मू आणि काश्मीर

१०) हेमीर - जम्मू आणि काश्मीर

११) हजारीबाग - झारखंड

१२) बांदीपूर - कर्नाटक

१३) अर्विकूलम राजमलाई - केरळ

१४) बांधवगड - मध्य प्रदेश

१५) माधव - (शिवपूरी) मध्य प्रदेश

१६) संजय गांधी - बोरीवली, महाराष्ट्र

१७) केईबूल लामजाव - मणिपूर

१८) नंदनकानन - ओरिसा

१९) केवोलादेव - राजस्थान

२०) कांचनगंगा - सिक्कीम

२१) गुंडी - चेन्नई (तमिळनाडू)

२२) कॉर्बेट - नैनीताल (उत्तराखंड)

२३) सुंदरबन - पश्चिम बंगाल

२४) सिंगलीला - पश्चिम बंगाल

२५) दूधवा - उत्तर प्रदेश

२६) वाल्मिकी - बिहार

२७) मानस - आसाम

२८) बक्सा - पश्चिम बंगाल

२९) सिमलीपाल - ओरिसा

३०) पालामाऊ - झारखंड

३१) कान्हा - मध्य प्रदेश

३२) इंद्रावती - छत्तीसगड

३३) सरिस्का - राजस्थान

३४) रणथंबोर - राजस्थान

३५) पन्ना - मध्य प्रदेश

३६) पेंच - महाराष्ट्र, मध्य प्रदेश

३७) मेळघाट - महाराष्ट्र

३८) नागार्जुन सागर - आंध्र प्रदेश

३९) नागरहोळ - कर्नाटक

४०) पेरियार - केरळ

४१) कालाकड मुंडनथुराई - तमिळनाडू

Natural Environment - नैसर्गिक पर्यावरण

निसर्गामुळे निर्माण झालेल्या पर्यावरणाला 'नैसर्गिक पर्यावरण' असे म्हणतात. उदा. मृदावरण, जलावरण, वातावरण आणि प्राणी, वनस्पती, सूक्ष्मजीव इत्यादी. यांच्या संदर्भातील भौगोलिक घटकांचा समावेश नैसर्गिक पर्यावरणांमध्ये केला जातो. जगातल्या ज्या प्रदेशात अशा नैसर्गिक घटकांचा मोठ्या प्रमाणात समावेश असतो अशा प्रदेशाला नैसर्गिक प्रदेश (Natural Region) असे म्हणतात.

खालील तक्त्यामध्ये नैसर्गिक पर्यावरणाचे प्रकार दाखविले आहेत. नैसर्गिक पर्यावरणांमध्ये स्थान, क्षेत्र, आकार, हवामान, भूगर्भरचना, जमीन / मृदा, प्राकृतिक रचना, प्रवाहप्रणाली हे महत्त्वाचे उपघटक आहेत.

नैसर्गिक पर्यावरण

(Natural Environment)

(निसर्गनिर्मित)

भौगोलिक घटक

(१) मृदावरण	(१) स्थान, क्षेत्र, आकार
(२) जलावरण	(२) हवामान
(३) वातावरण	(३) भूगर्भरचना
(४) प्राणी	(४) जमीन / मृदा

(५) वनस्पती	(५) प्राकृतिक रचना
(६) सूक्ष्म जीव	(६) प्रवाहप्रणाली

Natural Resources - नैसर्गिक संसाधने

निसर्ग हा संसाधनांचा निर्माता आहे. पृथ्वीवरील जी सर्व संसाधने निसर्गनिर्मित आहेत, त्यांना 'नैसर्गिक संसाधने' असे म्हणतात. नैसर्गिक संसाधने मानवनिरपेक्ष असतात. त्यांचे वितरण मानवी इच्छेवर अवलंबून नसते.

सौरऊर्जा, हवा, भूमी, मृदा, जल, वनस्पती, प्राणी, खनिजे, तसेच अपारंपरिक नैसर्गिक ऊर्जासाधने. उदा. वारा, भरती-ओहोटी, जैव ऊर्जा इ. ही प्रमुख नैसर्गिक संसाधने आहेत.

नैसर्गिक संसाधनांची काही वैशिष्ट्ये पुढीलप्रमाणे :- (१) काही नैसर्गिक संसाधने संवर्धनक्षम आहेत. (२) नैसर्गिक संसाधनांचे वितरण अत्यंत विषम आहे. (३) काही नैसर्गिक संसाधनांचे निसर्गात कार्यान्वित असलेल्या चक्रामुळे नूतनीकरण अथवा पुनर्निर्मितीकरण होते. उदा. जलचक्रामुळे पाणी, नत्रचक्रामुळे नत्रवायू, इ. (४) काही नैसर्गिक संसाधने वापराने पूर्ण नष्ट होतात. उदा. दगडी कोळसा, खनिज तेल. (५) नैसर्गिक संसाधनांचा शोध घ्यावा लागतो. उदा. खनिज, खनिजतेल. (६) मानव नैसर्गिक संसाधनांची निर्मिती करू शकत नाही. मानव हा केवळ क्रियाशील अभिकर्ता (Active Agent) आहे.

मानवाला उपयुक्त अशा निसर्गातील द्रव्यांना 'नैसर्गिक साधनसंपत्ती' म्हणतात. जमीन, महासागर व वातावरण यांतील कोणतेही द्रव्य आर्थिकदृष्ट्या फायदेशीर होऊ शकते व परिणामी ते साधन संपत्ती होते. एखादे द्रव्य साधनसंपत्ती होण्याच्या दृष्टीने पुरेसे उपयुक्त असावे लागतेच; शिवाय त्यासाठी पुढील तीन बाबींची अनुकूलता असावी लागते - (१) द्रव्यात बदल न करता त्याद्वारे मानवी गरज भागविता आली पाहिजे किंवा मानवी गरजेच्या दृष्टीने ते सहज बदलता आले पाहिजे. (२) उपलब्ध द्रव्याचा वापर करून घेण्याइतपत मानवी कौशल्य विकसित झाले असले पाहिजे. (३) ऊर्जा वा इतर साधनसंपत्ती रास्तपणे खर्चून हे द्रव्य सहज मिळविता आले पाहिजे. अशा प्रकारे एके काळी आर्थिक दृष्ट्या निरुपयोगी असलेले एखादे द्रव्य तंत्रविद्येचा विकास झाल्यावर मौल्यवान साधनसंपत्ती होऊ शकते.

साधनसंपत्ती ही मानवी आणि भौतिक प्रकारची असते. श्रमिक मानव ही साधनसंपत्तीच आहे. भौतिक साधनसंपत्तीचे नैसर्गिक व उत्पादित असे आणखी प्रकार होऊ शकतात. सामान्यपणे नैसर्गिक साधनसंपत्तीचे वनस्पतिज, प्राणिज व खनिज असे प्रकार पडतात. शिवाय त्यामध्ये सूर्यापासून मिळणारी ऊर्जा, वातावरण, मृदा वा जमीन आणि पाणी यांचाही समावेश करता येईल. नैसर्गिक साधनसंपत्तीचे

पुन:पुन्हा उत्पन्न होऊ शकणारी (उदा. वनस्पती, पाणी, वायू) आणि पुन्हा उत्पन्न न होऊ शकणारी (उदा. खनिजे) असेही प्रकार होऊ शकतात. पुन्हा उत्पन्न न होणारी साधनसंपत्ती ही संचयित असून ती वापराने संपून जाते. उदा. दगडी कोळसा, खनिजतेल इत्यादी. पुष्कळ धातू अशा तऱ्हेने पूर्णपणे संपून जात नाहीत. कारण त्या वापरलेल्या वस्तूंपासून वेगवेगळ्या प्रमाणात परत मिळवून पुन्हा वापरता येतात. पुन्हा उत्पन्न होऊ शकणाऱ्या साधनसंपत्तीला प्रवाही वा अक्षय्य म्हणता येईल; कारण काळजीपूर्वक वापरल्यास ती कायमची राहू शकते. उदा. वनांची योग्य ती काळजी घेतल्यास मूळ साधनसंपत्तीत घट न होता वनातील उत्पादने (उदा. लाकूड, औषधी द्रव्ये, डिंक, मध इ.) वर्षानुवर्षे उत्पन्न होत राहतील. सूर्यापासून मिळणारी ऊर्जाही अशीच अक्षय्य आहे; परंतु अणुऊर्जा मात्र अमर्याद असली तरी संपू शकेल.

वाढत्या लोकसंख्येच्या दृष्टीने पृथ्वीवरील साधनसंपत्ती पुरेशी आहे की नाही, हा वादाचा मुद्दा आहे. वाढत्या मानवी गरजा (उदा. कच्च्या मालाची वाढती मागणी) तंत्रविद्येच्या साहाय्याने भागविता येतील, असे आशावादी माणसाला वाटते. उदा. तंत्रविद्येच्या विकासामुळे विरळपणे आढळणाऱ्या साधनसंपत्तीऐवजी विपुल आढळणाऱ्या साधनसंपत्तीचा वापर करता येऊ शकेल; मानवी श्रमाऐवजी इतर नैसर्गिक ऊर्जा वापरता येतील; पाण्याचा साठा करण्यासाठी मोठी धरणे बांधता येतील; तसेच खते, वनस्पतींच्या सुधारित जाती, सिंचाई, यांत्रिक अवजारे इ. वापरून पिकांचे उत्पन्न वाढविता येऊ शकेल; भूभौतिक पद्धतीने खनिजांचे नवीन साठे शोधता येतील. शिवाय खनिज मिळविण्याच्या व त्यांच्या शुद्धीकरणाच्या नवीन सुधारलेल्या पद्धती आणि प्रक्रिया वापरून अधिक प्रमाणात खनिजे मिळविता येतील असेही आशावादी तज्ज्ञाला वाटते. उलटा निराशावाद्यांचे लक्ष युद्धाची विनाशकता, विपुल साधनसंपत्तीचा अनुत्पादक वापर, जमिनी नापीक होण्याची क्रिया, जमिनीची वाढती झीज, महापुरांची विनाशकता, संचयित साधनसंपत्तीचा जलदपणे होणारा वाढता वापर इ. गोष्टींकडे जाते.

Naturalism - निसर्गवाद

शिक्षणाच्या तत्त्वज्ञानाच्या इतिहासात निसर्गवाद हा आदर्शवादाइतकाच जुना आहे. निसर्गवाद याचा सामान्य भाषेत अर्थ अशी विचारप्रणाली जी शिक्षणाच्या प्रत्येक क्षेत्रात निसर्गावर भर देते; म्हणून निसर्गवादी तत्त्वज्ञ शिक्षणची ध्येये आणि आदर्श, साधने, अध्यापन पद्धती, अभ्यासक्रमाची तत्त्वे आणि शालेय व्यवस्थापन निसर्गापासून घेतात.

निसर्गवादाचे सर्वात प्राचीन रूप डेमॉक्रॅटिस्ने (इ.स.पू.४६०-३६०) अति सूक्ष्म निसर्गवादाच्या स्वरूपात मांडला. विश्वाची संरचना अनंत व्यक्ती व ज्यांचा

नाश करता येत नाही अशा परमाणूंपासून झाली. हे जगाचे भौतिक स्पष्टीकरण म्हणजे शिक्षणातील निसर्गवादाची बैठक होती. या उपपत्तीत इपिक्युरसने (इ.स.पू. ३४१-२७०) ने अंशत: काही बदल केले. या सूक्ष्म निसर्गवादापासून पाश्चात्त्य देशातील निसर्गवादाचा जन्म झाला तरीसुद्धा हा 'आधुनिक निसर्गवाद' म्हणजे शिक्षणाचे तत्त्वज्ञान नव्हे.

तत्त्वज्ञानात्मक गृहीतके - अध्यात्मशास्त्रात अंतिम वास्तवता ही निसर्गवाद्यानुसार निसर्गात आहे आणि निसर्ग हा भौतिक बाबींनी भरलेला आहे. औपचारिक उपदेशपर साहित्यानुसार निसर्गवादी व्यवहारवादी आहेत. ज्ञान हे इंद्रियांच्याद्वारे बुद्धीचा उपयोग करून प्राप्त करता येते असा त्यांचा विश्वास आहे. जॉन लॉक (John Locke) , बिशप बार्कली (Bishop Barkeley) , डेव्हिड ह्यूम (David Hume) हे आधुनिक ब्रिटिश पाश्चात्त्य तत्त्वज्ञ व्यावहारिक होते. त्यांचा प्रत्यक्ष ज्ञानाच्या शक्यतेवर विश्वास होता. शुद्ध नीतिशास्त्र/शुद्ध मूलद्रव्यशास्त्र. मूलद्रव्यशास्त्रवाद्यांचा असा विश्वास आहे की निसर्गाच्या नुसार जीवन जगणे म्हणजे उत्कृष्ट प्रतीचे जीवन जगणे होय. 'निसर्गाचे अनुकरण करा' ही त्यांची घोषणा आहे. नैसर्गिक रीतीने जगा हे त्यांचे बोधवाक्य आहे. ते एका अर्थी बहुमतवादी आहेत. कारण निसर्गाने प्रत्येक व्यक्तीला भिन्न बनवलेले असते.

Nitrogen Cycle - नत्रवायुचक्र

निसर्गचक्राचे सातत्य राखण्यासाठी नायट्रोजनची आवश्यकता असते. वातावरणातील नायट्रोजन वनस्पतींना प्रत्यक्षपणे वापरता येत नाही. नायट्रोजनची संयुगे (Compounds) वनस्पती ग्रहण करतात. काही सूक्ष्मजीव नायट्रोजनपासून त्याची संयुगे निर्माण

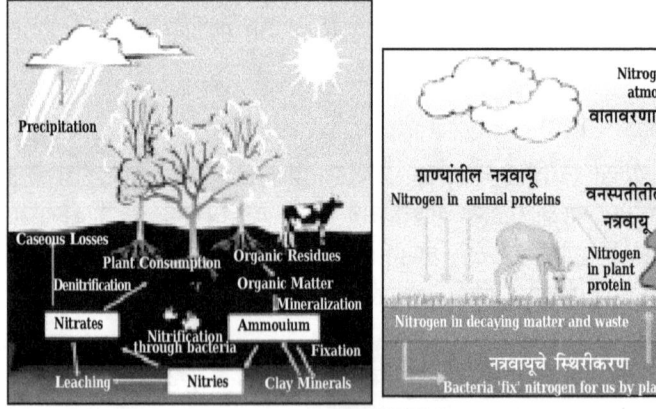

नत्रवायू चक्र

करतात. वनस्पतींनी निर्माण केलेल्या अन्नात नायट्रोजन असतो. प्राथमिक भक्षक प्राणी हे अन्न खातात. या प्राण्यांना दुसरे द्वितीय भक्षक प्राणी खातात. त्यांना तृतीय भक्षक प्राणी खातात. अशा रीतीने वनस्पतिज अन्न व प्राणिज अन्न यातून मानवाला नायट्रोजन मिळतो. (मानव हा सर्वभक्षक प्राणी आहे.)

मृत प्राण्यांच्या शरीराचे विघटन झाल्यावर नायट्रोजन वातावरणात मिसळतो व नायट्रोजन चक्र पूर्ण होते.

Nitrogen Fixation - नायट्रोजनचे स्थिरीकरण

वातारवणातील नायट्रोजन जसाच्या तसा वापरता येत नाही, म्हणून सजीवांना उपयुक्त ठरणाऱ्या नायट्रोजन रूपांतरण अमोनिया आणि नायट्रेट्स अशा संयुगात होण्याला 'नायट्रोजन स्थिरीकरण' म्हणतात. हे स्थिरीकरण जैविक आणि वातावणीय अशा दोन्ही घटकांनी होते.

आकाशात जेव्हा वीज चमकते, तेव्हा हवेतील नायट्रोजन आणि ऑक्सिजनचा संयोग ऑक्सिडीकरण होऊन नायट्रोजन-डाय-ऑक्साइड बनते. पावसाच्या पाण्यात हे नायट्रोजन-डाय-ऑक्साइड विरघळते आणि सरते शेवटी त्याचे नायट्रिक आम्लात रूपांतर होते. हे नायट्रिक आम्ल पावसाबरोबर जमिनीवर येते आणि जमिनीतील क्षारांशी क्रिया होऊन नायट्रेट्स बनतात. वनस्पती स्वत:च्या वाढीसाठी त्यांचा उपयोग करून घेतात.

कृषिपरिसंस्थेत (Agri Ecosystem) वनस्पतींच्या जवळ जवळ २०० प्रकारच्या जाती या मुळावर गाठी येणाऱ्या वनस्पतींच्या असतात. त्या वनस्पतींच्या मुळात रीझोबियम (Rhizobium) प्रकारचे प्रतिकारात्मक जीवाणू वास्तव्य करतात. नायट्रोजनपासून हे सूक्ष्मजीव नायट्रोजनची संयुगे तयार करतात व नायट्रोजनचे रासायनिक पदार्थात स्थिरीकरण करतात. हा नायट्रोजन वनस्पती शोषण करतात व त्याच्या बदल्यात त्या वनस्पती त्या जीवाणूंना अन्नरस पुरवितात. अशा प्रकारे वनस्पती व जीवाणू यांच्यात आपसात देवाणघेवाण केली जाते. याच क्रियेला नायट्रोजन स्थिरीकरण असे म्हणतात. या क्रियेत सहभागी होणाऱ्या सूक्ष्मजीवाणूंना नायट्रोजन स्थिरक (Nitrogen Fixer) असे म्हणतात.

Noise Pollution - ध्वनिप्रदूषण

त्रासदायक, निद्रानाशक अशा प्रकारचा ध्वनी असणे म्हणजेच ध्वनिप्रदूषण होय. साधारणपणे ८० डेसिबल पर्यंतच्या आवाजाची तीव्रता सुरक्षित मानली जाते. यापेक्षा अधिक तीव्रतेचा ध्वनी म्हणजे 'ध्वनि प्रदूषण' होय. ध्वनिवर्धकांचा अतिरेकी वापर, वाहनांची वाढती संख्या, औद्योगिकीकरण इत्यादी ध्वनिप्रदूषणाची प्रमुख कारणे होत. ध्वनिप्रदूषणामुळे मानवी श्रवणशक्तीवर विपरीत परिणाम घडून येतात.

याचबरोबर मन:स्वास्थ्य बिघडणे, हृदयावरील विपरीत परिणाम, मेंदूच्या कार्यक्षमतेत घट इत्यादी परिणाम होतात. निसर्गदत्त पृथ्वी ही राष्ट्रीय संपत्ती मानून हवा, पाणी, जीवसृष्टी, जमीन, समुद्र यांचे संवर्धन करणे; निसर्गाचे संतुलन कायम राखणे ही काळाची गरज बनली आहे. निसर्ग आणि मानव, पर्यावरणसंतुलन आणि आर्थिक विकास या गोष्टी परस्परविरोधी न बनता परस्परपूरक कशा होतील हे पाहणे हा प्रदूषणावरील महत्त्वाचा इलाज आहे.

मलिनता अगर प्रदूषण ही आजच्या प्रगत तंत्रवैज्ञानिक जगात गंभीर बाब झालेली आहे. पाणी, वायू, भूमी यांच्यामुळे जसे प्रदूषण निर्माण होते त्याचप्रमाणे ध्वनीमुळे प्रदूषण निर्माण होते. ध्वनी अगर आवाजाची आवश्यकता आहेच. पण आवाजाची तीव्रता वाढून जो गोंगाट होतो किंवा कोलाहल माजतो, त्यातून प्रदूषण होऊ लागते. यालाच ध्वनिप्रदूषण म्हणतात. ध्वनीची पातळी डेसिबलमध्ये (dB) मोजतात. ५५ डेसिबलच्या पुढे ध्वनीप्रदूषण सुरू होते. ध्वनी म्हणजे हवेच्या दाबातील परिवर्तनाने श्रवणेंद्रिय संवेदित होणे. हे संवेदन सहन होण्याच्या पलीकडे गेले की त्याला गोंगाट म्हणतात. गोंगाट ही मानसिक संकल्पना आहे. आवाज ऐकणाऱ्याला नकोसा वाटला की त्या आवाजाला गोंगाट म्हणतात. अशा गोंगाटाचे विपरीत परिणाम माणसाच्या शरीरावर व मनावर होत असतात. शारीरिक क्रिया-प्रक्रियांवर गोंगाटामुळे जबरदस्त आघात होतो. उदा. अति गोंगाटामुळे श्रवणशक्ती कमी होऊन बहिरेपणा येण्याची शक्यता असते. तसेच शरीरातील चयापचयक्रियांमध्ये बिघाड होऊ शकतो. रक्तदाब वाढणे, हृदयविकाराचे प्रमाण वाढणे, रोगप्रतिबंधक शक्ती कमी होणे, इत्यादी शारीरिक परिणाम होऊ शकतात. ध्वनिप्रदूषणामुळे होणारे मानसिक परिणाम म्हणजे थकवा येणे, चक्कर येणे, मळमळ, निद्रानाश, चिडखोरपणा, कार्यक्षमता कमी होणे इ. हे शारीरिक व मानसिक दुष्परिणाम टाळण्यासाठी ध्वनी मर्यादित ठेवणे आवश्यक असते. पर्यावरणमानसशास्त्रज्ञांनी ध्वनिप्रदूषण केव्हा होते व वाईट परिणाम कसे होतात, किती प्रमाणात होतात, याचा शास्त्रशुद्ध अभ्यास केलेला आहे.

Nondegradable Pollutants - अविनाशी प्रदूषके

जी प्रदूषके नष्ट होत नाहीत अशा प्रदूषकांना अविनाशी प्रदूषके म्हणतात. उदा. DDT, ॲल्युमिनिअम कॅन्स, मरक्युरिक सॉल्ट, PVC इ. हे पदार्थ नष्ट होत नाहीत किंवा हळुवार दीर्घकाळपर्यंत क्षरण होत नाही. तसेच हे पदार्थ परिसंस्थेतील चक्राकारप्रणालीत समाविष्ट होत नाहीत. परंतु पर्यायी संयुगाबरोबर मिसळून किंवा त्याची जागा घेऊन अशृंखलेत किंवा जीवभूरसायन चक्रात अस्तित्व व परिणाम दर्शवितात.

Nuclear Umbrella - अणुशक्ती आश्रय

एक अशा प्रकारचा करार की ज्यामध्ये एखादे अणुशक्तिसंपन्न राष्ट्र दुसऱ्या एखाद्या राष्ट्राला असे वचन देते की त्या देशावर अण्वस्त्र हल्ला झाल्यास अणुशक्तिसंपन्न राष्ट्र त्याचे संरक्षण करील. याबरोबर त्यात सामान्यपणे ही अट असते की, अणुशक्तीचा आश्रय घेणारे राष्ट्र स्वत: अण्वस्त्र तयार करणार नाही.

Nuclear Warfare - अणुयुद्ध

आण्विक शस्त्रास्त्रांचा वापर ज्या युद्धामध्ये केला जातो त्याला 'अणुयुद्ध' असे म्हणतात. दुसऱ्या महायुद्धात अमेरिकेने जपानमधील हिरोशिमा व नागासाकी या दोन ठिकाणी अणुबाँब टाकले. या बाँबची शक्ती वीस हजार टी.एन.टी. पेक्षा जास्त होती. या दोन बाँबमुळे प्रचंड प्रमाणात मनुष्यहानी व मालमत्तेची हानी झाली. हिरोशिमामध्ये सुमारे ६६००० लोक तर नागासाकीमध्ये सुमारे ३९००० लोक प्राणास मुकले. दोन्ही ठिकाणी मिळून सुमारे १ लाख माणसे जखमी झाली. इमारती, कारखाने व इतर अगणित वस्तू बेचिराख झाल्या. जपानने पर्ल हार्बरवर हल्ला करून अमेरिकन सैन्याचे मोठे नुकसान केले. डिवचलेल्या अमेरिकेने एका प्रकारे जपानला धडाच शिकवला. जपानने ताबडतोब शरणागती पत्करली व दुसरे महायुद्ध समाप्त झाले. आतापर्यंत तरी युद्धामध्ये अणुबाँबचा वापर हा पहिलाच व शेवटचा ठरलेला आहे. यानंतर झालेल्या कोणत्याही युद्धात कोणत्याही राष्ट्राने अण्वस्त्रांचा वापर केलेला नाही. पण अण्वस्त्र निर्माण करण्यात व अण्वस्त्रधारी राष्ट्र म्हणवून घेण्यासाठी स्पर्धा मात्र सुरू आहे.

दुसऱ्या महायुद्धात सर्व नियम डावलून अमेरिकेने जपानच्या हिरोशिमा आणि नागासाकी ह्या शहरांवर बाँब टाकला आणि एका नवीन संहारक शस्त्राचा जगाला परिचय करून दिला. त्यामुळे लाखो लोक प्राणास मुकले व लाखो लोक अपंग झाले. परिणामी अमेरिकेच्या ह्या बाँबहल्ल्याचा जगातील सर्वच राष्ट्रांनी निषेध केला. पुन्हा अणुयुद्ध होऊ नये व जगाचा विनाश होऊ नये म्हणून निरनिराळ्या राष्ट्रांनी संधीबाबतीत कराराचे नियम तयार केले. परंतु आजही आंतरराष्ट्रीय कायद्याने अणुशक्तीच्या निर्मितीवर बंधने घातलेली नाहीत. म्हणून स्वसंरक्षणासाठी अनेक राष्ट्रांनी अतिशय महाप्रलयकारी आणि विनाशक अशी अण्वस्त्रे निर्माण केली आणि करीत आहेत. उदा. हायड्रोजन बाँब, न्यूट्रॉन बाँब, नापाक बाँब आणि लांब पल्ल्याची क्षेपणास्त्रे इ.

अणुयुद्धाच्या विरोधी काही संधी करण्यात आले. त्यात (१) १९६३ ची अणुसंधी चाचणी, (२) १९७१ ची सी बेड ट्रिटी. या संधीनुसार युद्धात विषारी वायू आणि विषारी द्रव्ये वापरण्यावर व निर्मितीवर बंदी घालण्यात आली. (३) २८ मे १९७६ ला अमेरिकेचे अध्यक्ष फोर्ड आणि सो.रशियाचे राष्ट्राध्यक्ष ब्रेझनेव्ह

यांच्यात संधी झाली. त्यानुसार शांततेच्या कार्यासाठी अणुशक्तीचा वापर करणे आणि अण्वस्त्रांचा आकार मर्यादित ठेवण्यावर भर देण्यात आला. तसेच परस्पर राष्ट्रांनी त्या देशात जाऊन अण्वस्त्रसाठ्याचे निरीक्षण करावे असे ठरले. (४) तसेच अनेक राष्ट्रांमध्ये नि:शस्त्रीकरण संधीही झाल्या. ११ डिसेंबर १९७५ रोजी युनोच्या महासभेने संहारक अस्त्रांचा युद्धात वापर करून नये असा ठराव संमत केला. परंतु आजही जगातील प्रत्येक लहान-मोठे राष्ट्र अशा अणुशक्तीच्या मागे लागले आहे व परमाणूपरीक्षण करीत आहे. अणुभट्टीची निर्मिती करीत आहे. अणुशक्तीच्या विकासाबरोबरच 'स्पेस टेक्नॉलॉजी'चा विकास होत आहे; म्हणून आज जग एका नाजूक अवस्थेत पोहोचत आहे. कारण परमाणू अस्त्राचा उपयोग केवळ शांततेसाठी, राष्ट्रांच्या समृद्धीसाठी व मानवी विकासासाठीच करण्यात येईल, अशी खात्री आज कोणत्याही राष्ट्राला वाटत नाही. अण्वस्त्राची ही अघोरी स्पर्धा रोखण्यासाठी आंतरराष्ट्रीय कायदा नाही आणि युनो ही जागतिक संघटना ती स्पर्धा रोखू शकत नाही. म्हणून जगातील सर्वच राष्ट्रांनी एकत्र येऊन परस्परसहकार्याने विचारविनिमय करण्याची गरज निर्माण झाली आहे. एनपीटी किंवा सीटीबीटीद्वारा केलेले प्रयत्नदेखील अपूर्ण आहेत. कारण त्यात संपूर्ण अणुबाँब नामशेष करण्याची तरतूद नाही. भारत व पाकिस्तान यांनी अणुचाचण्या केल्यानंतर अणुयुद्धाची तीव्रता अधिक वाढली आहे; कारण पाकिस्तानसारखे धर्माधिष्ठित राज्य त्याचा गैरवापर करण्याची शक्यता अधिक असते.

सर्व मानवजातीला अणुयुद्धाने एक आव्हान दिलेले आहे. अण्वस्त्रप्रसार बंदी करारही केले जात आहेत. परंतु त्याचे भय मात्र आजही आहेच.

Nuclear Weapon - अण्वस्त्र

अणूच्या साहाय्याने तयार करण्यात आलेले हे एक स्फोटक शस्त्र आहे. यालाच 'ॲटम बाँब' म्हणतात. आण्विक विदलन (Fission) किंवा आण्विक संघटन (Fusion) द्वारे अणूमधील शक्ती बाहेर काढली जाते. विदलन म्हणजे जास्त आण्वीय वस्तुमानांचे अणुकेंद्र भंगले जाऊन त्यातून कमी आण्वीय वस्तुमानाची अणुकेंद्रे निर्माण होणे. संघटन म्हणजे कमी आण्वीय वस्तुमानाचे अणू, हायड्रोजन, ड्युटेरियम इ. एकत्र येऊन त्यातून अधिक आण्वीय वस्तुमानाचा अणू निर्माण होण्याची प्रक्रिया. अणुबाँबमध्ये प्रचंड प्रमाणातील शक्ती बाहेर काढण्यासाठी युरेनियम किंवा प्लुटोनियममधील आण्विक विदलनाचा उपयोग केला जातो. रॉबर्ट ओपेनहाइमर यांच्या नेतृत्वाखालील अमेरिकेच्या शास्त्रज्ञांनी न्यू मेक्सिको येथील अलमोगोर्डो बाँबिंग रेंजमध्ये जुलै १९४५ मध्ये पहिल्या अणुबाँबची यशस्वी चाचणी घेतली. त्यानंतर तीन आठवड्यांनी अमेरिकेच्या हवाई दलाने जपानमधील हिरोशिमा (६ ऑगस्ट १९४५) आणि नागासाकी (९ ऑगस्ट १९४५) या दोन शहरांवर अणुबाँब टाकले. या दोन

अणुबाँबने १ लाख लोक मृत झाले. ताबडतोब जपानने शरणागती पत्करली. अशारीतीने दुसरे महायुद्ध संपुष्टात आले. १९५२ पर्यंत शास्त्रज्ञांनी अधिक शक्तिमान अशा हायड्रोजन बाँबची निर्मिती केली. यात आण्विक संघटनाने (Fusion) शक्ती निर्माण करण्यात आली. त्यानंतर इमारती उद्ध्वस्त करण्यापेक्षा केवळ माणसांना मारण्यासाठी नायट्रोजन बाँब तयार करण्यात आले. आज रशिया, इंग्लंड, फ्रान्स, चीन, भारत, पाकिस्तान या राष्ट्रांनीही आण्विक चाचण्या घेतलेल्या आहेत.

Nuclear Winter - आण्विक हिवाळा

अणुबॉम्ब व अन्य आण्विक अस्त्रांच्या वापराने लाकूड, प्लास्टिक, जीवाश्म इंधन, जंगले इत्यादींना आग लागल्यामुळे काळ्या रंगाची कणयुक्त काजळी संपूर्ण आजूबाजूच्या पर्यावरणात कित्येत कि.मी. दूरीपर्यंत पसरते. ही काजळी मोठ्या प्रमाणात सौर किरणे शोषून घेते व त्यांना पृथ्वीच्या पृष्ठभागापर्यंत येण्यास अटकाव करते. त्यामुळे पृथ्वीच्या पृष्ठभागापासून काही कि.मी. उंचीपर्यंत थंडाव्याचे प्रमाण वाढते. तसेच कमी प्रमाणात पृथ्वीच्या पृष्ठभागापासून परावर्तित किरणे बाहेर पडतात व हवेतील कार्बन-डाय-ऑक्साइड व पाण्याची वाफ यांचे प्रमाण अगोदरच पुरेशा सौर प्रकाशावीना कमी झालेले असते, त्यामुळे हरितगृह परिणामांवर विपरीत परिणाम होऊन आणखी थंडावा सभोवतालच्या पर्यावरणात निर्माण होतो आणि तापमान वाढीच्या अगदी विरुद्ध अशी स्थिती निर्माण होते त्याला आण्विक हिवाळा असे संबोधले जाते. यामुळे भर उन्हाळ्यातही थंडीचा अनुभव येते.

Nutrient Cycling - पोषकद्रव्यांचे चक्रीकरण

परिसंस्था (Ecosystem) ही मुख्यत्वेकरून जैविक घटक (Biotic Components) व अजैविक घटक (Aboitic Components) पासून बनलेली असून त्यात आंतरक्रिया सतत घडत असतात. जैविक घटकांपासून जे पदार्थ तयार होतात त्यांना सेंद्रिय (Organic) पदार्थ असे म्हणतात. तर अजैविक घटकांपासून तयार होणाऱ्या पदार्थांना असेंद्रिय (Inorganic) पदार्थ असे म्हणतात. परिसंस्थेत पर्यावरणातील असेंद्रिय घटकांचे (मृदा, धातूंची संयुगे, खडक इ.) सजीवांमुळे सेंद्रिय पदार्थांत (कार्बन, हायड्रोजन, ऑक्सिजन) रूपांतर होते. हे सेंद्रिय पदार्थ विघटनाद्वारे कुजतात व विघटनानंतर सेंद्रिय पदार्थांचे असेंद्रिय पदार्थांत रूपांतर होऊन ते पर्यावरणात मिसळतात. हे सेंद्रिय व असेंद्रिय पदार्थ जैविक समाजाचे अन्न असल्यानेच त्यांना पोषक द्रव्ये (Nutrients) असे म्हणतात. वनस्पती ऑक्सिजन, धातू, पाणी, कार्बन-डाय-ऑक्साइड व सूर्यप्रकाश यांचा उपयोग प्रकाशसंश्लेषण क्रियेद्वारे अन्न तयार करण्यासाठी करतात. अशा प्रकारे पर्यावरणातील अजैविक घटकांकडून जैविक घटकांकडे व जैविक घटकांकडून पुन्हा अजैविक घटकांकडे पोषकद्रव्यांचे चक्रीकरण चालू असते. यालाच

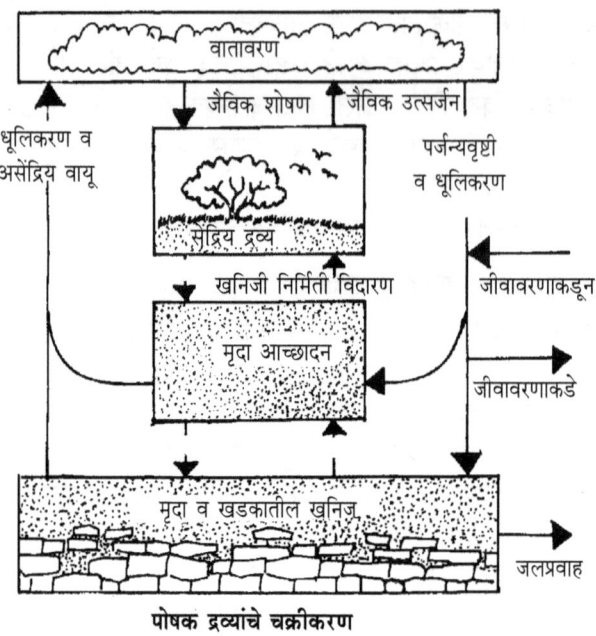

वातावरण
जैविक शोषण | जैविक उत्सर्जन
धूलिकरण व
असेंद्रिय वायू
पर्जन्यवृष्टी
व धूलिकरण
सेंद्रिय द्रव्य
खनिजी निर्मिती विदारण
जीवावरणाकडून
मृदा आच्छादन
जीवावरणाकडे
मृदा व खडकातील खनिज
जलप्रवाह

पोषक द्रव्यांचे चक्रीकरण

'पोषक द्रव्यांचे चक्रीकरण' म्हणतात. निसर्गातील कार्बन चक्र, नायट्रोजन चक्र, ऑक्सिजन चक्र, जीव भू-रसायन चक्र (Biogeochemical Cycle) गंधक चक्र ही पोषकद्रव्यं चक्रीकरणाची उदाहरणे होत.

परिसंस्थेतील सजीवांच्या वाढीस कार्बन, नायट्रोजन, ऑक्सिजन व हायड्रोजन यांची सातत्याने आवश्यकता असते. या मूलद्रव्यांचा साठा वातावरणात कमी असतो म्हणून त्याचा उपयोग पुन: पुन्हा करावा लागतो. सजीव नाश पावल्यास त्याच्या शरीरातील मूलद्रव्ये पर्यावरणात मिसळतात व तेथे ती पुन: सजीवात प्रवेश करतात. सजीवसृष्टीत हे रासायनिक पदार्थ जमिनीत मिसळतात व तेथून सजीवात जातात.

परिसंस्थेतील असेंद्रिय घटकांचे सजीवांच्या परस्पर क्रियांनी सेंद्रिय पदार्थात रूपांतर होते व सेंद्रिय पदार्थाचे अपघटन होते. अपघटनानंतर सेंद्रिय पदार्थ पुन: असेंद्रिय बनतात व ते पर्यावरणात मिसळतात. या असेंद्रिय व सेंद्रिय पदार्थांचा अन्नासाठी उपयोग होतो. म्हणून त्यांना 'पोषणद्रव्ये' म्हणतात. पर्यावरण व सजीव यांच्यातील आंतरक्रियेमुळे असेंद्रिय व सेंद्रिय घटकांत पोषक द्रव्यांची जी अदलाबदल होते त्यालाच पोषणद्रव्याचे चक्र (Nutrient Cycling) असे म्हणतात.

पोषणद्रव्याच्या चक्रीकरणाची खालील दोन उदाहरणे महत्त्वाची मानली जातात.

(१) कार्बन चक्र (Carbon Cycle)

(२) नायट्रोजन चक्र (Nitrogen Cycle)

Nutrients - पोषकद्रव्ये

आपल्या शरीराच्या वाढीसाठी आणि उत्तम आरोग्य राखण्यासाठी आपणांस अन्नाची जरुरी असते. अन्नाशिवाय आपले शरीर उबदार राहणार नाही. तसेच शरीरपेशी आणि ऊतींची वाढ होणार नाही. अन्नाशिवाय आपणास कोणत्याही क्रिया करणे अशक्य होईल. ही सर्व महत्त्वाची कार्ये करण्यासाठी आपल्याला आवश्यक अशी रासायनिक पोषकद्रव्ये, आपल्या अन्नामध्ये असतात. सजीवांच्या वाढीसाठी अत्यावश्यक असणारे आणि सजीवांच्या चयापचयक्रियेत भाग घेणारे अन्नघटक म्हणजे 'पोषकद्रव्ये' होत. पोषकद्रव्यांचे वर्गीकरण पुढीलप्रमाणे केले जाते :-

कर्बोदके (Carbohydrates)   प्रथिने (Porteins)   स्निग्ध मेद (Fats)
जीवनसत्त्वे (Vitamins)   क्षार (Minerals)   पाणी (Water)

Organic Analogy - सेंद्रिय तुलना

समाजाच्या उत्पत्तीचा एक सिद्धान्त म्हणून हर्बर्ट स्पेन्सर (Herbert Spencer) यांनी त्यांचा 'जीवसेंद्रिय' सिद्धान्त प्रतिपादन केला होता. स्पेन्सरच्या पूर्वी प्लेटो व ॲरिस्टॉटल, ब्लन्टश्ली (Bluntschli) व स्पेंगलर (Spengler) या तत्त्वज्ञांनी 'समाजरूपी पुरुषाची' कल्पना केली होती. त्यात त्यांनी मानवी समाजाची तुलना मानवी शरीराशी केली होते. ती पुढीलप्रमाणे – (१) राज्यकर्ते (Ruler) समाजाचे शिर वा मस्तक होय. (२) सैनिक (Warrior) समाजाचे धड (हातासहित) होय. (३) शेतकरी (Artisans) समाजाचे पाय होत. परंतु स्पेन्सरने मात्र समाजपुरुषाची कल्पना मान्य केली नव्हती. स्पेन्सरने मानवी-शरीर व मानवी समाज यांची तुलना केली होती. मानवी समाजाचे कार्य हे एखाद्या मानवी शरीरासारखे आहे असे स्पेन्सर म्हणतो. त्यातील महत्त्वाचे घटक पुढीलप्रमाणे :– (१) शरीराप्रमाणेच मानवी समाजाचे सुद्धा विकासाचे टप्पे असून हा विकास साधेपणाकडून गुंतागुंतीकडे (From Simple to Complex) होतो. (२) मानवी शरीराप्रमाणेच समाजातसुद्धा कार्याचे व्यवच्छेदन (Differentiation of Function) आणि रचनेतील एकात्मता (Integration in Structure) आढळते. या शिवाय स्पेन्सरने कोणत्या बाबतीत मानवी समाज मानवी शरीरासारखा आहे व कोणत्या बाबतीत मानवी समाज हा मानवी शरीरासारखा नाही, याचे विस्तृत विवेचन केले आहे. हीच स्पेन्सरची सेंद्रिय तुलना (Organic Analogy) होय.

Organic Compounds - सेंद्रिय संयुगे

पूर्वी प्राणी किंवा वनस्पतींपासून मिळणाऱ्या संयुगांना 'सेंद्रिय संयुगे' असे संबोधिले जात होते. ज्या संयुगात कार्बन आणि हायड्रोजन ही मूलद्रव्ये असतात, जी

संयुगे प्राणी आणि वनस्पतींपासून मिळू शकतात आणि आता जी प्रयोगशाळेतही तयार करता येतात त्यांना सेंद्रिय संयुगे असे म्हणतात आणि त्यांच्या अभ्यासाला 'सेंद्रिय रसायनशास्त्र' असे म्हणतात.

Organic Weathering - जैविक अपक्षय

भूपृष्ठावरील खडकाच्या भेगा रुंदावणे व त्यातून अपक्षयाची क्रिया (ही जीवजंतू, प्राणी व वनस्पतींमुळे) घडत असते. याला 'जैविक अपक्षय' म्हणतात. मातीत ह्यूमस (Humas) नावाचा घटक हा मातीला सुपीक बनवितो. खडकावर आढळणाऱ्या शेवाळे व बुरशी (Algae and Fungi) या सूक्ष्म वनस्पती खडकातील खनिजांचे रासायनिक विघटन करून अपक्षयाचे कार्य करतात. खडकाच्या पृष्ठभागावर जीवाणूचे (Bactaria) वास्तव्य असते. त्यांचे कार्य सुद्धा खडकाची झीज करून माती करणे आहे. उंदीर, घुशी, मुंग्या, गांडूळ मातीभक्षण करून अपक्षय घडवून आणतात. लहान-मोठ्या वृक्षांची मुळे, पोषण द्रव्याच्या शोधात जमिनीत खोलवर शिरतात. खडकांच्या भेगांत जाऊन खडकावर ताण पडतो व भेगा रुंद होतात व खडकाचे तुकडे होतात. उदा. जांभ्या खडकावर वाढणारी आंबे, करवंदे यासारखी झाडे आपली मुळे आजूबाजूला पसरवतात. नारळ, काजू, फणस या झाडांची मुळे खोलवर जातात. मानव आपल्या सोयीसाठी रस्ते, बोगदे, खाणी व तलाव इत्यादींचे उत्खनन करतो; त्यामुळे खडकांची तोडफोड व झीज होते, जुन्या इमारती व किल्ले यावर पिंपळाची झाडे किंवा वडाची झाडे वाढून त्याच्या मुळाजवळील दगडात मोठ्या भेगा पडलेल्या दिसतात. याचप्रमाणे भूपृष्ठावरील खडकांत किंवा जमिनीत तसेच जमिनीवर अपक्षयाची क्रिया घडत असते.

Oxygen Cycle - ऑक्सिजन चक्र

शास्त्रज्ञांच्या मते पृथ्वीवर वातावरणनिर्मिती झाल्यावर प्रथमत: नायट्रोजन व कार्बन-डाय-ऑक्साइड, हे दोन वायू होते. ऑक्सिजनची निर्मिती उशिराने झाली. काही शास्त्रज्ञांच्या मते, ऑक्सिजनची निर्मिती सूर्यप्रकाशाच्या अजैविक घटकांवरील (उदा. पाणी) प्रभावाने झाली असावी. तसेच प्रथम ऑक्सिजनचे अस्तित्व हे पाण्यात असल्याने जिवांची उत्पती पाऱ्यांत झाली असेही स्पष्ट होते. जेव्हा पाण्यात एकपेशीय सजीव उत्क्रांत झाले आणि या सजीवांनी प्रकाश-संश्लेषणास सुरुवात केली तेव्हा सौरऊर्जेच्या उपयोगाने वनस्पतींनी कार्बन-डाय-ऑक्साइड आणि पाणी यांच्या साहाय्याने कार्बोहायड्रेट किंवा ग्लुकोजची (शर्करा) निर्मिती केली व वातावरणात ऑक्सिजन सोडण्याचे कार्य सुरू केले. अशा प्रकारे ऑक्सिजनचे हे प्रमाण लाखो वर्षे वातावरणांत हळूहळू वाढत जाऊन ०.६% इतके झाल्यावर बहुपेशी सजीव अस्तित्वात आले

आणि त्यांना ऑक्सिजनची गरज भासल्याने ऑक्सिजन चक्रास प्रारंभ झाला असावा असा वैज्ञानिक तर्क आहे. सध्या वातावरणीय संरचनेत २१% ऑक्सिजन आहे. हे प्रमाण तंतोतंत कायम राहिलेले नसले तरी ऑक्सिजन चक्रामुळे त्यात फारसा बदल घडून आलेला नाही हेही तितकेच सत्य आहे.

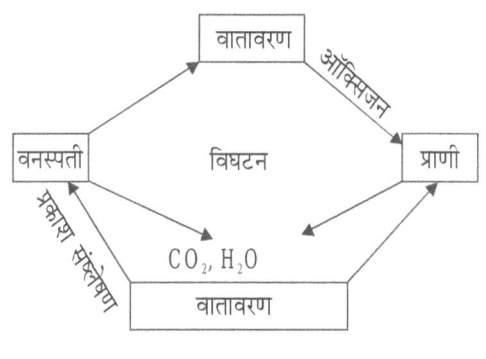

वातावरणातील ऑक्सिजनच्या अस्तित्वाशिवाय हा खडकातील व मृदेतील घटकांमध्ये भस्मसंयुगे (Oxide Compounds) आणि कार्बोनिट्स यांच्या स्वरूपातही असतो. ज्वालामुखीय उद्रेकांच्यावेळी तो बऱ्याचदा मुक्तही होतो. प्रकाशसंश्लेषण प्रक्रियेद्वारे वनस्पती व प्राणी यांच्यात कार्बन-डाय- ऑक्साइड आणि ऑक्सिजन यांचे मोठ्या प्रमाणावर आदान-प्रदान अव्याहतपणे सुरू असते. सेंद्रिय द्रव्यांच्या भस्मीकरणात प्राण्यांना श्वसनासाठी ऑक्सिजन लागतो तर वनस्पती प्रकाश संश्लेषण क्रियेत CO_2 वापरून ऑक्सिजन वातावरणात मुक्त करतात.

उच्च वातावरणातही ओझोन (O_3) वायूचा ऑक्सिजनचक्राशी संबंध असतो. ओझोनद्वारे अतिनील किरणांचे शोषण होते. ओझोनची निर्मिती वातावरणीय क्रिया- प्रक्रियांद्वारे ऑक्सिजनपासूनही होत असते. अशा तऱ्हेने पृथ्वीवरील प्राणी-वनस्पती भूजैविक क्रियांद्वारे ऑक्सिजनचे चक्रीय मार्गक्रमण या वायूचे अस्तित्व प्रमाण टिकवायला कारण ठरतात.

Oxygen Deficiency - ऑक्सिजन-न्यूनता

ज्या अवस्थेमध्ये शरीरातील उतकांना (समान रचना व कार्य असलेल्या शरीरातील सूक्ष्म घटकांच्या म्हणजे कोशिकांच्या समूहांना) ऑक्सिजन वायूचा (प्राणवायूचा) पुरवठा कमी पडतो, त्या अवस्थेला ऑक्सिजन न्यूनता (ऑक्सिजनची कमतरता) असे म्हणतात.

या अवस्थेत पुढील चार कारणे संभवतात :–

(१) गिर्यारोहक आणि वैमानिकांना उंच गेल्यावर विरळ वातावरणातील ऑक्सिजनचा दाब कमी पडल्यामुळे फुप्फुसात पुरेसा ऑक्सिजन शोषला जात नाही. अशीच परिस्थिती इतर कारणांमुळेही उत्पन्न होऊ शकते. उदा. पाण्यात बुडणे, श्वासनलिकेमध्ये बाह्य पदार्थ अडकणे, दम्याचा विकार, वातक्षय इत्यादी.

(२) रक्तातील तांबड्या कोशिकांमधील हिमोग्लोबिन कमी पडल्यामुळे पुरेसा ऑक्सिजन शोषला जात नाही. तसेच कार्बन मोनॉक्साइडसारख्या दुसऱ्या वायूचा हिमोग्लोबिनशी संयोग झाल्यास ऑक्सिजन शोषला जाण्याची क्रिया कमी पडून, ऑक्सिजन न्यूनता संभवते.

(३) हृदयविकारामुळे अथवा वाहिन्यांतील रक्तप्रवाहास अडथळा उत्पन्न झाल्यामुळे रक्तप्रवाह मंद होतो व त्यामुळे ऑक्सिजन न्यूनता संभवते.

(४) सायनाईड सारख्या विषांचा उतकांशी संयोग झाल्यास त्यांची ऑक्सिजन वापरण्याची शक्ती नाहीशी होते व त्यामुळेही ऑक्सिजन न्यूनता संभवते. या परिस्थितीत मेंदूतील उतकांची ऑक्सिजन शोषून घेण्याची क्रियाच बंद पडल्यामुळे क्षणातच मृत्यू येतो.

Ozone - ओझोन

ओझोन (O_3) हा फिकट पिवळसर रंगाचा क्षोभक वायू असून तो उग्र वासाचा आहे. त्याच्या अस्तित्वाबद्दल मतभेद असले तरी पृथ्वीच्या पृष्ठभागापासून १० ते ५० कि.मी. अंतरावर वातावरणाच्या स्थितांबराच्या खालच्या भागात हा वायू असतो.

ओझोन हा तुलनेने अस्थिर वायू असतो, कारण त्याचे ऑक्सिजनमध्ये रूपांतर झाले की त्याचे प्रमाण घटते आणि ऑक्सिजनचे ओझोनमध्ये रूपांतर झाले की प्रमाण वाढते. ही स्थितिबदलाची क्रिया तपांबरातील गडगडाटी वादळाच्या वेळी घडून येते. हा वायू सूर्यापासून येणाऱ्या अतिनील (Ultra Violet) तसेच (Ultra Violet - Radiation) प्रारणांचेही शोषण करतो. या किरणांचा मानवावर प्रभाव पडत नसल्यामुळेच पृथ्वीवरील जनजीवन सुरळीत चालू आहे.

Ozone Depletion - ओझोन गळती / क्षय

पृथ्वीच्या वातावरणातील तपांबराच्या (Troposphere) वर आणि स्थितांबराच्या (Stratosphere) तळाशी असलेला ओझोन वायूचा थर सजीव सृष्टीसाठी अत्यंत आवश्यक आहे. कारण तो सूर्यापासून येणाऱ्या अतिनील किरणांपासून (Ultra Violet Rays) सजीवांचे रक्षण करतो.

परंतु प्रदूषणामुळे याच थराला जागोजागी विवरे पडत असून त्याचे दुष्परिणाम दिसायला लागले आहेत. ओझोनच्या थराच्या विनाशास कारणीभूत गोष्टी याप्रमाणे :-

(१) रासायनिक खतांचे कारखाने आणि त्यांचा शेतीमधील वापर यामधून नायट्रस ऑक्साइड (NO) हा वायू बाहेर सोडला जातो. हवेत रासायनिक क्रिया होऊन त्याचे रूपांतर नायट्रोजन-डाय-ऑक्साइडमध्ये होते. हा वायू तेथील ओझोन वायूचे विघटन करतो.

(२) रेफ्रिजरेटर, वातानुकूलित यंत्रे, सेंटचे स्प्रे यामध्ये शीतलीकरणासाठी क्लोरोफ्लुरोकार्बन्स् (CFC) वायूचा वापर केला जातो. या वायूचे स्थितांबरात विद्युत्भारीकरण (Ionization) होऊन विघटन होते व क्लोरिन किंवा प्लोरिनचे अणू मुक्त होतात. हे अणू ओझोन वायूचे विघटन करून त्याला नष्ट करतात.

(३) कीटकनाशकात वापरण्यात येणारे मिथाईल ब्रोमाईड (Methyl Bromide) हे अत्यंत विषारी रसायन आहे. ओझोन थराचा विनाश करण्याची याची क्षमता CFC वायूपेक्षा ४० पट अधिक आहे.

ओझोन गळतीचे काही गंभीर परिणाम पुढीलप्रमाणे :- (१) पृथ्वीवरील अंदाजे १० टक्के सजीव नष्ट होण्याचा धोका. (२) मानवी त्वचेवर गंभीर परिणाम. (३) सागरी परिसंस्थांवर गंभीर परिणाम. (४) जलवनस्पती व जलचर प्राण्यांच्या नैसर्गिक उत्पादकतेत घट. (५) मानवामध्ये रोगप्रतिकारक शक्तीत घट, श्वसनाच्या अनेक तक्रारींची निर्मिती. (६) प्रकाश संश्लेषण क्रिया (Photosynthesis) थंडावल्यामुळे वनस्पतींवर विपरीत परिणाम. (७) पृथ्वीच्या तापमानात वाढ.

Ozone Layer - ओझोन थर

पृथ्वी सभोवती असलेल्या हवेच्या आवरणास 'वातावरण' म्हणतात. याचा अंदाजे विस्तार ४०० कि. मी. पर्यंत आहे. या वातावरणातील पाच थरांमध्ये ओझोन वायू (O_3) चा थर समुद्रसपाटीपासून साधारणत: १० ते ३५ कि. मी. अंतराच्या पट्ट्यात आहे. तर २० ते २५ कि. मी. उंचीच्या पट्ट्यात ओझोन वायूचे केंद्रीकरण झालेले आहे. वातावरणातील हवेत ऑक्सिजन (O_3), नायट्रोजन (N_2), कार्बनवायू (Co_2), इतर वायू तसेच बाष्प घटक असतात. ऑक्सिजनच्या एका रेणूत दोन अणू असतात. या ऑक्सिजनचे सूर्याच्या रेडिएशनमुळे (प्रारणांमुळे) त्याचे नवजात ऑक्सिजन (O) मध्ये रूपांतर होते. हा नवजात ऑक्सिजन ऑक्सिजनच्या रेणूबरोबर अभिक्रिया करून त्याचे रूपांतर ओझोनवायूत करतो.

ऑक्सिजन + नवजात ऑक्सिजन = ओझोन

$O_2 + O = O_3$

या वायूचाच थर वातावरणात तयार होतो. सूर्यापासून येणारी अतिनील किरणे (Ultraviolet Rays) या ओझोनच्या आवरणात शोषली जातात व ओझोन वायूचे रूपांतर पुन्हा ऑक्सिजन वायूत होत असते. ही रासायनिक अभिक्रिया उलटसुलटरीत्या ओझन वायूच्या थरात चालू असते.

याशिवाय हवेतील नायट्रोजनचा ऑक्सिजनशी संयोग होऊन नायट्रोजन-डाय-ऑक्साइडची निर्मिती होते. याच्या विघटनातून नायट्रोजन मोनॉक्साइड व नवजात ऑक्सिजन निर्माण होतात. या नवजात ऑक्सिजनचा ऑक्सिजनबरोबर संयोग

होऊन ओझोन वायूची निर्मिती होते.

हा वायू सूर्यापासून येणाऱ्या अतिनील किरणांचे (Ultraviolet Rays) शोषण करतो; तसेच (UV-B) प्रारणांचेही शोषण करतो. या किरणांचा मानवावर प्रभाव पडत नसल्यामुळेच पृथ्वीवरील जनजीवन सुरळीत चालू आहे. UV-B किरणे पृथ्वीवर पोहचल्यास सजीवांना अनेक रोग होऊन ते नष्ट होतात. कॅन्सरसारखे आजार होतात. विकृती निर्माण होते, पृथ्वीचे तापमान वाढते. ह्या सर्वांपासून संरक्षण देण्याचे कार्य या ओझोन थरामुळे शक्य झाले आहे. म्हणून या आवरणास पृथ्वीची संरक्षण छत्री म्हणतात.

नैसर्गिक परिस्थितीत वातावरणाच्या खालच्या थरात ऑक्सिजनवर क्रिया होऊन अल्प प्रमाणात ओझोनची निर्मिती होते. हे प्रमाण ०.०२ ppm (Particles Per Millions) इतके कमी असले, तरी सजीवांच्या दृष्टीने हे अतिशय महत्त्वाचे आहे.

प्रदूषणामुळे दिवसेंदिवस वातावरणातील ओझोन वायूचे प्रमाण घटत आहे.

ओझोनच्या क्षयामुळे (१) पृथ्वीच्या तापमानात वाढ, (२) त्वचेचे कर्करोग व त्वचारोगात वाढ, (३) सागरी पर्यावरणातील कठीण कवचाचे प्राणी नष्ट होणे, (४) पिकांवरील रोगात वाढ, (५) रक्ताभिसरणात वाढ, (६) धूरयुक्त धुक्याच्या (Smog) प्रमाणात वाढ. इत्यादी गंभीर परिणाम उद्‌भवतात.

आपल्या रोजच्या वापरातील फ्रीझमध्ये या वायूचा वापर होतो. यासाठीच ओझोनच्या क्षयाला कारणीभूत असणाऱ्या क्लोरोफ्युरो कार्बन (CFC) या रसायनाचा वापर कमी करणे अत्यावश्यक आहे.

Pedogenesis - मृदा समृद्धी

ही एक मोठ्या प्रमाणातील संकीर्ण जैव प्रक्रिया आहे. यात मृदेमध्ये अधिवासास असलेले सजीव - लायकेन, बॅक्टेरिया, फंगी, शैवाल, सूक्ष्मसंधिपाद, मृदुकाय यांनी मृदेशी केलेल्या आंतरक्रियेतून सेंद्रिय पदार्थांची निर्मिती होते. तसेच संप्रेरके, आम्ल, वायू, कार्बनी पदार्थ, चिकट द्रव्ये, विष्ठा, प्राणिजन्य तसेच वनस्पतिजन्य अवशेष यांचे मृदेतील विविध स्तरांत संचयन होते व मृदा समृद्ध होते.

मृदा समृद्धी करणारी प्रकिया (Pedogenesis) अनेक शृंखलांनी मुक्त असते व अशा शृंखला- प्रकियेतूनच समृद्ध मृदा निर्माण होते, जी सजीवांसाठी पोषक ठरते.

Pedology - मृदाशास्त्र

भूपृष्ठावरील खडकाचे विखंडन होऊन तयार होणाऱ्या मातीच्या थराला मृदा (Soil) म्हणतात. मृदेची रचना (Structure) व पोत (Texture) यांचा अभ्यास मृदाशास्त्रात होतो. मृदा ज्या घटकद्रव्यापासून बनली आहे त्या घटकद्रव्याच्या कणाची मांडणी तसेच मृदेतील खनिजद्रव्याचा आकार व एकसंघपणा याचाही अभ्यास होत

असतो. या सर्व बाबींचा अभ्यास करणाऱ्या शास्त्रास मृदाशास्त्र (Pedology) म्हणतात. प्राकृतिक भूगोलात खडकापासून मृदा कशी तयार होते, मातीचे वर्गीकरण, मातीत असणारे सेंद्रिय व असेंद्रिय पदार्थ या संबंधीचा अभ्यास करण्यात येतो.

Petrochemicals - पेट्रोकेमिकल्स

पेट्रोलियम आणि नैसर्गिक वायूपासून जी उत्पादने मिळतात, त्यांना 'पेट्रोकेमिकल्स' असे म्हणतात. रंग औषधे, अपमार्जके प्लॅस्टिक, खते, कीटनाशके आणि जंतुनाशके इत्यादी महत्त्वाची पेट्रोकेमिकल्स आहेत.

Petroleum - खनिजतेल

'पेट्रोलियम' चा शब्दशः अर्थ खडकांपासून प्राप्त होणारे तेल असा होतो. 'पेट्रा' म्हणजे खडक आणि 'ओलियम' म्हणजे तेल. वनस्पती व प्राणी यांचे अवशेष भूहालचालींमुळे भूपृष्ठाखाली गाडले जातात. प्रचंड दाब व उष्णता यामुळे सेंद्रिय घटकांचे अपघटन होते. विविध प्रकारच्या कार्बनी व हायड्रोकार्बनी द्रव्यांच्या मिश्रणापासून खनिज तेलाची निर्मिती होते. खनिजतेलाचे साठे स्तरित अथवा गाळाच्या खडकांच्या विविध थरांमध्ये सापडतात. खडकांतील पाण्यामध्ये सेंद्रिय घटकांचे अपघटन होऊन तेलनिर्मिति प्रक्रिया चालू असते.

खनिज तेलाचे साठे प्रत्येक खंडात आढळत असले तरी जागतिक उत्पादनाच्या ९० टक्के उत्पादन आखाती राष्ट्रे, उत्तर अमेरिका, व्हेनेझुएला व रशियात केले जाते. भारताच्या दृष्टीने पेट्रोलियम हे केवळ ऊर्जासाधन आहे असे नव्हे तर ते पेट्रो रसायन उद्योगाचा एक प्रमुख आधार आहे.

भारतातील तेल उत्पादक क्षेत्रांस दोन भागांमध्ये विभागण्यात आले आहे :- (१) किनारवर्ती क्षेत्र, (२) किनाऱ्यापासून दूर असलेले क्षेत्र.

'बॉम्बे हाय' (Bombay High) तेल क्षेत्र देशातील सर्वात मोठे तेल क्षेत्र आहे. येथे १९७६- पासून तेल उत्पादनास सुरुवात झाली. सध्या येथे एकूण तेल उत्पादनांपैकी ७५ टक्क्यांपेक्षाही जास्त तेलाचे उत्पादन होते. असे असले तरी अजूनही भारतास एकूण मागणीपैकी ६० टक्के तेलाची आयात करावी लागते. ही आयात प्रामुख्याने कुवेत, इराण, इराक, सौदी अरेबिया, बहरीन इत्यादी देशांतून केली जाते.

pH Value - पी.एच. मूल्य

विद्रावातील (ज्यामध्ये एखादा पदार्थ विरघळविला आहे अशा द्रवातील) हायड्रोजन आयनांची (विद्युत् भारित हायड्रोजन अणुंची) संहती (एक लिटर विद्रावात असलेल्या व ग्रॅममध्ये व्यक्त केलेल्या राशीस, रेणुभाराने भागल्याने मिळणारी संख्या)

दर्शविणारा संकेतांक म्हणजेच पी.एच. मूल्य होय. हा संकेतांक विद्रावाची आम्लता वा क्षारकता (आम्लाशी विक्रिया झाल्यास लवण तयार करण्याची क्षमता) दर्शवितो. ७ हे pH मूल्य उदासीन (आम्लीय वा क्षारकीय नसलेल्या) पाण्यातील हायड्रोजन आयनसंहतीशी तुल्य आहे. ७ पेक्षा कमी pH मूल्य असलेला विद्राव आम्लीय व ७ पेक्षा जास्त मूल्य असलेला विद्राव क्षारकीय समजण्यात येतो. pH मूल्य बरोबर ७ असल्यास विद्राव (उदा. मिठाचा पाण्यातील विद्राव) उदासीन आहे असे समजण्यात येते. हा संकेतांक (pH) १९०९ मध्ये एस.पी.एल. सरेन्सन यांनी 'हायड्रोजनाचा प्रभाव' या अर्थाच्या Puissance d'hydrogen या फ्रेंच शब्दप्रयोगावरून बनविला.

pH व हायड्रोजन आयनांची संहती यांचा संबंध पुढीलप्रमाणे आहे.

$$pH = लॉग_{१०} \frac{१}{हायड्रोजन \ आयन \ संहती}$$

$$= - लॉग_{१०} (हायड्रोजन \ आयन \ संहती)$$

हायड्रोजन आयनांच्या संहतीचा व्यस्तांक करून त्याचा १० आधारांकाचा लॉगरिथम काढला म्हणजे pH मूल्य मिळते. उदा. एका विद्रावातील हायड्रोजन आयन संहती प्रतिलिटर $१०^{-५}$ ग्रॅमरेणू असेल, तर त्या विद्रावाचे pH मूल्य खालील प्रमाणे काढता येते.

$$pH = लॉग_{१०} \frac{१}{१०^{-५}} = लॉग_{१०} \ १०^{५} = ५ \ येईल.$$

हायड्रोजन आयनांच्या संहती त्यांच्या संख्येने दाखविण्यापेक्षा त्या pH मूल्य रूपाने व्यक्त करणे जास्त सोयीचे असल्यामुळे हा संकेतांक मान्यता पावला आहे.

Phanergams - सपुष्प वनस्पती

ज्या वनस्पती संवहनी, फुले येणाऱ्या व बीजधारक आहेत त्यांना 'सपुष्प वनस्पती' असे म्हणतात. आपल्या भोवती आढळणाऱ्या वनस्पतीत अशा वनस्पतींचीच संख्या अधिक आहे.

Photovoltaic Energy - फोटोव्होल्टिक ऊर्जा

सौर शक्तीचा वापर जगभर होण्यासाठी तिच्या तंत्रात सौर ऊर्जेवर चालणाऱ्या फोटोव्होल्टिक ऊर्जेचा समावेश महत्त्वाचा आहे. या तंत्रात फोटोव्होल्टिक किंवा सौर सेलचा वापर करून सूर्याच्या उष्णतेचे रूपांतर विद्युत् शक्तीत केले जाते.

सौर ऊर्जेमध्ये विद्युत् निर्मिती करण्यासाठी सूर्यापासून मिळणाऱ्या प्रकाशाचा वापर केला जातो. या सौर सेलची देखभाल अत्यंत सहजपणे केली जाऊ शकते. सौर सेलच्या वापरामुळे पर्यावरणावर विपरीत परिणाम होत नाही. सौर सेलचा वापर

अत्यंत सुरक्षित असून त्याद्वारे ध्वनिप्रदूषण होत नाही व सौर सेल वापरण्यास अतिशय स्वच्छ असतात.

ज्या ठिकाणी सूर्यप्रकाश उपलब्ध आहे त्या ठिकाणी सौर सेलचा वापर केला जाऊ शकतो. फोटोव्होल्टिक किंवा सौर सेल सिलिकॉनच्या दोन पापुद्र्यांपासून बनविला जातो. यातील प्रत्येक पापुद्र्यावर भिन्न विद्युत्भार असतो. जेव्हा या सौर सेलवर सूर्याचा प्रकाश पडतो. तेव्हा या दोन पापुद्र्यांत विद्युतभार संक्रमित होऊ लागतो व त्यामुळे विद्युत् निर्मिती होते. असे ४० छोटे सौर सेल एकत्र जोडून एक युनिट तयार केले जाते. ह्या मॉड्यूलद्वारे एक विजेचा दिवा लावता येतो. एकापेक्षा अधिक मॉड्यूलची जोडणी करून एक सारणी तयार केली जाते. अशा अनेक सारण्यांच्या वापरामुळे घरातील ऊर्जेची गरज भागविली जाऊ शकते. गेल्या काही वर्षात या तंत्रज्ञानात सुधारणा करून सौर सेलची किंमत कमी करून कार्यक्षमता वाढविण्याचे तसेच फोटोव्होल्टिक सेल अधिक टिकाऊ करण्यासाठी संशोधन करण्यात येत आहे.

सौर सेलचे उत्पादन वाढवून त्यांची किंमत कमी करण्यासाठी ॲमॉर्फस सिलिकॉनचा वापर करण्यात येत आहे. या सौर सेलचा वापर कॅलक्युलेटर तसेच घड्याळात केला जातो. उपग्रह, विजेचे दिवे, रेडिओ यासारख्या उपकरणातही ऊर्जानिर्मितीसाठी या तंत्राचा वापर केला जात आहे. त्याचबरोबर पाण्याचे पंप चालविण्यासाठी, रस्त्यांवर दिवे लावण्यासाठी तसेच हवामानखात्याच्या प्रयोगशाळेत उपकरणे चालविण्यासाठी व अनेक विद्युत् उपकरणात सौर सेलचा वापर केला जातो. वीजनिर्मिती व वितरण करणाऱ्या काही कंपन्या वीजनिर्मितीसाठी सौर सेलचा अंतर्भाव करीत आहेत.

Photosynthesis - प्रकाश संश्लेषण

प्रकाश संश्लेषण (Photosynthesis or Carbon Assimilation) ही क्रिया प्रामुख्याने एकपेशीय वनस्पतीपासून मोठ्या वनस्पती करताना दिसतात. वनस्पतीची पाने ही नाकाप्रमाणे श्वासोच्छ्वासाचे कार्य करतात. पानात हरितद्रव्य असते. यामुळे पानांचा रंग हिरवा असतो. वनस्पती मुळांद्वारे अन्नरस शोषतात. त्यात असेंद्रिय घटक असतात. पानात असलेल्या छिद्रातून (Stomata Bodies) वनस्पती कार्बन-डाय-ऑक्साइडचे शोषण करते. वनस्पती कार्बन-डाय-ऑक्साइड, असेंद्रिय पदार्थ व सूर्यप्रकाश यांच्या साहाय्याने आपले अन्न तयार करतात. यालाच 'प्रकाश संश्लेषण' असे म्हणतात. वनस्पतींच्या पानात असलेले हरितद्रव्य हे या क्रियेत साहाय्यक पदार्थ (Catalyst) म्हणून कार्य करते.

प्रकाश संश्लेषणाची क्रिया खालीलप्रमाणे –

$$6CO_2 + 6H_2O + \text{Chlorophyll} \xrightarrow[\text{Energy}]{\text{solar}} C_6H_{12}O_6 + 6O_2\uparrow$$

वनस्पती, सूर्यप्रकाशात ग्लुकोज व फ्रुक्टोज तयार करतात व जेवढ्या आकारमानाचा कार्बन-डाय-ऑक्साइड हवेतून शोषण करतात तेवढाच ऑक्सिजन हवेत सोडतात म्हणूनच कार्बन चक्रातील वनस्पतींचे कार्य हे महत्त्वाचे आहे.

प्रकाशसंश्लेषणाचे दोन मुख्य टप्पे आहेत :

(अ) प्रकाशी प्रावस्था, (ब) अप्रकाशी प्रावस्था.

(अ) प्रकाशी प्रावस्था : या प्रावस्थेमध्ये प्रकाशावलंबी अभिक्रिया शृंखलाबद्ध पद्धतीने घडत असतात. या अभिक्रियांमध्ये हरितद्रव्ये आणि पर्णपीतकांसारखी (Carotenodis) वर्णके प्रकाशऊर्जेचे अवशोषण करतात आणि तिचे रूपांतर रासायनिक ऊर्जेत करतात. ह्या रासायनिक ऊर्जेचे संग्रहण ऊर्जासमृद्ध रेणूंमध्ये करतात. उदा. ए.टी.पी. (अॅडोनोसिन ट्राय फॉस्फेट) अनेक विकरांच्या मदतीने अभिक्रियांचे उत्प्रेरण (Catalysis) घडते. वनस्पती या ऊर्जेचा उपयोग स्वत:च्या पोषणासाठी करतात. प्रकाशी प्रावस्थेमध्ये जलरेणूंचे प्रकाशित विघटन होऊन हायड्रोजन आणि ऑक्सिजन रेणू तयार होतात. यालाच 'जल प्रकाशी विघटन' असे म्हणतात. यामध्ये रेण्वीय ऑक्सिजन मुक्त होतो.

जलप्रकाशी विघटनाची अभिक्रिया खाली दर्शविल्याप्रमाणे असते.

$$2H_2O \xrightarrow[\text{हरितद्रव्य}]{\text{प्रकाश}} 4H^+ + O_2\uparrow + 4e^-$$

रॉबर्ट हिल याने या अभिक्रियेचा शोध लावला, म्हणून या अभिक्रियेस 'हिल अभिक्रिया' असे म्हणतात.

(ब) अप्रकाशी प्रावस्था : प्रकाशसंश्लेषणातील हा दुसरा महत्त्वाचा टप्पा असून यामध्ये प्रकाश अनावलंबी अभिक्रियांची शृंखला असते. म्हणून या टप्प्यास 'अप्रकाशी प्रावस्था' असे म्हणतात. हा टप्पा हरितलवकामधील धारणिकेत घडून येतो. पहिल्या टप्प्यात तयार झालेल्या आणि ए.टी.पी.मध्ये साठविलेल्या ऊर्जेचा उपयोग या अभिक्रियांमध्ये केला जातो. या प्रक्रियेत कार्बन-डाय-ऑक्साइड व पाणी यांच्यापासून कर्बोदकांचे संश्लेषण केले जाते. या अभिक्रियेस 'CO_2 स्थिरीकरण' असेही म्हणतात.

प्रकाशसंश्लेषणासाठी आवश्यक घटक :

प्रकाशसंश्लेषणप्रक्रियेवर दोन प्रकारच्या घटनांचा प्रत्यक्ष किंवा अप्रत्यक्ष परिणाम होत असतो-

(i) आंतरिक, (ii) बाह्य.

हरितद्रव्य आणि पर्णसंरचना हे आंतरिक घटक आहेत, तर प्राणी, प्रकाश, तापमान आणि कार्बन-डाय-ऑक्साइड हे बाह्य घटक आहेत.

(i) हरितद्रव्ये आणि इतर वर्णके - हरितद्रव्य ही हिरवी प्रकाशसंश्लेषी वर्णके पर्णपीतांसह तरंगकामधील पदरिकांमध्ये असतात. ही वर्णके प्रकाश ऊर्जेचे शोषण करून तिचे रूपांतर रासायनिक ऊर्जेत करण्यात साहाय्य करतात.

(ii) पाणी - प्रकाशसंश्लेषणप्रक्रियेमध्ये पाणी हा कच्च्या सामग्रीतील अनिवार्य घटक आहे. भूपष्ठीय वनस्पती मुळाद्वारे जमिनीतील पाणी मिळवितात, तर जलीय वनस्पती पृष्ठभागावरील पातळ अभित्वचेमधून सभोवतालच्या पाण्यामधूनच पाणी मिळवितात. जलरेणूंचे प्रकाशी विघटन होते आणि ऑक्सिजन आणि हायड्रोजन रेणू तयार होतात. मुक्त रेण्वीय ऑक्सिजन पर्ण-अभित्वचेतील विवृत्त रंध्राद्वारे हवेत सोडला जातो.

(iii) कार्बन-डाय-ऑक्साइड - कार्बन-डाय-ऑक्साइड प्रकाशसंश्लेषणातील कच्ची सामग्री आहे. हा वायू अप्रकाशी प्रावस्थेतील क्रियांमध्ये वापरला जातो. त्याचा शिरकाव, भूपृष्ठीय वनस्पतींच्या शरीरात अभित्वचेतील विवृत्त रंध्रांमधून होतो, तर जलीय वनस्पतींत त्यांच्या पृष्ठभागावरील अभित्वचेमधून होतो. हरितलवकांमध्ये पाणी आणि कार्बन-डाय-ऑक्साइड यांच्यापासून अप्रकाशी प्रावस्थेमध्ये कर्बोदकांचे उत्पादन होते.

(iv) प्रकाश - स्वयंपोषी सजीवांसाठी प्रकाश हा ऊर्जेचा स्रोत म्हणून कार्य करतो. हरितलवकांच्या तरंगकामधील वर्णके प्रकाश ऊर्जेचे शोषण करतात. तिचे रूपांतर रासायनिक ऊर्जेत करतात व ऊर्जा ए.टी.पी. रेणूंमध्ये संग्रहित करतात. प्रकाशामुळे पाण्याच्या रेणूंचे प्रकाशी अपघटन होते व रेण्वीय प्राणवायू मुक्त होतो. या सर्व अभिक्रिया प्रकाशी अवस्थेत पार पडतात.

Physical Change - भौतिक बदल

पदार्थात होणाऱ्या ज्या बदलात, त्याचे फक्त भौतिक गुणधर्म बदलतात, कोणताही नवा पदार्थ तयार होत नाही आणि मूळ पदार्थ सहजासहजी परत मिळतो अशा बदलास 'भौतिक बदल' असे म्हणतात. उदा. बर्फाचे पाण्यात व पाण्याचे वाफेत रूपांतर.

Plant (Angiospermae) - आवृतिबीज वनस्पती

हा वाहिनीवंत वनस्पतींचा सर्वाधिक विकसित गट आहे. या वर्गातील वनस्पतींना फुले येतात. तसेच त्यांची बीजांडे अंडाशयाने आच्छादलेली असतात. फलनानंतर बीजांडाचे रूपांतर बी मध्ये होते तर अंडाशयापासून फळ बनते.

Plant (Cryophyte) - निम्नकलिकोद्भिद् वनस्पती

या प्रकारच्या वनस्पती थंड किंवा कोरड्या हवामानाच्या प्रदेशात बहुसंख्येने आढळतात. उदा. टुंड्रा प्रदेश आणि अर्धशुष्क प्रदेश. या प्रकारात नवीनीकरणाचे

अंकुर मृदाथराचे वर पण २५ सें. मी. पेक्षा खाली असतात. यामध्ये बारमाही वाढणाऱ्या वनौषधींचा (Herbaceous Perennials) समावेश होत असून त्या उंचीने कमी वाढणाऱ्या असतात.

Plant (Cryptogamia) - अपुष्प वनस्पती

या प्रकारच्या वनस्पतींना फुले येत नाहीत व बियाही येत नाहीत. अशा वनस्पतींना अपुष्प वनस्पती (Cryptogams) असे म्हणतात. पाण्यात वाढणारे स्पायरोगायरासारखे शैवाल, पोळी किंवा पावावर वाढणारी बुरशी (म्युकस), जुन्या भिंतीवर पावसाळ्यात उगवणारे मॉस (फ्युनारिया) किंवा बागेतील नेफ्रोपिस (नेचे) या सर्व अपुष्प वनस्पती होत.

अपुष्प वनस्पतींचे शरीर रचनेनुसार खालील तीन उपविभाग आहेत.

(१) थॅलोफायटा (Thallophyta), (२) ब्रायोफायटा (Brayophyta), (३) टेरिडोफायटा (Pteridophyta)

Plant (Epiphytes) - उपरिउद्भिद् वनस्पती

या प्रकारच्या वनस्पती भूपृष्ठापासून वर सामान्यपणे उंचावर राहतात. अशा प्रकारच्या वनस्पती यजमान वृक्षावर वाढलेल्या आढळून येतात. त्यामुळे यांची मुळे मृदेमध्ये नसतात; म्हणूनच अशा वनस्पतींना 'हवेतील वनस्पती' असे म्हणतात.

Plant (Geophytes) - भू-उद्भिद् वनस्पती

या प्रकारच्या वनस्पतींना गुढोद्भिद् असेही म्हणतात. थंडी किंवा अवर्षणामुळे त्या मृदेच्या खालीच नाश पावतात. यांचे नवीनीकरणाचे अंकुर मृदेखाली एका फुग्यात (Builb) ग्रंथीक्षेत्रात (Taber) अथवा मूलस्तंभात (Rhizome) असतात. अशा तऱ्हेचे अंकुर दहिवर, उच्च तापमान आणि कोरड्या वाऱ्यापासून सुरक्षित असतात.

Plant (Gymnospermae) - अनावृत्तबीजी वनस्पती

सपुष्प वनस्पतींच्या या प्रकारात वनस्पती सर्वसाधारण बहुवर्षायू वृक्ष असून समशीतोष्ण कटिबंधातील जंगलात आढळतात. या फुलांना बिदलपुंज आणि दलपुंज ही संरक्षक बाह्य मंडले नसतात. विशेष प्रकारच्या रूपांतरित पानावर त्यांचे परागकोष आणि बीजांडे तयार होतात. अशा प्रकारच्या पानांना बीजाणुपत्रे (Sporophylls) म्हणतात. लघु बीजाणूपत्रांवर परागकोष तयार होतात, तर काही बीजाणूपत्रांच्या कडांवर बीजांडे तयार होतात. बीजांडे अंडाशयात समाविष्ट नसतात. म्हणूनच या प्रकारच्या वनस्पतींना 'अनावृत्तबीजी वनस्पती' असे म्हणतात. सायकस, पाईन, थुजा (मोरपंखी) ही अनावृत्तबीजी वनस्पतींची उदाहरणे आहेत.

Plant (Hemicryptophytes) - अर्धगूढोद्भिद् वनस्पती

या प्रकारच्या वनस्पती थंड व आर्द्र हवामान प्रदेशात वैशिष्ट्यपूर्ण मानल्या जातात. यांच्या पुनर्निर्मितीचा कोंब मृदा थरावर किंवा किंचित खाली असतो. या प्रकारच्या वनस्पतींचा वाढीचा काळ संपला म्हणजे त्यांचा नाश होऊन त्या पुन्हा मृदेमध्ये मिसळून जातात. या प्रकारच्या वनस्पतींमध्ये वनौषधी आणि गवताच्या विविध प्रकारांचा समावेश होतो.

Plant (Mesophytes) - स्थलीय वनस्पती

काही अधिवासात पाण्याचा आवश्यक तेवढा साठा उपलब्ध असतो. तसेच जमिनीत हवा खेळती राहते आणि तिच्यात पोषणद्रव्ये मुबलक असतात. या अधिवासात आढळणाऱ्या वनस्पतींना 'भूपृष्ठीय' किंवा 'स्थलीय वनस्पती' असे म्हणतात. बागेतून वाढणाऱ्या वनस्पती या स्थलवासी वनस्पती असतात. उदा. मोगरा, सूर्यफूल इ.

Plant (Phanerogamia) - सपुष्प वनस्पती

या वनस्पती संवहनी, फुले येणाऱ्या व बीजधारक आहेत. सध्या आपल्याभोवती आढळणाऱ्या वनस्पतीत अशा वनस्पतींची संख्या अधिक आहे. उदा. आंबा, वड, गुलमोहर, मयूरपंखी, थुजा, सूर्यफूल, पाईन, नारळ, गहू, मका ह्या सर्व सपुष्प वनस्पती आहेत. सपुष्प वनस्पतींचे खालील दोन प्रकार पडतात.

(१) अनावृत्तबीजी वनस्पती (Gymnosperms)

(२) आवृत्तबीजी वनस्पती (Angiosperms)

Plant (Raunkiaer's Classification) - रॉंकियरचे वनस्पतींचे वर्गीकरण

रॉंकियर या डेन्मार्कमधील वनस्पतिशास्त्रज्ञाने वनस्पती समूहातील विविध वनस्पतींचा शास्त्रीय अभ्यास करण्यासाठी वनस्पतींच्या घटनेचा आणि पृथ्वीवरील हवामानाचा आधार घेतला. आर्द्रता आणि तापमानाच्या अनुकूल नसलेल्या परिस्थितिकीमध्ये वनस्पती कसे समायोजन करतात याचे पहिले शास्त्रीय विवेचन रॉंकियर यानेच दिले. वनस्पतींचे घटनेप्रमाणे वर्गीकरण हे रॉंकियरच्या वनस्पती वर्गीकरणाचे अत्यंत महत्त्वाचे वैशिष्ट्य मानले जाते. रॉंकियरने वनस्पतींचे सहा विभाग स्पष्ट केले आहेत. हे विभाग याप्रमाणे :-

(१) उपरिकलिकोद्भिद (Phanerophytes)

(२) निम्नकलिकोद्भिद (Cryophyte)

(३) अर्धगूढोद्भिद (Hemicryptophyte)

(४) भू-उद्भिद (Geophyte)

(५) बीज अतिजीवोद्भिद (Therophyte)

(६) उपरिउद्भिद (Epiphytes)

हे सहा विभाग वनस्पती नवीनीकरणासाठी उपयोगात आणीत असलेल्या अंकुराच्या (Bud) अथवा जनक इंद्रियाच्या स्थितीवर आधारलेले असतात.

Plant (Thallophyta) - थॅलोफायटा

अपुष्प वनस्पतीच्या या उपविभागातील वनस्पतींची शरीररचना साधी असते. त्यांना 'असंहवनी वनस्पती' म्हणतात. त्यांचे शरीर अवयवरहित असते. म्हणजे त्यांना मूळ, खोड, पाने यासारखे अवयव नसतात. अशा शरीराला निरवयवी शरीर (Thallus) म्हणतात. थॅलोफायटाचे खालील चार उपप्रकार आहेत.

(१) शैवाल (Algae), (२) कवक (Fungi), (३) दगडफूल (Linchens), (४) जिवाणू (Bacteria)

Plant (Therophytes) - बीज अतजीवोद्भिद् वनस्पती

रॉंकियर या डेन्मार्कमधील वनस्पतिशास्त्रज्ञाच्या वर्गीकरणानुसार वनस्पतींचा हा पाचवा विभाग असून अत्यंत वैशिष्ट्यपूर्ण असा मानला जातो. अतिशय अल्पकाळातल्या या प्रकारच्या वनस्पती वालुकामय प्रदेशात मोठ्या संख्येने आढळतात.

रॉंकियरच्या मतानुसार या प्रकारच्या वनस्पती वाढीच्या एकाच ॠतूत आपले जीवनचक्र पूर्ण करणाऱ्या वार्षिक वनस्पतींच्या समूहात किंवा प्रकारात मोडतात. वाढीचा काळ पूर्ण झाल्यानंतर आलेल्या थंड किंवा अवर्षणाच्या प्रतिकूल परिस्थितीतून पार पडण्यासाठी बीज वा बीजाणूची उत्पत्ती या प्रकारच्या वनस्पती करीत असतात.

Plant Communities - वनस्पती समुदाय

समान पर्यावरणात एकमेकांशी संबंधित नसलेल्या वनस्पती देखील सोबत वाढत असतात. सोबत वाढणाऱ्या एका प्रदेशातील सर्व वनस्पतींना संयुक्तपणे वनस्पती समूह (Vegetation) असे म्हणतात. या वनस्पती समूहाचे वैशिष्ट्य फक्त त्या समूहातील विभिन्न वनस्पती जातींवरच (species) अवलंबून असते, असे नव्हे तर प्रत्येक जातीच्या वनस्पतींच्या संख्येवरही ठरते.

Plant Conservation - वनस्पती संवर्धन

वनस्पती ही नैसर्गिक साधनसंपदा आहे. मानव व इतर प्राण्यांसाठी वनस्पतींची नितांत गरज भासते. वनस्पती हा महत्त्वाचा उत्पादक घटक आहे. गवत, वेली, झाडे-झुडपे, मोठे वृक्ष अशा निरनिराळ्या वनस्पती पृथ्वीवर आढळतात. भूतलावर मानवासहित सर्व सजीवांच्या दृष्टीने नैसर्गिक वनस्पती हा प्राण आहे. मानवी जीवनात नैसर्गिक साधनसंपत्ती व अन्नउत्पादक म्हणून वनस्पतींकडे पाहिले जाते. पर्यावरणाचा

समतोल राखण्यासाठी वनस्पतींचे आच्छादन आवश्यक आहे. मानवाच्या अनियोजित वापरामुळे वनसंपदेवर अनिष्ट परिणाम झालेले आहेत. त्यामुळे वनस्पतीं संवर्धनाची गरज निर्माण झाली आहे. पर्यावरणाचा एकूण तोल सांभाळणारी वनस्पती ही निसर्गातील अमोल ठेवा आहे. तो सांभाळणे मानवाचे आद्य कर्तव्य आहे. त्यामुळेच वनस्पती संवर्धनाची गरज निर्माण झाली आहे.

नैसर्गिक वनस्पतींच्या एकूण स्वरूपावर स्थान, हवामान, भूरचना, मृदा या भौगोलिक घटकांचा प्रत्यक्ष व सामुदायिक परिणाम होत असतो. वनस्पतींचे वितरण, प्रकार, घनता, अस्तित्व प्रामुख्याने हवामान व मृदेवर अवलंबून असते. पृथ्वीवर विविध प्रकारच्या नैसर्गिक वनस्पती आढळतात. यात उंच वाढणारे वृक्ष, मध्यम उंचीची झाडे, लहान-मोठी झुडपे, गवत, वेली, बांबू यांचा समावेश होतो. विविध नैसर्गिक वनस्पतींच्या आवरणास जंगल म्हणतात. गवताने व्यापलेल्या क्षेत्रास 'गवताळ प्रदेश' म्हणतात. जंगल, अरण्य किंवा वन हे तीनही शब्द सर्वसाधारण नैसर्गिक वनस्पतीच्या समुदायासाठी वापरले जातात. जंगलात वेगवेगळ्या प्रकारच्या वनस्पतींचे सामूहिक अस्तित्व असते. नैसर्गिक वनस्पतींची विविधता शास्त्रीयदृष्ट्या हवामान, मृदेचा प्रकार, समुद्रसपाटीपासूनची उंची, उतार, जमिनीचे स्वरूप, जैविक समूह (Biotic Communities) या भौगोलिक घटकांनी अनुबंधित झालेली असते. पर्यावरणाचा समतोल आणि एखाद्या प्रदेशाचा आर्थिक विकास या दृष्टीने नैसर्गिक वनस्पतींच्या आवरणास अनन्यसाधारण महत्त्व असते.

Plant Geography - वनस्पती भूगोल

पृथ्वीवरील वनस्पतींच्या व वनस्पती समुदायांच्या कक्षांचे व विशेष वितरणासंबंधीचे व्यापक असे अध्ययन व संशोधन यांचे संकलन करणाऱ्या वनस्पतिविज्ञानाच्या (Botany) एका प्रमुख शाखेला 'वनस्पती भूगोल' असे म्हणतात. वनस्पतींच्या वितरणाची महत्त्वाची लक्षणे आणि प्रत्यावर्ती आकृतिबंध निश्चित करणे आणि त्यांची भौगोलिक कारणे शोधणे हा वनस्पतिभूगोलाच्या अभ्यासाचा प्रमुख उद्देश आहे. वनस्पती भूगोलात पादजात (Flora) व वनश्री (Fauna) ह्या दोन प्रमुख घटकांचे फार मोठे महत्त्व आहे.

पृथ्वीवरील ज्या ज्या ठिकाणी जीवन जगणे शक्य झाले आहे त्या त्या ठिकाणी निसर्गत: वाढत असलेल्या वनस्पतींच्या व वनस्पती समुदायांच्या कक्षांचे व विशेष वितरणासंबंधीचे सर्व बाजूंनी केलेले व केले जात असलेले अध्ययन व संशोधन यांचे संकलन करणाऱ्या वनस्पतीविज्ञानाच्या एका प्रमुख शाखेला वनस्पती भूगोल (Plant Geography Or GeoBotony or Geographical Botany) असे म्हणतात.

वैज्ञानिकांच्या मते वनस्पतिभूगोल ही शाखा भूगोलविज्ञानाची एक शाखा आहे

आणि त्यामुळे ते या शाखेत अधिकाधिक लक्ष घालू लागले आहेत. पृथ्वीवरील साधनसामुग्रीच्या योग्य व्यवस्थापनात वनस्पती भूगोलाचा संबंध वाढत असल्यामुळे त्याच्या विस्ताराला अधिक संधी मिळत आहे. वनस्पतीच्या वितरणात दिसून येणाऱ्या व अनुभवास येत असलेल्या वस्तुस्थितीची नोंद करणे व त्यातील कार्यकारणभाव स्पष्ट करणे हे वनस्पतीभूगोलाचे प्रमुख कार्य आहे. या सर्वांचा अभ्यास वनस्पतीभूगोलाच्या व्याप्तीमध्ये केला जातो.

वनस्पतींच्या वितरणाची महत्त्वाची लक्षणे आणि प्रत्यावर्ती आकृतिबंध निश्चित करणे आणि त्यांची मौलिक कारणे शोधणे हा वनस्पतिभूगोलाच्या अभ्यासाचा प्रमुख उद्देश मानला जातो. त्यांच्या जीवनास आवश्यक असलेली परिस्थिती आणि प्रत्यक्षातील वस्तुस्थिती यातील परस्परसंबंध, तसेच त्यांच्या क्रमविकासाचा इतिहास व त्यांचे स्थानांतर इत्यादीत ह्या शोधांची मुळे असतात. त्यामध्ये जातिसमुदाय (परिस्थितीच्या संदर्भात बनलेले निश्चित स्वरूपाचे समूह,) एकात्मीकरणाच्या 'निवासतंत्रातील पातळ्यांचा विचार आवश्यक असतो. प्रसिद्ध विचारवंत आँड्रेआस फ्रांट्स व्हिलियम शिपर यांनी १८९८ मध्ये वनस्पतिभूगोलावर 'Plant Geography upon Physiological Basis' हा ग्रंथ लिहिला असून त्यात जगातील वनश्रींचे वर्गीकरण व त्यांचे तपशीलवार वर्णन दिले आहे.

वनस्पतिभूगोलात पादमजात (फ्लोरा) व वनश्री (फौना) ह्या दोन प्रमुख घटकांचे फार मोठे महत्त्व आहे. वनस्पतिजीवनात दोन सामान्यपणे उपयोग असलेल्या एकात्मीकरणाच्या पातळ्यांचा त्यांना आधार आहे. पादमजात म्हणजे विशिष्ट नैसर्गिक स्थानातील वनस्पतींची यादी. पादमजातीय वनस्पती-भूगोलाची व्याप्ती पादमजातींच्या वितरणासंबंधी असून वनश्रींविषयक वनस्पती-भूगोलात भिन्न प्रकारच्या वनश्रींच्या स्थानसंबधित वितरणाचा अंतर्भाव करतात. या सर्वांचा अभ्यास वनस्पतिभूगोलाच्या व्याप्तीमध्ये केला जातो.

Plant Succession - वनस्पती क्रम

वनस्पती क्रम ही संज्ञा सर्वप्रथम अमेरिकन जीवशास्त्रज्ञ एफ. ई. एलिमेंट्स यांनी वापरली. भूपृष्ठावर विशिष्ट काळात वनस्पती आवरणांमुळे क्रमबद्ध असे बदल होत गेलेले आढळतात. बदलती प्राकृतिक परिस्थिती किंवा संपूर्णपणे काढून टाकली गेलेली मूळची नैसर्गिक वनस्पती यामुळे जो भूपृष्ठाचा भाग दुसऱ्या प्रकारच्या वनस्पति व्यापतील त्यांना वनस्पती क्रमी समुदाय (Plant Successive Community) असे म्हणतात. वनस्पती समुदायाची अशी उत्क्रांती वनस्पती क्रम (Plant Succession) म्हणून ओळखली जाते. वनस्पती समुदायाने त्या आवासात स्थिरता प्राप्त केली की चरम अवस्था (Plant Climax) असे म्हणतात.

Plants (Species) - वनस्पती प्रजाती

साग – हा वृक्ष भारताच्या वायव्य भागात आढळतो. पानगळीच्या शुष्कतोषित पर्ण परिसंस्थेत हा वृक्ष आढळून येतो. या झाडाच्या लाकडाचा उपयोग बांधकामासाठी व फर्निचर तयार करण्यासाठी केला जातो. ब्रिटिशांच्या आमदानीत या झाडाची जहाजांच्या निर्मितीसाठी मोठ्या प्रमाणावर तोड केली जात होती. साग वृक्षांची संख्या कमी झाल्यावर ब्रिटिश सरकाराने साग लागवडीसाठी संरक्षित क्षेत्रे घोषित केली. या ठिकाणी सागवानाची लागवड केवळ शासकीय वापरासाठी करण्यात येत असे. आजही वनखात्यातर्फे सागवानाची लागवड मोठ्या प्रमाणात केली जाते. सागवानाचे लाकूड हे अतिशय मौल्यवान लाकूड आहे.

साल – साल वृक्ष सामान्यत: पूर्वोत्तर राज्यात आढळून येतो. त्याचबरोबर मध्यप्रदेश व ओरिसाच्या काही भागात साल वने आढळतात. साल वृक्षाची पाने हिरवीगार असून वर्षभर हे झाड हिरवेगार असते. साल वृक्षाचे लाकूड मजबूत व टिकाऊ असते. या वृक्षाच्या बिया सौंदर्य प्रसाधनांची निर्मिती करण्यासाठी वापरण्यात येतात.

आंबा – आंबा हे फळ बागायत लागवडीसाठी अतिशय महत्त्वाची प्रजाती आहे. आंब्याच्या अनेक प्रजातींची भारतात लागवड करण्यात येते. आंब्याचे फळ अतिशय लज्जतदार असून त्यातील बी किंवा कोयीचा आकार मोठा असतो. आंबा हा सदाहरित वृक्ष असून आंब्याच्या झाडावर छोट्या फुलांचा मोहर येतो. परागीभवन व फलन क्रिया कीटकांद्वारे घडतात. जंगलातील फळांवर अवलंबून असणारी माकडे, खारी, वटवाघळे व अनेक पक्षी आंब्याच्या पिकलेल्या फळांवर अवलंबून असतात.

वड – पिंपळ, वड असे वृक्ष वड प्रजातीतील जैवविविधता गठित करतात. वड प्रजातीतील वृक्ष पर्यावरणदृष्ट्या अतिशय महत्त्वाचे आहेत. कारण अनेक कीटक, प्राणी, वनस्पती, प्रजाती या झाडाची फळे खाण्यासाठी या झाडावर वास्तव्य करतात. वड प्रजातीतील वृक्षांचे विशिष्ट प्रजातीच्या कीटकांद्वारे परागीभवन होते. हे कीटक या वृक्षांच्या फळात आपली अंडी घालतात. या कीटकांच्या अळ्या वड प्रजातींच्या फळांवर वाढतात. वड प्रजातीतील वृक्षांना वर्षभर फळे येतात. इतर वृक्षांच्या फळांचा हंगाम नसेल तेव्हा अनेक पक्षी व प्राणी ह्या फळांचा आपले अन्न म्हणून वापर करतात. वड प्रजातीतील वृक्ष परिसंस्थांतील महत्त्वाचे घटक आहेत, अन्न साखळी व अन्न जलाचा प्रमुख घटक आहेत. या वृक्षावर अनेक प्राणी-पक्षी-कीटक प्रजाती अवलंबून असतात. भारतीय संस्कृतीत वड प्रजातीतील वड, पिंपळ या वृक्षांची पवित्र म्हणून पूजा केली जाते.

कडूनिंब – कडूनिंब वृक्षाला शास्त्रीय परिभाषेत Azadiracita indica या नावाने ओळखले जाते. पारंपरिक औषधोपचारात या वृक्षाचा उपयोग केला जातो.

कडूनिंबाचे फळ फिकट पिवळ्या रंगाचे असून या झाडाची पाने व फळे चवीला अतिशय कडू असतात. कडूनिंबाचा वापर नैसर्गिक पर्यावरण-स्नेही कीटकनाशक म्हणून केला जातो. कडूनिंबाचे झाड निमशुष्क प्रदेशातही वाढू शकते म्हणून कमी पावसाच्या प्रदेशात व कमी प्रतीच्या जमिनीत या वृक्षाची लागवड करता येते.

चिंच – चिंचेचे झाड भारतात सर्वत्र आढळते व हा वृक्ष सर्वांच्या परिचयाचा असतो. चिंचेच्या झाडाचा आकार डेरेदार असून हा वृक्ष २०० वर्षांपर्यंत टिकून राहतो. या झाडाचे शेंगेसारखे फळ चवीला आंबट असते. या झाडाच्या बिया चपट्या असतात. चिंचा पिकल्यावर त्यातील गर चिकट होतो. चिंचेचे झाड प्रामुख्याने सावलीचा वृक्ष म्हणून लावले जाते. त्याचप्रमाणे 'क' जीवनसत्त्वाची मात्रा अधिक असलेल्या चिंचांसाठी या वृक्षाची लागवड केली जाते. चिंचांचा वापर अन्नपदार्थ टिकविण्यासाठी केला जातो. तसेच या झाडाचा उपयोग लाकूड व जळणासाठी करण्यात येतो.

बाभूळ – बाभूळ हे एक काटेरी झाड आहे. प्रामुख्याने निमशुष्क प्रदेशात उगवणारे हे झाड पश्चिम भारत व दख्खनच्या पठारी प्रदेशात आढळून येते. गवताळ प्रदेशात तुरळकपणे आढळणारे हे झाड शेतीच्या बांधावर लावले जाते. बाभूळ वैरण व जळण म्हणून वापरण्यात येते. बाभूळ हे वर्षभर हिरवे राहणारे झाड असून वन्यप्राणी व पाळीव गुरे या झाडाचा पाला खातात. या झाडाची पाने छोटी असतात. फुले पिवळ्या रंगाची व छोटी असून या वृक्षाच्या शेंगात बऱ्याच बिया असतात. मोठे अणकुचीदार काटे हे या झाडाचे वैशिष्ट्य असून काट्यांमुळे या झाडाचे चरणाऱ्या गुरांपासून रक्षण होते.

बोर – भारताच्या शुष्क व निमशुष्क प्रदेशात आढळणारे बोर हे एक छोटे झाड आहे. या झाडाच्या मॉरिशियाना व जुजुबा या दोन प्रमुख प्रजाती भारतात आढळून येतात. फळांवर उपजीविका करणाऱ्या पक्ष्यांचे बोर हे आवडते खाद्य आहे. बोराच्या झाडाला भरपूर प्रमाणात फळे लागतात व ही फळे विविध पक्षी व प्राण्यांद्वारे अन्न म्हणून भक्षण केली जातात. बोराच्या झाडाची फळे स्थानिक बाजारपेठेत एक लोकप्रिय फळ म्हणून विकली जातात.

जांभूळ – जांभळाचे झाड हा एक सदाहरित वृक्ष आहे. या झाडाला जांभळ्या रंगाची चविष्ट फळे लागतात. ही फळे अनेक प्राणी व पक्षी यांचे आवडते खाद्य आहे. जांभळाचे झाड भारताच्या विविध भागात आढळून येते. या वृक्षाच्या जातीनुसार फळाच्या आकारमानात फरक आढळून येतो.

तेंदू – तेंदूचे झाड हा एक मध्यम आकाराचा वृक्ष असून हे झाड पानगळीच्या शुष्कतोषित - पर्णवनात (Deciduous forest) आढळून येते. भारतात या झाडाच्या ५० हून अधिक प्रजाती आढळतात. या झाडाच्या खोडावर सालामुळे चौकोनी

आकाराची वैशिष्ट्यपूर्ण नक्षी तयार होते. तेंदू वृक्षाच्या फांद्या डेरेदार आकार घेतात. तेंदूची पाने लंबवर्तुळाकार आकाराची व जाड असून या पानांचा उपयोग विड्या तयार करण्यासाठी केला जातो. तेंदूची फळे करड्यापिवळ्या रंगाची असून चवीला तुरट असतात. तेंदू झाडाची पाने गोळा करण्यासाठी स्थानिक लोक या झाडाखाली झुडपे पेटवून मग तेंदूच्या फांद्या तोडून त्याची पाने गोळा करतात. या पद्धतीमुळे संरक्षित वनक्षेत्रातील वन्यजीवनास हानी पोहोचते.

फणस – फणसाचे झाड हे या झाडाच्या खोडावर उगवणाऱ्या मोठ्या फणसांसाठी अनेक खेड्यापाड्यातून लावण्यात येते. फणसाच्या फळाला काटेरी साल असते. फणसाच्या कच्च्या फळांची भाजी करतात. पिकल्यावर फणसाचे चिकट पिवळ्या रंगाच्या फळात रूपांतर होते. या फळाला उग्र वास असतो.

पळस – पळसाचे शास्त्रीय नाव Butea monosperma असे आहे. या झाडाला 'फ्लेम ऑफ फॉरेस्ट' असेही म्हणतात. भारतातील विविध भागात पळसाचे झाड लावले जाते. उन्हाळ्याच्या दिवसांत या झाडाला शेंदरी रंगाची फुले येतात. उन्हाळ्याच्या दिवसांत या झाडाची पाने जाऊन त्यावर शेंदरी फुले उगवतात. या फुलांमुळे पळस वृक्षाला 'फ्लेम ऑफ फॉरेस्ट'असे म्हणतात. पळसाच्या फुलांतील मधासाठी या झाडावर अनेक माकडे व कीटक येतात.

पांगारा – या झाडाचे शास्त्रीय नाव Erythrina असे आहे. या झाडाला 'कोरल ट्री' असेही म्हणतात. या झाडाची पाने फेब्रुवारीच्या सुमारास गळून त्यावर चमकदार शेंदरी रंगाची फुले येतात. या फुलात भरपूर मध असल्यामुळे त्यावर मैना, कावळे व सनबर्ड सारखे अनेक पक्षी आकृष्ट होतात. या पक्ष्यांद्वारा या वृक्षाचे परागीभवन व फलन होते. या झाडाला काळ्या शेंगा लागतात व त्यात काळ्या रंगाच्या चमकदार बिया असतात. हे झाड या झाडाच्या फांद्या जमिनीत लावूनही रुजवता येते. पांगारा हा झपाट्याने वाढणारा वृक्ष आहे. या झाडाला चार ते पाच वर्षांत फुले येतात.

आवळा – पानगळीच्या दिवसात पाने गळणाऱ्या वृक्षांपैकी आवळ्याचे झाड एक आहे. या झाडाला 'क' जीवनसत्त्व असलेली आंबट-गोड हिरवट-पिवळ्या रंगाची फळे लागतात. या झाडाची फळे औषधी आहेत. या फळांचा उपयोग लोणचे करण्यासाठी होतो. आवळ्याच्या फळांचा वापर कपडे रंगविण्याच्या कामात तसेच कातडी कमविण्यासाठीही केला जातो.

या झाडाला 'भारतीय ऑलिव्ह ट्री' असेही म्हणतात. पण मूळ ऑलिव्ह वृक्षाशी या झाडाचे काहीही साम्य नाही.

डिप्टेरोकार्पस् – हा वृक्ष सालवर्गीय गटातील वृक्ष असून याचे शास्त्रीय नाव Dipterocarps आहे. हे झाड पश्चिम घाट व ईशान्य भारतातील सदाहरित वनांत आढळून येते. हे झाड अधिक पर्जन्यमान असलेल्या क्षेत्रांत वाढते. डिप्टोरोकार्पस् हे

उंच वाढणारे झाड असून या वृक्षाचा बुंधा रुंद असतो. या वृक्षाच्या बियांना पापुद्र्यासारखे पंख असून वाऱ्याबरोबर या बिया दूरवर वाहत जातात.

ओक – या झाडाचे शास्त्रीय नाव Quercus असे आहे. ओक वृक्ष अत्यंत उपयोगी वृक्ष आहे. या वृक्षाचा आकार प्रचंड मोठा असतो. या वृक्षाच्या अनेक जाती अस्तित्वात आहेत. या झाडाचा आकार वैशिष्ट्यपूर्ण असून मोसमानुसार या झाडाचे रंग बदलतात. भारतात या वृक्षाच्या ३० ते ४० प्रजाती आढळून येतात.

हिमालयातील समशीतोष्ण भागात हा वृक्ष आढळतो. या झाडाच्या फळांना कठीण कवच असते. या झाडाचे लाकूड उत्तम प्रतीचे असते. त्याचा वापर जहाज बांधणी व पुलांच्या बांधकामासाठी केला जातो. ह्या वृक्षाचे लाकूड फर्निचर बनविण्यासाठीही वापरण्यात येते व या झाडाच्या पानांचा वापर वैरण म्हणून करतात.

पाईन वृक्ष – (सूचीपर्णी वृक्ष) हिमालयीन भागात या वृक्षाच्या पाच प्रजाती आढळून येतात. या झाडाचे लाकूड बांधकामासाठी वापरण्यात येते. तसेच या वृक्षाचा उपयोग फर्निचर बनविण्यासाठी तसेच कागद निर्माण करण्यासाठी करण्यात येतो. या वृक्षाच्या पानांपासून 'पाईन तेल' काढण्यात येते. त्यापासून टर्पेंटाइन, रेझिन, टार व पिच बनवता येतात. पाईन वृक्षाची पाने सुईसारखी असतात. या झाडावर लंबवर्तुळाकृती कोनामध्ये पुंबीज व स्त्रीबीजाची निर्मिती होते. या वृक्षाच्या परागकणांना प्रत्येकी दोन पंख असतात व ते कण वाऱ्याबरोबर दूरवर वाहून नेले जातात.

सायकस – सायकस हे झाड भारतात फारसे आढळून येत नाही. हे झाड माडासारखे वाढते. अनावृत्त बीजधारी सपुष्प वनस्पतींच्या वर्गात सायकस वृक्षाचा समावेश होतो. या गटातील वृक्ष अतिशय पुरातनकालीन वनस्पतींच्या वर्गात मोडतात. या झाडाच्या स्वरूपात गेल्या २०० दशलक्ष वर्षांत काहीही बदल झाला नाही. म्हणजेच 'जुरासिक युगा'पासून या वृक्षाच्या स्वरूपात बदल झालेला नाही. भारतातील अतिपर्जन्यमान असलेल्या भागात या वृक्षाच्या पाच प्रजाती आढळून येतात.

नारळ – नारळ हे एक माडवर्गीय झाड आहे. या झाडाचे खोड सरळसोट असते. त्यावर गळलेल्या पानांचे व्रण असतात. हे झाड किनारी प्रदेशात आढळते. झाडे ही मुळाशी तंतुमय असतात. नारळ हे या झाडाचे फळ असते. पाणी व खोबऱ्यासाठी नारळाची लागवड केली जाते. नारळ हा भारतीय आहारातील प्रमुख घटक आहे. विशेषत: दक्षिण भारतात रोजच्या जेवणात नारळाचा वापर अधिक प्रमाणात केला जातो. नारळाचे पीक किनारी प्रदेशात वा द्वीपसमूहांवर प्रामुख्याने घेतले जाते. या झाडाचे सर्व भाग उपयोगी आहेत. पानांपासून खराटे, तर वाळलेल्या नारळाच्या काथ्याचा दोर वळला जातो.

ऑर्किड – जगातील सपुष्प वनस्पतींत ऑर्किड हा एक मोठा वर्ग आहे. या वनस्पतींच्या १८,००० पेक्षा अधिक प्रजाती आढळून येतात. भारतात या वनस्पतींच्या १५०० प्रजाती आढळतात. सपुष्प वनस्पतींच्या वर्गीकरणात ऑर्किड हे सर्वात मोठे सपुष्प वनस्पतींचे कूळ आहे. ऑर्किड वनस्पतींच्या ७०० हून अधिक प्रजाती पूर्वोत्तर राज्यात आढळतात. ऑर्किड प्रामुख्याने झाडांच्या बुंध्यावर वाढतात. काही ऑर्किड प्रजाती जमिनीतही उगवतात. ऑर्किडच्या फुलात रंग व रचनेचे वैविध्य आढळते. काही ऑर्किड फुलातील एक पाकळी इतर पाकळ्यांपेक्षा निराळी असून या पाकळीद्वारे परागीभवन करणाऱ्या कीटकांना आकर्षित करण्याचे कार्य केले जाते. या पाकळीला 'लॅबेलम' असे म्हणतात. ऑर्किड प्रजाती प्रामुख्याने पश्चिम घाट, पूर्वोत्तर राज्ये व अंदमान निकोबार द्वीप समूहांवर आढळून येतात. ऑर्किड वनस्पती अति थंड वा अति उष्ण वातावरणाशिवाय इतर विविध वातावरणात वाढताना आढळून येते.

बांबू – भारतातील अनेक वनांत आढळणारी बांबू ही गवत प्रजातींपैकी सर्वात मोठ्या आकाराची प्रजाती आहे. बांबू अतिशय उपयोगी वनस्पती असून बांबूचा उपयोग झोपड्या बांधण्यासाठी तसेच अनेक वस्तूंच्या निर्मितीसाठी करण्यात येतो. छोट्या परड्या, शेतीसाठी लागणारी अवजारे, कुंपण बांधण्यासाठी, घरगुती वापराच्या वस्तू बनविण्यासाठी तसेच चटया निर्माण करण्यासाठी बांबूचा वापर होतो. बांबूच्या झाडाचे कोवळे कोंब अन्न म्हणून वापरतात. बांबूचा वापर कागद व कागदासाठी लगदा तयार करण्यासाठी तसेच औद्योगिक क्षेत्रात कच्चा माल म्हणून होतो. बांबूची झाडे सुमारे दोन दशकांत एकदाच फुलतात. त्यानंतर बांबूच्या झाडाचे आयुष्य संपते. बांबूच्या फुलांपासून मोठ्या प्रमाणात बिया निर्माण होतात. बांबूच्या झाडाची वाढ अतिशय धीमी असते. हत्ती, रानगवे व हरीण यासारख्या शाकाहारी प्राण्यांचे बांबू हे आवडते खाद्य आहे.

Plants (Phanerophytes) - उपरिकलिकोद्‌भिद वनस्पती

या प्रकारच्या वनस्पती समशीतोष्ण कटिबंधीय आर्द्र प्रदेशात आढळतात. यांच्या नवीनीकरणाचे कोंब उंच फांद्यांवर वाढविले जातात. हे कोंब थंडी, अवर्षण, वारा सहन करण्यासाठी उघडे ठेवले जातात. हे कोंब मृदाभरापासून सुमारे २५ सें.मी उंच असतात. या प्रकारच्या वनस्पती बारमाही प्रकारचे वृक्ष आणि झुडपे या प्रकारात मोडतात.

Plastic - प्लॅस्टिक

खनिज तेलापासून पेट्रोल, डिझेल याचप्रमाणे इथिलिन हा पदार्थ तयार केला जातो. पुढे त्यावर विविध प्रक्रिया करून प्लॅस्टिक बनविले जाते. प्लॅस्टिक चिवट

बनण्यासाठी त्यात असलेले कार्बन-कार्बन बंध कारणीभूत ठरतात. म्हणूनच ते अतिशय टिकाऊ बनू शकते. त्यात काही रसायने मिसळून त्यांचे गुणधर्म बदलण्यात येतात. त्यामुळे प्लॅस्टिकचे विविध प्रकार पाहायला मिळतात. 'पॉलिइथिलिन', 'पॉलिप्रोपिलिन' यासारखे सामान्य प्लॅस्टिक असते, तसेच पॉलिइथिलिन टेरेथॅलेट (पेट), पॉलिकार्बोनेट (पीसी) सारखे अतिशय दर्जेदार व महागडे प्लॅस्टिकही असते. 'पेट' दर्जाचे प्लॅस्टिक पिण्याच्या पाण्याच्या बाटल्या व खाद्यपदार्थांच्या वेष्टनासाठी वापरले जाते, तर चिवट असलेले 'पीसी' प्लॅस्टिक लहान मुलांच्या दुधाच्या बाटल्या, वैद्यकीय उपकरणे, फ्रीज-टिव्ही यांचे काही भाग, बुलेटप्रूफ जॅकेट्स अशा विविध वस्तू तयार करण्यासाठी उपयोगात आणले जाते.

पेट व पॉलिकार्बोनेट दर्जाच्या प्लॅस्टिकची निर्मिती करताना टेरेथॅलिक ॲसिड व कार्बन मोनॉक्साइडसारखे घातक पदार्थ वापरले जातात. प्लॅस्टिकचे यासारखे काही मोजके प्रकार वगळता इतर प्लॅस्टिकच्या निर्मितीसाठी असे पर्यावरणासाठी घातक पदार्थ वापरले जात नाहीत. विशेष म्हणजे, साध्या प्लॅस्टिक बॅग व बहुतांश वस्तू तयार करण्यासाठी लागणारे पदार्थ तयार करण्यासाठी फारशी ऊर्जा वापरावी लागत नाही. महत्त्वाचे म्हणजे त्यातून फार काही कचरा किंवा टाकाऊ पदार्थ तयार होत नाहीत. या तुलनेत कागदाच्या निर्मितीची प्रक्रिया पाहिली तर ती पर्यावरणाच्या दृष्टीने प्लॅस्टिकपेक्षाही घातक आहे. त्यासाठी झाडे तोडावी लागतात. त्यांचा लगदा करणे, रोलिंग करणे अशा प्रक्रियांसाठी अतिशय घातक असे रासायनिक पदार्थ वापरावे लागतात. त्यातून घातक, प्रदूषित घटकही तयार होतात. ते वातावरणात सोडले जातात. या प्रक्रियेसाठी ऊर्जासुद्धा जास्त प्रमाणात खर्च होते. त्यामुळे प्लॅस्टिकशी तुलना करता पर्यावरणाच्या दृष्टीने कागदच महाग ठरतो. यापुढे जाऊन सांगायचे तर प्लॅस्टिक एकदा वापरले तर त्याचा पुनर्वापर करणे अगदीच सोपे असते. ते पाच-सहा वेळा व्यवस्थित 'री-सायकल' करता येते. तसे करणे अगदीच सोपे व कमी खर्चाचे असते. त्यातून विशेष कचरा निर्माण न होता ते पुन्हा पूर्णपणे वापरता येते. हे कागदाच्या बाबतीत होत नाही. तो एकदा वापरल्यावर पुन्हा वापरण्यासाठी जी प्रक्रिया करावी लागते त्यासाठी जास्त ऊर्जा खर्च होते. अतिशय घातक रसायने वापरून कागद 'री-सायकल' करावा लागतो. या प्रक्रियेतून निर्माण होणारा कचराही जास्त असतो.

लवकर विघटन होत नाही, हा त्याबाबतचा प्रमुख आक्षेप! हे खरंय की नैसर्गिकरीत्या त्याचे विघटन होत नाही. ते मातीत साधारणतः २०-२५ वर्षे पडून राहिले तरी त्याचे विघटन होत नाही. फार तर त्याचे तुकडे होतात; पण ते मातीशी एकजीव होत नाही. त्याचे प्रमाण फार वाढत नाही तोवर त्याचा फारसा त्रास नसतो.

मातीतही काही प्रमाणात प्लॅस्टिक मिसळले तरी ते त्रासदायक नसते. पण त्याचा कचरा असा कुठेही टाकण्यास आपणच कारणीभूत असतो. कारण आपण त्याची व्यवस्थित विल्हेवाट लावत नाही. प्लॅस्टिकच काय, पण इतरही कचरा निसर्गात पडून राहिला तर तो त्रासदायकच ठरतो. त्यामुळे खरा प्रश्न आहे तो प्लॅस्टिकची व्यवस्थित विल्हेवाट लावण्याचा! हे काम व्यवस्थित पार पाडले तर प्लॅस्टिक हानिकारक न ठरता फायदेशीर ठरेल. या पदार्थाचे गुणधर्म पाहता त्याचे विघटन व्हावे, अशी अपेक्षाच करता कामा नये. याउलट, त्याचा पुनर्वापर कसा करता येईल याचा विचार व्हावा. जास्तीत जास्त प्लॅस्टिक 'री-सायकल' करून पुन: पुन्हा वापरात यावे. आताची समस्या ही आहे, की आपण जितके प्लॅस्टिक निर्माण करतो त्यापैकी फारच थोडे 'रि-सायकल' करतो किंवा त्याचा पुनर्वापर करतो. भारतात दरवर्षी सुमारे १४ टक्के वेगाने प्लॅस्टिकचा वापर वाढत आहे. याउलट, त्याचा पुनर्वापर फारच कमी प्रमाणात होत आहे. त्यामुळे प्लॅस्टिकचा कचरा जास्त प्रमाणात पर्यावरणात जमा होत आहे, ही आजची खरी समस्या आहे. हे पुनर्वापराचे प्रमाण वाढले तर प्लॅस्टिक हे आतापेक्षाही अधिक वरदान ठरेल. प्लॅस्टिकचा पाच-सहा वेळा पुनर्वावर केल्यानंतर ते जेव्हा इतर गोष्टींसाठी वापरण्याच्या लायकीचे राहणार नाही, तेव्हा त्यापासून रस्ते तयार करावेत. त्याचा बांधकामाच्या पदार्थांत काही प्रमाणात वापर करावा. काँक्रिटमध्ये १०-१५ टक्के प्लॅस्टिक वापरले तर त्याला अधिक मजबुती मिळते. कमी खर्चात हे करणे शक्य आहे.

त्याचे सर्व उपयोग करून झाल्यानंतरही ते उरले तर ते जाळून थेट ऊर्जा मिळवावी. अर्थात जे प्लॅस्टिक जाळल्यानंतर घातक वायू बाहेर पडतात ते वेगळे करणे आवश्यक आहे. ते जाळल्यावर इतर पदार्थांप्रमाणे कार्बन-डाय-ऑक्साइड वायू निर्माण होतो, एवढाच काय तो त्याचा तोटा. नाहीतरी आपण पेट्रोल, डिझेल, कोळसा, लाकूड जाळून कार्बन-डाय-ऑक्साइडसारखे वायू निर्माण करतच आहोत. त्यात प्लॅस्टिकची भर पडेल, एवढेच! त्याचा कित्येक वेळा पुनर्वापर केल्यानंतर आपण ते जाळणार आहोत. म्हणजे एकच पदार्थ पुन्हा पुन्हा वापरून शेवटी टाकून द्यायची वेळ येईल, तेव्हा त्याचा इंधनासारखा वापर करणे शक्य आहे. त्यामुळे त्याला पर्यावरणसुसंगत पदार्थांमध्ये स्थान द्यायला हवे, कारण 'पुनर्वापर' हा पर्यावरणरक्षणाचा एक महत्त्वाचा मंत्र आहे. याच्याही पुढे जाऊन अगदीच प्रश्न उद्‌भवला तर विघटनशील प्लॅस्टिक तयार करणेसुद्धा शक्य आहे. त्याच्या निर्मितीच्या वेळी त्यात विशिष्ट रसायने मिसळून प्रक्रिया केली तर ते जैविकदृष्ट्या विघटन होणाऱ्या इतर पदार्थांप्रमाणे नष्ट होऊ शकते.

Pollutants - प्रदूषके

पर्यावरणातील अशा प्रकारच्या वस्तू किंवा ज्यांच्या अस्तित्वामुळे पर्यावरणाचे अध:पतन किंवा प्रदूषण होते अशांना 'प्रदूषके' असे म्हणतात. प्रदूषके नैसर्गिक व मनुष्यनिर्मित असतात. नैसर्गिक प्रदूषके निसर्गनियमानुसार कालांतराने नाहीशी होतात. प्रदूषकांचे दृश्य व अदृश्य असे दोन प्रकार पडतात. धूर, वायू, धूळ, दूषित पाणी, कचरा इत्यादी दृश्य प्रदूषके आहेत. अदृश्य प्रदूषकांत विविध प्रकारचे जीवाणू तसेच विषारी रसायने यांचा समावेश होतो. स्वरूप आणि स्थितीनुसार प्रदूषकांचे घन, द्रव आणि वायू असे तीन प्रकार आहेत.

Pollution - प्रदूषण

विशिष्ट पदार्थ किंवा विशिष्ट ऊर्जा प्रकार यांची भर पडल्यामुळे हवा, पाणी, माती यांच्यामध्ये अहितकारक बदल घडतात. परिसरातील या अहितकारक बदलासच 'प्रदूषण' असे म्हटले जाते. ज्यामुळे प्रदूषण घडते, अशा पदार्थांना 'प्रदूषके' असे म्हणतात. म्हणजेच 'प्रदूषके' पर्यावरण विषारी किंवा अनारोग्यकारक करतात किंवा परिसंस्थेच्या नैसर्गिक कार्यात नको ती ढवळाढवळ करतात.

प्रदूषणाच्या वरील व्याखेनुसार प्रदूषणाचे प्रमुख प्रकार याप्रमाणे :- (१) हवेचे प्रदूषण (२) जल-प्रदूषण (३) ध्वनिप्रदूषण (४) मृदेचे प्रदूषण

प्रदूषण करणाऱ्या प्रदूषकांचे दोन मुख्य गट आहेत. एक म्हणजे विघटनशील प्रदूषक व दुसरे अविघटनशील प्रदूषक. विघटनशील प्रदूषक म्हणजे सांडपाण्यासारखे पदार्थ; ज्याचे नैसर्गिक प्रक्रियांद्वारे वेगाने विघटन होते. त्यांच्या विघटनापेक्षा अधिक वेगाने जेव्हा त्यांची भर पर्यावरणात पडते, तेव्हा अशा पदार्थांमुळे समस्या उद्भवतात. अविघटनशील प्रदूषक पदार्थांचे विघटन होत नाही किंवा अत्यंत सावकाश होते. एकदा असे प्रदूषण घडले की ही प्रदूषके पर्यावरणातून काढून टाकणे फार अवघड किंवा अशक्य होते. उदा. प्लॅस्टिक. प्रदूषणाची कारणे याप्रमाणे :- (१) लोकसंख्येचा विस्फोट (२) शहरीकरण (३) कारखानदारी (४) वाहतूक प्रकार (५) वृक्षतोड (६) कृत्रिम खते व कीटकनाशकांचा वापर (७) औद्योगिक अपघात (८) अणु प्रकल्प (९) युद्धे (१०) आण्विक चाचण्या.

जीवसृष्टीचे चक्र सुरळीत चालण्याच्या दृष्टीने अन्न, पाणी, हवा, निवारा ह्या प्राथमिक गोष्टी पर्यावरणात योग्य प्रमाणात उपलब्ध असणे गरजेचे असते. जेव्हा पर्यावरणात सजीवांना अनिष्ट, प्रतिकूल ठरतील अशा घटकांचा प्रवेश होतो तेव्हा असे पर्यावरण सजीवांसाठी खचितच बाधक ठरते आणि त्यालाच 'प्रदूषण' (Pollution) असे म्हणतात.

थोडक्यात, मानवी जीवनाच्या दृष्टीने नैसर्गिक घटकांमध्ये होणारा अपायकारक

बदल म्हणजे 'प्रदूषण' होय. ह्यामध्ये हवा, जल, ध्वनी, मृदा इत्यादी प्रदूषणांचा समावेश होतो. प्रदूषणास कारणीभूत ठरणारे घटक हे नैसर्गिक तसेच मानवनिर्मित असतात.

'प्रदूषण' हा शब्द पोल्युटस (Pollutus) या लॅटिन शब्दापासून प्रचलित झाला असून त्याचा अर्थ गलिच्छ, दूषित अथवा अशुद्ध करणे असा आहे. कोणत्याही प्रकारचे प्रदूषण त्याच्या कारकांमुळे होत असते. ही कारके (Pollutant) घनरूप, द्रवरूप किंवा वायुरूप असतात. त्यामुळे पर्यावरणीय घटकास अपाय पोहचून त्याच्या घटनेत किंवा संरचनेत बदल घडतो.

लोकसंख्या, औद्योगिकीकरण यामुळे अनेक प्रकारचे टाकाऊ पदार्थ निर्मित होऊन त्याचे ढीग साठतात. कारखान्यातून बाहेर पडणारे सांडपाणी नदीमध्ये सोडून जलप्रदूषण केले जात आहे. मानव-निर्मित खते, रंग, कीटकनाशके, काच, प्लॅस्टिक, डिटर्जंट इत्यादींमुळे होणाऱ्या प्रदूषणाचे गंभीर दुष्परिणाम आता जाणवू लागले आहेत.

प्रदूषणाचे प्रकार पुढीलप्रमाणे :- (१) हवा-प्रदूषण (Air Pollution) (२) जल-प्रदूषण (Water Pollution) (३) ध्वनि-प्रदूषण (Noise Pollution) (४) मृदा-प्रदूषण (Soil Pollution) (५) किरणोत्सर्गी-प्रदूषण (Radioactive Pollution) (६) कचरा-प्रदूषण (Waste Pollution)

Pollution (Air) - हवा प्रदूषण

जागतिक आरोग्य संघटनेच्या (World Health Organization) व्याख्येनुसार मानवाच्या विविध क्रिया-प्रक्रियांमुळे हवेत प्रदूषकांचे मोठ्या प्रमाणावर केंद्रीकरण वाढून त्याचा मानव, प्राणी, वनस्पती तसेच मालमत्तेवर जो अनिष्ट परिणाम होतो त्याला 'हवा प्रदूषण' असे म्हणतात.

हवा प्रदूषित होण्यास कारणीभूत ठरणाऱ्या घटकांचे वर्गीकरण – (१) नैसर्गिक कारणे व (२) मानवनिर्मित कारणे अशा दोन भागांत केले जाते. नैसर्गिक कारणांमध्ये खालील कारणांचा समावेश होतो :- (१) ज्वालामुखीचा उद्रेक (२) तापमानातील विपरितता (३) जंगलातील आगी (४) आकाशातील विजा (५) सजीव प्राण्यांचा उच्छ्वास (६) हवेतील बाष्प आणि त्याचा अनेकविध आविष्कार (७) कुजण्याची प्रक्रिया (८) वादळे (९) भरती-ओहोटीच्या वेळेस निर्माण होणाऱ्या समुद्रातील लाटा.

मानवनिर्मित कारणांमध्ये खालील कारणांचा समावेश होतो. -
(१) औद्योगिकीकरण (२) शेतीमधील कीटकनाशकांचा प्रयोग (३) वाढती लोकसंख्या (४) जंगलतोड (५) अणुस्फोट (६) धूम्रपान (७) स्वयंचलित वाहने (८) घरगुती इंधन ज्वलन (९) शहरीकरण (१०) आधुनिक जीवनशैली

हवेतील महत्त्वाचे प्रदूषक पदार्थ आणि त्यांचे स्रोत खालील तक्त्यात दर्शविले आहे.

प्रदूषक	**स्रोत**
कार्बन-डाय-ऑक्साइड	पेट्रोल, रॉकेल, डिझेल इत्यादी. इंधने, कोळसा यांचे ज्वलन
कार्बन मोनॉक्साइड	पेट्रोल, डिझेल, कोळसा, तेल-इंधने यांचे अपूर्ण ज्वलन
शिशाची संयुगे	वाहनांमध्ये शिसेयुक्त पेट्रोलचा वापर (आता कमी झाला).
नायट्रोजन ऑक्साइड्स	वाहनांमधील इंधनांचे उच्च तापमानावर होणारे ज्वलन तसेच काही प्रमाणात वीजनिर्मिती केंद्रे
ओझोन	मुख्यत: मोटरकारमधून फेकले जाणारे वायू
क्लोरोफ्युओरोकार्बन्स (सी. एफ. सी.)	एरोसोल प्रोपेलंट्स, स्वच्छके म्हणून वापरली जाणारी द्रावके, शीतगृह वायू, फोम प्लास्टिकमध्ये वापरले जाणारे पदार्थ. उदा, थर्मोकोल निर्मितीमधील काही पदार्थ
हायड्रोजन सल्फाइड	नैसर्गिक वायु शुद्धीकरणाचे कारखाने; कागद, कोक, व्हिस्कोज, रेयॉन इत्यादी. पदार्थांचे उत्पादन
हायड्रोकार्बन्स (बेन्झीन, मिथेन इ.)	वाहनांच्या पेट्रोलजन्य इंधनांचे बाष्पीभवन (यात मुख्यत्वे दोन स्ट्रोकवाली इंजिने असलेली दुचाकी वाहने), कारखान्यांमधील बाष्पकारी सेंद्रिय द्रावके
आण्विक कचरा	आण्विक वीजनिर्मिती केंद्रे, आण्विक शस्त्र चाचण्या, अणुयुद्धे
कणरूप पदार्थ	धूळ, कारखान्यांमधील घन व वायुरूप टाकाऊ पदार्थ, वाहनांचा धूर; लाकूड, कोळसा व इतर इंधनांचे ज्वलन; एरोसोल्स; खाणकाम; वादळे; परागकण; उदबत्तीचा धूर; अत्तरे व सुवासिक द्रव्यांचे फवारे; हवेचे फ्रेशनर्स; कीटकनाशके व कीडनाशके; हॉस्पिटल्स व शेते येथे वापरण्यात येणारे जंतुनाशक धूर इत्यादी.

हवेचे प्रदूषण खालील कारणांमुळे घडून येते. –

(१) धूलिकण वातावरणात मोठ्या प्रमाणात मिसळल्यामुळे हवाप्रदूषण होते.

(२) कार्बन-डाय-ऑक्साइड, कार्बन मोनॉक्साइड यांसारखे विषारी वायू वातावरणात वाढल्यामुळे हवा प्रदूषण होते.

(३) वेगवेगळ्या कारखान्यातून बाहेर पडणारे वायू, अमोनिया, सल्फर-डाय-ऑक्साइड, नायट्रोजन ऑक्साइड इ. मुळे हवेचे प्रदूषण होते.

(४) वाहनांमधून बाहेर पडणाऱ्या धुरामुळे, कार्बन मोनॉक्साइडमुळे वातावरणात हवेचे प्रदूषण घडून येते.

(५) इंधनाच्या ज्वलनामुळे हवाप्रदूषण घडते.

(६) खाणकाम केल्यामुळे मृदेचे कण, खडकाचे कण वातावरणात पसरतात व हवाप्रदूषण घडते.

(७) वृक्षतोडीमुळे वृक्षाचे प्रमाण कमी झाल्यामुळे कार्बन-डाय-ऑक्साइडचे प्रमाण वाढत आहे. यामुळे हवाप्रदूषण घडून येते.

हवाप्रदूषणाचे प्रमुख दुष्परिणाम खालीलप्रमाणे –

(१) हवाप्रदूषणामुळे क्षयरोग, दमा, त्वचेचे कर्करोग, तीव्र डोकेदुखी यासारखे रोग होण्याचा धोका निर्माण होतो.

(२) सल्फ्युरिक व नायट्रिक आम्ल कारखानदारीच्या प्रदेशात निर्माण होतात. यांचा पावसाच्या पाण्याशी संयोग होऊन आम्लपर्जन्य निर्माण होतो.

(३) कारखान्यातील धूर व वातावरणातील धुके एकत्र आल्यामुळे धुरके तयार होतात.

(४) वनस्पतींच्या पानावर सिमेंट, ल्फोराइस्, फॉस्फरस यासारख्या रसायनांची धूळ बसल्यामुळे सूक्ष्म श्वसनच्छिद्रे बुजतात. त्याचा परिणाम त्यांच्या वाढीवर होतो. वनस्पतीची वाढ खुंटते, उत्पादनात घट होते, हरितद्रव्य निर्मितीची प्रक्रिया मंदावते.

(५) धुम्रपानामुळे श्वसन व डोळ्यांचे आजार निर्माण होतात.

(६) याशिवाय वातावरणातील दृश्यता कमी होणे, वाहतुकीत अडथळा येणे, प्राण्याचे आजार निर्माण होणे यासारखे परिणाम घडून येतात.

हवाप्रदूषणाचे भौतिक दुष्परिणाम खालीलप्रमाणे –

(१) इमारतींसाठी लागणारे कापड, प्लॅस्टिक, रबर, कातडी, कागद, मूर्तिका, शिल्प, धातू इत्यादींवर हवेच्या प्रदूषणाचा परिणाम होतो.

(२) सल्फर डाय ऑक्साइड, सल्फ्युरिक ॲसिड ही प्रदूषके अत्यंत अपायकारक असतात.

(३) धातुशिल्पावरही हवेच्या प्रदूषणाचा परिणाम होतो.

(४) मथुरा येथील खनिजतेल शुद्धीकरण कारखान्यातील उत्सर्गामुळे ताजमहलावरही हवेच्या प्रदूषणाचा परिणाम होत आहे.

(५) कॉस्टिक ॲसिडमुळे धातूंचे घर्षण होऊन कमकुवत होते.

(६) हायड्रोजन सल्फाईडमुळे चांदीचे तेज कमी होते व इमारतीचे रंग काळे पडतात.

वायूप्रदूषणाचे हवामानावरील दुष्परिणाम –

(१) वायूप्रदूषणामुळे स्थानिक हवामान स्थितीत बदल होतात.

(२) वायूप्रदूषणामुळे पृथ्वीच्या उष्णता संतुलन अवस्थेत बिघाड होऊन पृथ्वीचे तापमान वाढते आहे.

(३) हरितगृह परिणाम (Green House Effect) - पृथ्वीभोवती तयार होणाऱ्या कार्बन-डाय-ऑक्साइड वायूच्या रोधक आवरणामुळे पृथ्वीचे तापमान सातत्याने वाढत जाण्याच्या प्रक्रियेला हरितगृह परिणाम म्हणतात. कार्बन-डाय-ऑक्साइड, मिथेन, नायट्रस ऑक्साईड आणि क्लोरोफ्ल्यूरोकार्बन्स (CFCs) हे हरितगृह वायू या परिणामास जबाबदार आहेत.

(४) ओझोन कवच क्षय – वातावरणातील स्थित्यांबराच्या खालच्या भागात ओझोन वायूचा स्तर असतो. हा स्तर सूर्यापासून आलेली अतिनील किरणे शोषून घेतो. तसेच अवकाशातून येणारी हानिकारक विकिरणे शोषून घेतो आणि पृथ्वीवरील सजीव सृष्टीचे रक्षण करतो.

ओझोनचे हे संरक्षक कवच अलीकडे काही ठिकाणी विरळ होऊ लागले आहे. याला क्लोरोफ्ल्युरोकार्बन्स कारणीभूत ठरतात. ओझोन कवच क्षयामुळे सूर्याची अतिनील किरणे पृथ्वीवरील सजीव सृष्टीवर पडून सृष्टीचा विनाश होऊ लागेल. त्यामुळे कर्करोगासारखे रोग होतील.

वायुप्रदूषण नियंत्रण व उपाय खालीलप्रमाणे –

(१) लोकसंख्यावाढीस आळा घालावा.

(२) आपल्या गरजा शक्य तेवढ्या प्रमाणात मर्यादित ठेवाव्या.

(३) अनावश्यक उद्योग आणि कारखाने यांना आळा घातला पाहिजे.

(४) कारखान्यांचे विकेंद्रीकरण करावे.

(५) कीटनाशके, तणनाशके, रासायनिक खते, विषारीद्रव्ये यांचा वापर कमीत कमी करावा.

(६) अधिक उत्पादनाकरिता शेणखत, कंपोस्ट खत यांचा वापर करावा.

(७) पाणी हा सर्वोत्तम द्रावक असल्याने कारखान्यातून बाहेर पडणाऱ्या दूषित वायूवर व धुरावर पाण्याचा फवारा सोडल्यास हानिकारक द्रव्ये बऱ्याच प्रमाणात खाली बसतात.

(८) कारखान्यातून व वाहनातून बाहेर पडणाऱ्या वायूचे ऑक्सिडेशन करून वायू प्रदूषणावर नियंत्रण ठेवता येईल.
(९) वाहनात शिसेविरहित इंधन वापरावे व कॅटेलायझरचा उपयोग करावा.
(१०) वृक्ष लागवड करावी.
(११) निर्धूर चुलीचा वापर करावा.
(१२) स्वयंचलित वाहनांचा वापर कमी करावा.
(१३) कारखान्यांमध्ये यांत्रिक फिल्टर व प्रेसपिटेअटर लावावेत.
(१४) इंधन म्हणून खनिज तेलाऐवजी नैसर्गिक वायूचा वापर करावा.
(१५) कारखान्याभोवती हरित पट्टे निर्माण करावे.
(१६) वाहनांतून होणारा उत्सर्ग कमी करावा.
(१७) इंधनज्वलनप्रक्रिया स्वच्छ करावी.
(१८) अपायकारक प्रदूषण दूर करण्यासाठी तंत्रज्ञानाचा वापर करावा.
(१९) निरनिराळ्या प्रसार माध्यमांचा वापर करून लोकजागृती करावी.

Pollution (Sound) - ध्वनिप्रदूषण

आवाजाची तीव्रता ठराविक मर्यादेपलीकडे गेली (८० डेसीबलपेक्षा अधिक) म्हणजे तो आवाज नकोसा होतो व त्याला आपण गोंगाट म्हणतो, गोंगाट म्हणजेच ध्वनिप्रदूषण होय. नकोसा वाटणारा आवाज किंवा ध्वनी म्हणजे गोंगाट होय. गोंगाट त्रासदायक, संतापदायक, दु:खजनक व निद्रानाशक असतो. एखाद्या व्यक्तीच्या दैनंदिन कार्यात अडथळा निर्माण करणारा अवांच्छनीय आवाज म्हणजेच गोंगाट होय.

"व्यक्तीच्या दैनंदिन कार्यात अडथळा आणणाऱ्या अवांच्छनीय, त्रासदायक व अपायकारक आवाजास ध्वनिप्रदूषण म्हणतात."

ध्वनी तीव्रता डेसीबेल या एककात मोजली जाते ते dB या संकेताने दर्शवितात. dB नुसार आवाजाचे वर्गीकरण पुढीलप्रमाणे केले जाते.

ध्वनी तीव्रता		आवाजाचे स्वरूप
१० ते ४० dB	-	शांत
४० ते ७९ dB	-	मध्यम
८० ते ९० dB	-	मोठा आवाज
९० ते १०० dB	-	नकोसा
१०० ते ११० dB	-	धोकादायक
११० ते १३० dB	-	असह्य
१३० ते १४० dB	-	क्लेशदायक
पेक्षा जास्त		

80 dB आवाजाची पातळी ही त्रासदायक पातळी असते. खालील आलेखात परिसरातील विविध घटकांद्वारे होणारे ध्वनिप्रदूषण सहज लक्षात येते.

ध्वनिप्रदूषणाची कारणे पुढीलप्रमाणे –

(१) सांस्कृतिक कार्यक्रमंच्या वेळी वापरण्यात येणारे ध्वनिवर्धक, टेपरेकॉर्डर, नाचगाण्याच्या कार्यक्रमांमुळे ध्वनिप्रदूषण होते.
(२) वाहनांचा आवाज, रेल्वेगाड्यांचा आवाज, विमानांचा आवाज यामुळे ध्वनिप्रदूषण घडून येते.
(३) छापखाने, कापडगिरण्या यामुळे, ध्वनिप्रदूषण घडून येते.
(४) फेरीवाले, बाजारपेठेतील गर्दी, धुलाई यंत्र इ. मुळे ध्वनिप्रदूषण घडून येते.
(५) जेट विमान, अवकाशयान उड्डाण, कॉंकार्ड सुपरसॉनिक विमाने यांच्या आवाजामुळे ध्वनिप्रदूषण घडून येते.

ध्वनीप्रदूषणाचे परिणाम खालीलप्रमाणे सांगता येतात.

(१) ऐकण्यामध्ये दोष निर्माण होणे.
(२) कायमचा बहिरेपणा येणे.
(३) निद्रानाश होणे.
(४) मानसिक ताण व मानसिक आजारपर निर्माण होणे.
(५) उत्साहात आणि कार्य करण्याच्या शक्तीत घट निर्माण होणे.
(६) मानवाच्या शरीरप्रक्रियेवर विपरीत परिणाम होणे.

Pollution (Thermal) - औष्णिक प्रदूषण

नदीच्या पात्रात तप्त पाणी सोडल्यामुळे 'औष्णिक प्रदूषण' होते. औद्योगिक यंत्रे थंड करण्यासाठी नदीच्या पात्रातील पाणी वापरून, गरम झालेले पाणी परत नदीत सोडले जाते. औष्णिक वीज निर्मिती केंद्रात पाण्याची वाफ करून त्याद्वारे जनित्रे चालविली जातात व वीज निर्माण केली जाते. या जनित्रावरून पुढे जाणाऱ्या वाफेचे परत पाण्यात रूपांतर केले जाते. वाफेचे पाण्यात रूपांतर करण्यासाठी सांद्रीभवन प्रक्रियेद्वारे या वाफेचे परत पाण्यात रूपांतर केले जाते. या प्रक्रियेत वाफ थंड करण्यासाठी वापरात आलेल्या पाण्याचे तापमान वाढते. सामान्य तापमानापेक्षा किमान १५° सेंटिग्रेड अधिक तापमान असलेले पाणी परत नदीच्या पात्रात सोडण्यात येते. परिणामी पाण्याचे तापमान वाढल्यामुळे पाण्याची विद्राव्यता कमी होऊन त्यातील विद्राव्य प्राणवायूचे प्रमाण कमी होते. तसेच पाण्याचे तापमान वाढल्यामुळे पाण्यातील जलचर प्राण्यांची चयापचय क्रिया वाढते. त्यामुळे पर्यावरणाचे संतुलन बिघडते. पाण्याचे तापमान विशिष्ट मात्रेत वाढल्यास काही मत्स्य प्रजातींची संख्या वाढते. औष्णिक प्रकल्पांच्या परिसरातील जलसाठ्यात या प्रजातींच्या मासळी अधिक

प्रमाणात आढळून येतात. पण औष्णिक वीज केंद्रातील प्रक्रिया एकाएकी बंद होऊन परत सुरू झाल्यास त्यामुळे जलसाठ्यात अचानक सोडल्या जाणाऱ्या गरम पाण्यामुळे मत्स्यप्रजातींना हानी पोहोचू शकते व त्यात मासे मृत्यूमुखी पडतात. पाण्याच्या तापमानात एकाएकी होणारा बदल मासे सहन करू शकत नाहीत.

उष्णकटिबंधीय प्रदेशातील सागरी सजीव प्रजाती तापमानातील २° ते ३° सेंटिग्रेड एवढा बदलही सहन करू शकत नाहीत. त्यामुळे अनेक स्पंज, मृदुकाय सजीव व खेकड्यासारखे प्राणी पाण्याचे तापमान ३७° सेंटिग्रेडच्या वर गेल्यास जिवंत राहू शकत नाहीत. यामुळे सजीव प्रजातींच्या जैवविविधतेवर परिणाम होऊन पाण्याच्या वाढलेल्या तापमानात तग धरून राहू शकणाऱ्या प्रजातीच केवळ जिवंत राहून त्यांची संख्या वाढत जाते.

औष्णिक प्रदूषणाचे नियंत्रण करण्यासाठी पाण्यात सोडण्यापूर्वी उष्ण पाणी थंड करण्यासाठी टाक्यांतून व कूलिंग टॉवर्समधून फिरवून जलसाठ्यात सोडण्यात येते. त्यामुळे तप्त पाण्यातील उष्णता हवेत संक्रमित होऊन पाण्याचे तापमान कमी होते. हे थंड झालेले पाणी जलसाठ्यात सोडले जाऊ शकते. किंवा या पाण्याचा वापर औद्योगिक यंत्रे थंड करण्यासाठी परत केला जाऊ शकतो.

औष्णिक प्रदूषण कमी करण्याचे आणखीही अनेक उपाय उपलब्ध आहेत. त्यासाठी एक मोठा उथळ तलाव निर्माण करून त्याच्या एका बाजूला गरम पाणी आत सोडले जाते व दुसऱ्या बाजूकडून थंड पाणी बाहेर काढले जाते.

Pollution (Water) - जलप्रदूषण

"सजीवसृष्टीस हानिकारक ठरतील असे पदार्थ किंवा उष्णता पाण्यात मिसळण्याची प्रक्रिया म्हणजे जलप्रदूषण होय."

"भूपृष्ठावरील किंवा भूगर्भातील पाण्याची गुणवत्ता ते मानवी उपयोगास किंवा सजीवसृष्टीस हानिकारक ठरेल इतपत घसरण्याची स्थिती म्हणजे जलप्रदूषण होय."

पाण्यात मिसळलेल्या किंवा निर्माण झालेल्या घातक प्रदूषकांच्या उपस्थितीमुळे पाण्याचे भौतिक, रासायनिक व जैविक गुणधर्म बदलतात. त्यास जलप्रदूषण म्हणतात. जलप्रदूषण खालील कारणांवरून घडून येते.

(१) सांडपाणी व इतर टाकाऊ पदार्थ – मनुष्याद्वारे पाण्याचा घरगुती वापर मोठ्या प्रमाणावर केला जातो. पाण्यात हानिकारक पदार्थ, मल-मूत्र, कागद, कचरा, साबण, डिटर्जंट व इतर हानिकारक पदार्थ सोडले जातात. त्यामुळे नद्या, विहिरी, तलावांचे पाणी प्रदूषित होते.

(२) उद्योगांमधून उत्सर्जित होणारे द्रवपदार्थ – रंग कारखाने, दारूचे कारखाने, चामड्याचे कारखाने, इतर उद्योग, खाणी इत्यादींमधून बाहेर पडणाऱ्या सांडपाण्यामध्ये

सेंद्रिय व असेंद्रिय अशी दोन्ही प्रकारची प्रदूषके असतात. उद्योग आणि कारखान्यांमधून बाहेर पडणाऱ्या प्रदूषकांमध्ये बेरिअम, कॅडमिअम, क्लोरोईड्स, क्रोमिअम, सायनाईड्स, फ्लूओराईड्स, मँगनीज, नायट्रेट्स, नायट्राइट्स, फिनरॅल, अर्सेनिक, सोडिअम, सिल्व्हर, शिसे, तांबे, लोह, पारा इत्यादी विघातक द्रव्ये असतात व त्याद्वारे पाण्याचे मोठ्या प्रमाणावर प्रदूषण होते.

(३) कृषिक्षेत्रातील पदार्थ – कृषिक्षेत्रात मोठ्या प्रमाणावर वापरली जाणारी कीटकनाशके, तणनाशके, रासायनिक खते यांचा काही भाग पाण्यामुळे वाहून जाऊन नद्या, तलावांमध्ये पोहचतो व पाणी प्रदूषित होते.

(४) वातावरणातील प्रदूषके – धूर, धूलिकण, शिसे, ॲसबेस्टॉस, बेरिलिअम यांचे सूक्ष्मकण, कार्बन मोनाक्साईड, नायट्रोजन ऑक्साईड, सल्फर डायऑक्साईड इ. वातावरणातील प्रदूषके पावसाच्या पाण्याबरोबर जमिनीवर पोहचतात व जलप्रवाहातून सागरात मिसळतात आणि संपूर्ण जलाशय प्रदूषित करतात.

(५) उष्णता – औष्णिक प्रकल्पांमधील उत्सर्जित पदार्थ व कारखाने - उद्योग इत्यादींमधून बाहेर पडणारी रासायनिक द्रव्ये यामुळे जलस्त्रोतातील पाण्याचे तापमान वाढते. त्यामुळे जल परिसंस्थेचे संतुलन बिघडते.

(६) खनिज तेल – खनिजतेल पाण्यात मिसळून जलप्रदूषण होते. खनिजतेलांची जहाजे, टाक्या यांची सागरातून वाहतूक केली जात असताना किंवा खनिजतेल विहिरीतून काढताना खनिजतेल सागरात मिसळून जलप्रदूषण होते.

(७) किरणोत्सारी पदार्थ – अणुनिर्मितीनंतर शिल्लक राहिलेले पदार्थ पाण्यात सोडले जातात आणि पाण्याचे प्रदूषण होते.

(८) जंगलतोड – जंगले नष्ट झाल्याने पावसाळ्यात पाण्याच्या प्रवाहाबरोबर अनेक प्रकारचे टाकाऊ पदार्थ, माती, कचरा, घाण इ. वाहून जाते व जलस्त्रोताचे प्रदूषण होते.

(९) मनुष्याच्या सवयी – नद्या, तळी यांमधील पाण्यात कपडे धुणे, गुरे धुणे तसेच घाण करणे, धार्मिक अंधश्रद्धेपोटी अनेक प्रकारचे विधी आटोपणे, जलस्त्रोतांमध्ये विविध प्रकारचे टाकाऊ पदार्थ, कचरा टाकणे इ. मुळे जलप्रदूषण होते.

Pollution (Marine) - सागरी प्रदूषण

मानवी कारवायांमुळे समुद्रात प्रत्यक्ष अथवा अप्रत्यक्षपणे दूषित घटक मिसळल्यामुळे सागरी प्रदूषण निर्माण होते. हे घटक मानवी आरोग्यासही हानिकारक ठरू शकतात. त्याचबरोबर समुद्राशी संबंधित सर्व व्यक्तींवर प्रदूषणाचा विपरीत परिणाम होतो. सागरी प्रदूषण होण्याची कारणे सामान्यत: जलप्रदूषणाप्रमाणे असतात. पण त्याचबरोबर काही विशिष्ट कारणांमुळे समुद्राचे पाणी दूषित होते. ही कारणे खालीलप्रमाणे आहेत.

(१) मोठ्या पाइपांद्वारा सांडपाणी थेट समुद्रात सोडल्यामुळे समुद्राचे पाणी प्रदूषित होते. बऱ्याच शहरी भागांतील तसेच महापालिकेच्या हद्दीतील कचरा व सांडपाणी थेट समुद्रात सोडले जाते. निवासी क्षेत्रातील तसेच हॉटेल्स व किनारी प्रदेशातील शहरातील कचरा व सांडपाण्यामुळे सागरी प्रदूषण होते. कारण हा कचरा थेट समुद्रात टाकण्यात येतो.

(२) शेतीत वापरली जाणारी रासायनिक खते व कीटकनाशके पाण्याबरोबर वाहत जाऊन शेवटी समुद्रास मिळतात. त्यामुळेही सागरी प्रदूषण होते.

(३) रस्ते तसेच भूप्रदेशांवरील तेल व तेलजन्य पदार्थ सांडपाण्याबरोबर तसेच पावसाचे पाणी निचरा करणाऱ्या यंत्रणेमार्फत थेट समुद्रात सोडण्यात येते. त्यामुळे सागरी प्रदूषण मोठ्या प्रमाणावर घडते.

(४) सागरी मार्गाचा वापर करणारी मालवाहक जहाजे मोठ्या प्रमाणात विषारी पदार्थ वाहून नेतात. त्यात तेल, द्रवीभूत नैसर्गिक वायू, कीटकनाशके तसेच औद्योगिक रसायने यांचा समावेश असतो. ह्या पदार्थांची मात्रा प्रचंड प्रमाणात असते. काही वेळेस हे घातक पदार्थ ३.५० लाख टन एवढ्या मोठ्या प्रमाणात जहाजातून ने-आण केले जातात. अशा जहाजांना जर दुर्दैवाने अपघात झाला तर ही प्रदूषके समुद्राच्या पाण्यात पसरतात व त्यामुळे सागरी जीवसृष्टीला प्रचंड धोका निर्माण होतो. किनाऱ्यावरील गोदीतील धक्क्यांवर तसेच खाडीतील जहाजांच्या रहदारीचे मार्ग रुंद केल्यामुळे या प्रदेशात असणारी घातक प्रदूषके सागरात मिसळतात. त्यामुळे मोठ्या प्रमाणावर सागरी प्रदूषण होते.

(५) किनारी प्रदेशांजवळ करण्यात येणाऱ्या तेलशोधक मोहिमेमुळेही तेलाचा तवंग सागरात पसरल्यामुळे मोठ्या प्रमाणात सागरी प्रदूषण होते.

Poultry - कुक्कुटपालन

अंडी आणि मांस यांच्या उत्पादनासाठी कुक्कुटपालनाचा व्यवसाय जगात सर्वत्र केला जातो. डेन्मार्क, ऑस्ट्रेलिया, ब्रिटन, कॅनडा, अमेरिकेची संयुक्त संस्थाने इत्यादी देशांत कुक्कुटपालन ही कृषिव्यवसायाची एक महत्त्वाची शाखा मानण्यात येते. जगात बऱ्याच ठिकाणी जोडधंदा म्हणून शेतकरी कोंबड्या पाळतात व स्थानिक बाजारात अंडी व पिल्ले यांची विक्री करतात. तथापि अलीकडच्या काळात फार मोठ्या प्रमाणावर आधुनिक पद्धतीने कुक्कुटपालन करणाऱ्या व्यावसायिक संस्था अस्तित्वात आलेल्या असून त्यांच्यामार्फत बऱ्याच दूरवर अंडी व मांस यांचे वितरण करण्यात येते. प्रगत देशांत अंड्यांचे व मांसाचे उत्पादन करण्याचे तंत्र मोठ्या प्रमाणावर विकसित करण्यात आलेले असूनही उत्पादने वेगवेगळीच करण्याची प्रथा पडत

चालली आहे. पाश्चात्त्य देशांत कुक्कुटपालन (पोल्ट्री फार्मिंग) या संज्ञेचा कोंबड्यांच्या बरोबरच टर्की, बदके, हंस इ. पक्षी पाळणे असा अर्थ प्रचलित आहे. भारतात १९२० सालापर्यंत कोंबडीपालन अगदीच अप्रगल्भ अवस्थेत होते. इंग्लंड - अमेरिकेतील सुधारित जातींची आयात करून १९३० च्या सुमारास ह्या व्यवसायास चालना मिळाली. देशाच्या विकासाकरिता तयार केलेल्या पंचवार्षिक योजनेत स्थान मिळाले व त्याच्या विकासासाठी जाणीवपूर्वक प्रयत्न सुरू झाले. त्यात कोंबड्यांच्या बऱ्याचशा मारक रोगांवर, रोगप्रतिबंधक लशींची निर्मिती भारतात सुरू झाली. अल्प भांडवल, लहान जागा व चांगले (त्वरित) मिळणारे उत्पन्न यामुळे या व्यवसायाकडे बरेच लोक आकर्षित झाले.

Project Tiger - व्याघ्र प्रकल्प

वनक्षेत्रांत झालेली घट तसेच अधिवासात झालेल्या मानवी हस्तक्षेपामुळे वाघांवर उपासमारीची वेळ आली. यामुळे वाघ मानवी वस्त्यांत येण्याचे प्रमाण वाढले व पाळीव जनावरांची शिकार करू लागले. यामुळे मानव हा वाघाचा शत्रू झाला आणि तो वाघाला ठार करू लागला. याबरोबरच आंतरराष्ट्रीय बाजारात वाघाच्या कातडीला तसेच नखे, दात, हाडे यांना मोठ्या प्रमाणात आर्थिक किंमत असल्यामुळे वाघाचे अस्तित्वच धोक्यात येण्याची वेळ आली. वाघ नष्ट होण्याचा परिणाम परिसंस्थेवर होऊन परिसंस्थेचा मनोरा ढासळून जाऊ शकतो. कारण वाघ नष्ट झाल्यास तृणभक्षी प्राण्यांची संख्या वाढेल. हे प्राणी जंगलातील वनस्पतींचा फडशा पाडून शेताकडे येतील. वनक्षेत्राची जलसंधारणक्षमता नष्ट होऊन तेथे वाळवंट तयार होईल. या सर्व बाबींचा विचार करता वाघांचे अस्तित्व किती महत्त्वाचे आहे हे स्पष्ट होते. यासाठीच वाघांच्या संरक्षण व संवर्धनासाठी विशेष प्रयत्न करण्याचे ठरविण्यात आले.

जागतिक वन्यजीव निधी (World Wild Life Fund - WWLF) या संघटनेने वाघांच्या संरक्षणासाठी विशेष प्रयत्न म्हणून व्याघ्र प्रकल्प हाती घेण्याचे ठरविले. भारत सरकारने १९७० मध्ये संपूर्ण देशात वाघांच्या हत्येवर संपूर्ण बंदी घातली. १९७२ साली वाघांच्या संरक्षण आणि संवर्धनासाठी 'व्याघ्र प्रकल्प' भारतातील ९ जंगलात सुरू करण्यात आले. वाघांच्या संवर्धनासाठी आवश्यक असणारे जंगल, खाद्य, पाणी, संरक्षण यांचे पद्धतशीर व्यवस्थापन या प्रकल्पाद्वारे सुरू करण्यात आले.

भारतातील व्याघ्र प्रकल्प व त्यांचे क्षेत्रफळ (चौरस किमी मध्ये) खालीलप्रमाणे-

१) भद्रा (चिकमंगळूर, कर्नाटक) ४९२

२) कॉर्बेट (रामनगर, नैनीताल, उत्तरांचल) ११३४

३) इंद्रावती (जगदाळपूर, बस्तर, छत्तीसगड) २७९९

४) बांधवगड (उमरिया, मध्य प्रदेश) ११६१.४७

५) बोरी - सातपूडा - पंचमढी (मध्य प्रदेश) १४८६

६) दम्पा (मामिट, मिझोरम) ५००

७) कालाकड मुंडनथुराई (तीरूनवेली, तमिळनाडू) ८००

८) बांदीपूर (म्हैसूर, कर्नाटक) ८७४

९) बक्सा (अलीपूर दूआर, जलपैगुडी, पश्चिम बंगाल) ७५८.८२

१०) दूधवा (लखिमपूर खेरी, उत्तर प्रदेश) ८११

११) कान्हा (मंडला, मध्य प्रदेश) १९४५

१२) मानस (बारपेट्टा, आसाम) २८४०

१३) मेळघाट (परतवारा, अमरावती, महाराष्ट्र) १६१८

१४) नामेरी (कोलीयाभोमोरा, तेजपूर, आसाम)

१५) पन्ना (मध्य प्रदेश) ५४२

१६) नामदफा (मियाव, चांगलांग, अरुणाचल प्रदेश) १९८५.२३

१७) पालामाऊ (डाल्डनगंज, पालामाऊ, झारखंड) ९२८

१८) नागार्जुन सागर - श्री साईलम (आंध्र प्रदेश) ३५६८

१९) पाखुई (अरुणाचल प्रदेश) ८६१.९५

२०) पेंच (बारा पठार, सीवोनी, मध्य प्रदेश) ७५७.८५

२१) पेंच (नागपूर, महाराष्ट्र) २५७

२२) पेरियार (कुमिली, कोट्टायम, केरळ) ७७७

२३) सिमलीपाल (बैरपाडा, मयुरभंज, ओरिसा) २७७०

२४) वाल्मिकी (बेतीया, चंपारण, बिहार) ८४०

२५) ताडाबा - अंधारी (चंद्रपूर, महाराष्ट्र) ६२६

२६) सरिस्का (सरिस्का, अलवर, राजस्थान) ८००

२७) रणथंबोर (सवाई माधोपूर, राजस्थान) ८२५

२८) सुंदरबन (कॅनिंग टाऊन, परगणा, पश्चिम बंगाल) २५८५

Pyramid Diagram - शंकु आकृती

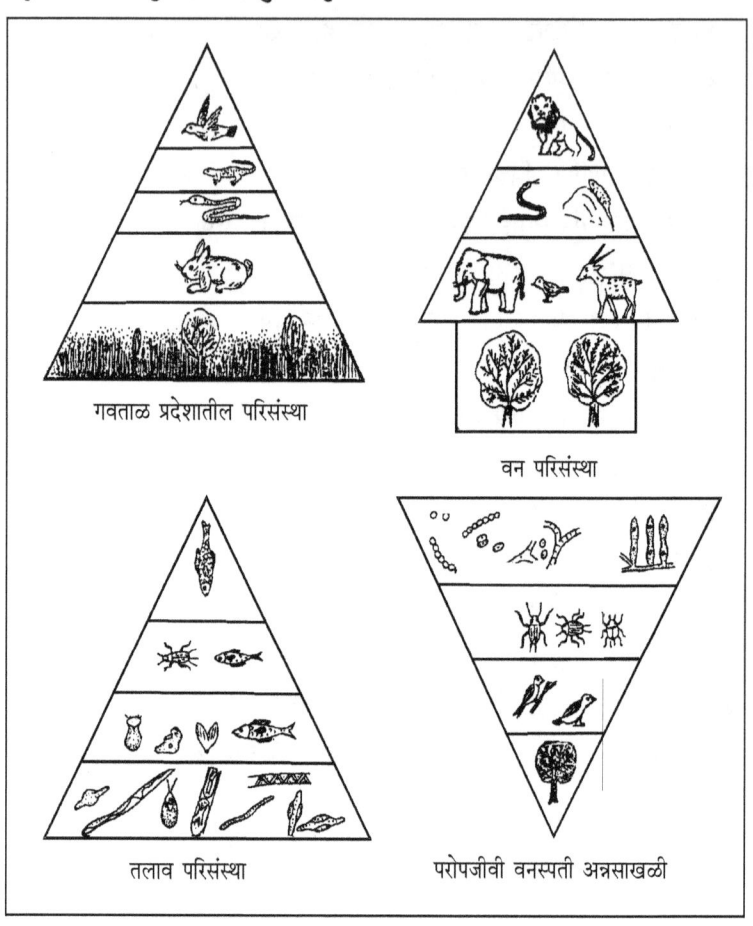

गवताळ प्रदेशातील परिसंस्था

वन परिसंस्था

तलाव परिसंस्था

परोपजीवी वनस्पती अन्नसाखळी

परिसंस्थेतील विविध शंकू आकृत्या

शंकू आकृती ही वस्तुत: स्तंभालेखाची (Bar Graph) वेगळी पद्धती आहे. या पद्धतीत साधा किंवा संयुक्त स्तंभालेख हा एका विशिष्ट पायावर एकावर एक या पद्धतीने तयार करण्यात येतो. साध्या शंकू आकृतीच्या साहाय्याने वयोगटानुसार स्त्री-पुरुष यांची एकूण संख्या दर्शविता येते किंवा व्यवसाय संरचना दर्शविता येते. तर संयुक्त शंकू आकृतीच्या साहाय्याने कोणत्याही प्रदेशाची किंवा देशाची वयोगटानुसार व लिंगानुसार ग्रामीण व नागरी लोकसंख्या योग्य प्रकारे दर्शविता येते.

Rain Water Harvesting - पावसाच्या पाण्याचे संचयन

पावसाच्या पाण्याच्या संचयनाची संकल्पना आज वेगाने पुढे येत आहे. या संकल्पनेमध्ये पावसाचे गच्चीवर पडणारे पाणी तेथून पाइप, चॅनलद्वारे वाहून नेले जाते व ठराविक टाकीत साठविले जाते. तेथून ते जमिनीतील खड्ड्यात सोडले जाते व तेथे ते मुरल्यामुळे भूजल पातळी वाढवण्यास मदत होते. थोडक्यात पावसाच्या पाण्याच्या वाहून जाण्यावर प्रतिबंध घालून ते जमिनीत मुरवणे म्हणजेच पावसाच्या पाण्याचे संचयन होय.

भारतात पडणारा पाऊस हा अनियमित स्वरूपाचा व लहरी आहे. जर पावसाळ्यात पावसाचे पाणी साठवून ठेवले किंवा जमिनीत मुरवले तर त्यामुळे पिण्याच्या पाण्याची टंचाई कमी भासते. भूपृष्ठाला प्राप्त होणाऱ्या पावसाच्या पाण्याचा एक मोठा हिस्सा दरवर्षी त्याचा उपयोग न होताच प्रवाहित होऊन खाऱ्या पाण्यात (सागरात) मिसळत असतो. त्यामुळे वापरायोग्य पाण्याची कमतरता कायम राहते. म्हणून पावसाच्या पाण्याचा पर्याप्त उपयोग करणे काळाची गरज आहे.

पावसाचे पाणी साठविण्याचे अनेक फायदे आहेत. त्यामुळे पाणीपुरवठ्यावरील भार कमी होतो, भूजलपातळी वाढते, उच्च दर्जाचे पाणी मिळते, पंपाचा खर्च वाचतो. याशिवाय ही पद्धतही कमी खर्चाची तसेच देखभालीस सोपी आहे. या पद्धतीमुळे क्षारजमिनीतील क्षाराचे प्रमाणही कमी करता येते.

शहरी, ग्रामीण अशा सर्वच भागांमध्ये पावसाच्या पाण्याचा संचय करण्याबाबत जनजागृती करणे आवश्यक आहे.

River Ecosystem - नदी परिसंस्था

नदी परिसंस्था ही वाहत्या पाण्याची परिसंस्था आहे. नदीचा उगम डोंगराळ भागात असतो. ती डोंगराळ भागातून मैदानी प्रदेशात वाहत असते. नदीची रुंदी, खोली, वेग बदलत असतो. नदीच्या वरच्या टप्प्यात पाणी अतिशय वेगाने वाहत असते त्यामुळे अशा प्रवाहात हिरवे शेवाळे वाढत नाही परंतु प्रवाहामुळे पात्रातील खडकांचे विदारण (Weathering) होऊन पोषकमूलद्रव्यांचा पुरवठा वनस्पतीला होतो. काही ठिकाणी प्रवाहपात्रात स्थिर परिसंस्थांची निर्मिती होते. सखल मैदानी प्रदेशात पाण्याचा वेग संथ असल्यामुळे तेथे वनस्पतींची वाढ होते तसेच शैवाल, लव्हाळे, पाणगवत इत्यादी वनस्पतींची वाढ होते. या बरोबरच मासे, साप, पक्षी, बेडूक असे पृष्ठवंशीय प्राणी आणि दलदलीच्या ठिकाणी गांडूळ, खेकडे, सूक्ष्मजीव, झिंगे, अमीबा इत्यादींची वाढ होते. नदीतील मासे हे मगरी, सुसरी, पाणबगळे यांचे भक्ष्य असतात.

नद्यांना येणारे मोठे पूर तसेच नद्यांचे मोठ्या प्रमाणात होणारे प्रदूषण ही या

परिसंस्थेची मोठी समस्या आहे. नद्यांमधील प्रदूषणामुळे सूक्ष्मजीवांच्या जीवनावर विपरीत परिणाम होतो. परिणामत: त्यांच्यावर आधारित इतर प्राणी व पक्षी नाहीसे होतात. जगातील काही मोठ्या नद्यांच्या जलप्रणालीत भौगोलिक व मानवी घटकांच्या परिणामांमुळे नदी परिसंस्थेत बिघाड झाले आहेत. उदा. गंगा, मिसिसिपी, डॅन्यूब, थेम्स इ.

Salination - क्षारीकरण

क्षारीकरण ही नैसर्गिक व मानवनिर्मित अशी दोन्ही प्रकारची आपत्ती आहे. ओसाड व निमओसाड प्रदेशांत मृदेच्या वरच्या थरातील पाणी बाष्पीभवनाने आटून जाते. त्यामुळे मृदेच्या खालच्या थरातील पाणी छिद्रांमधून केषाकर्षणक्रियेने पृष्ठभागाकडे येते. त्या पाण्याबरोबर मृदेतील क्षारसुद्धा पृष्ठभागाकडे येतात. बाष्पीभवनाने या क्षारयुक्त पाण्याची वाफ होऊन पाणी निघून जाते व मृदेमध्ये क्षार मागे राहतात. अशी मृदा पांढरी दिसते. अशा मृदेत सोडियम, कॅल्शियम व मॅग्नेशियमचे क्षार असतात. परंतु सोडियम क्लोराइड (मीठ) या क्षाराचे प्रमाण यात जास्त असते.

मृदा क्षारयुक्त बनण्याच्या या क्रियेलाच क्षारीकरण असे म्हणतात. अशा क्षारमृदेचे PH मूल्य ८ पेक्षा जास्त होते व त्या शेतीच्या दृष्टीने निरुपयोगी बनतात. कमी पावसाच्या प्रदेशात जमिनीला वाजवीपेक्षा जास्त पाणी दिल्यास मृदेच्या खालच्या थरातील क्षार पृष्ठभागावर येतात व मृदा क्षारयुक्त बनते. क्षारीकरण टाळण्यासाठी तुषार सिंचन व ठिबक सिंचन पद्धतीचा अवलंब करून प्रतिबंधात्मक योजना करणे हिताचे आहे.

भारतात सौराष्ट्राचा उत्तर भाग, कच्छचे रण, राजस्थानचा वाळवंटी भाग व हरियाणा इत्यादी प्रदेशात क्षारयुक्त मृदा आहेत.

Sanctuaries - अभयारण्ये

भारतात प्राकृतिक रचना व हवामान यात भिन्नता असल्यामुळे विविध जातींचे वन्य प्राणी व पशुपक्षी आढळतात. पर्यावरणाच्या दृष्टिकोनातून वन्य पशुपक्षी आणि वनस्पतींना अतिशय महत्त्व आहे. परंतु मोठ्या प्रमाणात झालेली पशुपक्ष्यांची हत्या व जंगलतोड यामुळे पशुपक्षी आणि वनस्पतींचे संवर्धन करण्याची गरज आहे. म्हणून वन्यप्राणी व पक्षी यांचे संवर्धन करण्याच्या उद्देशाने भारताच्या निरनिराळ्या भागांत अभयारण्ये निर्माण करण्यात आली. यामुळे वन्य प्राणी व पक्ष्यांच्या संवर्धनाबरोबर वनस्पतींचेही संवर्धन होणार आहे. भारतातील ही अभयारण्ये पर्यटनाची केंद्रे बनली आहेत.

अभयारण्य व राष्ट्रीय उद्यान यांची संकल्पना जरी जवळ जवळ सारखीच असली तरी या दोहोत एक फरक आहे, तो म्हणजे अभयारण्य याची निर्मिती शासन

किंवा वनसंरक्षण विभाग करू शकतो. मात्र राष्ट्रीय उद्यानाची निर्मिती ही राज्य सरकारच्या कायद्याद्वारे होते.

आंध्रप्रदेशातील नागार्जुनसागर अभयारण्य, जुनागडजवळील सिंहासाठी प्रसिद्ध गीर अभयारण्य, आसामातील एकशिंगी गेंड्यासाठी प्रसिद्ध असलेले काझीरंगा अभयारण्य, कर्नाटकातील बांदिपूर अभयारण्य, गोव्यातील बोंडला व खोतीगाव अभयारण्य इत्यादी. भारतात एकूण २४८ अभयारण्ये आहेत.

राष्ट्रीय उद्यान अथवा संरक्षित नैसर्गिक प्रदेश यांच्या तुलनेने अभयारण्याची कल्पना अधिक मर्यादित स्वरूपाची आहे. ठराविक जीवजाती, वन्य जीवांचे गट किंवा वनस्पतींचे समूह यांचे संरक्षण करण्यासाठी वनक्षेत्राचा मर्यादित अर्थाने वापर करणे हा अभयारण्याचा हेतू असतो. वनस्पती विज्ञानाच्या दृष्टीने संरक्षित वनक्षेत्रालाही 'अभयारण्य' म्हणतात. विशेषकरून प्राण्यांच्या, वनस्पतींच्या अथवा दोन्हींच्या ज्या जातींची संख्या व प्रसार यांवर गंभीर परिणाम होऊन त्या निर्वंश होण्याच्या मार्गावर आहेत, अशा जीवजातींच्या संरक्षणासाठी अभयारण्ये उभारली जातात.

अभयारण्य हे विशिष्ट जीवजातीच्या संरक्षणासाठी असते. त्यामुळे तेथे या उद्देशाला मारक ठरणारा जमिनीचा उपयोग करीत नाहीत. मात्र जमिनीच्या अन्य उपयोगांना तेथे मुभा असते. उलट संरक्षण करावयाच्या जीवाच्या प्रजोत्पादनाच्या दृष्टीने अनुकूल परिस्थिती निर्माण होण्यास साहाय्यभूत ठरू शकणाऱ्या जमिनीच्या वापराला येथे उत्तेजन दिले जाते. त्यामुळे संबंधित जीवजातीच्या अधिवासात सुधारणा होते; तसेच त्यांच्या प्रजननात अडथळा आणणाऱ्या आणि पिलांना घातक अशा जीवजातींना या क्षेत्रात थारा मिळत नाही. जमिनीवरील जीवांप्रमाणेच पाण्यातील जीवांसाठीही अशा उपाययोजना आवश्यक ठरतात. म्हणून जगातील पुष्कळ भागात खाऱ्या व गोड्या पाण्यातील काही जीवजातींच्या संरक्षणासाठी असे उपाय योजण्यात आले असून या क्षेत्रांनाही संरक्षितक्षेत्र म्हणता येईल. उदा. प्रवाळांच्या भिंतीच्या संरक्षणासाठी उभारलेले ग्रेट बॅरिअर सागरी उद्यान (ऑस्ट्रेलिया), ओखा, जामनगर लगतच्या किनारी भागातील सागरी उद्यान.

भारतातील प्रमुख अभयारण्ये पुढीलप्रमाणे :-

अभयारण्य (नाव)	जिल्हा प्रदेश / राज्य	क्षेत्र (चौ.कि.मी.)
१. नामदफा	तिराप - अरुणाचल प्रदेश	१८०७
२. नागार्जुन सागर	गुंतूर - आंध्रप्रदेश	३५६८
३. चिल्का	गंजामपुरी - ओरिसा	९००
४. दांडेली	दांडेली - कर्नाटक	८७४
५. शरावती खोरे	शिमोगा - कर्नाटक	३४८

अभयारण्य (नाव)	जिल्हा प्रदेश / राज्य	क्षेत्र (चौ.कि.मी.)
६. खोतीगाव	काणकोण - गोवा	१०५
७. पालामाऊ	डाल्टनगंज - बिहार	९७९
८. चंबळ	मुरेना - मध्यप्रदेश	३५८२
९. सीतानदी	रायपूर - छत्तीसगड	२०५३
१०. रणथंबोर	सवाई माधोपूर - राजस्थान	३९२
११. सारिस्का	अलवर - राजस्थान	१९५
१२. राधानगरी	कोल्हापूर - महाराष्ट्र	२०
१३. कोयना	सातारा - महाराष्ट्र	४२३
१४. मेळघाट	अमरावती - महाराष्ट्र	१५७१
१५. माळढोक	अ. नगर / सोलापूर - महाराष्ट्र	७८१८
१६. पैनगंगा	यवतमाळ / नांदेड - महाराष्ट्र	३२४
१७. तान्सा	ठाणे - महाराष्ट्र	२१६
१८. जायकवाडी	औरंगाबाद - महाराष्ट्र	३४१

Sea Area, Defence of - सागरी प्रदेशाचे संरक्षण

नौदल सैनिकांची एक शस्त्रसज्ज तुकडी समुद्राच्या विशिष्ट प्रदेशाचे रक्षण करीत असतानाच विविध प्रकारच्या जहाजांचे, सुरुंग-सफाई बोटी, पाणबुडी-विरोधी जहाजे, टेहळणी व गस्त घालणारी जहाजे इत्यादी सगळ्यांचेही रक्षण करण्याची जबाबदारी या पथकाकडे सोपविण्यात आलेली असते. या सागरी प्रदेशाला अगर तिथल्या व्हेसल्सना (जहाजे, बोटी, नावा, गलबते, इ.) काहीही इजा पोहोचल्यास, गस्त घालणाऱ्या या पथकाला जबाबदार धरण्यात येते.

Secondary Plant Succession - दुय्यम वनस्पतिक्रम

मूळच्या वनस्पती आवरणात नैसर्गिक कारणांनी अथवा मानवी क्रियांनी नष्ट केलेल्या वा रूपांतरित केलेल्या वनस्पतींना 'दुय्यम वनस्पतिक्रम' असे म्हणतात. उदा. कधी कधी आगीमुळे मूळचा वनस्पतिसमूह नाश पावतो, त्यानंतर त्या ठिकाणी जो वनस्पतिसमूह वाढतो त्याला 'दुय्यम क्रम' असे म्हणतात.

Sentinel Bioactive Paper Network - संरक्षित जैवक्रियाशील कागद संरचना

पॅकिंग केलेल्या अन्नपदार्थांत घातक सूक्ष्म जीवांचा आढळ शोधून त्याचे नियंत्रण करू शकेल, असा कागद विकसित करण्यासाठी कॅनडातील शास्त्रज्ञांनी संशोधन सुरू केले आहे. अन्नपदार्थ पॅकेजिंग उद्योगात या कागदाचा उपयोग करणे

शक्य होणार आहे. हा कागद विकसित करण्याच्या प्रकल्पात कॅनडातील दहा विद्यापीठे, नऊ उद्योजक, तसेच सरकारी संस्थांचा समावेश आहे. 'सेंटिनेल बायोॲक्टिव्ह पेपर नेटवर्क' असे प्रकल्पाचे नाव आहे. हा कागद कमी खर्चात तयार केला जाईल, तसेच त्याचा वापर सुलभ असेल.

हा कागद अन्नपदार्थांत असणारे घातक जीवाणू जलदरीतीने शोधतो आणि त्यांना परतवून लावतो किंवा त्यांचा प्रभाव नाहीसा करतो. कागद तयार करताना त्यात विशिष्ट प्रथिनांचा वापर केला जाईल.

कागद उद्योग, तसेच अन्नपदार्थ पॅकेजिंग उद्योगाला या संशोधनामुळे चालना मिळणार आहे. कॅनडाच्या 'नॅचरल सायन्स ॲण्ड इंजिनिअरिंग रिसर्च काउन्सिल' या संस्थेने या प्रकल्पासाठी साडेसात दशलक्ष डॉलर्सचा निधी देऊ केला आहे.

सेंटिनेलचे संशोधक संचालक रॉबर्ट पेल्टॉन यांच्या मते ई कोलाय आणि साल्मोनेलासारख्या घातक सूक्ष्मजीवांमुळे अन्नपदार्थ दूषित होतात. हे जीवाणू मानवासाठी घातक असतात. अन्नपदार्थांमध्ये या जीवाणूंचा समावेश असेल, तर या विशिष्ट कागदावर तशी जैवरासायनिक प्रक्रिया होते. जिवाणूंच्या अस्तित्वाबाबत मिळालेला हा इशाराच असतो.

पिण्याचे पाणी ही विकसनशील देशातील मुख्य समस्या आहे. पाणी पिण्यासाठी शुद्ध आहे की नाही, म्हणजेच त्यात बंदी घालण्यात आलेल्या कीडनाशकांचे अंश आहेत का, याची चाचपणी करणारे 'डीप स्टीक' तंत्रज्ञान विकसित करण्याचा शास्त्रज्ञांचा प्रयत्न आहे. शुद्ध पाणी मिळवण्यासाठी या देशांत ज्या पद्धती वापरल्या जातात, त्या पारंपरिक असून, भरवशाच्या नाहीत. 'डीप स्टीक' तंत्रज्ञानामुळे पाण्याचा रंग बदलून पाणी शुद्ध आहे की नाही, हे समजण्यास मदत होणार आहे.

अमेरिकेत अन्नाच्या माध्यमातून होणाऱ्या आजाराच्या वर्षाला सुमारे ७६ दशलक्ष घटना आढळतात. यात अंदाजे पाच हजार व्यक्तींचा मृत्यू होतो, तर रुग्णांच्या उपचारासाठी सात अब्ज डॉलर्स एवढा खर्च होतो. हानिकारक जीवाणूंचा आढळ करणारे हे नवे संशोधन ही परिस्थिती बदलण्यास उपयोगी ठरेल, अशी तज्ज्ञांना आशा आहे.

Smog - धुरके

हवेतील कणयुक्त प्रदूषके व धूर यांचे प्रमाण वाढल्यास धूर व धुके मिळून धुरके निर्माण होते. धुरके अतिशय दाट असते. जमिनीलगतच्या हवेत तापमानाचे व्युत्क्रमण झाल्यास धुरके दीर्घकाळ टिकते. यामुळे श्वसनेंद्रियाचे गंभीर आजार होतात. औद्योगित क्षेत्रातील सल्फर-डाय-ऑक्साईडमुळे या धुरक्याची संहारक शक्ती अनेक पटींनी वाढते.

Social Forestation - सामाजिक वनीकरण

वनस्पती हा पर्यावरणातील अत्यंत महत्त्वाचा घटक आहे. पर्यावरणाचा समतोल राखण्यासाठी वनांचे संरक्षण व संवर्धन होणे अत्यावश्यक आहे. याबरोबरच जळणाचे व इमारतींचे लाकूड पुरविणे, जनावरांना चारा पुरवणे, वाऱ्यापासून शेतजमिनीचे संरक्षण करणे आणि उद्याने तयार करणे इत्यादी उद्दिष्टे समोर ठेवून जे वनीकरण केले जाते त्यालाच 'सामाजिक वनीकरण' असे म्हणतात. पर्यावरणातील प्रदूषण कमी करण्यासाठी राबविला जाणारा असा उपक्रम किंवा योजना की, ज्यामध्ये वने लावली जातात, त्यांची देखरेख व रक्षण केले जाते. शहरी पट्ट्यात हिरवळ लावली जाते व ती हिरवळ शहरांसाठी फुप्फुसांचे कार्य करते. याचा उद्देश पर्यावरणातील समतोल कायम ठेवणे किंवा समतोलाची पुन्हा स्थापना करणे हा आहे; कारण हे कार्य वाळवंटाचा विस्तार, जमिनीची धूप, महापूर व दुष्काळ रोखण्यास मदत करते. यामुळे नैसर्गिक संसाधनांचे नुकसान भरून काढण्यास मदत होते. उदा. इंधन, फर्निचर, घर व यंत्रांमध्ये वापरले जाणारे लाकूड, यांची कमतरता दूर होते. या योजनेत वनस्पतींशिवाय वन्य पशु-पक्ष्यांचे रक्षणाचे कार्यही समाविष्ट केले जाऊ शकते. सामाजिक वनीकरणाच्या सर्व उपक्रमांमध्ये सामाजिक कल्याणाच्या उद्दिष्टाचे प्राधान्य असते, खासगी फायद्याचे नव्हे.

सामाजिक वनीकरणाचे अन्य फायदेही आहेत. उदाहरणार्थ, केरळमध्ये सामाजिक वनीकरणाचा एक उद्देश तेथील अनुसूचित जमाती किंवा आदिवासींना रोजगाराची व्यापक संधी उपलब्ध करून देणे, हेही आहे. केंद्र व राज्य सरकारांच्या मंत्रिमंडळामध्ये हा स्वतंत्र विभाग आहे. शासनाने सामाजिक वनीकरणाच्या अनेक योजना आखल्या असून गावपातळीवर त्यांची अंमलबजावणी होत आहे.

सामाजिक वनीकरणामध्ये खालील बाबींचा समावेश होतो:- (१) शेतातील बांधावर वृक्ष लावणे. (२) फळझाडांच्या बागेत गवताची वाढ करणे. (३) अवर्षणग्रस्त भागात वृक्षांची लागवड करणे. (४) रस्ते, लोहमार्ग, कालवे यांच्या काठावर सुरक्षित अंतरावर वृक्ष लावणे. (५) वृक्षतोड झालेल्या वनात पुनर्वनीकरण करणे. (६) शहराच्या जवळपास उद्याने तयार करणे.

Social Health - सामाजिक आरोग्य

सामाजिक आरोग्य हे व्यक्तीच्या अंत:करणातील स्वास्थ्य व त्याच्या भोवताली असलेल्या व्यक्तींशी व समाजाशी स्वास्थ्यपूर्ण संबंध यांच्यावरून ठरते. या संबंधांच्या दृढतेवरूनही सामाजिक आरोग्याची कल्पना येते.

व्यक्तीचे सामाजिक बांधिलकीचे औत्सुक्य, त्यामुळे निर्माण होणारे संभाषणचातुर्य, कार्यकुशलता यामुळे त्याचे सामाजिक आरोग्य दिसून येते कारण सामाजिक आरोग्यात

व्यक्तीचे कुटुंबाशी आणि संबंधित समाजाशी समजुतीचे जे बंधन त्यावरच सामाजिक आरोग्य अवलंबून आहे. शिवाय:- (१) आध्यात्मिक असा एक पैलूही या संबंधांना आहे. (२) भावनिक किंवा मानसिक बाजूही लक्षात घ्यायला हवी. या बाजूला नैतिक महत्त्वही आहे. (३) वातावरण, संस्कृती याही महत्त्वाच्या. (४) शैक्षणिक पैलूही आहेच. तेव्हा सामाजिक आरोग्य राखण्यासाठी, रोग्यासाठी जसे औषध हवेच, तसे वर वर्णन केलेले सर्व काही हवे !

Ecology या एका महत्त्वाच्या शास्त्राने आरोग्याची जणू किल्लीच हातात दिली आहे. Oiko म्हणजे घर. घर कसे, कुठे असले म्हणजे त्याचे सामाजिक आरोग्यावर काय परिणाम होतात, याचा या शास्त्राच्या आधारे विचार झाल्यावर बऱ्याच गोष्टी लक्षात येतात.

वाढत्या प्रमाणावर आता असे सिद्ध होत आहे की योजना करताना घरे अशा वातावरणात बांधायला हवी की जेणेकरून तेथील सामाजिक आरोग्य जपले जाईल. उपजीविकेची साधने, नैसर्गिक स्वच्छता व सौंदर्य, वस्तूंची उपलब्धता, मुलांच्या शिक्षणाची व खेळांची सोय, दवाखाने, संरक्षण, वाहतूक इ. अनेक बाबींतून यांत लक्ष घालावे लागेल. सध्याच्या बकाल शहरातील अपघात, चोऱ्या, दंगे, साथी (आजारांच्या) व प्रदूषण हे सर्व याच पद्धतीने टाळता येईल. पण हे फार मोठ्या खर्चाचे आहे व मोठ्या आर्थिक प्रगतीनंतरच साध्य करता येईल.

पण आहे त्या परिस्थितीत शहराची नवी वाढ वरील शास्त्रीय पद्धतीने करणे, अडचणीत असलेल्या जुन्या वस्त्यांना सुधारण्याची दिशा दाखवणे हे मात्र शक्य आहे व असे प्रयत्न होतही आहेत. सरकार व इतर आंतरराष्ट्रीय संघटना अशा प्रयत्नांना आर्थिक साहाय्य फार तुटपुंजे देत आहेत. हे उघड आहे. या दिशेने खूप मोठा खर्च व्हायला हवा. म्हणजे शहरातील सामाजिक आरोग्य सुधारेल. शहराच्या आरोग्यव्यवस्थेत आधुनिक हॉस्पिटलचे फार महत्त्व आहे. विशेषत: नव्या नव्या उपकरणांनी सज्ज अशी हॉस्पिटल्स मोठ्या शहरांतून आता खाजगी स्रोतातून झाली आहेत. गरीब वर्गासाठी अशी सोय सरकारलाच करावी लागते. देशाच्या अंतर्भागात खेड्यांतून आरोग्यसेवा वेळेवर उपलब्ध न झाल्याने अनेक रोग पसरू शकतात व मृत्यूही होतात अशी संकटे टाळण्यासाठी आरोग्य ग्रामसेविकांची सरकारने योजना केली. या सेविकांना प्रथमोपचार, साधारण उद्‌भवणाऱ्या रोगांची औषधे, गंभीर अवस्थेचे ज्ञान माहीत असले तर गावातल्या लोकांना मोठे साहाय्य देता येते व जवळच्या आरोग्याधिकाऱ्याशी संपर्क साधून गंभीर आजारांनाही तोंड देता येते.

या आरोग्य ग्रामसेविका त्या वस्तींतच राहणाऱ्या, आपले काम सांभाळून सेवा करणाऱ्या सुशिक्षित महिला असतात. त्या गावात त्यांना मान्यता असते.

या ग्रामसेविकांची कामगिरी लक्षात घेऊन आता सरकारने मुलांसाठी (बाल) अंगणवाड्या सुरू केल्या आहेत. या अंगणवाड्यांतही सेविका नेमल्या जात आहेत. यांना सहा वर्षांपर्यंत बालशिक्षण देता आले पाहिजे. मुलांना आरोग्य तपासण्या करून योग्य सल्ला देता आला पाहिजे व मुलांना शारीरिक स्वच्छता, गावाची स्वच्छता आदि बाळकडू देता आले पाहिजे.

२००० सालापर्यंत अशा ५६७१ अंगणवाड्या स्थापन झाल्या होत्या.

Sociology of Built Environment - पर्यावरण बांधणीचे समाजशास्त्र

समाजशास्त्रातील अलीकडच्या काही विचारवंतांच्या मतानुसार, असंख्य विशेष अध्ययनक्षेत्रे की, जी स्वतंत्रपणे हाताळली जात होती, ती सर्व पर्यावरण बांधणीच्या समाजशास्त्राच्या छत्राखाली एकत्र आणणे आवश्यक आहे. या अध्ययनक्षेत्रात प्रामुख्याने घराचे समाजशास्त्र, नागरीकशास्त्र, वास्तुविद्येतील चळवळीचे समाजशास्त्रीय विश्लेषण, नागरी नियोजन इत्यादींचा समावेश होतो. वैयक्तिक घरे, गावातील व शहरातील घरे यात वापरण्यात येणाऱ्या सजावटीच्या (Artefacts) साहित्याचा आणि (समाजाच्या) सांस्कृतिक मूल्य प्रकटीकरणाच्या परस्परसंबंधाचा अभ्यास या समाजशास्त्राच्या शाखेने करावा, असे काही विद्वानांचे मत आहे.

Soil - मृदा

मृदा ही संपूर्ण जीवसृष्टीच्या मुख्य आधार आहे. मृदा हे वनस्पतींना आधार देणारे व अन्न पुरवणारे माध्यम आहे. शेती व्यवसायाच्या दृष्टीने मृदा अत्यंत महत्त्वाची आहे. थोडक्यात, मृदा हे अत्यंत महत्त्वाचे नैसर्गिक संसाधन आहे.

भूपृष्ठावरील मातीच्या पातळ थराला 'मृदा' म्हणतात. त्यात घन, द्रव व वायू यांचे मिश्रण असते.

भारतामध्ये वेगवेगळ्या प्रदेशांत विविध प्रकारच्या मृदा आहेत. देशाच्या प्राकृतिक रचनेमध्ये भिन्नता आहे. त्याचप्रमाणे जलप्रणाली, हवामान आणि वनस्पती या घटकांमध्ये सुद्धा विविधता आहे. या सर्व घटकांचा परिणाम म्हणून भारतात मृदांचे अनेक प्रकार आढळतात. वरील सर्व घटक हे मृदांच्या निर्मितीस कारणीभूत ठरणारे घटक आहेत.

भारतातील मृदेचे पुढीलप्रमाणे आठ प्रकार पडतात :- (१) पर्वतीय मृदा, (२) गाळाची मृदा, (३) तांबडी मृदा, (४) काळी मृदा, (५) लॅटेराइट मृदा, (६) वाळवंटी मृदा, (७) क्षारयुक्त आणि अल्कली मृदा, (८) पीत मृदा.

मृदा ही खडकांच्या विदारणामुळे (Weathering) तयार झालेली असते. ज्या खडकांपासून मृदा तयार होते त्या खडकांचे गुणधर्म त्या मृदेत आढळतात.

भारतातील अधिकांश मृदा नद्यांद्वारे निर्माण झालेली आहे.

नैसर्गिक भूपृष्ठाच्या (Bedrock) वरती असलेल्या पाषाणांची झीज, जलवाहित, वायुवाहित आणि मानव अस्तित्वामुळे आलेली बाह्य (Material) व वनस्पतिज सेंद्रिय द्रव्ये ह्या कारणांनी, नैसर्गिकपणे निर्माण झालेल्या व सेंद्रिय पदार्थांचे जास्त प्रमाण असलेल्या पृष्ठभागावरील थराला 'मृदा' असे नाव आहे. मृदेच्या अभ्यासाच्या शास्त्राला पीडॉलॉजी (Pedology) / मृदाशास्त्र म्हणतात.

मृदेची कार्ये [Soil (Function)] : मृदेची महत्त्वाची कार्ये याप्रमाणे :- (१) वनस्पतींच्या बीजांना मृदेपासून संरक्षण, ऊब व ओलावा मिळतो. (२) मृदा वनस्पतींना आधार देते. (३) मृदा वनस्पतींच्या मुळांना पाणी पुरविते. (४) वनस्पती वाढीसाठी आवश्यक असलेली नायट्रोजन, पोटॅश, फॉस्फरस, लोह इ. असंख्य खनिजद्रव्ये मृदा पुरविते. (५) मृदेतील रसायनामध्ये बदल घडवून आणणाऱ्या असंख्य जीवाणूंना मृदा आश्रय देते.

Soil - Vegetation Cycle - जमीन-वनस्पती चक्र

वनस्पती आपल्या पोषणासाठी जमिनीतील खनिजे व क्षार शोषून घेतात. परंतु या वनस्पती कुजल्यानंतर त्या वनस्पतीतील हे क्षारपदार्थ परत जमिनीत मिसळणे असे चक्र तयार होते. या चक्राला जमीन-वनस्पती चक्र असे म्हणतात.

या चक्रात एक विशिष्ट संतुलन निसर्गतःच निर्माण झालेले असते. परंतु मानवामुळे यात बदल होतो.

Soil Conservation - मृद्संधारण

सर्व सजीव सृष्टीच्या अस्तित्वाच्या दृष्टीने मृदा हे अत्यंत महत्त्वाचे संसाधन आहे. मृदा हा वनस्पती जीवनाचा आधार आहे. शेती हा मानवी व्यवसाय मृदा संसाधनावर अवलंबून आहे. मृदांची निर्मिती ही अतिशय गुंतागुंतीची प्रक्रिया आहे. चांगल्या उपजाऊ मृदांच्या निर्मितीला १०० वर्षांपेक्षा जास्त कालावधी लागतो. परंतु मृदांचे संधारण न केल्यास त्यांची धूप होण्यास काही तासांचा वेळ पुरेसा असतो. त्यामुळे मृदांचे संधारण आवश्यक ठरते.

मृदासंधारणाचे उपाय पुढीलप्रमाणे :- (१) पडीक क्षेत्रात वनीकरण करणे. (२) ग्रामीण भागात इंधन व चाऱ्यासाठी सामाजिक वनीकरण योजना राबविणे. (३) वनांचा नाश थांबविणे. (४) कुरणांचे संवर्धन करणे. (५) डोंगर उतारावर सोपान शेती (Terrace Farming) करणे. (६) शेतजमिनीचे सपाटीकरण करणे. (७) ओढे, नाल्यांवर बांध घालणे. (८) अतिसिंचन टाळणे. (९) विशिष्ट काळानंतर पीक परिवर्तन करणे. (१०) शेताच्या बांधावर झाडे लावणे.

Soil Erosion (Causes) - मृदेची धूप होण्याची कारणे

(१) भूप्रदेशाचा सर्वसाधारण उतार : जर प्रदेशाचा उतार तीव्र असेल तर पाण्याच्या प्रवाहाने उतार खचून खोल दऱ्या निर्माण होतात. डोंगरातील खडकात पाणी मुरल्याने रासायनिक विदारण होताना मृदेचे आकारमान वाढल्याने दरडी कोसळतात. मुसळधार पावसाने लहान परंतु खोल दऱ्या निर्माण होतात. त्याच्या बाजू क्रमाने रुंद होतात. डोंगरावरील वृक्ष तोडल्यास झीज होण्यास चालना मिळते.

(२) पर्जन्याचे स्वरूप : पर्जन्याच्या स्वरूपावरही मृदाधूप अवलंबून असते. ओसाड-निमओसाड प्रदेशात पर्जन्य फारच कमी असतो. त्यामुळे तेथे वनस्पती नसतात. त्यामुळे मृदाधूपेचे प्रमाण जास्त असते. मुसळधार पाऊस पडल्यामुळे पाण्याची जाडी व वेग वाढतो. त्यामुळे दरीची उभी झीज होऊन शुष्क दऱ्या निर्माण होतात. त्यांना 'बिहाड' म्हणतात.

(३) वाहते पाणी, हिम व वारा यांच्या खननकार्यामुळे : वाहते पाणी यामुळे हिमालयाच्या भागात आणि दख्खनच्या पठारावर मृदेची धूप झालेली आहे. वाऱ्याच्या जोरदार वहनामुळे राजस्थानात धूप झालेली आहे.

(४) जमिनीची योग्य मशागत न करता बेसुमार पिके घेणे : एकाच जमिनीमध्ये वारंवार तीच पिके घेतल्यामुळे जमिनीचा पोत नष्ट होतो. पिकांच्या दृष्टीने ती नापीक बनते. म्हणजे मृदेची धूप होते.

(५) निष्काळजीपणे जलसिंचनाचा उपयोग : उत्तरप्रदेश, पंजाब, हरियाणा या राज्यांमध्ये ५००० हेक्टर मृदेची धूप अतिजलसिंचनामुळे झालेली आहे. मृदेतील क्षार वरच्या थरात साठून मृदेला खारटपणा येतो.

(६) भटकी शेती : भटक्या शेतीप्रकारामध्ये आदिवासी काही दिवसानंतर एक शेत सोडून दुसरीकडे शेती करण्यासाठी जमिनीचा एखादा भाग तयार करतात. त्यांच्या या प्रवृत्तीमुळे मृदेची धूप होते.

(७) जंगलतोड : जंगलतोड जास्त प्रमाणात केल्यामुळे जंगलाचे प्रमाण कमी होत आहे. जंगलाचे प्रमाण कमी असल्यामुळे पावसाच्या पाण्याने मृदेची धूप होऊ लागली आहे. कारण मृदेवरील वृक्षाचा अडथळा दूर झाला आहे.

(८) गुरे जास्त प्रमाणात चारणे : जमिनीवर असणारे गवत गुरांनी नष्ट केल्यानंतर मृदेचा पृष्ठभाग बाह्य घटकांच्या साहाय्याने लवकर झिजतो. मृदेवर वाहत्या पाण्यात अडथळा राहत नाही. तसेच वाऱ्यामुळे मृदेची धूप होते.

(९) शेतकऱ्यांचे अज्ञान : साक्षरतेचे प्रमाण कमी असल्यामुळे बहुतांशी शेतकरी अशिक्षित असतात. त्यामुळे ते जुन्या पद्धतीने शेती करतात. अवजारेही जुनी वापरतात. त्यामुळे शेतीची मशागत योग्य पद्धतीने होत नाही. पर्यायाने मृदेची धूप अधिक होते.

(१०) खतांचा कमी वापर : बहुतांशी शेतकऱ्यांना स्वतःच्या उदरनिर्वाहाची गरज असते. त्यामुळे त्यांना रासायनिक सेंद्रिय खतांचा वापर करता येत नाही. शेतामध्ये वारंवार खते न घालता पिके घेतली जातात. त्यामुळे मृदेची धूप होते.

Soil Management - मृदा व्यवस्थापन

भारत हा शेतिप्रधान अर्थव्यवस्था असलेला देश आहे. प्रचंड वेगाने देशाची लोकसंख्या वाढत असताना, या लोकसंख्येचे पोषण करण्यासाठी अन्न-धान्य उत्पादन वाढविणे आवश्यक आहे. कृषि मालावर आधारित उद्योगधंद्यांच्या विकासासाठी सुद्धा अनेक प्रकारची कृषि उत्पादने घेणे आवश्यक आहे. तथापि देशातील शेती व्यवसायाचा आधार असलेली जमीन मर्यादित आहे. मृदांची धूप होऊन त्यांची उत्पादनक्षमता घटत आहे. म्हणूनच धूप नियंत्रित करून मृदांची उत्पादनक्षमता वाढविणे, याला देशात प्राथमिकता दिली जाते. या दोन्ही घटकांना 'मृदा व्यवस्थापन' असे म्हणतात. मृदांची धूप नियंत्रित करून मृदांचे संधारण करण्यासाठी वृक्षारोपण, योग्य पीक प्रणाली, बांध-बंदिस्ती, पूरप्रतिबंध, सोपान शेती, समोच्च रेषा नांगरट, कुरणांचे संवर्धन, इत्यादी उपाययोजना करणे आवश्यक आहे.

Soil PH - मृदेची आम्लविम्लता

आम्लविम्लता (Acidity OR Alkalinity) हा मृदेचा महत्त्वाचा रासायनिक गुणधर्म आहे. काही मृदा आम्लयुक्त असतात तर काही क्षारयुक्त असतात. जास्त पावसाच्या क्षेत्रात पाण्याच्या निचऱ्याबरोबर मृदेतील कॅल्शियम, मॅग्नेशियम, पोटॅशियम ही विरघळणारी क्षार द्रव्ये नाहीशी होतात व मृदेत केवळ सापेक्षतेने न विरघळणारी सिलिकॉन, ॲल्युमिनियम, लोहासारखी क्षार द्रव्ये शिल्लक राहतात. अशा वेळी ती मृदा आम्लयुक्त बनते. याउलट, कमी पावसाच्या (पाण्याच्या) क्षेत्रांत सोडियम, पोटॅशियम, मॅग्नेशियम, इ. क्षारद्रव्ये न विरघळल्याने मृदेत तशीच राहतात व काही काळाने त्यांचे प्रमाण वाढत जाऊन ती मृदा विम्लयुक्त किंवा क्षारयुक्त बनते. मृदेची आम्लविम्लता ही PH या प्रमाणामध्ये मोजली जाते. साधारणतः मृदेची आम्लविम्लता ही 3PH ते ९ PH या दरम्यान असते.

Soil Profile - मृदेचा उभा छेद

मृदा निर्माण झाल्यावर तिच्यातील आडवी थररचना वैशिष्ट्यपूर्ण असते. मृदेचा उभा छेद घेतला असता मृदेचे आडवे थर दिसून येतात. 'अ', 'ब' व 'क' अशा अक्षरांनी संबोधून या थरांची विभागणी केली जाते. मृदेचे वर्गीकरण त्यांच्या दृश्य स्तरावरून केले जाते. 'अ' थराच्या जाडीवर मृदेची सुपिकता अवलंबून असते.

मृदेच्या उभ्या छेदांचे स्पष्टीकरण खालील आकृतीत दर्शविले आहे.

मृदेच्या उभ्या छेदाची रचना :

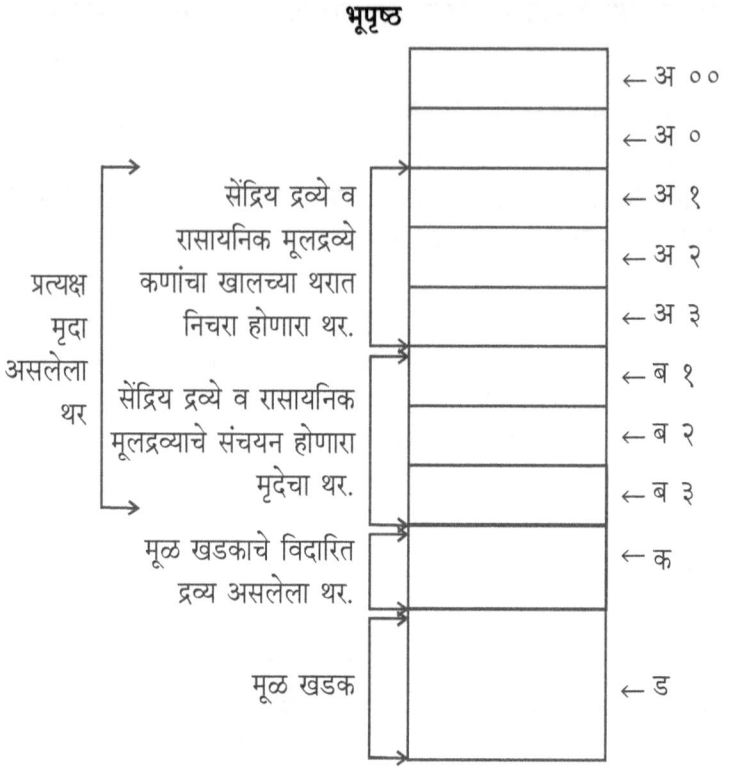

अ ०० – पालापाचोळा व सेंद्रिय पदार्थांचे आच्छादन

अ ० – अंशत: कुजलेल्या सेंद्रिय पदार्थांचा थर

अ १ – गडद रंगाची मृदा, भरपूर सेंद्रिय द्रव्यांनी युक्त

अ २ – सेंद्रिय द्रव्य कणांचा व पोषक खनिज द्रव्य कणांचा निचरा झालेला
फिकट रंगाचा थर

अ ३ – 'अ' शी साम्य असलेला परंतु 'ब' मध्ये विलीन होणारा थर.

ब १ – 'ब' शी साम्य असणारा परंतु 'अ' मध्ये विलीन होणारा थर

ब २ – गर्द रंगाचा, पोषकद्रव्य कणांचा जास्तीत जास्त संचयन झालेला थर.

ब ३ – 'क' मध्ये विलीन होणारा थर

क – मूळ खडकाचे विदारित द्रव्य असलेला थर

ड – मूळ खडक

Soils in India - भारतातील मृदा

भारतातील मृदाप्रकारावर जनन खडक आणि हवामानाचा परिणाम झालेला दिसून येतो. म्हणूनच कापसाची काळी रेगूर, तांबूस मृदा, ओसाड हवामानातील मृदा आणि लॅटेराइट हे मृदाप्रकार आढळतात. भारतातील मृदांचे मुख्य खालील सहा प्रकार आकृती क्र. २.३ मध्ये दर्शविले आहेत.

(१) तांबडी मृदा – तांबडी मृदा ही दक्षिण भारतातील प्राचीन खडकप्रकाराशी निगडित असून स्थानपरत्वे यात काही बदल दिसतात. हा भारतातील सर्वात मोठा मृदा प्रकार आर्कियन या प्राचीन प्रकाराशी संबंधित असून बुंदेलखंडापासून भारताच्या दक्षिण टोकापर्यंत सुमारे २० लाख चौ. कि. क्षेत्र याने व्यापलेले आहे. ओरिसा, मध्यप्रदेश, आंध्र, कर्नाटक, तमिळनाडू व केरळ या राज्यांनी व्यापलेला आहे. या मृदा मुख्यत्वे तांबूस रंगाच्या असून त्या विटकरी, चॉकलेटी पिवळसर करड्या आणि काळ्या रंगाच्या आहेत. त्यात पोटॅशचे प्रमाण जास्त असते. चुना व फॉस्फेट घटक कमी असतात. या मृदा उथळ असून त्यांचा PH ६.६ ते ८.० दरम्यान असतो. या मृदा रेताड असल्यामुळे वारंवार पाणीपुरवठा करावा लागतो. भात, तंबाखू, ऊस, भुईमूग, नारळ, मसाल्याची पिके या मृदेत घेतली जातात.

(२) काळी मृदा किंवा रेगूर – भारतीय द्वीपकल्पाचा बराचसा भाग या मृदेने व्यापला आहे. बेसॉल्ट खडकाच्या विदारणांपासून या मृदेची निर्मिती झाली आहे. महाराष्ट्र, कर्नाटक, गुजरात, मध्यप्रदेश मधील ५ लाख चौ. कि. मी. क्षेत्र या मृदेने व्यापले आहे. या मृदेत सुमारे ६२% प्रमाण चिकणमातीचे आढळते. चिकणमातीमुळे या मृदेची पाणी शोषणक्षमता जास्त आहे. पावसाळ्यात ही मृदा चिकट होते. उन्हाळ्यात पृष्ठभागावर खोल भेगा पडतात. गोदावरी, कृष्णेच्या खोऱ्यात ही मृदा कापसास अतिशय उपयुक्त असल्याने ही कापसाची 'काळी मृदा' म्हणूनच ओळखतात. विदर्भ - मराठवाड्यात कापूस पिकतो.

(३) लॅटेराइट मृदा – या आम्लधर्मी मृदा आहेत. ही मृदा तांबूस रंगाची असते. महाराष्ट्र, कर्नाटक, तमिळनाडू व केरळच्या डोंगराळ भागात काही ठिकाणी ६० मीटरपर्यंत जाडीचे थर त्या मृदेत सापडतात. यात SiO_2, Al_2, O_2 चे प्रमाण जास्त असल्याने लॅटेराईट खडकात बॉक्साईटचे साठे आढळतात. या मृदा नापीक असतात. या मृदेची नांगरट करून पोटॅश, नत्र पालाशचा पुरवठा केल्यास या जमिनीतून चांगले पीक येऊ शकेल. यात नारळ, काजू, नाचणी, रबर ही पिके या मृदेमधून घेतली जातात.

(४) गाळाची मृदा – नद्या आणि त्यांच्या उपनद्यांबरोबर गाळ वाहून आणून सखल भागात या मृदेची निर्मिती होते. भारतीय द्वीपकल्प आणि गंगा ब्रह्मपुत्र खोऱ्याचा संपूर्ण भाग या मृदेने व्यापला आहे. पूर्वीच्या टेथीस समुद्रतळावर साचलेल्या

गाळाची जाडी काही हजार मीटर भरेल. चिकणमाती रेतीचे प्रमाण पुरेसे असल्यामुळे या गाळाचा थर निर्माण होतो. म्हणून या मृदा भारतातील सुपीक मृदा आहेत. त्यातून भात, गहू, मोहरी, ऊस मोठ्या प्रमाणावर घेता येतो.

(५) पर्वतीय मृदा - पर्वतीय प्रदेशात या मृदेचे अनेक प्रकार आढळतात. तीव्र उतार, थंड हवामान, पर्जन्याचे भिन्न प्रमाण, नैसर्गिक वनस्पतीचे आच्छादन यामुळे या मृदा भिन्न प्रकारच्या असतात. या मृदा नापीक असून त्यामध्ये खताचा पुरवठा करावा लागतो. मका, बटाटा, गहू, बार्ली, चहा, कॉफी ही पिके या मृदेतून घेतली जातात.

(६) वाळवंटी मृदा – या मृदेवर रासायनिक क्रिया होत नाही. तसेच जैविक क्रियाही होत नसल्यामुळे त्या नापीक असतात. या मृदा अल्कधर्मीय असतात. त्यांचे PH मूल्य १० असते. पंजाब, हरियाणा, महाराष्ट्र, गुजरात, राजस्थान या राज्यात ही मृदा आढळते.

Solar Constant - सौर स्थिरांक

वातावरणाच्या बाह्य भागाद्वारे दर चौरस सेंटीमीटर भाग प्रत्येक मिनिटाला जेवढी उष्णता ग्रहण केली जाते, तिला 'सौर स्थिरांक' म्हणतात. संयुक्त राज्य अमेरिकेमधील स्मिथ्सोनियम इन्स्टिट्यूट या संस्थेने सौर स्थिरांकाचे प्रमाणित मान १.९४ कॅलरी प्रतिवर्ग सें. मी. प्रति मिनिट निर्धारित केले आहे. एक ग्रॅम कॅलरी उष्णता म्हणजे प्रमाणित वातावरणात १ ग्रॅम पाण्याचे तापमान १ अंश सेल्सिअसने वाढवण्यास जेवढी ऊर्जा लागते तेवढी ऊर्जा होय.

सूर्यावरील डागांचे चक्र व पृथ्वीची अपसूर्य व उपसूर्य या वेळेस सौर स्थिरांकात बदल होतो.

Solar Cooker - सौर कुकर

सौरऊर्जा हा कधी न संपणारा अतिप्रचंड ऊर्जास्रोत आहे. सौरऊर्जा हा ऊर्जेचा स्वच्छ व प्रदूषणरहित स्रोत असून तिच्या वापराचा पर्यावरणावर काहीही अनिष्ट परिणाम होत नाही. सौरऊर्जेचा वापर अधिक कार्यक्षमतेने होण्यासाठी प्रचलित पद्धतीऐवजी नवीन तंत्रज्ञान विकसित करण्यात आले. त्यातील एक म्हणजे सौर कुकर, हा प्लॅस्टिक किंवा तंतुकाच (Fiber Glass) यासारख्या अवाहक पदार्थांपासून बनविलेला असतो. या पेटीच्या आतील भागास काळा रंग दिलेला असतो. त्यावर पडणाऱ्या प्रारणाच्या (सूर्यप्रकाश) ९८% भाग काळा रंग शोषून घेतो. या पेटीतील उष्णता बाहेर जाऊ नये म्हणून ही पेटी जाड अशा अवाहक पदार्थांपासून बनविलेली असते. त्याला काचेचे झाकण असते. काचेच्या झाकणामुळे पेटीच्या आतील उष्णता बाहेर पडू शकत नाही. वरील बाजूस बिजागिरीच्या साहाय्याने सपाट आरसा बसवलेला

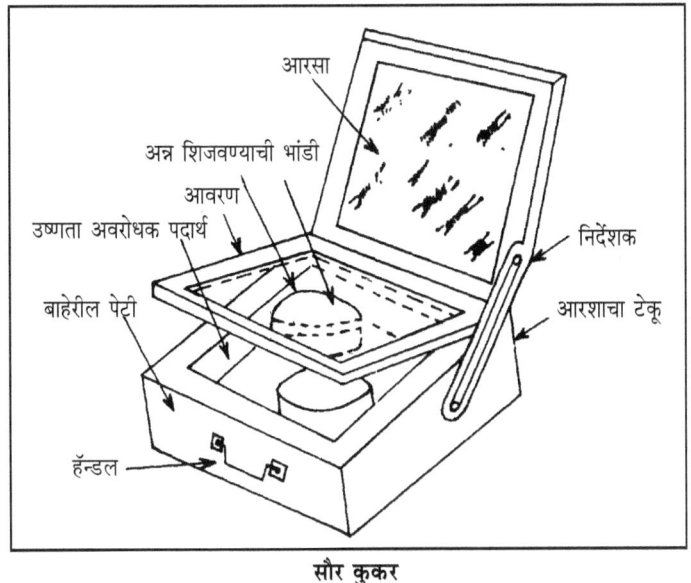

आरसा

अन्न शिजवण्याची भांडी

आवरण

उष्णता अवरोधक पदार्थ

निर्देशक

बाहेरील पेटी

आरशाचा टेकू

हॅन्डल

सौर कुकर

असतो. या सपाट आरशावर पडलेले सूर्यकिरण पेटीच्या अंतर्भागात परावर्तित होतात. या पेटीमध्ये अन्न शिजविण्यासाठी धातुनलिका किंवा धातूचा डबा ठेवलेला असतो. धातुनलिका किंवा धातूच्या डब्यास बाहेरून काळा रंग दिलेला असतो. आरशावर पडणारे सूर्यकिरण परावर्तित होऊन आतील भांड्यावर पडावेत आणि अन्न लवकर शिजावे, यासाठी आरशाची योजना केली जाते. भांड्याचा बाह्य पृष्ठभाग काळ्या रंगाने रंगविला जातो. सौर कुकरच्या अंतर्भागात १०० अंश ते १४० अंश इतके तापमान वाढू शकते. यासाठी हा सौर कुकर दोन तास उन्हामध्ये ठेवावा लागतो. या प्रकारचे कुकर मंद उष्मा ऊर्जा वापरून अन्नपदार्थ शिजविण्यासाठी केला जातो. उदा. तांदूळ, पालेभाज्या, डाळी, कडधान्ये इत्यादी.

Solar Cell - सौर घट

सौर ऊर्जेचे विद्युत ऊर्जेत रूपांतर करणाऱ्या घटांना 'सौर घट' किंवा प्रकाश - विद्युत - घट म्हणतात.

आधुनिक सौर घट सिलिकॉनपासून बनविलेले असतात. सिलिकॉन हा सगळीकडे मोठ्या प्रमाणावर उपलब्ध आहे आणि तो पर्यावरणास घातक नाही. सिलिकॉनच्या पातळ थरापासून सौर घट बनवितात. प्रतिनिधिक स्वरूपाच्या 2 सें. मी. वर्ग आकाराच्या सौर पडणाऱ्या सौर ऊर्जेपासून 0.7 वॅट विद्युत निर्माण होते. म्हणून अनेक सौर घट एकत्रित केले जातात. वीज निर्माण करण्यासाठी या एकत्रितपणे

जोडलेल्या सौर घट जुळणीच्या साखळीस 'सोलर पॅनेल' असे म्हणतात. ऊर्जेचा मुख्य स्रोत म्हणून सौर घटांचा वापर कृत्रिम उपग्रहासाठी करतात. रेडिओ किंवा दूरदर्शन प्रक्षेपण केंद्रापासून होणारे बिनतारी प्रक्षेपण (wireless transmission) यासाठी सौर घटांचा वापर करतात. वाहतूक दिवे व दुर्गम भागातील स्थानके यांना ऊर्जा पुरविण्यासाठी, तसेच गणकयंत्र (Calculators) व खेळणी यांमध्येसुद्धा सौर घटांचा वापर मोठ्या प्रमाणावर केला जातो. जलसिंचनासाठी पाणी खेचण्यासाठी वापरला जाणारा पंप, अतिशय दुर्गम भाग व खेडे प्रकाशित करण्यासाठी सौर घटांचा वापर करतात.

Solar Energy - सौर ऊर्जा

सूर्य हा प्रचंड अतितप्त वायूचा गोळा आहे. त्याचे पृथ्वीपासूनचे अंतर सुमारे 1.5×10^8 km आहे. सूर्याचा व्यास 1.4×10^6 km असून त्याचे वस्तुमान 2×10^{30} kg आहे. सूर्याचा अंतर्भाग अतिशय तप्त असून तेथील तापमान सुमारे 2×10^7 °C इतके असते. अंतर्भागातील अतिशय उच्च तापमानामुळे हायड्रोजन केंद्रकाचे तेथे सतत हेलिअम केंद्रकात एकत्रीकरण होत असते. या प्रक्रियेला 'केंद्रकाची सम्मीलन प्रक्रिया' असे म्हणतात. या प्रक्रियेत चार हायड्रोजनची केंद्रके मिळून हेलिअमचा एक केंद्रक तयार होतो. तयार होणाऱ्या हेलिअमचे वस्तुमान, हायड्रोजनच्या केंद्रकाच्या एकूण वस्तुमानापेक्षा किंचित कमी असते. कमी झालेल्या वस्तुमानाचे ऊर्जेत रूपांतर होते. दर सेकंदास तयार होणाऱ्या हेलिअमची संख्या खूपच प्रचंड असल्याने सूर्यामध्ये सातत्याने प्रचंड प्रमाणात उष्णता व प्रकाश यांच्या रूपात ऊर्जा निर्माण होते. ही ऊर्जा विद्युत चुंबकीय प्रारण स्वरूपात असते. या ऊर्जेला 'सौर ऊर्जा' असे म्हणतात. ही ऊर्जा अवकाशात सर्व दिशांना उत्सर्जित केली जाते. यांपैकी अत्यल्प प्रमाणात ऊर्जा पृथ्वी आणि इतर ग्रहांना मिळते. सूर्यापासून पृथ्वीला 1.8×10^{11} मेगावॅट इतकी ऊर्जा मिळते. पृथ्वीवर सध्याचा ऊर्जावापराचा वेग आणि भविष्यातील ऊर्जेची गरज यापेक्षा कितीतरी पटीने ही ऊर्जा जास्त आहे. म्हणून सध्याची ऊर्जेची गरज व भविष्यकालातील ऊर्जेची गरज केवळ सौर ऊर्जाच भागवू शकेल म्हणूनच सौर ऊर्जा हा एक खात्रीलायक ऊर्जास्रोत आहे.

सौर ऊर्जेच्या वापराचे महत्त्वाचे फायदे पुढीलप्रमाणे सांगता येतील.

(i) सौर ऊर्जा हा कधीही न संपणारा, अतिप्रचंड ऊर्जा स्रोत आहे.

(ii) सौर ऊर्जा हा ऊर्जेचा स्वच्छ व प्रदूषणरहित स्रोत असून तिच्या वापराचा पर्यावरणावर काहीही अनिष्ट परिणाम होत नाही.

तरीसुद्धा सौर ऊर्जेचा वापर करताना काही मर्यादा पडतात.

(i) सौर ऊर्जा क्षीण (dilute) स्रोत आहे. अगदी उष्ण कटिबंधाच्या भूप्रदेशात

प्रति चौरस मीटर भूपृष्ठावर पडणारी सौर ऊर्जा ही 1000 ज्यूल (Joule) पेक्षाही कमी असते. वापरासाठी तांत्रिक दृष्टिकोनातून ही ऊर्जा अगदी कमी पडते. पुरेशी सौर ऊर्जा मिळवण्यासाठी संकलक पृष्ठभागाची गरज असते. यामुळे सौर उपकरणांची किंमत वाढते.

(ii) पृथ्वीवर दिवस व रात्र होत असल्यामुळे मिळणारी ही सौर ऊर्जा वेळेनुसार खूपच बदलते. दिवसासुद्धा मिळणाऱ्या ऊर्जेमध्ये वेळेनुसार बदल घडतो. पृथ्वीच्या सूर्याभोवती होणाऱ्या परिभ्रमणामुळे ऋतू निर्माण होतात. ऋतूनुसार मिळणाऱ्या ऊर्जेचे प्रमाण बदलते. मिळणाऱ्या सौर ऊर्जेवर स्थानिक वातावरणातील बदलाचा देखील परिणाम होतो. उदा. ढगाळ वातावरण, वादळी हवा इत्यादी. त्यामुळे सूर्यप्रकाश असतानाच सौर ऊर्जा साठविणे गरजेचे झाले आहे. जेव्हा सौर ऊर्जा प्रत्यक्ष मिळू शकत नाही, त्यावेळी साठविलेल्या सौर ऊर्जेचा वापर करता येईल. महाग सौर ऊर्जा संकलकामुळे ही यंत्रणा कमी प्रमाणात वापरली जाते.

प्रचलित ऊर्जा स्त्रोतांऐवजी सौर ऊर्जेचा वापर करता यावा म्हणून ही ऊर्जा स्वस्त स्वरूपात कशी उपलब्ध करून देता येईल, हे पाहणे खरे आव्हान आहे. सौर ऊर्जेचा वापर अधिक कार्यक्षमतेने आणि प्रचलित पद्धतीऐवजी करण्यासाठी नवीन तंत्रज्ञान विकसित करण्यात आले आहे. त्यापैकी काही पुढीलप्रमाणे - सौर कुकर, सौर बंब, सौर शुष्कक, सौर पंप आणि सौर घट. या उपकरणांना सौर ऊर्जा उपकरणे असे म्हणतात.

Sound Navigation and Ranging System (SONAR) - सोनार

ध्वनिलहरींची निर्मिती झाल्यानंतर डोंगर किंवा भिंत यांच्याकडून लहरींचे परावर्तन होते आणि तो ध्वनी आपणास ऐकू येतो. या परावर्तित ध्वनीस प्रतिध्वनी (ECHO) असे म्हणतात. एकदशांश सेकंदाच्या अंतराने ध्वनिलहरी आपल्या कानावर पडल्यास आपण त्या स्वतंत्रपणे ओळखू शकतो. एकदशांश सेकंदाच्या आत दोन ध्वनी आपल्या कानावर पडल्यास आपल्याला त्यांचे स्वतंत्रपणे ज्ञान होत नाही. ध्वनिलहरींचे परावर्तन होऊन एकदशांश सेकंदानंतर त्या आपल्या कानावर पडल्यास मूळ आवाज पुन्हा ऐकू येतो. हाच 'प्रतिध्वनी' होय. कक्ष तापमानास ध्वनीचा हवेतील वेग ३४० मीटर प्रती सेकंद इतका आहे. एकदशांश सेकंदात ध्वनिलहरी ३४० $\frac{१}{१०}$ = ३४ मीटर इतके अंतर जातात. म्हणून आपणास प्रतिध्वनी ऐकू येण्यासाठी आपल्यापासून परावर्तक पृष्ठभाग त्याच्या निम्म्या म्हणजे ३४ ÷ ७ = १७ मि. किमान अंतरावर असणे आवश्यक आहे.

प्रतिध्वनीचे तत्त्व वापरून समुद्राच्या तळाशी असणारे अडथळे शोधता येतात व समुद्राची खोली मोजता येते. याच पद्धतीला ' सोनार ' असे म्हणतात.

यात जहाजावर एक प्रक्षेपक (Transmitter) आणि एक ध्वनि ग्राहकयंत्र (Receiver) एका विद्युत् मंडलात (Electrical Circuit) जोडलेली असतात. प्रक्षेपकामधून तीव्र ध्वनितरंग सोडले जातात. हे प्रक्षेपित ध्वनितरंग पाण्यातून समुद्राच्या तळापर्यंत जातात आणि तेथून परावर्तित होतात. परावर्तित ध्वनितरंगांची नोंद जहाजावरील ग्राहकयंत्रामध्ये होते.

प्रक्षेपकाने ध्वनी निर्माण केल्यापासून परावर्तित ध्वनीची ग्राहकयंत्रामध्ये नोंद होण्यापर्यंतच्या कालावधीची नोंद केली जाते.

या कालावधीवरून समुद्राची खोली पुढील सूत्राने काढतात.

$$\text{समुद्राची खोली} = \text{ध्वनीचा पाण्यातील वेग} \times \frac{\text{कालावधी}}{२}$$

सोनारच्या तत्त्वाचा उपयोग करून उद्योगधंद्यामध्ये यंत्रातील, धातूच्या ठोकळ्यातील किंवा पत्र्यातील दोष यंत्र, ठोकळा किंवा पत्रा यांचे नुकसान होऊ न देता हुडकून काढता येतात. याला नुकसान विरहित तपासणी (Non Destructive Testing) म्हणतात.

Study of Environment - पर्यावरणपरिचय

निम्न प्राथमिक शाळांच्या अभ्यासक्रमात अलीकडे परिसरनिरीक्षण या विषयाचा समावेश केला आहे. लहान मुलांना आपल्या आजूबाजूचा परिसर कसा आहे हे पहाणे आवडते. घराभोवतालचा, शाळेच्या सभोवती किंवा गाव व गावाच्या सभोवतीचा परिसर यांचे निरीक्षण करणे म्हणजे परिसर अभ्यास. गावातील रस्ते, कार्यालये, बाजार, देऊळ, इत्यादींबरोबरच गावाच्या परिसरातील डोंगर, नदी/ नाला, टेकडी, झाडे, शेते, तलाव, खडक इत्यादींचे निरीक्षण विद्यार्थी करू शकतात व पाहिलेल्या गोष्टींची नोंद करतात. निरीक्षण करताना अनेकवेळा विद्यार्थी प्रश्न विचारतात व शिक्षक उत्तरे सांगून त्यांचे समाधान करतात. परिसर अभ्यासात विद्यार्थ्यांना नवीन ज्ञान मिळते, नवीन शब्द माहीत होतात व निरीक्षणशक्ती वाढते. परिसर अभ्यास हा शाळेच्या बाहेर परिसरात जाऊन केलेला अभ्यास असतो. त्यात विद्यार्थ्यांना आनंद व गोडी वाटते. पर्यावरण म्हणजे व्यापक स्वरूपातील परिसर.

Sustainable Agriculture - शाश्वत शेती

जगाची लोकसंख्या सतत वाढत आहे. अन्नधान्याचा वापरही सतत वाढत आहे. त्यामुळे अन्नधान्याचे उत्पादन वाढवण्याची गरज आहे. जगासमोर हे एक मोठे आव्हान आहे.

एकीकडे अन्नधान्याची मागणी वाढत आहे, तर दुसरीकडे भूमी, पाणी व

पोषकद्रव्ये यांसारखे घटक मर्यादित आहेत. शहरे, उद्योगधंदे, जैवविविधतेचे संवर्धन यासाठीदेखील भूमीची गरज असल्याने शेतजमिनीला मर्यादा पडते.

१९६० व १९७० च्या दशकांत झालेल्या हरितक्रांतीने शेती उत्पादनात लक्षणीय वाढ झाली. मात्र हरितक्रांतीच्या परिणामांमध्ये टाकाऊ पदार्थ निर्मिती व मातीचा कस कमी होण्याचा समावेश आहे.

विकसित व विकसनशील देशांना, वाढीव अन्नधान्य पुरवठ्याबरोबरच शेती प्रणाली ज्यावर अवलंबून आहे. अशा स्रोतांच्या संवर्धनाबाबत नव्या दृष्टिकोनाची गरज आहे.

पर्यावरणीय दृष्ट्या समर्थ, आर्थिक दृष्ट्या यशस्वी, सामाजिक दृष्ट्या न्याय्य व सांस्कृतिक दृष्ट्या योग्य असेल अशी शेती शाश्वत शेती समजली जाते. शाश्वत शेतीसमोर तीन ध्येये आहेत – (१) पर्यावरणाचे संवर्धन, (२) आर्थिक लाभ, (३) सामाजिक व आर्थिक समता.

शाश्वत शेतीची काही ध्येये :

(१) शेतीचे भरपूर उत्पन्न.
(२) जमिनीची सुपीकता टिकवणे.
(३) कृषी-जैववैविध्य जोपासना.
(४) कृषिविषयक स्थानिक पूर्वापार ज्ञान जोपासणे.
(५) प्रदूषण कमी करणे.
(६) जलसंधारण.

अशा प्रकारे शाश्वत शेतीमध्ये धान्यांचे उत्पन्न, शेतीशी निगडित असलेली इतर उत्पादने यांचा अशा रीतीने विचार होतो की जेणेकरून वर्तमानात अथवा भविष्यात, शेतीमुळे कोणत्याही परिसंस्थेला कायमस्वरूपी धोका पोहचणार नाही. अथवा नुकसान होणार नाही. शिवाय शेतकऱ्यांच्या सामाजिक, आर्थिक परिस्थितीचाही विचार शाश्वत शेतीमध्ये प्रामुख्याने होतो.

शेतजमिनीचे आरोग्य, सभोवतालच्या इतर परिस्थितीचे आरोग्य, शेतकऱ्यांच्या राहणीमानाची गुणवत्ता इत्यादी विषयही शाश्वत शेतीचे जिव्हाळ्याचे विषय आहेत.

Sustainable Development - शाश्वत विकास

विकासासाठी दीर्घकालीन पर्यावरण रक्षणाच्या व्यूहरचना मांडण्यासाठी १९८३ मध्ये संयुक्त राष्ट्रांनी 'वर्ल्ड कमिशन ऑन एन्व्हायर्नमेंट अँड डेव्हलपमेंट' (WCED) ची स्थापना केली. १९८७ मध्ये WCED ने 'आपले सामाईक भविष्य' या अहवालात शाश्वत विकासाची व्याख्या मांडली.

'शाश्वत विकास म्हणजे असा विकास की ज्याद्वारे भावी पिढ्यांच्या' गरजा

भागविण्याच्या क्षमतेला धक्का न लावता, वर्तमानकालीन गरजा भागविल्या जातात.

वरील व्याख्येत दोन मूलभूत संकल्पना आहेत.

(१) 'गरजा' म्हणजे मनुष्याच्या प्राथमिक गरजा होय. लाखो लोकांना आजही योग्य आहार, निवासासाठी घरे, पिण्यासाठी स्वच्छ पाणी, सुरक्षित स्वच्छतागृहे व प्राथमिक शिक्षण या अत्यंत प्राथमिक गरजा पुरेशा प्रमाणात उपलब्ध नाहीत. या सत्य परिस्थितीकडे आपले लक्ष वेधले जाते. या व्याख्येतून असे सूचित केले गेले आहे की, मनुष्याच्या या सर्व गरजा भागविल्या गेल्या पाहिजेत. शाश्वत विकासाकडे जाण्याची ती पहिली पायरी ठरेल.

(२) विकासाची पद्धती अशी असावी की ज्यामुळे भावी पिढ्यांच्याही गरजा भागविता येणे शक्य व्हावे. यामध्ये विविध परिसंस्थांची उत्पादकता, नैसर्गिक संसाधनांची उपलब्धता, वातावरणाची गुणवत्ता, हवामानाचा प्रकार इत्यादींचाही अंतर्भाव आहे.

लोकांच्या गरजा भागविणे म्हणजे विकास. अखंडित विकास ही संज्ञा 'पर्यावरण व विकास' यावरील जागतिक आयोगाने (ब्रंटलॅण्ड आयोग) त्यांच्या १९८७ च्या प्राथमिक अहवालात रोजच्या वापरात आणली. लोकांमध्ये जाणीव निर्माण करण्याच्या व अधिक चांगल्या पर्यावरणासंबंधीच्या धुरीणत्वाच्या गरजेवर लक्ष केंद्रित करण्याच्या दृष्टीने, पृथ्वीची अखंडितता टिकवून ठेवणे ही कल्पना एक प्रभावी उपमा ठरली आहे. 'पुढच्या पिढ्यांच्या गरजांशी तडजोड न करता सध्याच्या पिढीच्या गरजा भागविणे म्हणजे अखंडित विकास' ही व्याख्या ब्रंटलॅण्ड आयोगाने केली आहे. अखंडित विकास ही कल्पना अचूकपणे मांडणे अवघड आहे. विकास धोरणांची ध्येये व योग्य प्रकारे पर्यावरण संरक्षण यात काहीच फरक नाही. कारण यशस्वीपणे विकास घडवून आणावयाचा असेल तर काही प्रमाणात जमीन मोकळी करणे, तेलाचे उत्खनन करणे, नदीवर धरणे बांधणे इत्यादी गोष्टी अपरिहार्य आहेत.

भावी पिढीच्या गरजा पूर्ण करण्याच्या उद्देशाने पर्यावरणाच्या क्षमतेचा ऱ्हास न करता वर्तमान पिढीच्या गरजा पूर्ण करणे, म्हणजे चिरंतन विकास होय.

चिरंतन विकास ही एक परिवर्तनशील प्रक्रिया असून यामध्ये साधन संपत्तीचा पूर्ण उपयोग, गुंतवणुकीची दिशा, तांत्रिक विकासाची अभिमुखता व संघटनात्मक किंवा संस्थात्मक बदल या सर्वांमध्ये अनुरूपता असणे व मानवी गरजा आणि महत्त्वाकांक्षा पूर्ण करण्यासाठी सध्याचे व भावी सामर्थ्य वाढविणे, यांचा समावेश होतो.

चिरंतन विकासाचे उद्दिष्ट म्हणजे मानव आणि मानवता व निसर्ग यांच्यामध्ये मेळ व समतोल राखणे हे होय.

चिरंतन विकासाची तत्त्वे पुढीलप्रमाणे :- (१) सार्वजनिक जीवनाची देखभाल व आदर करणे. (२) मानवी जीवनाच्या राहणीमानाचा दर्जा सुधारणे. (३) पृथ्वीच्या

सहन क्षमतेचे व विविधतेचे संवर्धन करणे. (४) अपुनर्नवीकरणीय साधन संपत्तीच्या गुणवत्तेचा ऱ्हास राखणे. (५) पृथ्वीची पोषणक्षमता कायम टिकवून ठेवणे. (६) व्यक्तिगत दृष्टिकोन व नियमांमध्ये परिवर्तन करणे. (७) सक्षम समाजाद्वारे आपल्या पर्यावरणाची देखभाल करणे. (८) सर्वांगीण विकास व संवर्धनाची एक राष्ट्रीय नीती तयार करणे. (९) जागतिक संघटनेची स्थापना करणे.

चिरंतन विकासाची उद्दिष्टे याप्रमाणे :- (१) आर्थिक वृद्धी व रोजगाराचा उच्च आणि स्थिर दर राखणे. (२) प्रत्येकाची गरज ओळखून सामाजिक प्रगती साधणे. (३) पर्यावरणाचे परिणामकारक संरक्षण करणे. (४) नैसर्गिक साधन सामग्रीचा पर्याप्त वापर करणे. (५) कचरा, (Waste) यांचा पुनर्वापर करण्यावर लक्ष केंद्रित करणे. (६) लोकांमधील क्षमतेनुसार त्यांच्यातील कौशल्ये विकसित करणे. (७) लोकांच्या सर्वसामान्य आरोग्याची पातळी सुधारणे.

Sustainable Use - शाश्वत वापर

शाश्वत वापराची संकल्पना पुनर्नवीकरणीय व अपुनर्नवीकरणीय स्रोतांशी संबंधित आहे. अर्थशास्त्रज्ञ हर्मन डॅली सुचवितो की -

- पुनर्नवीकरणीय स्रोतांच्या वापराचा दर त्यांच्या पैदाशीच्या दरापेक्षा जास्त नसावा.
- पर्यावरणाच्या शोषणशक्तीपेक्षा जास्त टाकाऊ पदार्थ पर्यावरणात सोडू नयेत.
- पुनर्नवीकरणीय पर्यायी स्रोत तयार होण्याच्या दरापेक्षा अधिक दराने अपुनर्नवीकरणीय स्रोतांचा वापर केला जाऊ नये.

विकासासाठी आवश्यक नैसर्गिक स्रोत अपुरे पडत आहेत, कारण -

- उपभोगाची पातळी इतकी उच्च आहे की, पुनर्नवीकरणीय संसाधनांच्या वापराचा वेग त्यांच्या निर्मितीहून जास्त असल्याने ती संपत आहेत.
- वापराच्या पद्धतीमुळे निर्माण झालेले प्रदूषण इतके जास्त आहे की, ते पर्यावरणाकडून संपूर्णपणे शोषले जाऊ शकत नाही.

उदाहरणार्थ - 'शाश्वत शेती'च्या विभागात उल्लेखल्यानुसार एकाच जातीच्या सततच्या शेतीमुळे मृदेची प्रत घसरत आहे. सततच्या कृषी रसायनांच्या वापरामुळे मृदेची हानी इतक्या प्रमाणात होऊ शकते, की ती पुन्हा सुधारणे कठीण होऊन बसेल. अशा वेळी मृदा व जनुकीय (पिकांच्या जाती) स्रोत समाजास आवश्यकतेनुसार उपलब्ध राहणार नाहीत. यामुळे समाजाच्या सर्वांगीण विकासावरही दुष्परिणाम होतील.

वस्तूंची अधिकाधिक निर्मिती करणे, ज्यासाठी नैसर्गिक संसाधनांवर, पर्यायाने पर्यावरणावर वाढत्या प्रमाणात ताण पडतो. अशा प्रकारची आर्थिक वृद्धी पर्यावरणीय दृष्ट्या शक्य नाही व ती फार काळ टिकू शकणार नाही.

Tissue Culture - ऊती संवर्धन

सजीवांच्या पेशी किंवा पेशीसमूहांची कृत्रिम पद्धतीने वाढ करणे याला 'टिश्यू कल्चर' म्हणतात. टिश्यू कल्चर म्हणजे सूक्ष्मरूपात केलेले पुनरुत्पादन. 'टिश्यू कल्चर' करण्यासाठी स्थायुरूप किंवा विष्यंदी माध्यमांचा वापर केला जातो. 'टिश्यू कल्चर' करण्यासाठीची केळी, औषधी वनस्पती अशी काही उदाहरणे आहेत.

सध्या चांगल्या वनस्पती किंवा प्राणी यांची संख्या कमी होत आहे किंवा ते नामशेष पावत आहेत. त्यांची संख्या वाढावी यासाठी ही पद्धत उपयुक्त आहे. यामध्ये चांगल्या सजीवांच्या पेशींची कल्चर माध्यमाद्वारा निरीक्षणाखाली वाढ करून, नवीन सजीव निर्माण केले जातात. त्यामुळे चांगली फळे, फुले देणाऱ्या वनस्पतींची संख्या वाढवता येते. जेव्हा वनस्पतींमध्ये परागीभवन होण्यासाठी माध्यम उपलब्ध होत नाही, तेव्हा या पद्धतीचा वापर करून मूळ वनस्पतीसारखी नवीन वनस्पती मिळवता येते. ऊती संवर्धन हे In vitro (काचेमध्ये) व In vivo (सजीवांमध्ये) या दोन प्रकारे केले जाते.

ऊती संवर्धनाचे उपयोग खालील प्रमाणे आहेत.

(१) विषाणू जन्म रोगांवरील लसी तयार करण्यासाठी उदा. पोलिओ लस.
(२) अर्भकात काही जनुकीय विकृती आहेत का हे शोधण्यासाठी Foetus मधील पेशींचे संवर्धन केले जाते.
(३) त्वचारोपण (Skin Grafting) करण्यासाठी हे तंत्र वापरले जाते.
(४) वनस्पतींचे क्लोनिंग करण्यासाठी ही पद्धत वापरतात.

Value Education - मूल्यशिक्षण

मूल्यशिक्षण म्हणजे नीतिशिक्षण होय. आपण समाजाचा एक जबाबदार घटक म्हणून आपले वर्तन कसे असावे हे शिकणे आणि शिकविणे म्हणजे मूल्यशिक्षण होय.

समाजाची आणि मानवाची आर्थिक दृष्टीने प्रगती होत असली, भौतिक सुखांची रेलचेल झालेली असली तरी त्याच वेळी माणसाची नैतिकदृष्ट्या घसरण होत आहे. ज्या गुणांमुळे, तत्त्वांमुळे व्यक्ती, समाज आणि विश्व यांमध्ये परस्पर सुसंवाद साधून सर्वांचा विकास होतो ती तत्त्वे म्हणजे मूल्ये होत. मानवी जीवनाला मौल्यवान, उन्नत, यशस्वी व कल्याणमयी बनविण्याची क्षमता ज्यांच्या ठायी असते, त्या गुणांना 'जीवनमूल्ये' म्हणतात.

मूल्ये ही मानवतेबरोबर निर्माण झाली असून ती शाश्वत, चिरंतन आणि सनातन आहेत. त्यांचे बाह्य स्वरूप, ती प्रकट करण्याची साधने, परिस्थिती, प्रमाणक्रम, पद्धती या गोष्टी समाजबदलाबरोबरच बदलत असल्या तरीही मूल्ये तीच आहेत व पुढेही ती तशीच राहणार आहेत.

मूल्यांचे वर्गीकरण स्थूलमानाने वैयक्तिक मूल्ये, सामाजिक मूल्ये आणि राष्ट्रीय मूल्ये अशा तीन गटांत केले जाते.

मूल्यशिक्षणाची उद्दिष्टे पुढीलप्रमाणे :- (१) मानवी गुणांची निर्मिती - प्रेम, क्षमाशिलता, अहिंसा, समता, बंधुता, कर्तव्यतत्परता, सेवावृत्ती, न्यायप्रवृत्ती, विज्ञाननिष्ठा, साहसीवृत्ती. (२) सामर्थ्यनिर्मिती. (३) कुटुंबामध्ये पोषक मूल्यांची जोपासना करणे. (४) जबाबदार नागरिक बनविणे. (५) धर्म, भाषा, जाती, लिंग यावर आधारित संकुचित दृष्टीचा लोप करण्याकरिता वैचारिक जागृती करणे. (६) उदार दृष्टिकोन विकसित करणे. (७) सुधारणेसाठी प्रोत्साहन देणे. (८) आत्मसन्मान करणे. (९) पर्यावरणाचे संरक्षण व जोपासना करण्यासाठी प्रेरणा देणे. (१०) सामाजिक मूल्यांची जोपासना करणे.

मूल्यशिक्षणाची माध्यमे पुढीलप्रमाणे :- (१) शालेय परिपाठ (२) प्रार्थना (३) प्रतिज्ञा (४) चिंतन (५) मौन (६) अभ्यासेतर कला (७) अभ्यासपूरक कार्यक्रम (८) गीतमंच (९) मुलाखती (१०) शिबिर, मेळावे (११) गटस्पर्धा (१२) अभ्यासक्रम (१३) सहली

Vegetation - वनस्पती समूह

समान पर्यावरणात एकमेकांशी संबंधित नसलेल्या वनस्पती देखील सोबत वाढत असतात. सोबत वाढणाऱ्या एका प्रदेशातील सर्व वनस्पतींना संयुक्तपणे 'वनस्पती समूह' असे म्हणतात. या वनस्पती समूहाचे वैशिष्ट्य फक्त त्या समूहातील विभिन्न वनस्पती जातींवरच अवलंबून असते, असे नव्हे, तर प्रत्येक जातीच्या वनस्पतींच्या संख्येवरही ठरते. पृथ्वीच्या पृष्ठभागावरील एका क्षेत्रात थोड्या किंवा अनेक जातींच्या बदलत्या संख्येनुसार एकत्रित झालेल्या वनस्पतींना त्या प्रदेशातील 'वनस्पती समूह' असे म्हणतात. सारख्या गरजा असलेल्या वनस्पतींच्या दोन जाती सोबत जगूच शकत नाहीत. त्यातील अधिक शक्तिमान जाती स्पर्धेत यशस्वी होऊन इतर वनस्पती प्रकार त्या आवासातून नाहीसे होतात.

Vegetative Propagation - शाकीय प्रजनन

वनस्पतींमधील ही एक सफल नैसर्गिक गुणन पद्धती आहे. खरे तर हा अलैंगिक प्रजननाचाच एक विशिष्ट प्रकार आहे. या पद्धतीमध्ये एकलजनक काही परिवर्तित अंगापासून (मूळ, पान, स्तंभ) जननुकीय दृष्ट्या स्वतःसारख्या नवजात जीवांची निर्मिती करतो. हे नवनिर्मित जीव जननुकीय दृष्ट्या मूळ जनकजीवासारखेच असतात. म्हणून त्यांना संवृत्त (Clone) असे म्हणता येते. शाकीय प्रजनन हे नैसर्गिकपणे होतच असते. परंतु मानवाने त्याचे उपयोजन करून अनेक कृत्रिम पद्धतींचा विकास केला आहे.

Vermiwash - द्रवरूप गांडूळ खत

गांडूळ हा दंडाकृती लांबट असा प्राणी असून हा ओलसर मातीत किंवा चिखलात बीळ करून राहतो. ह्याच्या बीळ करण्याच्या सवयीमुळे जमीन पोखरली जाऊन भुसभुशीत होते. तसेच हा मातीतील सेंद्रिय पदार्थांचा वापर अन्न म्हणून करतो व त्याच्या विष्ठेमुळे जमिनीची सुपीकता वाढते. यामुळेच याला 'शेतकऱ्यांचा मित्र' असे म्हणतात.

गांडुळाचा आतील भाग आतडी असून, आतड्याच्या भोवतालचा बराचसा भाग पोकळ असतो व तो जाड चिकट द्रवाने भरलेला असतो. गांडुळाच्या शरीरातून जास्तीचे पाणी जाऊ दिले तर हा चिकट द्रव गोळा करता येतो. या चिकट द्रवालाच 'द्रवरूप गांडूळ खत' असे म्हटले जाते. या खतामध्ये पिकांना लागणारी सर्व अन्नद्रव्ये तर असतातच, पण त्याचबरोबर सूक्ष्म जीवाणू, अमिनो आम्ले, संजीवके, संप्रेरके व प्रतिजैविकेही मोठ्या प्रमाणावर असतात. यामुळेच या खताच्या उपयोगाचा पिकांच्या वाढीवर अनुकूल परिणाम दिसून येतो.

Veterinary Science - पशुवैद्यक शास्त्र

पशुवैद्यक शास्त्र म्हणजे पशू व पक्षी यांचे रोग व त्या रोगांचे निदान करणे, प्रतिबंध व उपाययोजना करणे यांचा अभ्यास असणारे शास्त्र. पशूंची शरीररचना, शरीरक्रिया, विकृती इत्यादी भागांचा पशुवैद्यकाशी जवळचा संबंध असतो. जे पशू माणसाळलेले आहेत त्यांच्या रोगांसंबंधीची माहिती उपलब्ध असते. पशुवैद्यकीय शिक्षण देणारे भारतातील पहिले महाविद्यालय मुंबई येथे सन १८८६ मध्ये सुरू झाले. त्यानंतर महाराष्ट्रात नागपूर व परभणी येथे पशुवैद्यकीय शिक्षण देणारी महाविद्यालये सुरू झाली.

Virus - विषाणू

संसर्गजन्य रोगांना कारणीभूत होणाऱ्या अतिसूक्ष्म रोगकारकांचा मोठा गट म्हणजेच 'विषाणू' होय. न्यूक्लिइक आम्लाचा गाभा व त्याभोवतीचे प्रथिनांचे आवरण (कवच) अशी रचना असलेले हे रोगकारक सर्व प्राणी, वनस्पती व सूक्ष्मजंतू यांमध्ये विविध संसर्गजन्य रोग निर्माण करू शकतात. प्रजननांसाठी सजीव कोशिकांवर (पेशींवर) पूर्णतया अवलंबून राहणे व स्वतंत्र चयापचयाचा अभाव, ही यांची खास वैशिष्ट्ये आहेत. म्हणूनच विषाणू हे अतिशय साधे सूक्ष्मजीव किंवा अतिशय गुंतागुंतीचे रेणू मानले जातात. विषाणू हे सर्व कोशिकांमध्ये घुसू शकतात, तेथे आपल्या प्रतिकृती निर्माण करू शकतात आणि आपले संरक्षक आवरण तयार करण्याची क्षमता असलेल्या प्रथिनांसाठी सांकेतिक लिपी तयार करू शकतात. या

रोगकारकांच्या अध्ययनाला व्हायरॉलॉजी म्हणतात. 'व्हायरिऑन' हा मुळात लॅटिन शब्द असून त्याचा अर्थ 'दूषित विष' असा आहे.

ज्या सजीव कोशिकांमध्ये विषाणू शिरतात, त्या कोशिका नष्ट होतात कारण न्यूक्लिइक आम्ल तयार करण्यासाठी विषाणू त्या कोशिकांचा वापर करून घेत असतो. यामुळेच विषाणू हे रोगास कारणीभूत होऊ शकणारे संभाव्य रोगकारक आहेत. मानवाला होणारे अनेक संसर्गजन्य रोग हे विषाणूंमुळे होतात. उदा. सर्दी, गोवर, कांजिण्या, इन्फ्लूएंझा वगैरे. शिवाय पाळीव प्राण्यांनाही विषाणूंमुळे रोग होतात. उदा. लाळ्या रोग, डुकरांचा पटकी इ. आणि अन्नधान्यांच्या पिकांवरही विषाणूंमुळे रोग पडतात. उदा. करपा, केवडा, भात व टोमॅटोवरील काही रोग. लसीच्या साहाय्याने रोगप्रतिकारक यंत्रणा संघटित करून सक्रिय करणे वा सज्ज करणे, हा विषाणुजन्य रोगांना प्रतिबंध करण्याचा सर्वात प्रभावी उपाय ठरतो. विषाणूप्रतिबंधक लसींचे दोन प्रकार आहेत. ते म्हणजे निष्क्रिय केलेल्या विषाणूंच्या लसी आणि क्षीणशक्तीक विषाणूंच्या लसी ह्या होत. सध्या वापरात असलेल्या बहुतेक लसी या क्षीणशक्तिक लसी आहेत. लसींतील विषाणूमुळे शरीरात प्रतिपिंडे तयार होतात. जेव्हा जोमदार विषाणू शरीरावर हल्ला करतात, तेव्हा ही प्रतिपिंडे त्यांना निष्प्रभ करतात.

Water Conservation - जलसंधारण

पृथ्वीचा ७१ टक्के भाग जलाशयांनी व्यापला असला तरीही पृथ्वीवरील जलसाठ्याच्या केवळ ३ टक्के जलसाठा गोड्या पाण्याचा आहे. वाढत्या लोकसंख्येच्या पिण्यासाठी, वापरासाठी, शेती व उद्योगधंद्यांसाठी पाण्याची मागणी वाढत आहे. यासाठीच जल व्यवस्थापन व संधारण यांची आवश्यकता आहे.

जलसंधारणाचे उपाय पुढीलप्रमाणे :- (१) पाण्याचा नियोजित पद्धतीने वापर करून अपव्यय टाळणे. (२) 'पाणी अडवा-पाणी जिरवा' या तत्त्वानुसार पाणी ठिकठिकाणी अडवून लहान जलाशय निर्माण करणे. (३) नद्यांवर धरणे बांधणे. मोठ्या धरणांपेक्षा लहान धरणांना प्राधान्य देणे. (४) सांडपाणी व औद्योगिक सांडपाणी यावर प्रक्रिया करून त्या पाण्याचा शेतीसाठी तसेच उद्योगधंद्यासाठी पुनर्वापर करणे. (५) सिंचनासाठी ठिबक सिंचन, तुषार सिंचन अशा पद्धतीचा अवलंब करणे. (६) जलाशय प्रदूषित होऊ नये यासाठी प्रयत्न करणे. (७) नद्यांच्या पाणलोट क्षेत्रात तसेच तलावांच्या परिसरात वनीकरण करणे.

Water Diversion Project - जलजोडणी योजना

प्रगत राष्ट्रांमध्ये जास्त पाणी असलेल्या नद्यांतील अतिरिक्त पाणी अन्य नद्यांमध्ये सोडले जाते. त्यासाठी या नद्यांना जोडणारे कालवे खोदले जातात. या योजनेलाच

'जलजोडणी योजना' असे म्हणतात. भारतात गंगा-यमुना-ब्रह्मपुत्रा या नद्यांचे अतिरिक्त पाणी दक्षिणेकडे वळवून नर्मदा, गोदावरी, कृष्णा व कावेरी या नद्यांत सोडण्याचा गंगा-कावेरी हा महत्त्वाकांक्षी जलवळण प्रकल्प साकार होऊ पाहत आहे.

Water Table - भूमिगत पाण्याची पातळी

पावसाचे पाणी भूपृष्ठावर पडल्यावर जलभेद्य खडकांच्या भागातून ते जमिनीत मुरते. असे खडक असलेले भाग विशिष्ट मर्यादेपर्यंत पाण्याने संपृक्त होतात. अशा रीतीने भूमिगत पाण्याने संपृक्त झालेल्या जलभेद्य खडकातील पाण्याच्या पातळीला 'भूमिगत पाण्याची पातळी' किंवा 'जलरेषा' असे म्हणतात. भूमिगत पाण्याची पातळी ही पर्जन्याचे प्रमाण, खडकाची रचना, भूस्वरूप इत्यादी घटकांवर अवलंबून असते.

स्थलपरत्वे पावसाच्या प्रमाणात व तसेच जमिनीतून पाणी मुरण्याच्या प्रमाणात भिन्नता आढळत असल्यामुळे काही भागात पाण्याची पातळी भूपृष्ठाला अगदी जवळ तर काही भागात ही भूपृष्ठापासून फार खोलीवर आढळते.

भूपृष्ठात पुष्कळ खोल खणल्यावर विहिरींना पाणी लागते. विहिरीतील पाण्याची उंची ही भूमिगत पाण्याच्या पातळीवर अवलंबून असते.

Watershed Management - पाणलोट व्यवस्थापन

पावसाच्या पाण्यामुळे निर्माण होणारे अनेक प्रवाह एकत्रित होऊन मोठा जलप्रवाह तयार होतो व तो नदीला मिळून शेवटी समुद्रात विलीन होतो. या वेगवेगळ्या, प्रवाहामुळे सिंचन क्षेत्राचे विभाजन होते. जमिनीवरील पावसाच्या वाहणाऱ्या पाण्याचे व्यवस्थापन म्हणजेच 'पाणलोट व्यवस्थापन' होय. पाणलोट व्यवस्थापनालाच जलविभाजकव्यवस्थापन असेही म्हणतात. जल विभाजक क्षेत्राच्या विस्तारातून भूमी व पाणी संधारणाबरोबरच पडीक जमिनीचा विकास, जंगल लागवड इत्यादी शक्य होते. जल विभाजक क्षेत्राचा आकार कितीही मोठा असू शकतो. परंतु त्याचे नैसर्गिक तसेच भूशास्त्रीय स्वरूप अबाधित राहणे आवश्यक आहे.

पाणलोट व्यवस्थापनाची महत्त्वाची उद्दिष्टे पुढीलप्रमाणे :- (१) वृक्षारोपण करणे (२) पावसाच्या पाण्याचे संवर्धन करणे (३) सामाजिक वनीकरणास प्राधान्य देणे (४) भूजल पातळी वाढविणे (५) कृषि उद्योगास चालना देणे (६) खड्डे खोदून त्यात पाणी जिरविणे (७) विविध पिकांबरोबर फळझाडांची लागवड करणे. (८) जमिनीच्या उत्पादनक्षमतेत वाढ घडवून आणणे. (९) नदीतील गाळाच्या संचयनाला रोखणे व पूर नियंत्रण करणे.

Wind Energy - पवन ऊर्जा

वाऱ्यापासून (वाऱ्याच्या गतीमुळे) जी ऊर्जा प्राप्त होते तिला पवन ऊर्जा असे

म्हणतात. वाऱ्यापासून पवनचक्क्या फिरवून त्याद्वारे टर्बाइनच्या साहाय्याने विद्युतनिर्मिती केली जाते. वाऱ्यापासून विद्युत निर्मिती करताना दोन घटक महत्त्वाचे ठरतात :- (१) वाऱ्याचा वेग व (२) वाऱ्याच्या दिशेत होणारा बदल. वाऱ्याचा वेग जसा वाढेल त्याप्रमाणे वीजनिर्मितीची क्षमता वाढते. वाऱ्याचा अभ्यास करण्यासाठी प्रत्येक चार सेकंदाला वाऱ्याचा वेग, तापमान, घनता यांची माहिती वर्षभर गोळा केल्यावर ते ठिकाण वीजनिर्मितीस योग्य की अयोग्य हे ठरविले जाते. वाऱ्यापासून एक मेगावॅट (1MW) वीज तयार करायला पाच ते साडेपाच रुपयांची गुंतवणूक करावी लागते. नंतर देखभालीचा खर्च सोडला तर इतर काहीच खर्च येत नाही. जर्मनी व अमेरिकेत चार ते पाच मेगावॅट वीज निर्माण करणाऱ्या पवनचक्क्या उभारल्या असून आपल्याकडे एक मेगावॅट वीज निर्माण करू शकणाऱ्या चक्क्या तमिळनाडूत बसविल्या आहेत. तमिळनाडू राज्यात भारताच्या ७०% पनव ऊर्जा व जगाच्या १०% पवन ऊर्जा निर्माण केली जाते. संयुक्त संस्थानातील वर्ल्ड वॉच इन्स्टिट्यूटने भारताला Wind super power घोषित केले आहे. तमिळनाडूतील मुप्पनदल या ठिकाणी जे पवन ऊर्जा शेत आहे त्याचा जगात तिसरा क्रमांक लागतो व अशिया खंडात प्रथम क्रमांक लागतो.

Wild Life Protection - वन्य प्राण्यांचे संरक्षण

पर्यावरणातील जैविक घटक शृंखलेतील प्राणी हा अत्यंत महत्त्वाचा दुवा आहे. पर्यावरणाचा समतोल राखण्यासाठी प्राण्यांचे संरक्षण करणे हे प्रत्येकाचे कर्तव्य आहे. भारत सरकारने 'वन्यजीव संरक्षण कायदा' १९७२ मध्ये अमलात आणला. वनातील व वनाबाहेरील प्राण्यांचे संरक्षण व्हावे हे या कायद्याचे मूलभूत उद्दिष्ट होय.

१९८३ मध्ये 'राष्ट्रीय वन्यजीव कार्य' योजना आखण्यात आली. सध्या भारतात प्राण्यांच्या संरक्षण व संवर्धनासाठी २० राष्ट्रीय उपवने, १९७ अभयारण्ये व २४ राष्ट्रीय प्राणी संग्रहालये आहेत. वाघांच्या संरक्षणासाठी व्याघ्र प्रकल्प (Projct Tiger) सरकारने हाती घेतले असून सध्या १७ ठिकाणीं सुमारे २५००० चौरस किलोमीटर क्षेत्र वाघांसाठी राखीव ठेवण्यात आले आहे. अनेक पक्षिअभयारण्येही तयार करण्यात आली आहेत.

Wildlife Protection Act - वन्यजीव संरक्षण कायदा

वन्यजीव संरक्षण कायदा १९७२ साली अंमलात आणण्यात आला. या कायद्याद्वारे राष्ट्रीय उद्याने व वन्यजीव अभयारण्यांची घोषणा करण्यात येऊन त्यासंबंधी आदेश काढण्यात आले. या कायद्याद्वारे राज्यातील वन्यजीव व्यवस्थापनासाठी प्रशासकीय यंत्रणा निर्माण करण्यात येऊन त्यासाठी आवश्यक पदांची तरतूद करण्यात आली. या कायद्याद्वारे वन्यजीव सल्लागार बोर्डाची स्थापना करण्यात आली. या

कायद्यातील १ ते ४ या परिशिष्टांत अंतर्भूत असलेल्या सर्व प्राण्यांच्या व वन्यजीवांच्या शिकारीवर संपूर्ण बंदी घालण्यात आली. या प्राण्यांचा अंतर्भाव वन्यजाती अस्तंगत होण्याच्या धोक्यानुसार करण्यात आला आहे. या कायद्यांतर्गत वनस्पतींचा अंतर्भाव सुरक्षित वनस्पती म्हणून करण्यात आला आहे. त्या वनस्पती परिशिष्ट ५ मध्ये अंतर्भूत करण्यात आल्या आहेत.

या कायद्यातील २००२ साली करण्यात आलेल्या सुधारणा अधिक कडक आहेत. या सुधारणांद्वारे स्थानिक लोकांकडून नैसर्गिक संसाधनांचा वापर करण्यावर संपूर्ण बंदी आणण्यात आली. या कायद्याद्वारे अनेक संकल्पनांत बदल करण्यात आले. उदाहरणार्थ, प्राण्यांच्या अंतर्गत मत्स्य प्रजातींचाही अंतर्भाव करण्यात आला आहे. तसेच वनांपासून निर्माण होणाऱ्या उत्पादनांचे नव्याने वर्गीकरण करून त्याद्वारे परिसंस्थांचे संरक्षण करण्यासाठी योग्य पावले टाकण्यात आली आहेत.

या कायद्यात मूलभूत बदल करण्यात आले असले तरी या कायद्याच्या अंमलबजावणीबाबत समस्या कायम आहेत. ज्या कायद्यांची अंमलबजावणी करता येऊ शकते असे कायदे चांगले असतात. या कायद्यात गुन्हेगारांवर योग्य कारवाई करण्याची तरतूद करण्यात आली आहे. अवैध मार्गाने वन्यजीवांची चोरी होण्याची समस्या ही वन्यजीव संरक्षण कायद्याची अंमलबजावणी करण्यातील प्रमुख समस्या आहे. वनअधिकारी व कर्मचाऱ्यांची संख्या वाढविल्याशिवाय ही चोरी रोखणे, त्यावर नियंत्रण मिळविता येणे सद्य:स्थितीत कठीण आहे. या कर्मचाऱ्यांजवळ हत्यारे, वाहने, रेडिओ उपकरणे अशी अत्याधुनिक यंत्रसामुग्री दिल्यास वन्यजीवांची तस्करी रोखता येऊ शकेल.

Wildlife Smuggling - वन्यजीव तस्करी

काही वन्यप्रजाती आर्थिकदृष्ट्या अत्यंत फायद्याच्या असतात. वाघाचे कातडे, हस्तिदंत, गेंड्याची शिंगे, हरिणापासून मिळणारी कस्तुरी, या प्राण्यांपासून उपलब्ध होणाऱ्या गोष्टींचा वापर परदेशात खूप मोठ्या प्रमाणावर होतो. त्यामुळेच, या प्राण्यांची मोठ्या प्रमाणावर शिकार केली जाते. अस्वलांची शिकार त्यांच्या पित्ताशयासाठी केली जाते. प्रवाळ खडक व शंखशिंपले शोभेच्या वस्तू म्हणून निर्यात केले जातात किंवा कन्याकुमारी तसेच अंदमान-निकोबार येथे किनाऱ्यावर विकले जातात. छोटी कासवे, रंगीबेरंगी पक्षी तसेच छोट्या प्राण्यांची अवैध मार्गाने शिकार करून त्यांची विक्री केली जाते. या प्रजातींची निर्यातही करण्यात येते. यातील अनेक प्रजाती पाळीव प्राणी म्हणून विकण्यात येतात. प्राण्यांप्रमाणे वनस्पतीतील औषधी गुणधर्मांसाठी, सर्पगंधा, काजरा, धोत्रा यांसारख्या अनेक वनस्पती तसेच शोभेच्या झाडांपैकी नेचे, मॉस यांसारख्या अनेक वनस्पतींची मोठ्या प्रमाणावर चोरून विक्री केली जाते.

World Wildlife Fund (WWF) - जागतिक वन्यजीव निधी

विश्व प्रकृतिकोषाचे मानचिन्ह

जागतिक वन्यजीवा निधी (WWF) या जागतिक स्वयंसेवी संस्थेची स्थापना २५ एप्रिल १९६१ रोजी झाली. स्वित्झर्लंड येथे या संस्थेचे मुख्य कार्यालय आहे. या संस्थेचे बोधचिन्ह चीनमध्ये आढळणारा व नामशेष होण्याच्या मार्गावर असलेला दुर्मिळ पांडा हा प्राणी आहे. भारतामध्ये WWF ची पहिली शाखा २१ नोव्हेंबर १९६९ साली सुरू झाली. भारतातील २५ राज्यांत या संस्थेच्या शाखा असून त्याच्या काही विभागीय शाखा आणि पाच क्षेत्रीय शाखा कार्यान्वित आहेत. भारतातील मुख्य कार्यालय दिल्ली येथे आहे.

ही संस्था जगातील सर्वात मोठी पर्यावरणविषयक स्वयंसेवी संस्था असून या संस्थेची उद्दिष्टे पुढीलप्रमाणे :- (१) पर्यावरणसंतुलनाच्या दृष्टीने प्रयत्न करणे. (२) पर्यावरणाच्या धारणक्षम शाश्वत विकासासाठी निधीची तरतूद करणे. (३) नामशेष होण्याच्या मार्गावरील सजीवांना संरक्षण देण्याच्या दृष्टीने प्रकल्पाच्या आयोजनास मदत करणे. (४) जैवविविधतेचे संवर्धन करण्यासाठी देशांना प्रोत्साहित करणे. (५) नैसर्गिक साधनसंपत्तीचा काटकसरीने वापर करून तिच्या चक्रीकरण व पुनश्चक्रीकरणावर भर देणे. (६) प्लॅस्टिक व इतर न कुजणारा कचरा याची विल्हेवाट लावण्याच्या दृष्टीने जगभरात जागृती निर्माण करणे. (७) पर्यावरणीय प्रदूषणविषयक समस्या सोडविण्यास सहकार्य करणे.

Zoogeographical Regions of The World - जागतिक प्राणिभूगोल शास्त्रीय प्रदेश

प्राणिभूगोलशास्त्रीय प्रदेशाचा सखोल अभ्यास इ. स. १८५७ साली लंडनच्या प्राणिशास्त्रीय संस्थेचे सचिव पी. एल. सेलेटर (P. L. Selater) यांनी केला. त्यांनी हे विविध क्षेत्रांत आढळणाऱ्या विभिन्न पक्ष्यांचे आधारावर विभाग केलेले होते. सेलेटर यांनी अशा प्रकारे 'पक्षिप्रदेश' (Avifannal) तयार केलेत. त्यानंतर एकोणीस वर्षांनी इ. स. १८७६ मध्ये चार्लस् डार्विनचे सहकारी ए. डब्ल्यू वॅलेस (Wallace) यांनी असे सुचविले की, त्या काळी ज्ञात असलेल्या सर्व 'भू-प्राणी' यांचे भौगोलिक वितरण पक्षिवितरणाशी जवळजवळ मिळतेजुळते आहे. वॅलेस यांनी सुचविलेले प्राणी भूगोलशास्त्रीय प्रदेश सेलेटर वर्गिकरणात सुधारणा करून केले आहेत.

हे प्राणी भूगोलशास्त्रीय प्रदेश खंडाच्या सीमा ओलांडतात किंवा एका खंडावर काही भागांतच आढळतात. पृथ्वीच्या इतिहासात जमीन व प्राण्यांच्या वितरणात

आणि हवामानात वेळोवेळी बदल झाले आहेत. विविध प्राणी भूगोलशास्त्रीय प्रदेशांत प्राण्यांबाबत जे भेद आढळतात, त्यांचे कारण प्राण्यांच्या हालचालीस किंवा स्थलांतरास प्रतिबंधक करणारे अडथळे (Barriers) आहेत. हे अडथळे प्रामुख्याने दोन प्रकारचे असतात. हवामानप्रकारातील खूप तफावत प्राण्यांच्या हालचालींवर मर्यादा घालते हा 'हवामानाचा अडथळा' होय. दुसरे 'प्राकृतिक अडथळे' म्हणजे पर्वत अथवा मोठी जलाशये होत.

सेलेटर व वॅलेस यांनी तयार केलेले प्राणिभूगोलशास्त्राचे प्रदेश काळाच्या निकषांवर आजही टिकून आहेत. हे प्रदेश एकमेकांपासून सुस्पष्ट अशा प्राकृतिक अडथळ्यांनी वेगळे झाले आहेत. हे अडथळे, मोठी जलाशये, उंच पर्वत रांगा अथवा रूक्ष वाळवंटी प्रदेश होत. हे प्रदेश खालीलप्रमाणे :–

(१) पॅलेआर्क्टिक प्रदेश (palearctic Region) : यामध्ये युरोप, उत्तर आफ्रिका व दक्षिण आणि आग्नेय आशिया सोडून उरलेल्या आशिया खंडाचे भाग समाविष्ट होतात.

(२) नीआर्क्टिक प्रदेश (Nearctic Region) : यामध्ये उत्तर अमेरिका, ग्रीनलँड आणि आइसलँड इत्यादींचा समावेश होतो.

(३) नीओट्रोपिकल प्रदेश (Neotropical Region) : यामध्ये संपूर्ण दक्षिण अमेरिका आणि मध्य अमेरिका यांचा समावेश होतो.

(४) इथिओपियन प्रदेश (Ethiopian Region) : सहारा वाळवंटाच्या दक्षिणेकडील संपूर्ण आफ्रिका व शेजारचे मादागास्कर बेट यांचा समावेश यामध्ये केला आहे.

(५) ओरिएन्टल प्रदेश (Oriental Region) : यामध्ये बलुचिस्थान ते म्यानमारपर्यंतच्या दक्षिण आशिया व आग्नेय आशिया यांचा समावेश होतो.

(६) ऑस्ट्रेलियन प्रदेश (Australian Region) : यामध्ये ऑस्ट्रेलिया टास्मानिया, न्यूझिलँड, न्यूगिनी व इंडोनेशियाच्या पूर्वेकडील बेटांचा समावेश केला जातो.

Zoogeography - प्राणिभूगोलशास्त्र

प्राण्यांच्या भौगोलिक वितरणाचा अभ्यास करणारे शास्त्र म्हणजे प्राणिभूगोलशास्त्र होय. या शास्त्रामध्ये प्राण्यांचे सद्य:स्थितीतले जागतिक वितरण तसेच त्यांची ऐतिहासिक उत्क्रांती याबाबतचे विश्लेषण केले जाते.

Zoological Survey of India (ZSI) - भारतीय प्राणी सर्वेक्षण संस्था

या संस्थेची स्थापना १९१६ मध्ये करण्यात आली. देशातील विविध प्राणिजातींचे सर्वेक्षण करण्याचे महत्त्वपूर्ण कार्य ही संस्था करते. संस्थेचे मुख्यालय कोलकाता येथे असून देशामध्ये संस्थेची १६ विभागीय कार्यालये आहेत.

Zoology - प्राणिशास्त्र

प्राण्यांच्या जैविक शास्त्राचा अभ्यास ज्या विद्याशाखेत केला जातो त्याला 'प्राणिशास्त्र' असे म्हणतात. यामध्ये विविध प्रकारच्या जीवजाती, जीवाची उत्पत्ती, वाढ व लय, मज्जासंस्था, हृदय, फुफ्फुसे, ज्ञानेंद्रिये, कर्मेंद्रिये, जननशक्ती, पेशी, पेशींची संरचना इत्यादींचा अभ्यास केला जातो. थोडक्यात प्राण्यांचे विविध प्रकार, त्यांची शारीरिक संरचना व कार्य यांचा प्राणिशास्त्रात सूक्ष्मरीत्या शास्त्रीय पद्धतीने अभ्यास केला जातो.

❑ ❑

परिशिष्टे

परिशिष्ट १

भारतातील अभयारण्ये

क्र.	नाव	राज्य
१.	मानस	आसाम
२.	सोनाई - रूपा	आसाम
३.	नामदफा	अरुणाचल प्रदेश
४.	पाखल	आंध्रप्रदेश
५.	पोचराम	आंध्रप्रदेश
६.	कोलामेरू	आंध्रप्रदेश
७.	गनौली	बिहार
८.	मोले	गोवा
९.	खोतीगाव	गोवा
१०.	गीर	गुजरात
११.	छोटे कच्छचे रण	गुजरात
१२.	नाल सरोवर	गुजरात
१३.	सुल्तानपूर	हरयाणा
१४.	शिकारी देवी	हिमाचल प्रदेश
१५.	सेचू - तून - नाला	हिमाचल प्रदेश
१६.	गम्गुल - सिया - बेहली	हिमाचल प्रदेश
१७.	कुग्ती	हिमाचल प्रदेश
१८.	दारांघाटी	हिमाचल प्रदेश
१९.	नार्गो आणि बिन्चकामो	हिमाचल प्रदेश

क्र	नाव	राज्य
२०.	गोविंदसागर	हिमाचल प्रदेश
२१.	रंगनथिट्टो	कर्नाटक
२२.	पेरियार	केरळ
२३.	विनाड	केरळ
२४.	नेयार	केरळ
२५.	ढाकणा-कोळझाक	महाराष्ट्र
२६.	यावल	महाराष्ट्र
२७.	कर्नाळा	महाराष्ट्र
२८.	केबूल	मणिपूर
२९.	बालपक्रम	मेघालय
३०.	दाम्पा	मिझोराम
३१.	इंटाग्की	नागालँड
३२.	खालासूनी	ओरिसा
३३.	चिल्का	ओरिसा
३४.	अबोहर	पंजाब
३५.	सारिस्का	राजस्थान
३६.	मुहूमलाई	तमिळनाडू
३७.	वेदान्थगल	तमिळनाडू
३८.	सज्नाखाली	पश्चिम बंगाल
३९.	सेन्चल	पश्चिम बंगाल
४०.	नागार्जुन सागर	आंध्र प्रदेश
४१.	कैमूर	बिहार
४२.	गुन्डी	तमिळनाडू
४३.	सिमलीपाल	ओरिसा
४४.	आमलाई	तमिळनाडू
४५.	निलमपट्टू	आंध्रप्रदेश

परिशिष्ट २

महाराष्ट्रातील अभयारण्ये व राष्ट्रीय उद्याने

क्र.	नाव	जिल्हा
१.	ताडोबा अभयारण्य	चंद्रपूर
२.	नवेगाव राष्ट्रीय उद्यान	भंडारा
३.	बोर अभयारण्य	वर्धा
४.	नागझिरा अभयारण्य	भंडारा
५.	मेळघाट अभयारण्य	अमरावती
६.	ढाकणा - कोळझाक अभयारण्य	अमरावती
७.	गवताळा अभयारण्य	औरंगाबाद
८.	पाल - यावल अभयारण्य	जळगाव
९.	नांदूर मधमेश्वर अभयारण्य	नाशिक
१०.	रेहेकुरी अभयारण्य	अहमदनगर
११.	माळढोक पक्षी अभयारण्य	सोलापूर
१२.	किनवट अभयारण्य	नांदेड
१३.	कोयना अभयारण्य	सातारा
१४.	मायणी पक्षी अभयारण्य	सातारा
१५.	सागरेश्वर अभयारण्य	सांगली
१६.	चांदोली अभयारण्य	सांगली
१७.	दाजीपूर (राधानगरी) अभयारण्य	कोल्हापूर
१८.	कर्नाळा पक्षी अभयारण्य	रायगड
१९.	तानसा अभयारण्य	ठाणे
२०.	संजय गांधी राष्ट्रीय उद्यान	ठाणे
२१.	भीमाशंकर अभयारण्य	पूणे

परिशिष्ट ३
भारतातील पर्यावरणवादी संस्था

क्र.	संस्थेचे नाव	मुख्यालय
१.	बॉम्बे नॅचरल हिस्ट्री सोसायटी (BNHS)	मुंबई
२.	वर्ल्ड वाइल्ड लाइफ फंड फॉर नेचर (WWF-India)	नवी दिल्ली
३.	सेंटर फॉर सायन्स ॲन्ड एन्व्हायर्न्मेंट (CSE)	नवी दिल्ली
४.	सीपीआर एन्व्हायर्न्मेंट एज्युकेशन सेंटर (CPR-EEC)	चेन्नई
५.	सेंटर फॉर एन्व्हायर्न्मेंट एज्युकेशन (CEE)	अहमदाबाद
६.	भारती विद्यापीठ इन्स्टिट्यूट ऑफ एनव्हायर्न्मेंट एज्युकेशन ॲण्ड रिसर्च (BVIEER)	पुणे
७.	उत्तराखंड सेवा निधी (UKSN)	अल्मोडा
८.	कल्पवृक्ष	पुणे
९.	सलीम अली सेंटर फॉर ऑरनिथॉलॉजी ॲण्ड नॅचरल हिस्ट्री (SACON)	कोइमतूर
१०.	वाइल्ड लाइफ इान्स्टिट्यूट ऑफ इंडिया (WII)	डेहराडून
११.	बोटॅनिकल सर्व्हे ऑफ इंडिया (BSI)	कोलकाता
१२.	झूलॉजिकल सर्व्हे ऑफ इंडिया (ZSI)	कोलकाता
१३.	मद्रास, क्रोकोडाईल बॅंक ट्रस्ट (MCBT)	चेन्नई
१४.	नॅशनल बायोडायव्हरसिटी ऑथॅरिटी (NBA)	चेन्नई
१५.	सेंट्रल झू ऑथॅरिटी (CZA)	नवी दिल्ली
१६.	नॅशनल इन्स्टिट्यूट ऑफ ॲनिमल वेलफेअर (NIAW)	फरिदाबाद (वल्लभगढ)
१७.	ॲनिमल वेलफेअर बोर्ड ऑफ इंडिया (AWBI)	चेन्नई
१८.	नॅशनल अफॉरेस्टेशन ॲण्ड इको-डेव्हलपमेन्ट बोर्ड (NAEB)	नवी दिल्ली
१९.	ओझोन सेल (OC)	नवी दिल्ली

क्र.	संस्थेचे नाव	मुख्यालय
२०.	सेंटर फॉर इकॉलॉजिकल सायन्सेस (CES)	बंगळूर
२१.	सेंटर फॉर माइनिंग एन्व्हायर्न्मेंट (CME)	धनबाद
२२.	मद्रास स्कूल ऑफ इकॉनॉमिक्स (MSE)	चेन्नई
२३.	सेंटर फॉर एन्व्हायर्न्मेंटल मॅनेजमेंट ऑफ डिग्रेडेड इकोसिस्टम (CEMDE)	नवी दिल्ली
२४.	दि ट्रॉपिकल बोटॅनिकल गार्डन अॅण्ड रिसर्च इन्स्टिट्यूट (TBGRI)	तिरुअनंतपूरम्
२५.	फाउंडेशन फॉर दी रिव्हायटलायझेशन ऑफ लोकल हेल्थ ट्रॅडिशन	बंगळूर

परिशिष्ट ४

विविध इंधनांची ज्वलनक्षमता व प्राप्त होणारी ऊर्जा

इंधन	ज्वलन क्षमता %	उष्णतेची मात्रा (किलो कॅलरी)	उपयोगी उष्णतेची मात्रा (किलो कॅलरी)
लाकूड (१ किलोग्रॅम)	१७	४,७००	८००
दगडी कोळसा (१ किलोग्रॅम)	२८	६,२९२	७६२
लाकडी कोळसा (१ किलोग्रॅम)	२८	६,९००	१,९३२
गोवऱ्या (१ किलोग्रॅम)	११	२,१४६	२३५
केरोसिन (१ लीटर)	५०	८,९६०	४,४८०
एल. पी. जी. (१ घन मीटर)	६०	११,६५०	६,९९०
गोबर गॅस (१ घन मीटर)	५५	४,७००	२,५८५
वीज (१ किलोवॅट)	९०	८६०	७७७
सौरऊर्जा (वर्ग मीटर प्रतिदिन ६ तास)	६०	४,५००	२,७००

परिशिष्ट ४

पुनर्नवीकरणीय ऊर्जाक्षेत्रातील भारताची प्रगती

क्र.	स्रोत	क्षमता	प्रस्थापित क्षमता
१.	सौर फोटोव्होल्टिक ऊर्जा	५,००० मेगॅवॅट	२.७४ मेगॅवॅट
२.	पवन चक्की	४५,००० मेगॅवॅट	५३,१०.४० मेगॅवॅट
३.	छोटे जलविद्युत् प्रकल्प (२५मेगावॅट पर्यंत)	१५,००० मेगॅवॅट	१८,२६,४३ मेगॅवॅट
४.	बायोमास	६६,००० मेगॅवॅट	९,१२,५३ मेगॅवॅट
५.	बायोमास गॅसिफायर	-	१ मेगॅवॅट
६.	कचऱ्यापासून ऊर्जानिर्मिती	७,००० मेगॅवॅट	३४,९५ मेगॅवॅट
	एकूण	**१,८३,००० मेगावॅट**	**८०,८८,०५ मेगावॅट**

परिशिष्ट ५

भारतातील वन संसाधने

अ. क्र.	वृक्षांचे प्रकार	राज्य	उपयुक्तता
१.	सागवान	तमिळनाडू, महाराष्ट्र, मध्यप्रदेश, छत्तीसगढ	इमारत, फर्निचर, जहाज बांधणी
२.	देवदार	अरुणाचल प्रदेश, हिमाचल प्रदेश	फर्निचर, कलाकुसरीच्या वस्तू, काडेपेट्या
३.	साल	ओरिसा, बिहार, झारखंड, पश्चिम बंगाल	बांधकाम साहित्य, जहाजबांधणी
४.	शिसव	तमिळनाडू, महाराष्ट्र मध्य प्रदेश, छत्तीसगड	फर्निचर, कलाकुसरीच्या वस्तू

अ. क्र.	वृक्षांचे प्रकार	राज्य	उपयुक्तता
५.	चंदन	कर्नाटक	सुगंधीतेल, साबण, कलाकुसरीच्या वस्तू, अगरबत्ती
६.	हलदू	मध्य प्रदेश, छत्तीसगढ महाराष्ट्र, ओरिसा, आंध्र प्रदेश, बिहार	बांधकाम साहित्य, फर्निचर
७.	खैर	महाराष्ट्र, कर्नाटक, राजस्थान, बिहार, झारखंड	कात तयार करणे, कातडी कमावणे.
८.	सुंद्री	पश्चिम बंगाल	होड्या बांधणे, कागदनिर्मिती, बांधकामसाहित्य.

परिशिष्ट ६
पर्यावरण आणि वन्यजीव यांच्याशी संबंधित साजरे केले जाणारे महत्त्वाचे दिवस

	महिना व दिनांक	साजरे केले जाणारे दिवस
१.	१५-२१ जानेवारी	प्राणी कल्याण पंधरवडा
२.	२ फेब्रुवारी	जागतिक पाणथळ दिन
३.	३ फेब्रुवारी	नर्मदा माता जयंती
४.	१४ मार्च	जागतिक धरणविरोधी दिन
५.	२१ मार्च	जागतिक वन दिन
६.	२२ मार्च	जागतिक जल दिन
७.	२२ एप्रिल	जागतिक वसुंधरा दिन
८.	३१ मे	जागतिक तंबाखूविरोधी दिन
९.	५ जून	जागतिक पर्यावरण दिन
१०.	१७ जून	जागतिक वाळवंटीकरण व दुष्काळ लढाई दिन
११.	६ जुलै	वनमहोत्सव दिन
१२.	११ जुलै	जागतिक लोकसंख्या दिन

	महिना व दिनांक	साजरे केले जाणारे दिवस
१३.	२३ जुलै	वनसंवर्धन दिन
१४.	२६ ऑगस्ट	निसर्ग मंडळ दिन
१५.	१६ सप्टेंबर	ओझोन थर बचाव दिन
१६.	२१ सप्टेंबर	जागतिक जीवावरण दिन
१७.	२ ऑक्टोबर	जागतिक पाळीव प्राणी दिन
१८.	८ ऑक्टोबर	नैसर्गिक आपत्ती निवारण दिन
१९.	१४ ऑक्टोबर	जागतिक प्राणी हक्क दिन
२०.	१६ ऑक्टोबर	जागतिक अन्न दिन
२१.	१-७ ऑक्टोबर	वन्यजीव सप्ताह
२२.	२४ ऑक्टोबर	जागतिक विकास आणि माहिती दिन
२३.	१ नोव्हेंबर	जागतिक परिस्थितिकी दिन
२४.	१० नोव्हेंबर	वन हुतात्मा दिन
२५.	२५ नोव्हेंबर	मांसाहाररहित दिन
२६.	२९ नोव्हेंबर	जैवविविधतेचा आंतरराष्ट्रीय दिन
२७.	१ डिसेंबर	महासागर संरक्षण दिन
२८.	पूर्ण डिसेंबर महिना	जैवविविधता संगोपन महिना

❑ ❑

संदर्भग्रंथ

Biogeography - Majid Husain

Dictionary of Environment - Gurdeep Raj

Environment Studies - Subhash Bhardwaj

Environment Biology - Arora M.P.

Ethics of Ecology and Environment - Subba Rao

Ecology and Environment - P.D. Sharma

Environmental Science - Miller, G. Tyler

Environment Management - An Indian Perspective - Chary, Vyasula

Environment - Problems and Solution D.K. Asthana

Text Book of Biotechnology - R.C. Dubey

Environment Studies - J.P. Sharma

Biodiversity - E. O. Wilson

संकेतस्थळ (वेबसाईट)

Convention on Biological Diversity
www.biodiv.org

Ministry of Environment and Forest, Government of India
envfor.nic.in

United Nations Envrionment Programme
www.unep.org

United Nations Framework Convention for Climate Change
www.unfccc.int

Intergovernmental Panel for Climate Change
http://www.ipccc.ch

Central Pollution Control Board
www.cpcb.delhi.nic.in

National Productivity Council
www.npcindia.org

UN Comission for SustainableDevelopement
http://www.un.org/esa/csd/csd.htm

United Nations Environment Programme : Global Environment Outlook
http://www.unep.org/geo/yearbook/yb2007/greenfacts

National Sample Suvey Organisation
www.mospi.inc.in